കലിയൻ

Kaliyan
Novel

Pushpan Thikkodi

CHINTHA PUBLISHERS
Thiruvananthapuram

First Edition
December 2021

Published & Typesetting
Chintha Publishers, Thiruvananthapuram

Printed at
Print Express, Kochi

Cover Design
Vinod Mangoes

ISBN : 978-93-93468-16-1

CO - 3050 / 5719

₹ 250

Email: chinthapublishers@gmail.com
Website: www.chinthapublishers.com

A vertion is available at National Libraries
Kolkata, Mumbai, Chennai and Delhi

Distribution
DESHABHIMANI BOOKHOUSE
H O Thiruvananthapuram 695035

Branch
Head Office Kunnukuzhi • Statue Thiruvananthapuram
KSRTC Bus Station Thiruvananthapuram
KSRTC Bus Station Alappuzha • KSRTC Bus Station Ernakulam
Machingal Lane Thrissur • IG Road Kozhikode
Mavoor Road Kozhikode • NGO Union Building Kannur
Central Bus Terminal Complex Thavakkara Kannur

കലിയൻ

(നോവൽ)

പുഷ്പൻ തിക്കോടി

ചിന്ത പബ്ലിഷേഴ്സ്
തിരുവനന്തപുരം-695 035
വില : ₹ 250

പുഷ്പൻ തിക്കോടി

1956 ൽ തിക്കോടിയിൽ ജനനം. അച്ഛൻ: പി ടി ശേഖരൻ നായർ. അമ്മ: ഓമന അമ്മ. തൃക്കോട്ടൂർ എ യു പി സ്കൂൾ, പയ്യോളി ഗവ. ഹൈസ്കൂൾ, മലബാർ ക്രിസ്ത്യൻ കോളേജ്, ഗവ. കോളേജ് മടപ്പള്ളി എന്നിവിടങ്ങളിൽ വിദ്യാഭ്യാസം. പൊലീസ് വകുപ്പിൽ അഡ്മിനിസ്ട്രേറ്റീവ് അസിസ്റ്റന്റായി വിരമിച്ചു. കൃതികൾ: *അരുന്ധതി മാത്രം യാത്രയാവുന്നു, എട്ടാമത്തെ സ്വരം, മാനസജാരൻ, ലസാഗുഹ* (കഥകൾ), *ചെന്നിമലർ, യാദാസ്ത്, പ്രണയാക്ഷരങ്ങൾ, കനൽതീനിപ്പക്ഷി, പേരില്ലാത്തവരുടെ നഗരം* (നോവലുകൾ), *വിഡ്ഢികളുടെ പെട്ടകം* (ലേഖനം), *സമത്വവാദത്തിന്റെ സന്ദേശവാഹകൻ* (ജീവചരിത്രം), *താഴും താക്കോലും* (കവിതകൾ), *കിളികുലക്കോട്ടയിലെ സായിപ്പുപക്ഷികൾ* (ബാലസാഹിത്യം). *മാനസജാരൻ* എന്ന കഥാസമാഹാരത്തിന് 2010 ലെ സർഗ്ഗ സാഹിത്യ പുരസ്കാരവും 2013 ലെ കെ വി പ്രഭാകരൻ സ്മാരക ചെറുകഥാ പുരസ്കാരവും ലഭിച്ചു. 2019 ലെ അപ്പു നെടുങ്ങാടി സാഹിത്യ പുരസ്കാരവും ഭാഷാശ്രീ ബാലസാഹിത്യ പുരസ്കാരവും ലഭിച്ചു.

ഭാര്യ : വി കെ പ്രേമകുമാരി
മക്കൾ : രാജേഷ്, സുധീഷ്
വിലാസം: 'കീർത്തനം'
തിക്കോടി പി ഒ
കോഴിക്കോട് ജില്ല
ഫോൺ : 8547218482

ഉള്ളടക്കം

പ്രസാധകക്കുറിപ്പ്

ഉത്തരകേരളത്തിലെ മിത്താണ് കലിയൻ. കടുകുവറുത്തിട്ട ചക്കപ്പുഴുക്കിനും പത്തു തേങ്ങാക്കൊത്തിനുമപ്പുറം ആശ്രിതരിൽനിന്നും ഒന്നും പ്രതീക്ഷിക്കാത്ത ഈ രക്ഷക സങ്കല്പം എഴുത്തുകാരനായ ഭുവനചന്ദ്രന്റെ അകം പൊരുളാണ്. എഴുത്ത് എന്ന അതിസങ്കീർണ്ണ മനോഭാവത്തെ പ്രശ്നവല്ക്കരിക്കുന്ന അസാധാരണ നോവലാണ് പുഷ്പൻ തിക്കോടിയുടെ *കലിയൻ.* മലബാറിലെ സംസ്കാരവും രാഷ്ട്രീയവും ആന്തരിക സംഘർഷങ്ങളും ഈ നോവലിന്റെ ഊടും പാവുമായി വർത്തിക്കുന്നു. ചരിത്രവും സമകാലവും എഴുത്തുകാരനു മുന്നിൽ മുഖാമുഖം നില്ക്കുമ്പോൾ വന്നുചേരുന്ന പ്രതിസന്ധികളെ സർഗ്ഗാത്മകമായി മാറ്റിയെടുക്കുകയാണ് നോവലിസ്റ്റ്.

ചിന്ത പബ്ലിഷേഴ്സ്

ആമുഖം

കലിയൻ - നൂറ്റാണ്ടുകൾക്കു മുമ്പ് ഉത്തര മലബാറിൽ നിലനിന്നിരുന്ന, ചരിത്രം അവ്യക്തമായി മാത്രം രേഖപ്പെടുത്തിയ ഒരു സാമൂഹ്യവ്യവസ്ഥയുടെ ഉല്പന്നമായ അതിപ്രബലമായ ഒരു മിത്ത് എന്ന് പുതിയ കാലത്തിന് വിശേഷിപ്പിക്കാവുന്ന ഒരു രക്ഷക സങ്കല്പം. ഗ്രാമത്തിന്റെ സർവ്വൈശ്വര്യങ്ങളുടേയും അധീശസ്ഥാനമായി സങ്കല്പിക്കപ്പെട്ട ഒരു രക്ഷകസങ്കല്പം എന്നുകൂടി പറയാം. മേടകളും മിനാരങ്ങളും ഗോപുരങ്ങളും സ്വന്തമായില്ലാത്ത ഗ്രാമീണ നിസ്വജനതയുടെ വിഗ്രഹരൂപമില്ലാത്ത രക്ഷകൻ. കലിയനെ ഇങ്ങനെയൊക്കെ പരിമിതികളില്ലാതെ സ്വതന്ത്രമായി നിർവ്വചിക്കാം. ഒരു കടുകുവറുത്തിട്ട ചക്കപ്പുഴുക്കിനും പത്ത് തേങ്ങാക്കൊത്തിനുമപ്പുറം ആശ്രിതരിൽനിന്നും ഒന്നും പ്രതീക്ഷിക്കാത്ത ഈ രക്ഷകന്റെ ഭാഷയിൽ ഭീഷണിയില്ല, ഭയപ്പെടുത്തലുകളില്ല. വിശ്വാസികൾക്ക് മതഭേദമില്ല, ജാതിഭേദമില്ല, ലിംഗഭേദമില്ല. തട്ടകത്തിന്റെ നാനാവിധമായ ഐശ്വര്യംമാത്രം രക്ഷകന്റെ ലക്ഷ്യം. ധാന്യമായും, കിഴങ്ങായും, പഴങ്ങളായും, ആലയായും, മൂരിയായും വരുംകാലങ്ങളിലും ഗ്രാമത്തെ സമ്പന്നമാക്കണേ എന്നുമാത്രമാണ് ആശ്രിതരുടെ പ്രാർത്ഥനാമന്ത്രം. എല്ലാക്കൊല്ലവും മിഥുന സംക്രമസന്ധ്യയിൽ ഐശ്വര്യം വാരിവിതറുന്ന പെരുമഴയായും മരക്കൊമ്പുകൾ കുലുക്കുന്ന കാറ്റായും ഈ രക്ഷകൻ ആശ്രിതരെ കാണാനെത്തുന്നു. കുട്ടികൾ ഒറ്റത്തോർത്തുടുത്ത് കൈയിൽ ഓലച്ചൂട്ടുകത്തിച്ച് പിടിച്ച് വീടിനുചുറ്റും ഓട്ടപ്രദക്ഷിണം ചെയ്തുകൊണ്ട് ആർപ്പുവിളികളോടെ കലിയന് സ്വാഗതമോതുന്നു. അമ്മമാർ വാഴത്തട്ടകൊണ്ടുണ്ടാക്കിയ ഏണിയും പ്ലാവില ഈർക്കിൽ കുത്തിയുണ്ടാക്കിയ മൂരികളും ആളിക്കത്തുന്ന പന്തങ്ങളും നാക്കിലയിൽ ചക്കപ്പുഴുക്കും കന്നിമൂലയിലെ പ്ലാവിൻ ചുവട്ടിൽ ഭക്ത്യാദരപൂർവ്വം നിവേ

ദിച്ച് തട്ടകത്തിന്റെ സർവ്വൈശ്വര്യങ്ങൾക്കുമായി കലിയനോട് പ്രാർത്ഥിക്കുന്നു. കുട്ടികൾ. 'കലിയാ കലിയാ കൂ.... ചക്കേം മാങ്ങേം കൊണ്ടിട്ടുടോ..... കൂ.... ആലേം മൂരീം കൊണ്ടിട്ടൂടോ കൂ...' എന്നാർത്തു വിളിച്ച് പുരയ്ക്കുചുറ്റും ആർപ്പുവിളികളോടെ ഓട്ടപ്രദക്ഷിണം ചെയ്യുന്ന നിമിഷങ്ങൾ കടന്നുപോകുമ്പോൾ ആരോ നിർദ്ദേശിച്ചിട്ടെന്നപോലെ കാറ്റ് കെട്ടടങ്ങുന്നു. പന്തങ്ങൾ പൊലിയുന്നു. അക്കൊല്ലത്തെ അനുഷ്ഠാനങ്ങൾ അതോടെ അവസാനിക്കുന്നു. കണ്ടും കേട്ടും ശീലിച്ച എല്ലാ ദൈവസങ്കല്പങ്ങളിൽനിന്നും എല്ലാത്തലത്തിലും വ്യത്യസ്തനായ ഈ രക്ഷകസങ്കല്പത്തിന്റെ, വിശ്വാസികളിൽ പെരുമാളുകാട് എന്ന ഉത്തരമലബാറിലെ ഒരു സാധാരണ ഗ്രാമത്തിൽ അരനൂറ്റാണ്ട് കാലം മുമ്പ് ജീവിച്ച ഒരു നാട്ടുകൂട്ടത്തിന്റെ ജീവിതകഥയാണ് *കലിയൻ* എന്ന ഈ നോവൽ. ചരിത്രത്തിനോ കെട്ടുകഥകൾക്കുപോലുമോ നോട്ടമെത്താത്തിടത്ത് ജീവിതം നിസ്സംഗമായി ജീവിച്ചുതീർത്ത് കാലത്തിന്റെ തിരശ്ശീലയ്ക്കപ്പുറത്തേക്ക് നിസ്സംഗരായി കടന്നുപോയവരാണിവിടെ കഥാപാത്രങ്ങൾ. സമൂഹരചനയിൽ പങ്കാളിത്തമില്ലാത്ത ലോകത്തെവിടെയുമുള്ള നിസ്വജനതയുടെ ജീവിത കഥകൂടിയാവാം *കലിയൻ.*

കലിയൻ എന്ന നോവലിന്റെ പ്രസാധനവുമായി സഹകരിച്ച എല്ലാവർക്കും ഹൃദയംഗമമായ നന്ദി.

പുഷ്പൻ തിക്കോടി

നാന്ദിത്തോറ്റം

ഭുവനചന്ദ്രൻ എന്ന എഴുത്തുകാരന് സ്വന്തം ജീവിതത്തിൽ സാഹിത്യത്തോടുള്ള ഭ്രമം ആരംഭിക്കുന്നത് പത്താം ക്ലാസിലെ മലയാള പാഠാവലിയിലെ ഒരു പാഠത്തിൽ നിന്നാണെന്ന് അയാൾ ഇപ്പോഴും ഉറച്ചു വിശ്വസിക്കുന്നു. 'കടുവ സ്വതേ നരഭോജിയാണോ' എന്ന ചോദ്യചിഹ്നത്തിലവസാനിച്ച തലക്കെട്ടുള്ള ആ പാഠം പഠിപ്പിക്കുമ്പോൾ ചുളിവു വീഴാത്ത വെളുത്ത ഖദർ ജുബ്ബയും കറുത്ത കരയുള്ള കുപ്പട മുണ്ടും സ്ഥിരം വേഷമാക്കിയ ആജാനബാഹുവായ ശങ്കരപ്പിള്ളയെന്ന മാവേലിക്കരക്കാരൻ മലയാളം വിദ്വാൻ ക്ലാസിൽ ഇടയ്ക്കിടെ പല്ലിറുമ്മാറുണ്ടായിരുന്നത് എന്തിനാണെന്ന് കുട്ടികളിൽ ആരും ഒരിക്കലും അദ്ദേഹത്തോട് ചോദിച്ചിട്ടില്ലായിരുന്നു. അന്നത്തെ ഗുരുശിഷ്യബന്ധം അങ്ങനെയായിരുന്നു. ആ പാഠഭാഗത്തിന്റെ രചനാശൈലിയുമായി പിള്ളസാറിന്റെ ആ പല്ലിറുമ്മലിന് ബന്ധമുണ്ടായിരുന്നുവെന്ന് ഭാഷാസാഹിത്യത്തിൽ ബിരുദാനന്തര ബിരുദം നേടിക്കഴിഞ്ഞതിനുശേഷമാണ് ഭുവനചന്ദ്രന് ബോദ്ധ്യമായത്. സാഹിത്യരചനയിൽ അങ്ങനെ എളുപ്പം നിർവ്വചിക്കാനാവാത്ത പലതും കൂടിക്കുഴഞ്ഞു കിടക്കുന്നുണ്ടെന്ന സത്യം അപ്പോഴാണയാൾ ഗ്രഹിച്ചത്.

ഒരെഴുത്തുകാരൻ സൃഷ്ടിയുടെ വിവിധ ഘട്ടങ്ങളിൽ നേരിടുന്ന വെല്ലുവിളികൾ എന്ന വിഷയം ഇന്നുവരെയാരും അർഹിക്കുന്ന ഗൗരവത്തോടെ ചർച്ചയ്ക്ക് വിധേയമാക്കിയതായി അറിവില്ല. കഷ്ടിച്ച് മൂന്ന് പതിറ്റാണ്ടുകൾ മാത്രം മൂപ്പെത്തിയ തന്റെ സാഹിത്യജീവിതത്തിൽ ഇന്നോളം എന്തെഴുതിയാലും ഒരനുഷ്ഠാനംപോലെ ആദ്യമായി അത് ഉറ്റ ചങ്ങാതിയായ വിവേകാനന്ദനെ കാണിച്ച് അവന്റെ അഭിപ്രായമറിയുകയെന്നത് ഭുവനചന്ദ്രൻ എന്ന എഴുത്തുകാരന്റെ ഒരു ശീലമാണ്.

മാതൃഭാഷാസാഹിത്യത്തിൽ ബിരുദാനന്തര ബിരുദം ഒരെഴുത്തുകാരന് സ്വന്തം തൊപ്പിയിലെ ഒരു തൂവൽ തന്നെയാണെങ്കിലും ആ ബിരുദാനന്തര ബിരുദം മാത്രം അയാൾക്കൊരു എഴുത്തുകാരനാവാനുള്ള യോഗ്യതയാവുന്നില്ലെന്നയാൾക്കറിയാം. അങ്ങനെ അമിതമായ ആത്മവിശ്വാസവും സാഹിത്യകാരനാവാനുള്ള അമിതാവേശവും മൂത്ത് വീണ്ടുവിചാരമില്ലാതെ പറന്നുചെന്ന് ചിറകുകൾ കരിഞ്ഞുപോയ വെറും ബിരുദാനന്തര ബിരുദക്കാരായ ഇയ്യാം പാറ്റകൾ സാഹിത്യത്തിന്റെ വിളക്ക് ചക്കിൽ എത്രയോ ഉണ്ടെന്നും ഭുവനചന്ദ്രനറിയാം.

വിവേകാനന്ദൻ എന്ന അയാളുടെ ആത്മസുഹൃത്ത് ഏഴാംതരത്തിൽ പഠനം നിർത്തിയവനാണ്. പക്ഷേ, പുസ്തക വായനയുടേയും ആസ്വാദനത്തിന്റേയും നിരൂപണത്തിന്റേയും കാര്യത്തിൽ അയാൾ വെറുമൊരു ഏഴാംകൂലിയല്ല. അക്കാര്യത്തിൽ ഭുവനചന്ദ്രന് വിവേകാനന്ദനെ ശരിക്കുപറഞ്ഞാൽ ഇത്തിരി ഭയംതന്നെയാണ്.

നിന്റെ നോവൽ സങ്കല്പം നിന്റേതുമാത്രമായിരിക്കണം. ലോകത്തെ മറ്റൊരു സാഹിത്യസംരംഭത്തോടും അതിന് താരതമ്യമില്ല. ഒന്നോ രണ്ടോ ബഹിരാകാശ പേടകത്തിന്റെയും മൂന്നോനാലോ ലോകപ്രശസ്തരായ കവികളുടേയും പേരുകൾ കണ്ടില്ലെങ്കിൽ പുസ്തകത്തിലേക്ക് പുച്ഛത്തോടെ കാർക്കിച്ചു തുപ്പുന്ന വായനക്കാരുണ്ടാവാം. പെരുമാളുകാട്ടിലെ കൊയ്ത്തുക്കാരൻ ചാത്തു ഇഷ്ടദേവനായ പറശ്ശിനി മുത്തപ്പനെ സേവിക്കുന്ന കഥപറയുന്ന എഴുത്തുകാരനെ മന്ദബുദ്ധിയെന്ന് അവർ വിശേഷിപ്പിച്ചുവെന്നും വരാം. അതൊന്നും ഒരെഴുത്തുകാരൻ ഗൗനിക്കേണ്ട വിഷയങ്ങളല്ല. സ്വന്തം രചന ഹൈടെക് ആക്കി കിട്ടാനുള്ള ഒരു പ്രാർത്ഥനയും കഥയെഴുത്തുകാരന്റെ ജീവിതത്തിൽ പ്രസക്തമല്ല. മറ്റുള്ളവരാൽ അഭിനന്ദിക്കപ്പെടുന്നത് ഇഷ്ടമില്ലാത്ത ഒരു ഉറുമ്പുപോലും ഇന്നോളം ഈ ഭൂമുഖത്ത് ജീവിച്ചിരുന്നിട്ടില്ല. അതുമാത്രം ഓർത്താൽ മതി. നോവലിന്റെ കൈയെഴുത്ത് പ്രതി തിരിച്ചേല്പിക്കുമ്പോൾ വിവേകാനന്ദൻ ഇത്രയുംകൂടി പറയും. പിന്നെ, ഇടംകണ്ണിറുക്കി വശ്യമായി പുഞ്ചിരിക്കുകയും ചെയ്യും. നോവലെഴുത്തുകാരനായ ഭുവനചന്ദ്രൻ ആശിക്കുന്നതാണിതൊക്കെ.

ഒരിക്കൽ ആത്മകഥാംശമുള്ള ഒരു നോവലാണ് താൻ എഴുതിത്തുടങ്ങിയതെന്ന നിഷ്കളങ്കമായ ഒരു മുഖവുരയിൽത്തന്നെ അവൻ നിഷ്കരുണം കേറിപ്പിടിച്ചത് ഭുവനചന്ദ്രൻ നന്നായി ഓർക്കുന്നു.

"അത് ഒരെഴുത്തുകാരനും മുൻകൂട്ടി പ്രഖ്യാപിക്കാൻ അവകാശമില്ല. അതൊരു അഹങ്കാരമാണ്. നിഷ്പക്ഷനായ ഒരു വായനക്കാരൻ വായനയ്ക്കുശേഷം എഴുതിച്ചേർക്കേണ്ട ഭാഗമാണത്." ഇത്രയേ അവൻ പറഞ്ഞുള്ളൂവെങ്കിലും ഭുവനചന്ദ്രന്റെ മനസ്സിളകിപ്പോയി.

"കൊയ്ത്തുപാടത്തിന്റെ കരയിലിരുന്ന് ഏത് മന്ദബുദ്ധിക്കും പറയാവുന്ന ചില വായ്ത്താരികളുണ്ട്. ഈ നെല്ലിന്റെ അരി കഞ്ഞിക്കു കൊള്ളില്ല. ഇതിന്റെ ചോറ് ഒട്ടിപ്പിടിക്കും എന്നൊക്കെ." തികട്ടിവന്ന

രോഷവും ഈർഷ്യയും ഉള്ളിലൊതുക്കിയാണ് ഭുവനചന്ദ്രൻ അത്രയും പറഞ്ഞുതീർത്തത്.

"അതുകേട്ട് മനക്ലേശംവന്ന് കൊയ്ത്ത് നിർത്തിപ്പോകുന്നോൻ കൃഷിക്കാരനല്ലെന്നുറപ്പാ." വിവേകാനന്ദൻ അപ്പോൾ മനസ്സിൽവന്നു നിന്നതു മാത്രം പറഞ്ഞവസാനിപ്പിച്ചു. പിന്നെ ഉറക്കെ ചിരിച്ചുകൊണ്ട് ഭുവനചന്ദ്രനെ കെട്ടിപ്പിടിച്ചു.

എന്നാൽ ഏഴാംതരക്കാരനായ തന്റെ ആത്മസുഹൃത്തിന്റെ സാഹിത്യ നിരൂപണ വൈദഗ്ദ്ധ്യത്തെക്കുറിച്ച് ഭുവനചന്ദ്രന് ഒരിക്കലും മതിപ്പില്ലാതിരുന്നിട്ടില്ല. അവന്റെ കന്നിവായനയിൽ തന്റെ എത്രയോ കഥകൾക്ക് ദിശാബോധം ലഭിച്ചിട്ടുണ്ടെന്നയാൾക്കറിയാം. എങ്കിലും ഏഴാംതരക്കാരനായ ഒരു കരിങ്കൽ തൊഴിലാളി വിട്ടുവീഴ്ചയില്ലാത്ത ഒരു സാഹിത്യ നിരൂപകനാവുന്നതിൽ ചിലപ്പോഴൊക്കെ എഴുത്തുകാരനായ ഭുവനചന്ദ്രന്റെ മനസ്സ് അസഹിഷ്ണുത പ്രകടിപ്പിച്ചിട്ടുമുണ്ട്.

"ഓ..... നീയെന്താ ഗുപ്തൻ നായരോ?" സ്നേഹിതനിൽനിന്ന് അങ്ങനെയുള്ള പരിഹാസം കേട്ടപ്പോഴൊക്കെ വിവേകൻ പൊട്ടിച്ചിരിച്ചിട്ടേയുള്ളൂ.

"ഞാൻ പാവമൊരു കരിങ്കൽ തൊഴിലാളി, വിവേകാനന്ദൻ. പകൽമുഴുവൻ കരിങ്കല്ലിൽ ഒളിഞ്ഞിരിക്കുന്ന തീത്തരി തിരയുന്നവൻ. രാത്രി, കണ്ടവന്റെ സൃഷ്ടികളുടെ ഉള്ളിൽ തീത്തരി തിരയുന്നുവെന്നു മാത്രം. രണ്ടും എനിക്കുവേണ്ടി മാത്രം. ആരെയും നന്നാക്കാനല്ല. പക്ഷേ, വിവേകാനന്ദന് വായനയിൽ പക്ഷപാതമില്ല. ഗബ്രിയേൽ മാർക്വേസും ഭുവനചന്ദ്രനും എനിക്കൊരുപോലെ. കാരണം ഞാൻ സഹജീവികളോട് നിന്ദയുള്ള എഴുത്തുകാരനല്ല. നീയൊരു നല്ല വായനക്കാരനാണെന്നും എനിക്കഭിപ്രായമില്ല." അത്രയും പ്രതിഷേധത്തോടെ പറഞ്ഞുകഴിഞ്ഞാലും പെട്ടെന്നൊരു പൊട്ടിച്ചിരി വിവേകന്റേതായുണ്ടാവും. അതിൽ നിറയെ ആത്മാർത്ഥതയുമുണ്ടാകും.

വിവേകന്റെ മിന്നലാക്രമണങ്ങൾ ഭയന്ന് ഇപ്പോൾ എഴുതിക്കൊണ്ടിരിക്കുന്ന നോവലിന്റെ വളർച്ചയെക്കുറിച്ച് ആവേശത്തോടെ അവനുമായി സംസാരിക്കാൻ ഭുവനചന്ദ്രന്റെ മനസ്സ് പാകപ്പെട്ടില്ല. അവനെ നേരിടാനുള്ള ഒരു കരുത്തും തന്റെ ബിരുദാനന്തര ബിരുദ നാട്യങ്ങൾ തനിക്കു നല്കിയിട്ടില്ലെന്ന് ഭുവനചന്ദ്രന് നന്നായറിയാം. എല്ലാ ബിരുദങ്ങളും അറിവിനേക്കാൾ ഒരാൾക്ക് സമ്മാനിക്കുന്നത് കപടനാട്യങ്ങളും അഹന്തയുമാണെന്ന് എപ്പോഴോ ഒരിക്കൽ വിവേകൻ അശ്രദ്ധമായി പറഞ്ഞത് ഇപ്പോഴും ഒരു പോറലായി ഭുവനചന്ദ്രന്റെ മനസ്സിലുണ്ട്. ഒരു എഴാംതരക്കാരൻ സഹപാഠിയുടെ കുശുമ്പ് എന്ന് മുദ്രകുത്തി അപ്പോൾത്തന്നെ ആ പ്രസ്താവത്തെ അയാൾ ദൂരേക്ക് എറിഞ്ഞുകളഞ്ഞതാണ്. പക്ഷേ, കൂടുതൽ ആലോചിച്ചപ്പോൾ അവൻ പറഞ്ഞത് പൂർണ്ണമായും ശരിയാണെന്ന് ബോദ്ധ്യപ്പെട്ടതും ഭുവനചന്ദ്രൻ ഇപ്പോൾ ഓർക്കുന്നുണ്ട്. കാര്യങ്ങൾ ഇങ്ങനെയൊക്കെയാണെങ്കിലും വിവേകന്റെ ഒന്നാം വായനകഴി

യാതെ പുതിയ നോവലിന്റെ നിലവാരത്തെക്കുറിച്ച് ഒരു കാര്യവും ഭുവനചന്ദ്രന് തീർച്ചപ്പെടുത്താനാവില്ലെന്നതാണ് സത്യം. നോവൽ എഴുതിക്കഴിഞ്ഞാലുടൻ കൈയെഴുത്ത് പ്രതിയുമായി ഭുവനചന്ദ്രൻ വിവേകാനന്ദന്റെ വീട്ടിലേക്കോടുമെന്നതും തീർച്ചയാണ്. ആ ഓട്ടത്തിന്റെ അവസാന കാൽവെപ്പുകൾ കൂടി അയാൾക്ക് എഴുതിക്കഴിഞ്ഞ നോവലിന്റെ ഭാഗമാണ്. കാരണം വായിച്ചു ഗ്രഹിക്കുന്നതിൽ അയാളുടെ സ്നേഹിതൻ വിവേകനൊരു വല്ലാത്ത പഹയൻതന്നെയാണെന്നയാൾക്കറിയാം.

പൂർണ്ണമായും കേരളീയ പശ്ചാത്തലത്തിലെഴുതിയ പുസ്തകമെന്നൊക്കെ വിശേഷിപ്പിക്കപ്പെടുന്ന ചില പുസ്തകങ്ങളെ വിവേകാനന്ദൻ വല്ലാതെ പരിഗണിക്കുന്നത് ഭുവനചന്ദ്രൻ ശ്രദ്ധിക്കാറുണ്ട്. അടുത്തിടെ വായിച്ച ഒരു നോവലിനെക്കുറിച്ച് ഒരു വൈകുന്നേരത്തെ നടത്തത്തിനിടയിൽ വിവേകൻ വല്ലാതെ വാചാലനായത് ഭുവനചന്ദ്രൻ ഇപ്പോൾ ഓർമ്മിക്കുകയാണ്.

“പശ്ചാത്തലം കേരളീയമായതുകൊണ്ടു മാത്രം ഒരു നോവൽ ഒരു മലയാള വായനക്കാരന് ആകർഷകമാവുകയില്ല എന്നാണെന്റെ വിശ്വാസം. ഞാൻ ഈയിടെ കേരളീയ പശ്ചാത്തലത്തിൽ രചിക്കപ്പെട്ടു എന്ന് ആഘോഷിക്കപ്പെട്ട ഒരു നോവൽ വായിച്ചു. വായനക്കാരൻ മുഷിയുമ്പോഴൊക്കെ ആഗോളവാണിജ്യം, സ്ത്രീ, കമ്പ്യൂട്ടർ, ഗണിതശാസ്ത്രം ഇവയൊക്കെ സമർത്ഥമായി സമന്വയിപ്പിച്ച് അതിന്റെ ഉല്പാദകൻ കളിച്ച കളി ഗംഭീരം തന്നെയാണ്. ഞാനാരെയും ഒന്നും പഠിപ്പിക്കുകയല്ല. എല്ലാ വിവരങ്ങളും നിങ്ങളുടെ അറിവിനായി സമർപ്പിക്കുകയാണ് എന്ന നാട്യത്തിലുള്ള ആ കളിയിൽ അയാൾ വിദഗ്ദ്ധൻ തന്നെയാണ്. കഥ പറഞ്ഞുതീർന്നപ്പോഴും മലയാള മണ്ണിന്റെ ഒരുതരിപോലും എനിക്കാ പുസ്തകത്തിൽ കാണാൻ കഴിഞ്ഞിട്ടില്ല. ബുദ്ധിജീവി നാട്യക്കാർ ബലേ ഭേഷ് എന്നു പറഞ്ഞാലേ കഥയെഴുത്തുകാരനും പ്രസാധകനുമൊക്കെ രക്ഷപ്പെടുകയുള്ളൂ. അതാണിപ്പോൾ സാഹിത്യ കാലാവസ്ഥ. ആളുകൾ കൈയടിക്കുന്നുണ്ടെന്നുറപ്പുവന്നാൽ പറഞ്ഞ തമാശകൾ ഒന്നുകൂടി പറഞ്ഞാലോയെന്ന് ഏതു കോമാളിക്കും ഒരുവേള തോന്നിപ്പോകും. അതുപോലെ മടുപ്പുകൊണ്ട് വായനയവസാനിപ്പിച്ച് പുസ്തകം മടക്കിവെക്കാൻ മനസ്സുകൊണ്ട് തയ്യാറെടുക്കുന്നവന് എന്താണ് കൊടുക്കേണ്ടതെന്ന് എഴുത്തുകാരനേക്കാൾ അറിയാവുന്നത് പ്രസാധകനാണ്. പ്രസാധകൻ പൂർണ്ണമാക്കിയ എത്രയോ പുസ്തകങ്ങളുണ്ട്. ഇതൊന്നും ഭുവനചന്ദ്രനെന്ന വെറും നാട്ടുമ്പുറത്തുകാരന് കുട്ടിക്കാലത്ത് മുറ്റത്ത് ഗോട്ടികളിക്കുന്നതുപോലെ കളിക്കാനാവുന്ന കളികളല്ല. അപ്പോൾ നോവൽ രചനയിലും കളികളുണ്ടെന്നർത്ഥം. രചനയെന്ന വാക്കുപോലും ഇപ്പോൾ അപ്രസക്തമാണ്. നിർമ്മാണം എന്നോ മറ്റോ ആവാം. എല്ലാം നിർമ്മിക്കപ്പെടുന്ന ഒരു ലോകത്ത് സ്വയംഭൂവായി ഒരു നോവൽ മാത്രമെന്തിന്? കളികൾ അഭ്യസിച്ച് പ്രയോഗിക്കാമെന്ന് കരുതുന്നതും വെറുതെയാണ്. പക്ഷേ, ഇതൊക്കെ പുസ്തകത്തിന്റെ

പതിപ്പുകളുടെ എണ്ണത്തെക്കുറിച്ച് വ്യാകുലപ്പെടുന്ന എഴുത്തുകച്ചവടക്കാരന് മാത്രം ബാധകമായ ചിന്തകളാണ്. ഒന്നാം പേജിൽത്തന്നെ പുസ്തകത്തിന്റെ സ്വീകാര്യത തെളിയിക്കാൻ പതിപ്പുകളുടെ എണ്ണം എഴുതിക്കാണിക്കുന്നതിൽ എഴുതിയവന്റെ താല്പര്യത്തേക്കാളേറെ കച്ചവടക്കാരന്റെ താല്പര്യമാണ് മുന്നിട്ടുനില്ക്കുന്നത്. ഒരു പുസ്തകം വെറുമൊരു ചരക്കായി മാറുന്ന മുഹൂർത്തത്തിലാണത് സംഭവിക്കുന്നത്. അല്ലെങ്കിൽത്തന്നെ പതിപ്പിന്റെ എണ്ണവും വായനക്കാരനുമായി എന്തുബന്ധം? ഒരു ശരിയായ എഴുത്തുകാരന് ഇതൊന്നും തർക്ക പ്രശ്നങ്ങളല്ല എന്നുകൂടി ഞാൻ പറയാം. അന്നത്തെ നടത്തം കഴിഞ്ഞ് രണ്ടുപേരും സ്വന്തം വീടുകളിലേക്ക് വഴിപിരിയുന്നിടംവരെ ഒരു പൊങ്ങുതടി വെള്ളത്തിലൊഴുകുന്നതുപോലെയായിരുന്നു ഭുവനചന്ദ്രൻ. എന്നാൽ ഇതൊന്നും വിവേകാനന്ദനെ തന്റെ പുതിയ നോവലിന്റെ ആദ്യവായനക്കാരനാക്കുന്നതിൽനിന്നും ഭുവനചന്ദ്രനെ തടയുന്നില്ല.

“ഞാൻ നേരത്തെ പറഞ്ഞ ആ നോവലിന്റെ പേര് ‘പ്രണയ നിർമ്മാണം’ എന്നാവാത്തതിൽ മാത്രമേ എനിക്ക് ദുഃഖമുള്ളൂ. വ്യഭിചാരം എന്ന ആഗോള വ്യവസായത്തെക്കുറിച്ച് പ്രതിപാദിക്കുന്ന നോവൽ, എന്നതിനെ ധൈര്യത്തോടെ പരിചയപ്പെടുത്താം. ലോക കമ്പോളത്തിൽ വിലമതിക്കാനാവാത്ത ചരക്കായി മാറുന്ന പ്രണയം നിർമ്മിച്ചെടുക്കുന്നത് ചിലപ്പോൾ പച്ചയായിത്തന്നെ വിവരിക്കുമ്പോൾ ലൈംഗികതയെന്ന ലഹരിക്കടിമപ്പെടുന്ന വായനക്കാരനെ ആ നോവൽ ലക്ഷ്യംവെക്കുന്നതും അപ്രതീക്ഷിത വിജയം കൈവരിക്കുന്നതും കാണേണ്ട കാഴ്ചതന്നെയാണ്. പട്ടിണിക്കാലത്ത് ഗ്രാമങ്ങളിലെ കൂരകളിൽ നടന്നത് ഇന്ന് പഞ്ചനക്ഷത്ര ഹോട്ടലുകളിലേക്ക് പറിച്ചുനട്ടു എന്നുമാത്രം. ജീവിതത്തിൽ എല്ലാ സുഖസൗകര്യങ്ങളും നേടിയിട്ടും നേടിയതെല്ലാം സ്വന്തം ഞരമ്പുകളിൽ അടിയറവെക്കുന്നവന്റെ കഥയ്ക്ക് പശ്ചാത്തലം ഒരു വിഷയമേയാവുന്നില്ല. ലോകവും കേരളവും എല്ലാം ഒരുപോലെ. പക്ഷേ, ആ നോവലിന്റെ കർത്താവിന് അയാളുടെ വഴി എനിക്കെന്റെ വഴി എന്നേ നീ കരുതേണ്ടതുള്ളൂ. നിന്റെ പെരുമാളുകാട് നിനക്ക് നിന്റെ ലോകം തന്നെയാക്കാം. കാരണം ലോകത്തെവിടെയുമുള്ളതെല്ലാം നിന്റെ പെരുമാളുകാട്ടിലുമുണ്ട്.”

“ഇപ്പറഞ്ഞതെല്ലാം വിവേകാനന്ദൻ എന്ന വായനക്കാരൻ ഒരെഴുത്തുകാരനിൽനിന്നും ആഗ്രഹിക്കുന്നതാണ്. നിന്റെ നോവൽ നിനക്കു മാത്രം സ്വന്തം. ലാറ്റിനമേരിക്കയിലെ വിമോചന പോരാട്ടങ്ങളും എത്യോപ്യയിലെ പട്ടിണിയും ആഫ്രിക്കയിലെ അടിമത്തവും നിന്നെ വേവലാതിപ്പെടുത്തുന്നുണ്ടാവാം. പക്ഷേ, ആ വേവലാതികൾ നിന്റെ മനസ്സിൽ ഒരു നോവലായി പുനർജ്ജനിക്കണമെന്നില്ല. കൊയ്ത്തുക്കാരൻ ചാത്തുവിനെ ഇടനിലക്കാരനും യജമാനനെ അവകാശപ്പെടാനില്ലാത്ത അലഞ്ഞു നടക്കുന്ന തെരുവുനായയെ സ്വന്തം ദൂതനുമാക്കുന്ന പറശ്ശിനി മുത്തപ്പൻ നിന്റെ നോവലിൽ സന്തോഷത്തോടെ കഥാപാത്രമാവാൻ

എപ്പോഴും തയ്യാറായിരിക്കും. പക്ഷേ, അംഗീകാരത്തിനുവേണ്ടിയുള്ള പരക്കംപാച്ചിൽ ആ നോവലിനെ നശിപ്പിക്കും. ലോകത്ത് അഭിനന്ദനത്തെ വെറുക്കുന്ന ഒരു ഉറുമ്പുപോലും ഇന്നോളം ജീവിച്ചിരുന്നിട്ടില്ലെന്ന് നീ മറക്കാതിരിക്കണം. ഒരാളുടെ വലംകൈ മറ്റൊരാളെ അനുഗ്രഹിക്കാൻ ഉപയോഗിക്കുന്നതുപോലെ അയാളുടെ വളർച്ചയ്ക്കുമുകളിൽ തടസ്സമായും ഉപയോഗപ്പെടുത്താമെന്ന് ഭുവനചന്ദ്രനോട് ആദ്യമായും അവസാനമായും പറഞ്ഞത് ഏഴാംതരക്കാരനായ ഈ കരിങ്കൽ തൊഴിലാളിയാണ്. അതുകൊണ്ട് പുതിയ നോവലെഴുതിക്കഴിഞ്ഞാൽ അതിന്റെ കൈയെഴുത്ത് പ്രതിയുമായി ഭുവനചന്ദ്രൻ വിവേകന്റെ മുമ്പിലെത്തുമെന്നുറപ്പാണ്. സ്വന്തം നോവലിന്റെ കൈയെഴുത്തു പ്രതിയുമായി ഫിദൽ കാസ്ട്രോവിന്റെ മുമ്പിൽ നില്ക്കുന്ന മാർക്വേസിനെ അപ്പോഴയാൾ മനസ്സിൽ സങ്കല്പിക്കുകയും തമാശയായി പറയുന്നതുപോലെ അക്കാര്യം സ്നേഹിതനോട് ആ നിമിഷത്തിൽത്തന്നെ പറയുകയും ചെയ്യും. ഭുവനചന്ദ്രൻ എന്ന എഴുത്തുകാരൻ സ്വയം പ്രതിരോധം തീർക്കുന്നത് അങ്ങനെ എങ്ങനെയുമാവാം.”

എലിപ്പോരാളി

പകൽ മുഴുവൻ കീറാമുട്ടികളായ ഫയലുകളുമായി കെട്ടിമറിഞ്ഞതിന്റെ ക്ഷീണം നന്നായുണ്ടായിരുന്നു ഭുവനചന്ദ്രന്. കിടന്നതും ഉറങ്ങിയതും ഒരേ ക്ഷണത്തിൽ. ഉറക്കത്തിന്റെ അഗാധതയിൽക്കണ്ട ഒരു സാധാരണ സ്വപ്നം എന്നതിൽക്കവിഞ്ഞ പ്രാധാന്യമൊന്നും തലേദിവസം രാത്രിയിലെ സ്വപ്നത്തെക്കുറിച്ച് ആദ്യം ഭുവനചന്ദ്രന് തോന്നിയിരുന്നില്ല. പുതിയ വീട്ടിൽ താമസമാക്കിയതിൽപ്പിന്നെ തന്റെ പഴയ വീടിനെക്കുറിച്ചുള്ള അനാവശ്യമായ ആശങ്കകൾ എപ്പോഴും അയാളുടെ മനസ്സിലേക്ക് കടന്നുവരാറുണ്ട്. വിലപിടിപ്പുള്ള മുതലുകളൊന്നും ആ പഴയ വീട്ടിനകത്ത് സൂക്ഷിച്ചിരുന്നില്ലെങ്കിലും വെറുതെ ഒരു ഭയം. മുഖ്യമായും കള്ളന്മാരെയാണ്. വലിയ അടച്ചുറപ്പില്ലാത്തതും ആൾപ്പാർപ്പില്ലാത്തതുമായ വീടുകളിൽ മാത്രം കയറി കളവുനടത്തുന്ന അന്യദേശക്കാരായ രണ്ടാംതരം കള്ളന്മാരുണ്ടിപ്പോൾ. കള്ളന്മാരിലെ രണ്ടാംതരം പൗരന്മാരും അവിദഗ്ദ്ധരുമായ അത്തരക്കാർക്ക് എന്തെങ്കിലും കിട്ടിയാൽ മതി. വലിയ അദ്ധ്വാനമില്ലാതെയും ഭയമില്ലാതെയും കിട്ടുന്നതെന്തും അവർ കൊടുക്കും. എണ്ണത്തിൽ കൂടുതലായ അത്തരക്കാരെയാണ് പേടിക്കേണ്ടത്. പിന്നെ എലികളെ. കഴിഞ്ഞകൊല്ലം കഷ്ടപ്പെട്ട് കൃഷിചെയ്തുണ്ടാക്കിയ അഞ്ചാറ് ചാക്ക് നെല്ല് പഴയവീട്ടിലാണ് സൂക്ഷിച്ചിട്ടുള്ളത്. പുതിയ വീടിന്റെ ആധുനികമായ ഘടന നെല്ല് നിറച്ച ചാക്കുകൾ സൂക്ഷിക്കാൻ അനുവദിക്കാത്തതുകൊണ്ടുകൂടിയാണ് നെല്ല് പഴയവീട്ടിൽ സൂക്ഷിച്ചിരിക്കുന്നത്. പത്തായത്തിൽ നെല്ലുണ്ടെങ്കിൽ എലി പൊനാങ്കിൽനിന്നും വരും എന്ന പ്രമാണത്തെ ഭയപ്പെടുന്നതുകൊണ്ട് ഒരു പ്രതിരോധമായി എലിക്കെണി കരുതിവെച്ചിട്ടുണ്ടവിടെ. സദാ വാപിളർന്ന് നില്ക്കുന്ന ആ കെണി ഭുവനചന്ദ്രന് തന്റെ ധാന്യസൂക്ഷിപ്പിന്റെ കാര്യ

ത്തിൽ നല്ല മനഃസമാധാനം നല്കിയിരുന്നു. കനലിൽ ചുട്ടെടുത്ത ഒരു കഷണം തേങ്ങ, ചാക്കിലുള്ള നെന്മണികളേക്കാൾ എലിയെ ആകർഷിക്കുമെന്നുറപ്പാണ്. സ്വപ്നത്തിൽ കണ്ടത് തുറന്നുവെച്ച എലിക്കെണിയിൽ ഒരു എലി കയറിപ്പോകുന്നതും നിമിഷനേരംകൊണ്ട് കെണിയിൽ അകപ്പെടുന്നതുമൊക്കെയാണ്. കെണിയിൽപ്പെട്ടുഴലുന്ന എലിയുടെ വെപ്രാളങ്ങൾ ഒരു നല്ല കാഴ്ചയായാണ് സ്വപ്നത്തിൽ ക്രമീകരിച്ചിരുന്നത്. സ്വന്തം വീടിന്റെ സ്വകാര്യതയിലേക്ക് കടന്നു കയറിയതിന് വീട്ടുകാരനാൽ തടവിലാക്കപ്പെട്ട ഒരു കൈയേറ്റക്കാരന്റെ ദൈന്യതയും വെപ്രാളവും ആസ്വദിച്ചുകൊണ്ട് ആ കെണിക്കു മുമ്പിൽനിന്ന തന്നെ, ഒരു ധിക്കാരിയുടെ മുഖഭാവത്തോടെ കണ്ണുകൾകൊണ്ട് വിചാരണചെയ്യുന്ന ആ എലി ഭുവനചന്ദ്രനെ വല്ലാതെ വിസ്മയപ്പെടുത്തി. അബദ്ധത്തിൽ കെണിയിലകപ്പെട്ടുപോയ വിവേകബുദ്ധിയില്ലാത്ത ഒരു ജീവിയുടെ മുഖഭാവമായിരുന്നില്ല അപ്പോൾ ആ എലിക്കുണ്ടായിരുന്നത്. യുദ്ധത്തടവുകാരനായി പിടിക്കപ്പെട്ട ധീരനും കരുത്തനുമായ ഒരു യോദ്ധാവിന്റെ മുഖഭാവമായിരുന്നു.

രണ്ട് ചോദ്യങ്ങളാണ് കെണിയിലകപ്പെട്ട എലി ഭുവനചന്ദ്രനോട് ചോദിച്ചത് എന്നാണയാൾ ഇപ്പോൾ ഓർക്കുന്നത്. തന്റെ ജീവിതത്തിൽ താൻ സ്വയം ചോദിക്കേണ്ടിയിരുന്ന ചോദ്യങ്ങളായിരുന്നു അതെന്നും ഇപ്പോൾ ഭുവനചന്ദ്രന് തോന്നുന്നുണ്ട്. കെണിയിലകപ്പെട്ട ഒരു എലി സ്വന്തം ഭാവി അനിശ്ചിതമാണെന്നു മാത്രമറിയുന്ന ആ അവസ്ഥയിൽ തന്റെ പ്രതിസന്ധികൾക്കെല്ലാം കാരണക്കാരനായ ഒരേയൊരാൾ മുമ്പിൽ നില്ക്കുമ്പോൾ അയാളോട് ചോദ്യങ്ങൾ ചോദിച്ചു എന്നൊക്കെ പറയുന്നത് സ്വപ്നത്തിലായാൽപ്പോലും വിശ്വസനീയമല്ല. പക്ഷേ, സംഭവിച്ചത് അങ്ങനെയൊരു അസംബന്ധമാണെന്നതാണ് സത്യം. കെണിയുടെ ഇരുണ്ട മൂലകളിൽ പതുങ്ങിയിരുന്ന് തനിക്ക് നിശ്ചയിക്കപ്പെട്ട ദുരന്തം ഏറ്റെടുക്കാൻ മനസ്സുപാകപ്പെടുത്തുന്നതിനു പകരം തന്റെ ദുരവസ്ഥയ്ക്ക് കാരണക്കാരനായവനെ മനസ്സുകൊണ്ടെങ്കിലും അവസാനം വരെ ചോദ്യംചെയ്യുകയെന്നത് ധീരനായ ഒരു തടവുകാരന്റെ ലക്ഷണമാണ്. എലിയുടെ ചോദ്യങ്ങളിലൊന്നുപോലും സ്വന്തം ജീവന്റെ രക്ഷയും മോചനവും ലക്ഷ്യമാക്കിയുള്ളതായിരുന്നില്ല എന്നത് കൂടുതൽ വിസ്മയകരമായി ഭുവനചന്ദ്രന് തോന്നിയിരുന്നു. കെണിയുടെ അഴികൾക്കിടയിലൂടെ വെളിച്ചം കടക്കുന്ന ഒരു കോണിൽ നിന്നുകൊണ്ട് വധശിക്ഷയ്ക്ക് വിധിക്കപ്പെട്ട ഒരു ധീരനായ ജയിൽപ്പുള്ളിയെപ്പോലെ ആ എലി തന്നെ തുറിച്ചുനോക്കിക്കൊണ്ടിരുന്നതും ആ നോട്ടത്തിന്റെ തീഷ്ണതയിൽ ഉൾവിറയലോടെ തനിക്ക് കണ്ണുകൾ പെട്ടെന്ന് പിൻവലിക്കേണ്ടിവന്നതും അയാളിപ്പോഴും ലജ്ജയോടെ ഓർത്തുപോവുകയാണ്. വീരനും ശൂരനും പരാക്രമിയുമാണ് താനെന്ന് ഭാവിക്കാത്ത ഒരു മനുഷ്യനും ഇന്ന് ഭൂമുഖത്ത് ജീവിക്കുന്നില്ലെന്നത് ആ നിമിഷംവരെ അയാളുടെ ഒരു ഉറച്ച വിശ്വാസമായിരുന്നു. പക്ഷേ, സ്വന്തം ഭീരുത്വത്തിന്റെ ആഴം സ്വയം അളന്ന്

ബോദ്ധ്യപ്പെട്ടപ്പോൾ ആ വിശ്വാസം അയാൾ തിരുത്തുകയാണ്. ഒരു എലിയുടെ മുമ്പിൽപോലും പിടിച്ചുനില്ക്കാനാവാത്ത സന്ദർഭങ്ങൾ ആരുടെയും ജീവിതത്തിലുണ്ടാവുമെന്ന സത്യം ഇപ്പോൾ അയാൾ നിരുപാധികം അംഗീകരിക്കുകയാണ്.

'നീ ഈ വീട് ഉപേക്ഷിച്ച് പോവാൻ എന്താണ് കാരണം? നീ ഉപേക്ഷിച്ചുപോയ ഈ വീടിനെ ഇപ്പോൾ നിന്നേക്കാൾ സ്നേഹിക്കുന്നത് ഞാനാണെന്നു പറഞ്ഞാൽ നിനക്കെന്തുപറയാനുണ്ട്?' സ്വപ്നത്തിൽ കണ്ട എലി ചോദിച്ചത് ഏതാണ്ട് ഇതേ അർത്ഥംവരുന്ന രണ്ട് ചോദ്യങ്ങളാണെന്നാണ് ഭുവനചന്ദ്രന്റെ ഓർമ്മയിലുള്ളത്. ഉണരുമ്പോൾ ആ സ്വപ്നത്തിന്റെ ഒരംശംപോലും അയാളുടെ മനസ്സിലുണ്ടായിരുന്നില്ല. പക്ഷേ, പിറ്റേന്ന് കാലത്ത് പതിവുപോലെ ഭുവനചന്ദ്രൻ തന്റെ പഴയ വീട്ടിലെത്തി കതക് തുറന്നപ്പോൾ കണ്ട കാഴ്ച അയാളെ വല്ലാതെ അത്ഭുതപ്പെടുത്തി. എത്രയോ ദിവസങ്ങൾക്ക് മുമ്പേ താൻ ഒരുക്കിവെച്ച കെണിയുടെ വാതിൽ അടഞ്ഞുകിടക്കുന്നു. അകത്ത് ആരോഗ്യവാനായ ഒരു എലി ഒരു കൂസലും കൂടാതെ തന്നെയും കാത്തിരിക്കുന്നതുപോലെ അഴികളിൽ അള്ളിപ്പിടിച്ച് കാലുകൾ നിലത്തൂന്നി നില്ക്കുന്നു. അപ്പോഴാണ് തലേന്ന് രാത്രിയിലെ സ്വപ്നം പൂർണ്ണമായും വ്യക്തമായും അയാളുടെ മനസ്സിൽ തെളിഞ്ഞത്. തന്റെ പഴയ വീടിനെക്കുറിച്ചുള്ള ഗാഢചിന്തകളുടെ ഉല്പന്നമെന്ന് മുദ്രകുത്തി തലേന്ന് രാത്രിതന്നെ അയാൾ വിസ്മൃതിയുടെ കൊക്കയിലേക്കെറിഞ്ഞുകളഞ്ഞ ആ സ്വപ്നം ഒരു യാഥാർത്ഥ്യമായി മുമ്പിൽ തെളിയുന്നത് അയാളെ അല്പം ആശങ്കപ്പെടുത്തുകയാണുണ്ടായത്. സ്വപ്നത്തിലെ എലിയെക്കാൾ ശാരീരികമായി കുറേക്കൂടി ചെറുതാണെങ്കിലും ശരീരഭാഷയിൽ രണ്ടുപേരും സമന്മാരാണെന്ന് ഭുവനചന്ദ്രന് എളുപ്പം മനസ്സിലായി. ആ എലിയുടെ കണ്ണുകളിലെ തിളക്കവും നോട്ടത്തിലെ കാർക്കശ്യവും ഒരു ക്രൂരനായ മനുഷ്യന്റേതുപോലെതന്നെയുണ്ടെന്ന് അപ്പോൾ ഭുവനചന്ദ്രന് തോന്നി. പ്രച്ഛന്നവേഷംകെട്ടിയ ഒരു ഒടിയനെപ്പോലെ തന്റെ മുമ്പിൽ നില്ക്കുന്നത് ആ എലിതന്നെയാണെന്ന് ഭുവനചന്ദ്രന്റെ മനസ്സിലാരോ പറഞ്ഞു. സ്വപ്നത്തിലെ എലി ചോദിച്ച അതേ ചോദ്യങ്ങൾ തന്റെ പഴയ വീടിന്റെ തെക്കെമുറിയിൽ ഇപ്പോൾ ഒരു മുഴക്കത്തോടെ ആവർത്തിക്കപ്പെടുന്നതായും ഭുവനചന്ദ്രന് തോന്നുന്നുണ്ടായിരുന്നു. ഒരു മനുഷ്യൻ മറ്റൊരു മനുഷ്യനോട് പലകാരണങ്ങളാൽ ചോദിക്കാൻ മടിക്കുന്ന ചോദ്യങ്ങളായിരുന്നു ആ രണ്ടു ചോദ്യങ്ങളും. ഒരാൾക്ക് അങ്ങനെ ചോദിക്കാൻ മനസ്സിൽ തോന്നിയാൽത്തന്നെ നാവിലെത്താൻ മടിച്ചുനില്ക്കുന്ന ചോദ്യങ്ങൾ.

കെണിയിലകപ്പെട്ട എലിയെ എന്തുചെയ്യണമെന്ന് പെട്ടെന്ന് തീരുമാനമെടുക്കാനാവാതെ കുറച്ചുനേരം അയാൾ കുഴങ്ങിനിന്നു. അതിനെ പരമ്പരാഗത രീതിയിൽ കൊടുംവെയിലത്തുനിർത്തിയോ വെള്ളത്തിൽ മുക്കിയോ കൊല്ലുന്നതും നിരുപാധികം തുറന്ന് വിട്ട് അതിനെ സ്വതന്ത്രനാക്കുന്നതും അയാൾക്ക് ഒരുപോലെ എളുപ്പമുള്ള കാര്യങ്ങളാണ്.

പക്ഷേ, ധൃതിപ്പെട്ട് അങ്ങനെയൊരു തീരുമാനം ഇപ്പോൾ അയാളെടുക്കുന്നില്ല. കാരണം, സ്വന്തം വീടിനെ സംബന്ധിച്ചിടത്തോളം അയാൾ പരമാധികാരിയും ഏക ഭരണാധികാരിയുമാണ്. അതുകൊണ്ടുതന്നെ തന്റെ തീരുമാനം ഒരു ഉത്തരവാദിത്വത്തമുള്ള ഭരണകൂടത്തിന്റെ തീരുമാനമാകണമെന്ന് അയാൾക്ക് നിർബ്ബന്ധവുമുണ്ട്. ഭരണകൂടത്തിന്റെ തീരുമാനങ്ങൾ കാലത്തിന്റെയും മറ്റെല്ലാ അതിർവരമ്പുകളുടേയും പരിമിതികൾ മറികടക്കുന്നതാവണം. കേവലം ഒരു ക്ഷുദ്രജീവിയായ എലിയുടെ കാര്യത്തിലായാൽപ്പോലും നിയമനിർവ്വഹണത്തിന്റെ എല്ലാ നിഷ്ഠകളും ഇവിടെയും പ്രസക്തവും പാലിക്കപ്പെടേണ്ടതുമാണ്. അയാൾ മനസ്സിൽ പിറുപിറുത്തു. കണ്ടില്ലേ ഭരണകൂടത്തെപ്പറ്റി പറയുമ്പോൾ കടുകട്ടിയായ വ്യവഹാരപദങ്ങൾ ഭുവനചന്ദ്രന്റെ നാവിലേക്ക് ഇരച്ചുകയറി വരുന്നത്. നമ്മുടെ ഭരണഘടനയുടെ ആമുഖംപോലും ഇപ്പോൾ അയാളുടെ മനസ്സിൽ ഒരു പ്രാർത്ഥനപോലെ തെളിയുന്നുണ്ടാവണം. എത്രയെത്ര മഹാന്മാർ ഈ ഭരണകൂടമെന്ന പ്രതിഭാസത്തെ ഉള്ളിത്തൊലി ഉരിയുന്നതുപോലെ ഉള്ളറിയുന്നതിനായി പൊളിച്ചുനോക്കിയിട്ടുണ്ട്. ഏതെല്ലാം കോണിലൂടെ അതിനെ നിരീക്ഷിച്ചിട്ടുണ്ട്? നിറത്തിന്റെ, മതത്തിന്റെ, ജാതിയുടെ, വർഗ്ഗത്തിന്റെ, ലിംഗത്തിന്റെ, മാനസികനിലയുടെ അങ്ങനെയങ്ങനെ എണ്ണിയാലൊടുങ്ങാത്ത വഴികളിലൂടെ എല്ലാ കാലത്തും ലോകത്തെമ്പാടുമുള്ള ഭരണകൂടങ്ങളും അതിന്റെ അഹങ്കാരമുദ്രയായ നിയമവ്യവസ്ഥകളും വെല്ലുവിളിക്കപ്പെട്ടിട്ടുണ്ട്. എന്നിട്ടും ഒരു പോറലുപോലുമേൽക്കാതെ ഭരണകൂടങ്ങൾ നിത്യയൗവനത്തോടെ നില നില്ക്കുകയല്ലേ. ഭുവനചന്ദ്രൻ എല്ലാം ഗൗരവമായിത്തന്നെ ഓർക്കുകയായിരുന്നു. താൻ ഏതോ ക്ലാസിൽ പഠിച്ച പൊളിറ്റിക്കൽ സയൻസ് എന്ന വിഷയം ഒരു മുന്നറിയിപ്പുമില്ലാതെ അയാളുടെ മനസ്സിലേക്ക് ഇരച്ചെത്തിയപ്പോൾ അയാൾ വീണ്ടും എലിക്കെണിക്കു മുമ്പിലേക്ക് വരികയാണ്. എലിയുടെ കണ്ണുകൾക്ക് ഇപ്പോൾ തിളക്കമേറിയിരിക്കുന്നുവെന്ന് ഒറ്റനോട്ടത്തിൽത്തന്നെ ഭുവനചന്ദ്രന് ബോദ്ധ്യമായി. ശത്രുവിന്റെ മാനസികപിരിമുറുക്കത്തെ അളക്കാനുള്ള എന്തോ ഉപകരണം ഈ എലിയുടെ തലച്ചോറിലെവിടെയെങ്കിലും ഉണ്ടാവുമോ എന്ന കൗതുകകരമായ സംശയം അപ്പോൾ അയാളിലുണ്ടായി. ശാസ്ത്രം ഇതുവരെ ആ വഴിയിലേക്ക് ഒന്ന് എത്തിനോക്കിയിട്ടുപോലുമില്ലെങ്കിലും ഒരാൾക്ക് സംശയിക്കുന്നതിൽ തെറ്റില്ലല്ലോ. മുൻകാലുകൾ പെട്ടിയുടെ കമ്പിയഴികളിൽ കൊളുത്തിനിർത്തി പിൻകാലുകൾ പെട്ടിയുടെ അടിഭാഗത്തെ മരപ്പലകയിലൂന്നിയുള്ള എലിയുടെ ആ നില്പ്പിന് ഗാംഭീര്യം കൂടിക്കൂടി വരികയാണ്. ശരിക്കും ഒരു വിമോചനപ്പോരാളിയായ തടവുകാരന്റെ നില്പാണത്. എലിയുടെ കണ്ണുകളിലെ തീത്തരികൾ ആ മങ്ങിയ ഇരുട്ടിൽ നന്നായി പ്രകാശിക്കുന്നത് ഭുവനചന്ദ്രൻ കണ്ടു.

രണ്ടുവർഷമായി ആൾപ്പാർപ്പില്ലാതെ അടച്ചിട്ടിരിക്കുന്ന പഴയ വീടിന്റെ തെക്കെ മുറിയിലാണ് സംഭവങ്ങളെല്ലാം നടക്കുന്നത്. വേണ്ട

തിനും വേണ്ടാത്തതിനും സ്വന്തം നിലപാടുകളുടെ വിളംബരം എന്ന നാട്യത്തിൽ നാക്കിട്ടലയ്ക്കുന്ന ഭുവനചന്ദ്രൻ എന്ന സർക്കാർ ഉദ്യോഗസ്ഥനും ഒരു നിമിഷനേരം പോലും വെറുതെ കളയാതെ സ്വന്തം ജീവിതം ഊർജ്ജസ്വലമായിത്തന്നെ ജീവിച്ചുതീർക്കുന്ന കെണിയിലകപ്പെട്ട എലിയും മാത്രമാണിപ്പോൾ ആ മുറിയിലുള്ളത്. പുതിയ കാലത്തിനനുസരിച്ച സൗകര്യങ്ങളെല്ലാം തനിക്കാവുംവിധം ഒരുക്കിയ ഒരു വീട് പണികഴിപ്പിച്ചപ്പോൾ താമസം അങ്ങോട്ടുമാറി എന്നാണ് വീടുമാറ്റത്തെക്കുറിച്ചുള്ള അയാളുടെ വിശദീകരണം. എങ്കിലും തനിക്ക് പ്രിയപ്പെട്ട പലതും ഇപ്പോഴും പഴയ താവളത്തിൽത്തന്നെയാണ് അയാൾ സൂക്ഷിച്ചിട്ടുള്ളത്. ഏറ്റവും സുരക്ഷിതമെന്ന് അയാൾ കരുതുന്ന മരംകൊണ്ടുണ്ടാക്കിയ ഒരു അലമാരയിലാണ് തന്നെ സംബന്ധിച്ചിടത്തോളം ഏറ്റവും വിലപ്പെട്ട ചില ജംഗമ വസ്തുക്കൾ അയാൾ ഭദ്രമായി സൂക്ഷിച്ചിട്ടുള്ളത്. നാലുതട്ടുകളിലായി തന്റെ ജീവിതത്തെ നാലായി പകുത്തുവെച്ച് സൂക്ഷിച്ചിരിക്കുന്നത് വളരെയധികം ആലോചിച്ചും ആസൂത്രണം ചെയ്തുമൊന്നുമല്ല. അതങ്ങനെ സംഭവിച്ചുവെന്നേയുള്ളൂ. ഒന്നാമത്തെ തട്ടിൽ കൈവശമുള്ള ഭൂമിയുടെ ആധാരങ്ങളും നികുതി രശീതുകളുമൊക്കെയാണ്. രണ്ടാമത്തേതിൽ കുറച്ചു പഴയ വസ്ത്രങ്ങളും കുട്ടികളുടെ വിദ്യാഭ്യാസസംബന്ധമായ കടലാസുകളും. മൂന്നാമത്തേതിൽ എഴുത്തും സാഹിത്യപ്രവർത്തനങ്ങളുമൊക്കെയായി ബന്ധപ്പെട്ട കടലാസുകൾ. അന്നോളമെഴുതിയ പുസ്തകങ്ങളും പഴയകാലത്തെ പ്രധാന വാർത്തകളുള്ള പത്രങ്ങളുംമറ്റും അക്കൂട്ടത്തിലുണ്ട്. ഏറ്റവും അടിയിലായി ഇത്രയുംകാലം സർക്കാർ ഉദ്യോഗസ്ഥനായിരുന്നതിന്റെ ബാക്കിപത്രങ്ങളും സർവ്വീസ് രേഖകളുമൊക്കെയാണ്. ഇതിനെല്ലാം പുറമെ മുറിയുടെ തെക്കേ മൂലയിൽ അടുത്തകൊല്ലത്തെ കൃഷിക്കുപയോഗിക്കാനായി ഒരു ചാക്കിൽ കെട്ടിവെച്ച നെൽവിത്തുമുണ്ട്. ഈ സൂക്ഷിപ്പുകളുടെയെല്ലാം ക്രമവും സ്ഥാനവുമൊന്നും അയാളുടെ ഭാര്യയ്ക്കോ മക്കൾക്കോ പോലും അറിയില്ല. കാരണം, ആ അലമാര ഒരു ഭരണകൂടത്തിന്റെ ആസ്ഥാനമന്ദിരമെന്നപോലെ ബഹുമാനിക്കപ്പെടുകയും പരിഗണിക്കപ്പെടുകയും ചെയ്യുന്നത് അയാളുടെ മനസ്സിൽ മാത്രമാണ്. അതല്ലെങ്കിലും അങ്ങനെയാണല്ലോ. സെക്രട്ടറിയേറ്റിന്റെ സുരക്ഷിത അറകളിൽ കൂറമുട്ടായിയുടേയും കെമിക്കൽ സ്പ്രേയുടേയും ബലിഷ്ഠ സംരക്ഷണത്തിൽ കഴിയുന്ന, തലസ്ഥാനത്തെ വിമാനത്താവളം നിർമ്മിച്ചതിന്റെ ഫയലിനെക്കുറിച്ച് സെക്രട്ടറിയേറ്റിന്റെ സിമന്റുവേലിയുടെ ദ്വാരങ്ങളിൽ വലിച്ചുകെട്ടിയ റക്സിൻ മേല്ക്കൂരയ്ക്കുകീഴിൽ എത്രയോ വർഷങ്ങളായി അന്തിയുറങ്ങുന്ന ഭ്രാന്തനും യാചകനുമായ ഒരാൾക്ക് അറിയേണ്ട കാര്യമില്ലല്ലോ?. കണ്ടില്ലേ സെക്രട്ടറിയേറ്റിനെക്കുറിച്ച് ഒരു വാക്ക് മനസ്സിൽ തോന്നുമ്പോഴേക്കും അയാളുടെ നാവിൽ ഒരു രാഷ്ട്രീയക്കാരന്റെ വാക്കുകൾ ചാടിക്കടന്നു വന്നെത്തിയത്. പക്ഷേ, ഭീരുവായ ഒരു സർക്കാരുദ്യോഗസ്ഥന്റേയും നാവുകൂടിയാണല്ലോ അയാളുടേത്.

ആരോ പിടിച്ചുവെച്ചതുപോലെ അയാളുടെ ചിന്തകൾ പെട്ടെന്ന് നിന്നുപോയത് കണ്ടില്ലേ. സർക്കാർ വിരുദ്ധ പ്രസ്താവനകൾ, കോൺഡക്റ്റ് റൂൾ, ഇൻക്രിമെന്റ് തടയൽ, സസ്പെൻഷൻ, പിരിച്ചുവിടൽ വടികളോരോന്നായി തന്റെ തലയ്ക്കുമുകളിൽ വന്നുവീണുകൊണ്ടിരുന്നപ്പോൾ ഭുവനചന്ദ്രനിലെ രാഷ്ട്രീയക്കാരൻ നാവുചുരുട്ടി അട്ടത്തുവെച്ച് നട്ടെല്ലിൽ മൃദുവായി തലോടി സ്വന്തം സ്ഥാനത്തിന്റെ സുരക്ഷിതത്വം ഉറപ്പുവരുത്തിയതും കണ്ടില്ലേ. അലമാരയെക്കുറിച്ചുതന്നെ പറയാം. അത്രയ്ക്ക് വലിയതൊന്നുമല്ല. ഒത്ത ശരീരം. പ്രായംകൊണ്ട് കറുത്തുപോയെങ്കിലും അതിന്റെ പൂട്ടുകൾ ഊർജ്ജസ്വലതയുള്ളതാണ്. പിഴവുകളില്ലാതെ തുറക്കാം, അടയ്ക്കാം. അതാണല്ലോ ഒരു പൂട്ടിന്റെ പരമമായ അംഗീകാരം. അലമാര തുറക്കുമ്പോഴും അടയ്ക്കുമ്പോഴും കേൾക്കുന്ന ആ ഈണത്തിലുള്ള കരച്ചിൽ ആ പഴയ അലമാര ഇപ്പോഴും ജീവിച്ചിരിക്കുന്നതിന്റെ ലക്ഷണമായി ചിലപ്പോൾ അയാൾ സങ്കല്പിക്കാറുണ്ട്. ഒരു കുഞ്ഞിനോടുള്ള വാത്സല്യത്തോടെ അലമാരയുടെ ആ കരച്ചിൽ അയാൾ ഒഴിവുസമയങ്ങളിൽ ആസ്വദിക്കാറുമുണ്ട്. അലമാരയുടെ പ്രായവും നിർമ്മാണത്തിന്റെ കാലഗണനയും അസാദ്ധ്യമാണ്. ഭുവനചന്ദ്രന്റെ അച്ഛന്റെ തറവാട് സ്വത്തുക്കൾ അവകാശികൾ ഭാഗിച്ചെടുത്തപ്പോൾ തയ്യാറാക്കിയ ജംഗമവസ്തുവിവരപ്പട്ടികയിൽ ഈ അലമാരയെക്കുറിച്ച് വ്യക്തമായ പരാമർശമുണ്ട്. എഴുത്തുകാരൻ ഗോവിന്ദൻ നായർ കറകളഞ്ഞ കടുക്കാമഷിയിൽ സ്റ്റീൽ പെൻ മുക്കിയെഴുതി അനശ്വരമാക്കിയ അക്ഷരങ്ങളും അക്കങ്ങളും – ആറടിനീളം 3 അടി വീതി, പണക്കള്ളിയടക്കം അഞ്ചുകള്ളികൾ, തേക്കിൽ തീർത്തത്. അലമാര ഒന്ന് – ഇങ്ങനെയാണ് പട്ടികയിൽ അലമാരയെ പരിചയപ്പെടുത്തിയത്. അക്കാലത്ത് എഴുത്തുകാരനെന്നാൽ 'ആധാരമെഴുത്തുകാരനാണ്.' അല്ലാതെ ഇന്നത്തേതുപോലെ സാഹിത്യകാരനല്ല. ഭുവനചന്ദ്രൻ എലിക്കെണിക്കു മുമ്പിൽ നിന്നനില്പിൽ എല്ലാം ഓർക്കുകയാണ്.

അലമാരയ്ക്ക് സന്ധികളിൽ ഇരുമ്പാണിയല്ല. ഇത്ര പഴകിയിട്ടും പച്ചവിടാത്ത കരിങ്കണ മുളയാണിയാണ്. ക്ലാവ് പിടിച്ച് പച്ചനിറമായ പിച്ചളപ്പൂട്ടും താക്കോലും. ഭുവനചന്ദ്രന്റെ അച്ഛന്റെ വലിയ ജന്മിയായിരുന്ന ഏതോ കാരണവർ ദിവസങ്ങളോളം പട്ടിണികിടന്ന് ഭ്രാന്തിളകി അലഞ്ഞുനടന്ന ഒരു ആശാരിയെക്കൊണ്ട് വെറും അഷ്ടിക്കുള്ളവക മാത്രം കൂലിയായി കൊടുത്ത് ആ അലമാര പണികഴിപ്പിച്ചതായിരിക്കാനാണ് സാദ്ധ്യത. ഒരിടങ്ങഴി കുട്ടാടൻനെല്ലും ഒരു എണ്ണക്കിണ്ണത്തിൽ വെളിച്ചെണ്ണയും അകംനിറഞ്ഞ ഭക്തിയോടെ ഭിക്ഷയായി വാങ്ങി രാവും പകലും മറികടന്ന് അടിമയായ ആ ആശാരി സ്വന്തം കഴിവിൽ വെള്ളം ചേർക്കാതെ പണിഞ്ഞുകൊടുത്തതായിരിക്കണം ഈ അലമാര. അയാളുടെ അച്ഛന്റെ മുൻഗാമികളിൽ ഏതു തലമുറയിലാണ് ഇതിന്റെ നിർമ്മാണം നടന്നതെന്നത് ചരിത്രകാരന്മാർക്കുപോലും ഗണിക്കാനാവാത്ത കാര്യംതന്നെയാണ്. മരം തേക്കായതുകൊണ്ട് പ്രത്യേകിച്ചും.

പുതുമ നഷ്ടപ്പെട്ടിട്ടില്ല. ഇങ്ങനെ തനിക്ക് പാരമ്പര്യസിദ്ധമായിക്കിട്ടിയ തനിക്കേറ്റവും പ്രിയപ്പെട്ടതും അമൂല്യവുമായ അലമാരയുടെ പിന്നാമ്പുറത്ത് ഒരു ഉറുപ്പിക വട്ടത്തിൽ ഒരു ദ്വാരമുണ്ടാക്കിയത് ഇപ്പോൾ തന്റെ മുമ്പിൽ കെണിയിൽ കിടക്കുന്ന എലി തന്നെയാണെന്ന കാര്യത്തിൽ ഭുവനചന്ദ്രന് ലവലേശം സംശയമില്ല. ആ ദ്വാരം സ്വന്തം പാരമ്പര്യത്തിനേല്പിച്ച ദ്വാരമായി അയാൾ ഇപ്പോൾ ദുരഭിമാനത്തോടെ കണക്കാക്കുകയാണ്. ഒരു ചുട്ടെടുത്ത തേങ്ങാപ്പൂളിന്റെ മനംമയക്കുന്ന ഗന്ധത്തിൽ സ്വന്തം ജീവിത ദൗത്യം മറന്നുപോയ ഈ എലിയെ വഴിപിഴച്ചവനായി ഇപ്പോൾ എലിസമൂഹം വിലയിരുത്തുന്നുണ്ടാകും. കണ്ടില്ലേ പണ്ഡിതന്മാരുടെ അംഗീകാരമുള്ള കുറച്ചു പുസ്തകങ്ങൾ വായിക്കുകയും കുറച്ചുകാലമായി കഥകളെഴുതി ചില ആനുകാലിക പ്രസിദ്ധീകരണങ്ങളിൽ പ്രസിദ്ധംചെയ്യുകയും ചെയ്തതിന്റെ ഒരു പൊങ്ങച്ചം ഭുവനചന്ദ്രന്റെ വാക്കുകളിൽ കയറിപ്പറ്റിയത്. അല്ലെങ്കിലും ഈ എഴുത്തുകാരുടെ ഒരു സ്വഭാവവിശേഷം അതുതന്നെയാണ്. ഒന്നാമത് തലക്കനം. രണ്ടാമത്തേത് സഹജീവി ശത്രുത. ഒന്ന് ചീഞ്ഞാലേ മറ്റൊന്നിന് വളമാകൂ എന്നും തന്നിൽച്ചെറിയത് തനിക്ക് ഇര എന്നുമൊക്കെയുള്ള പഴഞ്ചൊല്ലുകൾ എഴുത്തുകാരുടെ ശത്രുസംഹാര ഗ്രന്ഥത്തിലെ ആപ്തവാക്യങ്ങളാണ്. ഭുവനചന്ദ്രൻ അപ്പോൾ അങ്ങനെയൊക്കെ മനസ്സിലോർത്തുവെങ്കിലും പെട്ടെന്നുതന്നെ അതൊക്കെ അയാൾക്ക് അരോചകമായിത്തോന്നുകയും ചെയ്തു. കാരണം എത്രയും വേഗം കെണിയിൽ കിടക്കുന്ന ഈ എലിയുടെ കാര്യത്തിലൊരു തീരുമാനമെടുക്കേണ്ടത് ഇപ്പോൾ അയാളുടെ ബാദ്ധ്യതയായിരിക്കുകയാണല്ലോ. ഇപ്പോൾ എലി കൂട്ടിലകപ്പെട്ടിട്ട് ഏതാണ്ട് പന്ത്രണ്ട് മണിക്കൂർ കഴിഞ്ഞിരിക്കുന്നു. അതിനർത്ഥം പന്ത്രണ്ട് മണിക്കൂറായി ഈ എലി ഭക്ഷണമോ വെള്ളമോ കഴിച്ചിട്ടില്ല എന്നാണ്. കെണിക്കകത്ത് ഭുവനചന്ദ്രൻ പ്രലോഭനമായി കമ്പിയിൽ തൂക്കിയിട്ട കരിപുരണ്ട തേങ്ങാപ്പൂള് ഇപ്പോഴും അവിടെത്തന്നെയുണ്ട്. കൊല്ലുന്നതുവരേയോ ഇറക്കി വിടുന്നത് വരേയോ എത്ര കഠിനവിശപ്പുണ്ടായാലും ആ തേങ്ങാപ്പൂള് എലി തിന്നുകയില്ലെന്ന് ഉറപ്പാണ്. കാരണം പന്ത്രണ്ട് മണിക്കൂറിന് മുമ്പ് വിശപ്പടക്കാനുള്ള ഭക്ഷണം ആ എലിയുടെ ജീവിതത്തിൽ മുഖ്യവിഷയമായിരുന്നെങ്കിലും ഇപ്പോൾ മുഖ്യവിഷയം സ്വാതന്ത്ര്യവും സ്വന്തം ജീവിതത്തിന്റെ ഭാവിയുമാണ്. ശരിക്കുപറഞ്ഞാൽ ഇപ്പോൾ വിശപ്പും ദാഹവും ആ എലിയെ തീരെ അലട്ടുന്നില്ല. പക്ഷേ, ഒരു ഇരുപത്തിനാലു മണിക്കൂറിനപ്പുറം ഈ കെണിയിൽത്തന്നെ കഴിയേണ്ടിവന്നാൽ കാര്യങ്ങളൊക്കെ കീഴ്മേൽമറിയും. കെണിയുടെ ഇരുണ്ട കോണിലെവിടെയെങ്കിലും ചെന്ന് കുറച്ചുനേരം ഉറങ്ങണമെന്നും അതുകഴിഞ്ഞ് എന്തെങ്കിലും ഭക്ഷണം കഴിക്കണമെന്നുമൊക്കെ ആ എലിക്കു തോന്നുമെന്ന് ഉറപ്പാണ്. കെണിക്കകത്ത് ഒരു സാധാരണ ജീവിതം ഇപ്പോൾ ആ എലിക്ക് അചിന്ത്യമാണെങ്കിലും അടുത്ത മണിക്കൂറുകളിൽ അത് ചിന്ത്യമായിക്കൂടെന്നില്ല. എന്നാലും കെണിക്കമ്പിയിൽ തൂങ്ങിക്കിടക്കുന്ന

ആ ചുട്ടെടുത്ത തേങ്ങാപ്പൂള് എലി ഒരു സാഹചര്യത്തിലും ചുണ്ടോടടു പ്പിക്കില്ല. അത് നിർവ്വചനങ്ങൾക്കൊന്നുമൊതുങ്ങാത്ത ഒരു പ്രകൃതി സത്യമാണ്. എലിയുടെ ഇന്നത്തെ അവസ്ഥയ്ക്ക് കാരണക്കാരൻ ഇങ്ങ നെയെല്ലാം ആലോചിച്ചുകൊണ്ട് മുമ്പിൽ നില്ക്കുന്ന ഭുവനചന്ദ്രനാണെ ങ്കിലും കമ്പിയിൽ തൂങ്ങിക്കിടക്കുന്ന തേങ്ങാപ്പൂളിന്റെ മനംമയക്കുന്ന മണ മാണ് മറ്റൊന്നും നോക്കാതെ തന്നെ കെണിയിലേക്കെത്തിച്ചതെന്ന് എലിക്ക് നന്നായറിയാം. ചുട്ടെടുത്ത തേങ്ങാപ്പൂളല്ലാതെ മറ്റൊന്നുമായി രുന്നില്ല മുമ്പും പിമ്പും നോക്കാതെയുള്ള ആ തീരുമാനത്തിന്റെ പ്രലോ ഭനം. ഏതൊരു കള്ളന്റേയും ജാരന്റേയും വിപ്ലവകാരിയുടേയും ത്യാഗി യുടേയും മുമ്പിൽ പ്രലോഭനങ്ങൾ സൃഷ്ടിക്കുന്ന പ്രതിസന്ധികൾ ഇതൊക്കെത്തന്നെയാണ്. നിറം, ഗന്ധം, രുചി, ലഹരി ഇങ്ങനെയൊ ക്കെയുള്ള രൂപങ്ങളിൽത്തന്നെയാണ് പ്രലോഭനങ്ങളുടെ വിളയാട്ടം. ഇതൊക്കെ ശരിക്കുപറഞ്ഞാൽ അദൃശ്യങ്ങളായ ആയുധങ്ങളാണ്. ഈ ഘട്ടത്തിൽ ഒതു തത്ത്വചിന്തകന്റെ വേഷമണിയാനുള്ള ആഗ്രഹത്തിൽനി ന്നാണ് ഇത്തരം ചിന്തകൾ ഭുവനചന്ദ്രന്റെ മനസ്സിലേക്ക് കടന്നുവന്നത്. അത്തരം ചിന്തകൾ തുടരേണ്ടതില്ലെന്ന് അപ്പോൾത്തന്നെ അയാൾ മന സ്സിലുറപ്പിച്ചു. ഇപ്പോൾ മുമ്പിലുള്ള പ്രശ്നം പന്ത്രണ്ട് മണിക്കൂറിലേറെ യായി കെണിയിൽ കിടക്കുന്ന എലി തന്നെയാണ്. അയാൾ എലിക്കെണി ശ്രദ്ധയോടെ കൈയിലെടുത്തു. അപ്പോഴും കമ്പികളിൽ തൂങ്ങി നില്ക്കുന്ന എലിയുടെ മുഖത്തേക്കോ കെണിയുടെ അകത്തേക്കോ സൂക്ഷിച്ചുനോക്കാൻ ഭുവനചന്ദ്രന് ഉൾഭയമുണ്ടായിരുന്നു.

കെണിയിലെ കമ്പിയിൽ തൂങ്ങിനില്ക്കുന്ന തേങ്ങാപ്പൂള് ഒരു തുണ്ടു പോലും അടർന്നുപോകാതെ കമ്പിയിൽത്തന്നെയുണ്ട്. ജലപാനവും ഭക്ഷണവുമില്ലെങ്കിലും കെണിയിലകപ്പെട്ടതിനുശേഷം എലി മലമൂത്ര വിസർജ്ജനം നടത്തിയിട്ടുണ്ട്. വിസർജ്ജത്തിന്റെ ദുർഗ്ഗന്ധം മുറിയിൽ സാവകാശം പടർന്നുകൊണ്ടിരിക്കുന്നുണ്ടായിരുന്നു. ഭുവനചന്ദ്രൻ എത്രയും വേഗം തീർപ്പുകല്പിക്കേണ്ടിയിരിക്കുന്ന മൂന്നു കാര്യങ്ങളുണ്ട്. ഒന്ന് എലിയെ വ്യവസ്ഥാപിതമായ ഏതെങ്കിലും മാർഗ്ഗങ്ങളുപയോഗിച്ച് കൊല്ലുക. രണ്ടാമത്തേത് എലിയെ ജീവകാരുണ്യത്തിന്റെ പേരിൽ തുറ ന്നുവിടുക. മൂന്നാമത്തേത് ആൾപ്പാർപ്പില്ലാത്ത തന്റെ വീട്ടിൽ ഒരു അന്തേ വാസിയാക്കി ഭക്ഷണവും വെള്ളവും കൊടുത്ത് തനിക്ക് മടുക്കുന്നതു വരെ കെണിയിൽത്തന്നെ വളർത്തുക. ഭുവനചന്ദ്രൻ തന്റെ മുന്നിലുള്ള വിചിത്രമായ സമസ്യകൾക്ക് പോംവഴികൾ തേടാനാരംഭിക്കുകയാണ്. അയാളിലെ കൃഷിക്കാരൻ അയാളോടു പറയുന്നത് കേൾക്കുക. “ഈ എലിയുടെ പ്രവൃത്തികൾ രാജ്യദ്രോഹപരവും സാമൂഹ്യവിരുദ്ധവുമാണ്. ഒരു കൃഷിക്കാരൻ അടുത്ത വർഷത്തെ കൃഷിക്കുവേണ്ടി കരുതിവെച്ച നെൽവിത്തിന്റെ നല്ലൊരുഭാഗം തിന്നുതീർത്ത് തടിച്ചുകൊഴുത്ത ഈ കള്ളനെ പൊട്ടവെയിലിൽ മണിക്കൂറുകളോളം നിർത്തി കൊല്ലുകയാണ് വേണ്ടത്. പൊട്ടവെയിലെന്നു വെച്ചാൽ ഉച്ചനേരത്തെ കൊടുംവെയിൽ.

ശരീരത്തിലെ ജലാംശം വറ്റി എലി ഇഞ്ചിഞ്ചായി ചാവുന്നതു കാണാൻ നല്ല രസമാണ്. അഹിംസാവാദമൊന്നും ഇക്കാര്യത്തിൽ ഒരു കൃഷിക്കാരന് പ്രസക്തമല്ല. അതുകൊണ്ട് കെണി ഉച്ചവെയിലിൽവെച്ച് എലിയെ നിഷ്കരുണം കൊല്ലുകയാണ് വേണ്ടത്."

അയാളിലെ ഉദ്യോഗസ്ഥന്റെ വാദം തികച്ചും വ്യത്യസ്ഥമാണ്. "നെല്ല് തിന്നു നശിപ്പിച്ചുവെന്നതല്ല ഈ എലി ചെയ്ത വലിയ കുറ്റം. ധാന്യങ്ങൾ മനുഷ്യനേക്കാൾ എലികൾക്ക് അവകാശപ്പെട്ടതാണ്. താൻ ഭദ്രമായി സൂക്ഷിച്ചുവെച്ച രേഖകൾ അലമാര തുരന്ന് അകത്ത് പ്രവേശിച്ച് നശിപ്പിക്കാൻ പദ്ധതിയിട്ടു എന്നുള്ളതാണ് എലി ചെയ്ത ഗുരുതരമായ കുറ്റം. അത് ഭരണകൂടത്തോടും ഭരണകൂടത്തിന്റെ കീഴ്ഘടകമായ ഉദ്യോഗസ്ഥസമൂഹത്തോടുമുള്ള കടുത്ത വെല്ലുവിളിയാണ്. എങ്കിലും ഒന്നോ രണ്ടോ ദിവസംകൂടി കെണിയിൽ നിർത്തി പീഡിപ്പിച്ച് പിറ്റേന്ന് തുറന്നു വിടുക എന്നതാണ് ശരിയായ ശിക്ഷണ നടപടി. അങ്ങനെയൊരു ബോധവല്ക്കരണത്തിലൂടെ ഈ എലിയെ ഭാവിയിൽ നന്നാക്കിയെടുക്കാനായെന്നു വരാമെന്നും ഭുവനചന്ദ്രനിലെ ഉദ്യോഗസ്ഥൻ മനസ്സിൽ കുറിപ്പെഴുതുന്നു.

ഭുവനചന്ദ്രനിലെ എഴുത്തുകാരന് മറ്റൊരഭിപ്രായമാണുള്ളത്. "മനുഷ്യനെ സ്വാതന്ത്ര്യബോധം പഠിപ്പിച്ച ചുരുക്കം ചില ജീവികളിൽ പ്രമുഖനാണ് എലി. ആനയും കാളയും പൂച്ചയും പട്ടിയുമെല്ലാം സ്വന്തം സ്വാതന്ത്ര്യം ബലികഴിച്ച് മനുഷ്യനുമായി സമരസപ്പെട്ട് ഭക്ഷണത്തിനു വേണ്ടി അവർക്ക് അടിമവേല ചെയ്തപ്പോൾ, സ്വാതന്ത്ര്യമാണ് ഭക്ഷണത്തേക്കാൾ പ്രധാനമെന്ന് വിശ്വസിച്ച് മനുഷ്യന്റെ അധിനിവേശശ്രമങ്ങളെ ചെറുത്തുനിന്നവനാണിവൻ. അതുകൊണ്ട് കെണിയിൽനിന്നും എലിയെ നിരുപാധികം തുറന്നുവിടുകയാണ് വേണ്ടത്. ഈ തുറന്നുവിടൽ മനുഷ്യന്റെ വിമോചനപോരാട്ടങ്ങളെ ആഗോളതലത്തിൽത്തന്നെ ഒരു മൺതരിയോളമെങ്കിലും ശക്തിപ്പെടുത്തുകയേയുള്ളൂ." അതൊരു സൽക്കർമ്മമാണ്.

ഇങ്ങനെ ഒരു നിസ്സാരകാര്യത്തിൽ ഒരാൾക്കുതന്നെ പലതരം തോന്നലുകൾ വന്നുചേർന്നാൽ ഭുവനചന്ദ്രനെപ്പോലെയുള്ള ഒരു സാധാരണക്കാരനായ വീട്ടുടമസ്ഥൻ എന്ത് തീരുമാനമെടുക്കും? കെണിയിൽക്കിടക്കുന്ന പരവശനായ എലി, പിൻഭാഗം തുരന്ന് വികൃതമാക്കപ്പെട്ട പ്രാചീനമായ അലമാര, അകം കൊള്ളയടിക്കപ്പെട്ട നെൽവിത്ത് സൂക്ഷിച്ച ചണച്ചാക്ക്. എല്ലാത്തിനും മദ്ധ്യേ സാധാരണക്കാരനായ ഭുവനചന്ദ്രൻ എന്ന വീട്ടുടമസ്ഥൻ. ഇപ്പോൾ രംഗവേദിയുള്ളത് ഇത്രയും കഥാപാത്രങ്ങളാണ്. അപ്പോഴും തന്റെ ചോദ്യങ്ങൾക്ക് മറുപടി കാത്തുനില്ക്കുന്ന സംശയാലുവായ ഒരു അപരിചിതനെപ്പോലെ ഭുവനചന്ദ്രന്റെ മുഖത്തേക്ക് തുറിച്ചുനോക്കിക്കൊണ്ടിരിക്കയാണ് കെണിയിലകപ്പെട്ട എലി. അപ്പോഴും എലി തന്റെ ചോദ്യങ്ങൾ പലരൂപത്തിൽ ആവർത്തിക്കുന്നതായി ഭുവനചന്ദ്രന് തോന്നി.

"നീ ഈ വീടിന്റെ ആരാണ്?

ഈ നെൽവിത്തുകൾ ആർക്കുവേണ്ടിയാണ് നീ സൂക്ഷിച്ചുവെക്കുന്നത്?

ഈ അലമാരയിലെ ആധാരങ്ങളും മറ്റു സകലരേഖകളും നിന്റേതാണെന്നതിന് എന്താണ് തെളിവ്? ഭാവിയിൽ നീയടക്കമുള്ള മനുഷ്യർ അകപ്പെടാനിരിക്കുന്ന കെണികളെക്കുറിച്ച് എപ്പോഴെങ്കിലും നീ ചിന്തിച്ചിട്ടുണ്ടോ? ഈ വീട് പോലും നീ അകപ്പെട്ട ഒരു കെണിയാണെന്ന് നിനക്കറിയാമോ?" അങ്ങനെ നിരവധി ചോദ്യങ്ങൾ മുറിയിൽ മുഴങ്ങിക്കൊണ്ടിരിക്കുന്നതായി ഭുവനചന്ദ്രനുതോന്നി.

എലിയുടെ ചോദ്യങ്ങൾ സ്വന്തം ചെവികളിൽ വന്നലച്ചുകൊണ്ടിരുന്നപ്പോൾ ഭുവനചന്ദ്രൻ ഏറ്റവും ധൃതിപ്പെട്ട് ഒരു തീരുമാനമെടുക്കാൻ നിർബ്ബന്ധിതനാവുകയാണ്.

കെണിയിൽ അകപ്പെട്ട എലിയെ കുറച്ച് ദിവസമെങ്കിലും കെണിയിൽത്തന്നെ വളർത്തുകയെന്നതാണ് ഏറ്റവും നീതിപൂർവ്വമായ നടപടി എന്നയാൾ തീരുമാനിക്കുകയായിരുന്നു. ഉടൻതന്നെ എലിയുടെ അന്നത്തെ ഭക്ഷണത്തിനായി വീടുപൂട്ടി പുറത്തിറങ്ങാൻ തന്നെ അയാൾ തീരുമാനിച്ചു. എന്നാലും ചാക്കിൽ ശേഷിച്ചതിൽനിന്നും ഒരു മണി നെല്ലു പോലും അയാൾ എലിക്ക് ഭക്ഷണമായി കൊടുക്കില്ല. അതൊരു അഭിമാന പ്രശ്നമാണ്.

അതിനുമുമ്പ് വീടിന്റെ തെക്കെ മുറിയിൽ കയറി തന്റെ ആരാധനാമൂർത്തിയായ വിഘ്നേശ്വരന്റെ ചെറിയ വെങ്കല പ്രതിമയ്ക്കുമുമ്പിൽ പ്രാർത്ഥിക്കേണ്ടതുണ്ടെന്ന ഒരു തോന്നൽ അയാളിലുണ്ടായി. അങ്ങനെയൊരു പ്രാർത്ഥന ആഴ്ചയിലൊരുദിവസം പതിവായി ചെയ്യാറുള്ളതുമാണ്. ഒരു ചെറിയ നിലവിളക്കിൽ തിരിതെളിയിച്ച് അതിനടുത്തായി ഒരു ചന്ദനത്തിരി കത്തിച്ച് വെച്ച് തൊഴുകൈയോടെ ഇന്നോളം അയാൾ മനസ്സിൽ പ്രാർത്ഥിച്ചതെല്ലാം തന്റെതന്നെ സംരക്ഷണത്തിനും ലോകനന്മയ്ക്കും വേണ്ടിയുള്ളതു മാത്രമാണ്. കുറേക്കാലം കൊണ്ട് തന്റെ വിഘ്നേശ്വരനോടുള്ള അപേക്ഷകൾ ഒരു പ്രാർത്ഥനാഗീതംപോലെ അയാൾക്ക് ഹൃദിസ്ഥമായിരിക്കുന്നു. ഇന്നും അതേ പ്രാർത്ഥനകൾ തന്നെയാണ് അയാൾ ആവർത്തിക്കാൻ പോകുന്നത്. നിലവിളക്കിൽ തിരിതെളിഞ്ഞപ്പോൾ പെട്ടെന്ന് കാർമേഘങ്ങൾക്കപ്പുറത്തുനിന്നുള്ള ഒരു മിന്നൽപ്പിണർപോലെ കെണിയിൽക്കിടക്കുന്ന എലിയുടെ കാര്യം കൂടി അയാൾക്കോർമ്മവന്നു. എലി വിഘ്നേശ്വരന്റെ വാഹനമാണെന്നാണ് പുരാണങ്ങൾ പറയുന്നത്. അങ്ങനെ വരുമ്പോൾ വിഘ്നേശ്വരന്റെ വാഹനത്തെയാണ് താനിപ്പോൾ തടവിലാക്കിയിരിക്കുന്നത്. തന്റെ ഈ ക്രൂരമായ പ്രവൃത്തിയെ തന്റെ ആരാധനാമൂർത്തിയായ വിഘ്നേശ്വരൻ എങ്ങനെയായിരിക്കും വിലയിരുത്തുക എന്ന കാര്യംകൂടി അയാളുടെ ചിന്തയിൽ വന്നുപെട്ടിരിക്കുന്നു. കൃഷിക്കാരനും ഉദ്യോഗസ്ഥനും എഴുത്തുകാരനും ആയപോലെ തന്നെ അയാളൊരു ഈശ്വരവിശ്വാസിയും

വിഘ്നേശ്വരന്റെ ഭക്തനുമാണല്ലോ. അപ്പോൾ അയാളുടെ മനസ്സിലുണ്ടായ പുതിയ സന്ദേഹങ്ങൾക്കുകൂടി അയാൾ ഉത്തരം കണ്ടുപിടിച്ചേ മതിയാവൂ. തന്റെ മതപരവും ആത്മീയവുമായ വിശ്വാസപ്രമാണങ്ങൾക്കപ്പുറമുള്ള ചില വിഷയങ്ങളാണ് ഇപ്പോൾ അയാളുടെ മുമ്പിലുള്ളത്. സ്വന്തം പ്രാർത്ഥനകൾക്കനുസരിച്ച് കാര്യങ്ങൾ നടക്കുന്നുണ്ടെന്ന വിശ്വാസത്തിലൂന്നി, വർഷങ്ങളായി അയാൾ വീണ്ടും വീണ്ടും പ്രാർത്ഥിച്ചുകൊണ്ടിരിക്കുന്നതുമായി ഈ വിഷയത്തിന് ബന്ധമില്ലെന്നയാൾക്കറിയാം. അതിനനുസരിച്ച് മാത്രം ഒരു തീരുമാനമെടുക്കുന്നതുകൊണ്ട് കാര്യമില്ലെന്നും അയാൾക്കറിയാം. നിത്യ ജീവിതത്തിലെ ചില പ്രതിസന്ധികൾ മറികടക്കാൻ സ്വന്തം ആത്മീയജീവിതദർശനങ്ങളിൽ ചിലപ്പോഴൊക്കെ വെള്ളം ചേർക്കേണ്ടത് നിലനില്ക്കാനാവശ്യമായ ലളിതമായ ഒരു ജീവിതതന്ത്രം മാത്രമാണെന്ന് എല്ലാ വിശ്വാസികളേയുംപോലെ ഭുവനചന്ദ്രനുമറിയാം.

ഇപ്പോഴത്തെ പ്രശ്നം പരിഹരിക്കാൻ വിഘ്നേശ്വരനു മുമ്പിലുള്ള തന്റെ പ്രാർത്ഥനകൾ മാത്രം മതിയാവില്ലെന്ന് എല്ലാ ഭക്തന്മാരെയും വിശ്വാസികളെയുംപോലെ ഭുവനചന്ദ്രനും നന്നായറിയാം. അല്ലായിരുന്നെങ്കിൽ മാർക്കറ്റിൽ എലിക്കെണികൾ സുലഭമായി വില്പനയ്ക്കുണ്ടാവുമായിരുന്നില്ലല്ലോ. അപ്പോൾ അന്യായമായി തന്റെ സ്വകാര്യജീവിതത്തിലേക്ക് കടന്നുകയറിയ എലിയെ താൻ കെണിയിലകപ്പെടുത്തിയതിൽ ഒരു തെറ്റുമില്ലെന്ന് വിഘ്നേശ്വരനും സമ്മതിക്കും. കെണിയിൽ പിടിക്കപ്പെട്ട ആ എലിയോട് താൻ തുടർന്നു കാണിക്കേണ്ട കാരുണ്യമാണ് വിഷയം. എലിയെ തുറന്നുവിട്ടാൽ അത് നാളെയും നേരത്തെ ചെയ്ത കുറ്റകൃത്യങ്ങൾ ആവർത്തിക്കുകതന്നെ ചെയ്യും. എലിയെ നിഷ്കരുണം കൊന്നാൽ മറ്റൊരെലി ഇതൊക്കെ കൂടുതൽ പ്രതികാരബുദ്ധിയോടെ ആവർത്തിക്കും. നിലവിളക്കിലെ തിരി കരിന്തിരിയായി കത്തിത്തുടങ്ങിയപ്പോൾ ഭുവനചന്ദ്രൻ തിരിയണച്ചു. മാസങ്ങളായി അടച്ചിട്ട വീട്ടിനകത്ത് ശേഷിച്ച പഴയ വസ്ത്രങ്ങളുടെ വിഴുപ്പുഗന്ധവും കെണിയിൽ നിന്നുയരുന്ന എലിയുടെ വിസർജ്ജ്യങ്ങൾ പരത്തുന്ന ദുർഗ്ഗന്ധവും വിഘ്നേശ്വരന്റെ വെങ്കലപ്രതിമയ്ക്കു മുമ്പിൽ എരിയുന്ന ചന്ദനത്തിരിയുടെ പരിമളവും ചെറിയ നിലവിളക്കിലെ കരിന്തിരിപ്പുകയും നിറഞ്ഞു നില്ക്കുന്ന വീടിന്റെ തെക്കെയറ്റത്തെ മുറിയിൽ പൊടിപിടിച്ച് പഴകിപ്പൊളിഞ്ഞുകിടന്ന ഒരു പ്ലാസ്റ്റിക് കസേരയിലേക്ക് അയാൾ സാവകാശം ചെരിഞ്ഞു. അത് ഹ്രസ്വമായ ഒരു വിശ്രമം മാത്രമാണെന്ന് അയാൾ സമാധാനിച്ചു. എലിയുടെ കാര്യത്തിൽ ഒരു തീരുമാനമെടുക്കാനുള്ള ഒരു മുന്നൊരുക്കം എന്ന നിലയ്ക്കുള്ള ഒരു വിശ്രമം മാത്രമായിരുന്നു അത്. വലിയ താമസമില്ലാതെ അയാളൊരു തീരുമാനമെടുക്കുകയും ചെയ്തു. എലിയെ ഏതായാലും ഇന്നു തുറന്നുവിടേണ്ടതില്ലെന്നും, ഒരു കുറ്റവാളിയെ ചെയ്തകുറ്റങ്ങൾ ബോദ്ധ്യപ്പെടുത്തേണ്ടത് ഉത്തരവാദിത്വബോധമുള്ള ഒരു ഭരണകൂടത്തിന്റെ ബാദ്ധ്യതയാണെന്നും

അയാൾ മനസ്സിലുറച്ചു. കുറ്റവാളിക്ക് എന്തെന്തു ന്യായീകരണങ്ങളുണ്ടായാലും കുറ്റകൃത്യം നിരുത്സാഹപ്പെടുത്തേണ്ടതും തടയപ്പെടേണ്ടതും തന്നെയാണ്. ആയതിനാൽ തന്റെ അലമാര തുരന്ന് അകത്ത് കടക്കുകയും താൻ കരുതലോടെ സൂക്ഷിച്ചുവെച്ച നെൽവിത്തു തിന്നു നശിപ്പിക്കുകയുംചെയ്ത് അവസാനം കെണിയിലകപ്പെട്ട ഈ എലിയെ തല്ക്കാലം വിട്ടയക്കേണ്ടതില്ലെന്ന് അയാൾ തീരുമാനിക്കുകയാണ്. ഒരു തടവുപുള്ളിയോടുള്ള ഭരണകൂടത്തിന്റെ ശുഷ്കമായ വിട്ടുവീഴ്ചകളും കാരുണ്യവും നല്കി എലിയെ കെണിയിൽത്തന്നെ നിർത്തുക എന്നതാണ് അയാളുടെ തീരുമാനത്തിന്റെ അവസാന ഫലം. എല്ലാം തീരുമാനിച്ചുറച്ചശേഷം ഒരടിയന്തര നടപടി എന്ന നിലയിൽ എലിക്കൂട്ടിനകത്തേക്ക് തറയിൽ ചിതറിക്കിടന്ന കുറച്ച് നെന്മണികളും ഒരു ചെറിയ അലൂമിനിയപാത്രത്തിൽ കുറച്ച് വെള്ളവും വെച്ചുകൊടുത്തപ്പോൾ എന്തോ ഭരണപരമായ ഉത്തരവാദിത്വം നിറവേറ്റിയതിന്റെ സുഖം ഭുവനചന്ദ്രൻ അനുഭവിക്കുകയായിരുന്നു.

കെണിയിൽ കുടുങ്ങിയ മനസ്സ്

അന്നത്തെ പകൽ മുഴുവൻ പലപല ചിന്തകളിൽ കുരുങ്ങി കിടക്കുകയായിരുന്നു മനസ്സ്. രാത്രി വീട്ടിലെത്തി ഭക്ഷണം കഴിച്ച് ഉറങ്ങാൻ കിടന്നപ്പോഴാണ് രാവിലെ എലിയുടെ ഭാവിയെക്കുറിച്ചുള്ള തീരുമാനങ്ങൾ എടുക്കാനുള്ള വേവലാതികൾക്കിടയിൽ മറന്നുപോയ പ്രധാനപ്പെട്ട ഒരു കാര്യം ഭുവനചന്ദ്രന്റെ മനസ്സിലേക്കിരച്ചെത്തിയത്. അലമാരയുടെ പിൻവശത്തെ പലക തുരന്ന് അകത്തേക്ക് കയറിയ എലി എന്തെല്ലാം നഷ്ടങ്ങളാണ് അയാൾക്ക് വരുത്തിവെച്ചതെന്ന് പരിശോധിക്കാൻ രാവിലെ എന്തുകൊണ്ടോ അയാൾക്ക് കഴിയാതിരുന്നതിൽ അയാൾ വല്ലാതെ വേവലാതിപ്പെട്ടു. ഇന്നു രാത്രിയിൽത്തന്നെ ഒരു അഞ്ചുമിനുട്ട് നടന്ന് തന്റെ പഴയ വീട്ടിലെത്തി, വീട് തുറന്ന്, അലമാര പരിശോധിച്ച് നഷ്ടങ്ങളെക്കുറിച്ച് ബോദ്ധ്യപ്പെടാവുന്നതേയുള്ളു. പക്ഷേ, രാത്രി ഇത്രയും വൈകി പതിവില്ലാത്ത ആ പഴയവീട് സന്ദർശനവും പരിശോധനയും അയൽക്കാരിൽ പല സംശയങ്ങൾക്കും കാരണമാകുമെന്നുറപ്പാണ്. ഇനി എലിയുടെ കാര്യം തുറന്നു പറഞ്ഞാൽത്തന്നെ അത് മറ്റു പല സംശയങ്ങൾക്കും വഴിമരുന്നിടും. ഭാര്യയുമായുള്ള പിണക്കമായോ കുടുംബകലഹമായോ പോലും അത് വ്യാഖ്യാനിക്കപ്പെടും. ഒരു മാനസിക സമനിലതെറ്റിയവനായിപ്പോലും നാളെ താൻ മുദ്രയടിക്കപ്പെട്ടുകൂടായ്കയില്ലെന്ന് അയാൾക്കറിയാം. നിത്യജീവിതത്തിൽ ഒരുവിധം അല്ലലും അലട്ടുമില്ലാതെ ജീവിക്കുന്നവനെ തെരഞ്ഞു പിടിച്ച് വിചാരണ ചെയ്യുന്ന ഒരു കൂട്ടർ സമൂഹത്തിൽ എപ്പോഴുമുണ്ട്. അവരിതൊക്കെ ശ്രദ്ധിക്കാൻ കണ്ണിലെണ്ണയൊഴിച്ച് കാത്തുനില്ക്കുമെന്നുറപ്പാണ്. അതുകൊണ്ടുതന്നെ സ്വയം രൂപപ്പെടുത്തിയ ആ നിർദ്ദേശം അപ്പോൾത്തന്നെ ഭുവനചന്ദ്രൻ ഉപേക്ഷിച്ചു. പിന്നെ എലിയെക്കുറിച്ചുള്ള ചിന്തകളിൽ

പൊങ്ങിക്കിടന്ന് അയാൾ സുഖമായി ഉറങ്ങി. അതിരാവിലെ ഉറക്കമുണർന്നപ്പോഴും ഭുവനചന്ദ്രന്റെ ചിന്തകൾ പിച്ചവെച്ചു തുടങ്ങിയത് എലിക്കെണിയുടെ അരികത്തുതന്നെയായിരുന്നു. എലിയെ ചെന്നു നോക്കാനുള്ള കൗതുകം മനസ്സിൽ പെരുകിയപ്പോൾ പതിവിലും നേരത്തെ അയാൾ തന്റെ പഴയ വീട്ടിലേക്കു നടന്നു. വാതിൽ തുറന്ന് അകത്തു കടന്നപ്പോൾ എലിയുടെ വിസർജ്ജ്യത്തിന്റെ മനംപിരട്ടലുണ്ടാക്കുന്ന രൂക്ഷഗന്ധം മൂക്കിലേക്ക് ഇരച്ചുകയറി. നേരെ കെണിക്കരികിലേക്ക് ചെന്ന് നോക്കിയപ്പോൾ കണ്ട കാഴ്ച അയാളെ വല്ലാതെ ആശ്വസിപ്പിച്ചു. അയാൾ കൊടുത്ത നെന്മണികൾ കഴിച്ച് അലൂമിനിയം പാത്രത്തിലെ വെള്ളം മുക്കാൽഭാഗവും കുടിച്ച് കക്ഷി സുഖമായി കണ്ണടച്ചിരുന്ന് ഉറങ്ങുകയാണ്. പിന്നെയൊന്നും ചിന്തിക്കാതെ ഭുവനചന്ദ്രൻ അലമാര തുറന്ന് വല്ലാത്ത തിടുക്കത്തോടെ ആക്രമിക്കപ്പെട്ട തന്റെ സ്വത്തുക്കൾ പരിശോധിച്ചു തുടങ്ങി. ഒരു ഓട്ടപ്രദക്ഷിണംപോലെ ഒറ്റ പരിശോധനയിൽത്തന്നെ തന്റെ ഭൂമിയുടെ ആധാരത്തിന്റെ ചില പൊടിക്കഷണങ്ങൾ അയാളുടെ കണ്ണിൽപ്പെട്ടു. ചെറിയൊരു തളർച്ചയോടെ അയാൾ അലമാരയുടെ മറ്റു മൂന്നു കള്ളികളും ധൃതിയിൽ പരിശോധിക്കുകയായിരുന്നു. വലിയ അപകടങ്ങളൊന്നും സംഭവിച്ചിട്ടില്ലെന്നുറപ്പായപ്പോൾ ആധാരം സൂക്ഷിച്ചിരുന്ന തട്ടിൽ വിശദമായി പരതി, ആധാരം കൈയിലെടുത്ത് പരിശോധിച്ചു. ചുവന്ന നിറമുള്ള മുദ്രക്കടലാസിന്റെ മുകളറ്റം അല്പം കീറിയെടുത്തു എന്നല്ലാതെ ആധാരത്തിനു മറ്റു പരുക്കുകളൊന്നും സംഭവിച്ചിട്ടില്ലെന്ന് കണ്ട് അയാൾ തൊട്ടടുത്തുതന്നെയുള്ള വിഘ്നേശ്വരന്റെ പ്രതിമയിലേക്ക് നോക്കി ഭക്തിപൂർവ്വം കൈകൂപ്പി. വിഘ്നേശ്വരന്റെ ഒരു കടുത്ത ശാസനയെത്തുടർന്നുള്ള മനംമാറ്റത്തിന് വിധേയനായതുകൊണ്ടുമാത്രമാണ് എലി ആ ആധാരം പൂർണ്ണമായും നശിപ്പിക്കാതിരുന്നത് എന്ന് അപ്പോൾ അയാൾക്കൊരു തോന്നലുണ്ടായി. ഇപ്പോൾ കെണിയിൽ തന്റെ തടവുകാരനായി കഴിയുന്ന എലിയോട് നേരത്തേയുണ്ടായിരുന്ന ശത്രുതയ്ക്ക് അല്പം കുറവുവന്നതായും തങ്ങൾക്കിടയിൽ ഒരു സൗഹൃദം രൂപപ്പെട്ടു വരുന്നതായും ഭുവനചന്ദ്രന് ബോദ്ധ്യപ്പെട്ടു. അതുകൊണ്ടുതന്നെ തടവിലാക്കപ്പെട്ട ഒരു സുഹൃത്തിനെ സന്ദർശിക്കുന്ന ഔപചാരികതയോടെ അയാൾ കെണിക്കരികിലെക്ക് ചെന്നു. എലി ഉറക്കമെല്ലാം കഴിഞ്ഞ് കെണിക്കകത്ത് അവിടവിടയായി ചിതറിക്കിടക്കുന്ന നെന്മണികൾ ഓരോന്നായി കൊറിച്ചുകൊണ്ടിരിക്കുകയായിരുന്നു. അലൂമിനിയപ്പാത്രത്തിൽ അപ്പോഴും കുറച്ച് വെള്ളം ബാക്കിയുണ്ടായിരുന്നു. ഭുവനചന്ദ്രൻ തനിക്കിഷ്ടപ്പെട്ട ഒരു വളർത്തുമൃഗത്തെയെന്നപോലെ മനസ്സുനിറയെ വാത്സല്യത്തോടെ എലിയെ സൂക്ഷിച്ചുനോക്കിയപ്പോൾ എലി അഴികളിൽ പിടിച്ച് അയാൾക്കഭിമുഖമായി വന്നുനിന്നു. അപ്പോൾ എലിയുടെ മനസ്സിലൂടെ കടന്നുപോയ ചിന്തകൾ ഭുവനചന്ദ്രൻ ശരിക്കും കൃത്യതയോടെ വായിച്ചെടുക്കുകയായിരുന്നു.

ഒരു തടവുപുള്ളിയുടെ അവസ്ഥയിലേക്ക് എന്നെ തള്ളിവിട്ടത് നിന്റെ

സാമർത്ഥ്യംകൊണ്ടാണെന്നാണ് നീ അഹങ്കരിക്കുന്നത്. എന്നാൽ എന്റെ അതിമോഹമാണ് എന്റെ ഈ അവസ്ഥയ്ക്ക് കാരണം എന്നു ഞാൻ ഉറച്ചു വിശ്വസിക്കുന്നു. നിന്റെ അഹങ്കാരവും എന്റെ ദുഃഖവും നമ്മുടെ രണ്ടുപേരുടേയും വിധിയും അവകാശവുമാണ്. അതാണ് ഇന്നു ഭൂമുഖത്ത് ജീവിക്കുന്ന ജീവികൾ എന്ന നിലയിൽ നമുക്ക് തമ്മിലുള്ള വ്യത്യാസവും. ഈ വീട് നിനക്കാവശ്യമില്ലെങ്കിലും അതിൽ മറ്റാരും ജീവിക്കുന്നത് നിനക്കിഷ്ടമല്ല. ഈ നെൽവിത്തുകൾ ഭാവിയെക്കുറിച്ചുള്ള നിന്റെ അതിരുകവിഞ്ഞ പ്രതീക്ഷയുടെ തെളിവാണ്. ഈ നെൻമണികൾ വെറും വിത്തുമാത്രമല്ല, ഒരു വിശക്കുന്ന ജീവിയുടെ വിശപ്പുമാറ്റാൻ കൂടിയുള്ളതാണെന്ന സത്യം നീ അംഗീകരിക്കുന്നില്ല. നിന്റെ അലമാരയുടെ പിൻഭാഗത്ത് ഞാൻ എത്രയോ രാത്രികൾ കഷ്ടപ്പെട്ടുണ്ടാക്കിയ ദ്വാരം കാണുമ്പോൾ നിനക്ക് കലികയറും. എന്നാൽ എനിക്കത് ഒരു മത്സരത്തിൽ ഗോൾനേടിയ കളിക്കാരന്റെ ആഹ്ലാദമാണ് സമ്മാനിക്കുന്നത്. രണ്ടും പ്രകൃതിയുടെ കണ്ണിലൂടെ നോക്കിയാൽ ശരിയായ തോന്നലുകളാണ്. ശരീരത്തിന്റെ വലിപ്പം വെച്ചു നോക്കിയാൽ നിനക്ക് എന്നേക്കാൾ ആയിരം ഇരട്ടിയെങ്കിലും ബുദ്ധിയുണ്ടാകണം. പക്ഷേ, നേരെ മറിച്ചാണ് കാര്യങ്ങൾ. നിന്റെ ദയയ്ക്കുവേണ്ടി ഞാനൊരിക്കലും യാചിക്കുകയില്ല. കാരണം ഒരു മനുഷ്യനും മറ്റൊരു ജീവിയുടെ ദയനീയമായ യാചനയിൽ മനസ്സലിയുകയില്ല എന്നെനിക്കറിയാം. അവന്റെ മനസ്സിൽ ക്രൂരത വർദ്ധിക്കുകയേയുള്ളൂ. നിങ്ങളുടെ അഹിംസാവാദമൊക്കെ വെറും പൊങ്ങച്ചങ്ങളും പാഴ്‌വാക്കുകളുമാണെന്ന കാര്യം ശരിക്കുമറിയുന്നവരാണ് എന്നെപ്പോലെയുള്ള ചെറുജീവികൾ. ഇന്നലെ എനിക്കുതന്ന നെന്മണികൾക്കും വെള്ളത്തിനും നന്ദി പറയാം. പക്ഷേ, ഒരു കാര്യം മാത്രം നീ ഓർക്കുക. നീ അടക്കമുള്ള ഈ ഭൂമിയിലുള്ള ഒരു മനുഷ്യന്റെ ജീവിതവും നിങ്ങൾ അഹങ്കരിക്കുന്നതുപോലെ കൃത്യമായ സമചതുരമല്ല. അത് എണ്ണമറ്റ ഏങ്കോണിപ്പുകളുള്ളതാണ്. പക്ഷേ, അതൊന്നും വിഡ്ഢികളായ നിങ്ങൾ മനുഷ്യർ അറിയുന്നില്ലെന്ന് മാത്രം. അപ്പോഴും എലി തന്നെ തുറിച്ചുനോക്കിക്കൊണ്ടിരിക്കുകയാണെന്ന് ഭുവനചന്ദ്രൻ ഉൾവിറയലോടെ മനസ്സിലാക്കി. തന്നിൽനിന്ന് എത്രയും പെട്ടെന്ന് ഒരു തീരുമാനം പ്രതീക്ഷിക്കുന്നതുപോലെ അതിന്റെ കണ്ണുകൾ തിളങ്ങിക്കൊണ്ടിരിക്കുന്നത് അയാൾ പ്രത്യേകം ശ്രദ്ധിച്ചു. കെണിയിൽനിന്നും പുറത്തേക്ക് വന്നുകൊണ്ടിരിക്കുന്ന ദുർഗ്ഗന്ധം ഇന്നലത്തേതുപോലെ രൂക്ഷമായി അപ്പോൾ അയാൾക്ക് തോന്നിയില്ല. എങ്കിലും തന്റെ മുറിയാകെ അപ്രിയമായ ഒരു മണം കെട്ടിക്കിടക്കുന്നത് അയാളെ വല്ലാതെ അസ്വസ്ഥനാക്കി.

വീണ്ടും പഴയ സന്ദേഹങ്ങൾ ഓരോന്നായി ഭുവനചന്ദ്രന്റെ മനസ്സിനെ കീഴടക്കുകയായിരുന്നു.

കെണിയിൽ കിടക്കുന്ന എലിയെ എത്രയും പെട്ടെന്ന് കൊല്ലണോ?

കെണിയിൽ കിടക്കുന്ന എലിയെ ഇനിയും നേരം വൈകാതെ

തുറന്ന് വിടണോ?

കെണിയിൽ കിടക്കുന്ന എലിയെ കുറച്ചുകൂടി വിശാലമായ ഒരു കൂട്ടിൽ വളർത്തണോ? ഈ മൂന്നു ചോദ്യങ്ങൾക്കും തൃപ്തികരമായ ഒരുത്തരം കണ്ടെത്താനുള്ള പരിശ്രമങ്ങൾ അധികനേരം ദീർഘിപ്പിക്കാൻ ഭുവനചന്ദ്രന് സാധിക്കുമായിരുന്നില്ല. അതുകൊണ്ട് മറ്റൊന്നുമാലോചിക്കാതെ അയാൾ വീണ്ടും എലിക്കെണിയുടെ അടുത്തേക്ക് ചെന്നു. കമ്പിയഴികളിൽ തൂങ്ങി കാലുകഴച്ചതിനാലാവണം എലി അഴികൾക്കു തൊട്ടു പിന്നിലായി ഒതുങ്ങിക്കൂടിയിരുന്ന് എല്ലാം ശ്രദ്ധിക്കുകയായിരുന്നു. അപ്പോൾ അയാൾ വളരെ കൗതുകത്തോടെ ശ്രദ്ധിച്ചത് കെണിയിലെ കമ്പിയിൽ തൂങ്ങിക്കിടന്ന പുകപിടിച്ച തേങ്ങാപ്പൂളായിരുന്നു. അത് അപ്പോഴും അവിടെത്തന്നെയുണ്ടായിരുന്നുവെന്നത് അയാളെ വല്ലാതെ അത്ഭുതപ്പെടുത്തി. കെണിയിൽക്കയറാനുള്ള പ്രലോഭനമായി താൻ കെട്ടിത്തൂക്കിയ ആ തേങ്ങാപ്പൂള് ചതിയുടെ ഒരു പ്രതീകമായി തോന്നിയതുകൊണ്ട് മാത്രമാണ് വിശന്നുവലഞ്ഞിട്ടും ഒന്നു ഗൗനിക്കുകപോലും ചെയ്യാതെ കഠിനമായ ശത്രുതയോടെ എലി ആ തേങ്ങാപ്പൂള് മാറ്റി നിർത്തിയതെന്നുറപ്പാണ്. ചെറിയ ജീവികളിൽപ്പോലും കാണുന്ന ഈ വൈരാഗ്യബുദ്ധി ഭുവനചന്ദ്രനെ ശരിക്കും അത്ഭുതപ്പെടുത്തി. മനുഷ്യൻ തനിക്കുമാത്രം സാദ്ധ്യമായതെന്ന് അഹങ്കരിക്കുന്ന പല കാര്യങ്ങളും ചെറുജീവികളിൽപ്പോലും സാധാരണമാണെന്ന തോന്നൽ ഏറ്റവും പുതിയ ഒരു അനുഭവസാക്ഷ്യമായി അയാളുടെ മനസ്സിൽ നിറഞ്ഞുനിന്നു.

ഭുവനചന്ദ്രനെന്ന സാധാരണ മനുഷ്യന്റെ മനസ്സിലുള്ള ഭരണകൂടം അയാളെപ്പോലും അത്ഭുതപ്പെടുത്തിക്കൊണ്ട് എലിയുടെ കാര്യത്തിൽ അധികാരഗർവ്വോടെ അവസാന വിധികല്പിക്കുന്നതാണ് പിന്നീടയാൾ കാണുന്നത്. കെണിയിലകപ്പെട്ട എലിയെ നിരുപാധികം തുറന്നു വിടുക, കെണിയിലെ രണ്ടുദിവസത്തെ ജീവിതാനുഭവങ്ങൾ മറ്റു എലികളെ ബോദ്ധ്യപ്പെടുത്താൻ ഇവൻ മോചിപ്പിക്കപ്പെടുന്നതാണ് നല്ലതെന്ന ഭരണകൂടത്തിന്റെ നയതന്ത്രപരമായ തീരുമാനമാണത്. ജീവകാരുണ്യപരമായ തീരുമാനമെന്ന് പുറമെ തോന്നിപ്പിക്കുന്ന പെട്ടെന്നുള്ള ഈ തീരുമാനത്തിന്റെ അടിസ്ഥാനമെന്തെന്ന് സത്യത്തിൽ അയാൾക്കുപോലും മനസ്സിലാവുന്നില്ല എന്നതാണ് സത്യം. അടുത്ത നിമിഷത്തിൽത്തന്നെ തീരുമാനം നടപ്പിലാക്കപ്പെട്ടു. അവിശ്വസനീയമായ എന്തോ സംഭവിച്ചതുപോലെ മുന്നറിയിപ്പുകളില്ലാതെ തുറക്കപ്പെട്ട കെണിയുടെ വാതില്ക്കൽ ഒരു നിമിഷം പകച്ചുനിന്നശേഷം ഒന്നും മനസ്സിലാകാത്ത ഭാവത്തിൽ എലി സാവകാശം പുറത്തേക്കിറങ്ങി. പിന്നെ രക്ഷപ്പെടാനുള്ള അമിതമായ ഒരു ധൃതിയും കാണിക്കാതെ അത് തട്ടിൻപുറത്തേക്കുള്ള വഴിയിലൂടെ ഒരു പ്രഭാത സവാരിക്കെന്നപോലെ നടന്നുപോയി. ഒരു നാടകത്തിന്റെ അന്ത്യരംഗം കഴിഞ്ഞ് സ്വാഭാവികമായി നിലത്തുവീണ തിരശ്ശീല നോക്കിനില്ക്കുന്ന പ്രേക്ഷകനെപ്പോലെ, എലിക്കെണിക്കുനേരെ നോക്കി ഭുവനചന്ദ്രൻ കുറേനേരം നിന്നു. അതിന്റെ കമ്പിയഴികളിലൂടെ

ഭുവനചന്ദ്രൻ ഈ ലോകത്തെയാകെ നോക്കുകയായിരുന്നു. അയാൾ കേട്ടും വായിച്ചുമറിഞ്ഞ ബോധിവൃക്ഷവും ഹീറാഗുഹയും ഗാഗുൽത്താ മലയും അമ്പാടിയുമെല്ലാം ഒരു ചലച്ചിത്രത്തിലെന്നതുപോലെ അയാൾക്കു മുമ്പിൽ തെളിയുന്നതുപോലെ ഒരു തോന്നൽ അപ്പോഴയാൾക്കുണ്ടായി. തനിക്ക് പരിചയമില്ലാത്ത ഒരുലോകത്തേക്ക് തന്നെ ആരോ മാടിവിളിക്കുന്നതുപോലെയുള്ള ഒരു തോന്നലായിരുന്നു അത്. ഈ തോന്നലുകളെല്ലാം തന്റെ ഒരു ഭ്രമം മാത്രമാണെന്ന് ഭുവനചന്ദ്രനറിയാം. ഏറ്റവും അടുത്ത കൂട്ടുകാരനായ വിവേകാനന്ദനോട് ഇതൊക്കെപ്പറഞ്ഞാൽ അവൻ അതെല്ലാം ചിരിച്ചുതള്ളി പരിഹസിക്കുകയേയുള്ളൂവെന്നും ഭുവനചന്ദ്രന് നന്നായറിയാം. എങ്കിലും അതിൽ വാസ്തവത്തിന്റെ ചെറിയ അംശങ്ങളുണ്ടെന്നതാണ് അയാൾ സ്വയം ബോദ്ധ്യപ്പെടുന്ന സത്യം. അയാളുടേതുമാത്രമായ, അയാൾക്ക് ആരേയും ബോദ്ധ്യപ്പെടുത്താനാവാത്ത സത്യം.

അഹിംസയെന്ന മരീചിക

പിറ്റേന്ന് വൈകുന്നേരം കടപ്പുറത്തേക്കുള്ള നടത്തത്തിനിടയിൽ എലിയുടെ കഥ ഭുവനചന്ദ്രൻ വിവേകാനന്ദനോട് വിശദമായിത്തന്നെ പറഞ്ഞു. കഥ തീർത്തും ശ്രദ്ധയോടെ കേട്ടുകഴിഞ്ഞപ്പോൾ ഉടനെ വിവേകാനന്ദന്റെ പ്രതികരണവും വന്നു

"നീ ആ എലിയെ വിട്ടയച്ചത് നീയൊര് അഹിംസാവാദിയായതുകൊണ്ടാണോ അതോ എലി നിന്റെ ആരാധനാമൂർത്തിയായ വിഘ്നേശ്വരന്റെ വാഹനമാണെന്ന് നീ വിശ്വസിക്കുന്നതുകൊണ്ടാണോ? ഇന്നത്തെ ചർച്ച നമുക്ക് ആ വഴിക്കാക്കാം."

വിവേകന്റെ നാവിൽനിന്നും അഹിംസ എന്ന വാക്ക് കേട്ടതും തലേന്നത്തെ എലി നാടകത്തിൽ നേരത്തേ അത്രയൊന്നും ശ്രദ്ധിക്കാതിരുന്ന അവസാനത്തെ ഒരു രംഗംകൂടി ഭുവനചന്ദ്രൻ ഓർത്തു. എലിയെക്കുറിച്ചുള്ള അന്തിമ തീരുമാനമെടുക്കുന്നതിന് തൊട്ടുമുൻപാണ് വീടിന്റെ തെക്കെ മുറിയിൽ എപ്പോഴോ താൻ ചുമരിലെ ആണിയിൽ തൂക്കിയിട്ടിരുന്ന ഒരു സർക്കാർ കലണ്ടർ ആണിയിൽനിന്നും ഒരു കാരണവുമില്ലാതെ നൂലുപൊട്ടി താഴെ വീണത്. അപ്പോഴത്തെ മാനസികപിരിമുറുക്കത്തിനിടയിൽ ആ കലണ്ടർ ഭുവനചന്ദ്രൻ കാര്യമായി ശ്രദ്ധിച്ചിരുന്നില്ല. ആ കലണ്ടറിന്റെ ഓരോ പേജിലും മുകൾഭാഗത്ത് ഗാന്ധിജിയുടെ ചിത്രം ആലേഖനം ചെയ്തിരുന്നതും അപ്പോഴയാൾ അത്ര ഗൗരവമായി ശ്രദ്ധിച്ചിരുന്നില്ല. പക്ഷേ, എലിക്കഥയ്ക്ക് അഹിംസയുമായുള്ള ബന്ധം ഉന്നയിക്കപ്പെട്ട സാഹചര്യത്തിൽ ആ രംഗത്തിനും വലിയ പ്രാധാന്യമുണ്ടെന്ന് അയാൾക്ക് തോന്നി.

"രണ്ടുമായും ആ വിട്ടയക്കലിന് ബന്ധമുണ്ടെന്ന് വേണമെങ്കിൽ പറയാം. അല്ലെങ്കിലും ഒറ്റവാക്കിലോ ഒറ്റവാചകത്തിലോ ഉത്തരമെഴുതാ

വുന്ന ഒരുചോദ്യമല്ല മനുഷ്യജീവിതമെന്നും അത് ഒരു ഉപന്യാസമെഴുതാനുള്ള ചോദ്യമാണെന്നും ഞാൻ പറയുന്നു." ഭുവനചന്ദ്രന്റെ മറുപടിയിൽ വിവേകാനന്ദന് ഒട്ടും തൃപ്തി തോന്നിയില്ല.

"ബലേ ഭേഷ്. നിന്റെ വാചകങ്ങൾ നിറയെ ദാർശനികത തിളച്ചുമറിയുന്നു ഭുവനാ. പക്ഷേ, അതിലെ കൃത്രിമത്വം അസഹനീയമാണെന്നു പറയാതെ വയ്യ." അത്രയും പറഞ്ഞ് വിവേകാനന്ദൻ സ്നേഹിതന്റെ തോളിൽ കൈവെച്ച് കണ്ണുകളിലേക്ക് തന്നെ കുറേനേരം നോക്കിനിന്നു.

"ഒരു മനുഷ്യൻ ഗാന്ധിജി പറഞ്ഞത്രയും അളവിൽ അഹിംസാവാദിയാകാൻ നാം ജീവിക്കുന്ന കാലമാണ് തടസ്സം നില്ക്കുന്നത്. അല്ലെങ്കിൽ ലോകം ഇന്നത്തേതിലും എത്രയോ നന്നാകുമായിരുന്നു. സത്യം പറഞ്ഞാൽ കാലമാണ് തടസ്സമെന്ന് ഒറ്റവാക്കിൽ നാം പറഞ്ഞൊഴിയുകയാണ്. കാലമെന്നത് വിശാലാർത്ഥത്തിൽ വക്താക്കളില്ലാത്ത പ്രത്യയശാസ്ത്രം തന്നെയാണ്. നാം ആരെയോ ഭയന്നിട്ടോ മറ്റാരെയോ രക്ഷിക്കാനോവേണ്ടി അങ്ങനെ തുറന്നു പറയുന്നില്ലെന്നേയുള്ളൂ. ഗാന്ധിജിക്ക് കഠിനമായി പരിശീലിപ്പിച്ചാൽപ്പോലും ഒരു ഹിംസാവാദിയാകാൻ കഴിയില്ലെന്നാണെന്റെ വിശ്വാസം. മനസ്സുകൊണ്ട് അത്രയ്ക്ക് ബലവാനാണദ്ദേഹം." വിവേകാനന്ദൻ ആ നില്പിൽ സ്നേഹിതനോട് അത്രകൂടി പറഞ്ഞു.

സന്ദർഭത്തിന് അസുഖകരമായ ഒരു അയവില്ലായ്മ വന്നതോടുകൂടി ഭുവനചന്ദ്രൻ വിഷയം മാറ്റി. അപ്പോഴേക്കും അവർ കടപ്പുറത്തെത്തിക്കഴിഞ്ഞിരുന്നു. പരന്നു കിടക്കുന്ന കടൽ. പൂഴിയിൽ ഉണക്കാനിട്ടിരിക്കുന്ന പാതി ഉണങ്ങിയ മീനുകൾ, കരയിലേക്ക് കയറ്റിയിട്ട എണ്ണക്കറുമ്പൻ തോണികൾ, ഭൂമിയുടെ ചുമരുകൾ പോലെ ചക്രവാളം എല്ലാം മുമ്പിൽ തെളിഞ്ഞപ്പോൾ കുറച്ചുനേരം മീനുകളെക്കുറിച്ച് കുറച്ചെന്തെങ്കിലും പറഞ്ഞാലെന്താണെന്ന് കൂടി ഭുവനചന്ദ്രന് തോന്നി. വിവേകാനന്ദൻ അപ്പോൾ കഴിഞ്ഞ വർഷത്തെ സുനാമി ദുരന്തത്തെക്കുറിച്ചാണ് ഓർത്തുകൊണ്ടിരുന്നത്.

"കുട്ടിക്കാലത്തെ എന്റെ ഒരു മീൻപിടുത്തത്തിന്റെ അനുഭവം ഞാൻ നിനക്ക് പറഞ്ഞുതരാം. അപ്പോഴേക്കും കടലുകൂടി ഇരുളട്ടെ. അതാ സൂര്യന്റെ മുഖം വല്ലാതെ വിളറിക്കഴിഞ്ഞിരിക്കുന്നു. ഇനിയൊരു കണ്ണടയ്ക്കൽ മാത്രമേ ബാക്കിയുള്ളൂ."

ഭുവനചന്ദ്രൻ അത്രയും പറഞ്ഞുകൊണ്ട് പൂഴിയിൽ ഇരുന്നു. പൂർണ്ണമായ ഇഷ്ടത്തോടെയല്ലെങ്കിലും വിവേകാനന്ദനും അല്പം കൂടി വൃത്തിയുള്ള സ്ഥലം നോക്കി പൂഴിയിൽ ഇരുന്നു.

"അക്കൊല്ലം ഞാൻ അഞ്ചാം ക്ലാസിലായിരുന്നു. സാമൂഹ്യപാഠം പഠിപ്പിച്ചിരുന്ന ഹുസൈൻ മാഷ് ഗാന്ധിജിയെക്കുറിച്ചും അഹിംസാസിദ്ധാന്തത്തെക്കുറിച്ചുമൊക്കെ ക്ലാസിൽ വിശദമായി സംസാരിച്ച ഒരു ദിവസം വൈകുന്നേരമാണ്, ഞാനാദ്യമായി ചൂണ്ടയിൽ തടിച്ച മണ്ണിരയെ കോർത്ത് ഒരു സുന്ദരിയായ പൂവാലിപ്പരലിനെ പിടിച്ചത്. എന്റെ ഓല

മേഞ്ഞ വീടിന്റെ മുമ്പിലൂടെ ഒരു മദ്ധ്യവയസ്കയുടെ വേഗത്തിൽ ഒഴുകിയെത്തിക്കൊണ്ടിരുന്ന അരീക്കരത്തോടിന്റെ വാലറ്റത്താണ് എന്റെ മീൻ പിടുത്തം. സ്കൂൾ വിട്ടുകഴിഞ്ഞാൽ മീൻ പിടുത്തം വിനോദമാക്കിയ പരിസരത്തെ കുട്ടികളെല്ലാം തോട്ടുവക്കിലെത്തും. ചിരട്ടയിൽ മണ്ണിൽ നിന്നും കിളച്ചെടുത്ത ഞാഞ്ഞൂലുകൾ. പെട്ടെന്നുള്ള മഴയെ നേരിടാൻ മുതിർന്നവർ ഉപയോഗിച്ച പഴകിയ തലക്കുടത്തൊപ്പികൾ. മുളച്ചീളുകളും പനയോലയും കൊണ്ടുണ്ടാക്കുന്ന തലക്കുടത്തൊപ്പിയിൽ ഏതു പെരുമഴയത്തും തല നനയാതെ ഭദ്രമായിരിക്കും. ഇരുളുന്നതുവരെ ചൂണ്ടയുടെ പൊങ്ങത്തിയുടെ ഇളക്കം കാണാൻ കണ്ണുംനട്ടുള്ള ഇരിപ്പ്. നേരം ഇരുട്ടിയാൽ എല്ലാ വീടുകളിൽനിന്നും അമ്മമാരുടെ പ്രാക്കുവിളികൾ തുടങ്ങും. കിട്ടിയ പരലുകളെ ഈർക്കിലിൽ കോർത്ത് എല്ലാവരും വീട്ടിലെത്തും. അന്ന് സന്ധ്യക്ക് ഞാൻ പിടിച്ച പൂവാലി ഗർഭിണിയായിരുന്നുവെന്നാണ് അമ്മ പറഞ്ഞത്. പൂവാലിയുടെ മഞ്ഞനിറമുള്ള മുട്ടകൾക്ക് വെന്താൽ ഒരു പ്രത്യേക സ്വാദാണെന്നുകൂടി അമ്മ പറഞ്ഞിരുന്നു. ആ പൂവാലിയെ ഞാൻ പറയാതെ തന്നെ അമ്മ എനിക്ക് അടുപ്പിലെ കനലിൽ ചുട്ടുതന്നു.

ഉറങ്ങാൻ കിടന്നപ്പോൾ ക്ലാസിൽ ഹുസൈൻ മാഷ് അഹിംസയെക്കുറിച്ച് പറഞ്ഞ കാര്യങ്ങൾ ഞാൻ ഒരിക്കൽക്കൂടി ഓർത്തുപോയി. അപ്പോൾ ഞാൻ ആദ്യമായി ചൂണ്ടയിൽ കോർത്ത ഉരുണ്ട തലയുള്ള മണ്ണിരയെയും ചുട്ടുതിന്ന സുന്ദരിയായ പൂവാലിപ്പരലിനേയും കുറിച്ചാണ് ഓർത്തത്. എന്റെ അന്നത്തെ വൈകുന്നേരത്തെ വിനോദം രണ്ടു ജീവനുകൾ നഷ്ടപ്പെടുത്തിയില്ലേ എന്ന ഒരു ചോദ്യം എവിടെനിന്നോ എന്നോടാരോ ചോദിച്ചുകൊണ്ടിരിക്കുന്നതായി എനിക്ക് തോന്നുന്നുണ്ടായിരുന്നു. തടിയൻ ഞാഞ്ഞൂലിന്റെ തലയറ്റത്തെ കഷണമാണ് ഞാൻ ചൂണ്ടയിൽ കോർത്തത്. ശരീരത്തിന്റെ ഒരു കഷണം മുറിഞ്ഞുപോയാലും ഞാഞ്ഞൂലുകൾ ജീവിക്കുമെന്ന് കൂട്ടുകാരിലാരോ പറഞ്ഞതായി അപ്പോൾ ഞാൻ ഓർത്തു. മണ്ണിരയ്ക്ക് പുനർജ്ജന്മം കിട്ടിയാലും അടുപ്പിലെ കനലിൽ വെന്തുപോയ പൂവാലിക്കേതായാലും ഇനി ജീവിതമില്ല. പൂവാലിക്കുള്ള ആഹാരമായാണ് ഞാഞ്ഞൂലിനെ ഞാൻ ചൂണ്ടയിൽ കോർത്തത്. ക്ലാസിൽ മാഷ് പറഞ്ഞതനുസരിച്ചാണെങ്കിൽ ഞാൻ ചെയ്തത് ഭാഗികമായി സല്ക്കർമ്മമാണ്. മീനുകൾക്കു തിന്നാൻ ഞാഞ്ഞൂലിനെ മുഴുവനായും തോട്ടിലേക്കെറിഞ്ഞിരുന്നുവെങ്കിൽ എന്റെ കർമ്മത്തിന്റെ നന്മ വർദ്ധിക്കുമായിരുന്നു. പൂവാലിക്കു പുറമെ മറ്റുചില മീനുകൾക്കുകൂടി അതു ഭക്ഷണമാകുമായിരുന്നു. ഞാഞ്ഞൂലിന്റെ ശരീരത്തിനകത്ത് ഒരു കൂർത്ത മുനയുള്ള ചൂണ്ട ഒളിപ്പിച്ചുവെച്ചതിലാണ് എന്റെ ഹിംസ ഒളിഞ്ഞിരിക്കുന്നത്. ഞങ്ങളുടെ തോട്ടിൽ മീനുകൾക്ക് ആവശ്യത്തിനു ഭക്ഷണമില്ലാത്തതുകൊണ്ടാണ് അവ ചൂണ്ടയിൽ കൊത്തുന്നത്. അല്ലായിരുന്നെങ്കിൽ അവ ഞങ്ങളുടെ ചൂണ്ടയെ ഒരു നിമിഷനേരം പോലും ഗൗനിക്കുമായിരുന്നില്ല. എത്ര ന്യായീകരിച്ചാലും എന്റെ പ്രവൃത്തിയിൽ ഹിംസ

യുണ്ടെന്ന് എനിക്കു ബോദ്ധ്യമായി. എന്റെ ചൂണ്ടയിൽ കുരുങ്ങിയിരുന്നില്ലെങ്കിലും തൊട്ടടുത്ത നിമിഷം തന്നെ ആ സുന്ദരിപ്പൂവാലി ഒരു ക്രൂരനായ വരാലിന്റെ ഭക്ഷണമായിക്കൂടെന്നുമില്ല. വരാലുകൾ ഹിംസയെക്കുറിച്ചും അഹിംസയെക്കുറിച്ചുമൊന്നും ചിന്തിക്കാത്തതുകൊണ്ട് അവർക്ക് മനഃക്ലേശമില്ലല്ലോയെന്ന് ഞാനപ്പോൾ അസൂയപ്പെടുകയും ചെയ്തു. എന്റെ പ്രിയപ്പെട്ട അരീക്കരത്തോടും തോട്ടിൽ കുതിക്കുന്ന പൂവാലിപ്പരലുകളും തോട്ടിന്റെ കരയിലെ മണ്ണിൽ ഭൂഗർഭയാത്ര നടത്തുന്ന ഞാഞ്ഞൂലുകളും തോടിനു സമീപം വീടുവെച്ചു കഴിയുന്ന ഞാനടക്കമുള്ള മനുഷ്യരും കുട്ടികളായ ഞങ്ങൾക്കുവേണ്ടി ആരോ ഏതോ ഫാക്ടറിയിൽ നിർമ്മിച്ച അറ്റം കൂർത്ത ഇരുമ്പ് ചൂണ്ടയുമെല്ലാം ഏതോ അദൃശ്യമായ നൂലിനാൽ ബന്ധിക്കപ്പെട്ടവരാണെന്ന് ഇപ്പോൾ ഞാൻ മനസ്സിലാക്കുന്നു. എങ്കിലും അന്നത്തെ പൂവാലിവിശേഷത്തിനു ശേഷം ഞാൻ ചൂണ്ടയിൽ ഞാഞ്ഞൂലിനെ കോർത്തിട്ടില്ല. ചൂണ്ടകൊണ്ട് മീനുകളെ പിടിച്ച് ചുട്ടുതിന്നിട്ടുമില്ല. മറ്റാരോ പിടിച്ച് ഞാൻ ഭക്ഷിക്കുന്ന മത്സ്യങ്ങൾ ഗർഭിണികളാണോയെന്ന് പരിശോധിച്ചിട്ടില്ല. ശരീരം മുറിഞ്ഞുപോയാലും ഞാഞ്ഞൂലുകൾ ജീവിക്കുമോയെന്ന് അന്വേഷിച്ചിട്ടില്ല. കാരണം ഇപ്പോഴെനിക്കറിയാം ഹിംസയും അഹിംസയും ഒരു നാണയത്തിന്റെ ഇരുപുറങ്ങളാണെന്നും നന്മയും തിന്മയും തീരുമാനിക്കുന്നത് സാഹചര്യങ്ങളാണെന്നും. പെൻഷൻപറ്റി സ്കൂളിൽനിന്നും പിരിഞ്ഞതിനുശേഷം ഹുസൈയിൻ മാഷ് ഒരു കോഴി ഫാമും ഇറച്ചിക്കടയും നടത്തുകയാണെന്നു കൂടിയറിഞ്ഞപ്പോൾ എനിക്കു സന്തോഷമായി. എന്നാലും എനിക്കന്ന് അമ്മ ചുട്ടുതന്ന പൂവാലിപ്പരലിന്റെ കരിപിടിച്ച ശരീരം ഇപ്പോഴുമെന്റെ മനസ്സിലെവിടെയോ ഉണ്ട്."

"കുട്ടിക്കാലത്തുണ്ടായ ചില സംഭവങ്ങൾ എത്ര കാലം കഴിഞ്ഞാലും മായാതെ മനസ്സിലുണ്ടാവും. അതിലൊന്നാണെനിക്ക് ഈ മീൻ പിടുത്തത്തിന്റെ കഥയും. ഈ ഭൂമുഖത്ത് സ്വന്തം ജീവിതത്തിന്റെ ചലനത്തിനുള്ള ഇന്ധനം നാം തന്നെയാണെന്ന് ഞാൻ ഉറപ്പിച്ചു പറയും. പരമപദം കയറിയ മഹാഗുരുവിനും സ്വന്തം യോഗദണ്ഡും കമണ്ഡലുവും വിശേഷപ്പെട്ടതും അതിനാൽത്തന്നെ മറ്റുള്ളവരുടെ സ്വകാര്യ വസ്തുക്കളിൽനിന്നും വ്യത്യസ്തമായി സ്നേഹിക്കപ്പെടുന്നതുമാണ്. മഹാത്മാവിന് പോലും അരയിൽ തൂക്കിയിട്ട സ്വന്തം ഘടികാരത്തോടും കണ്ണടയോടും പേനയോടുമൊക്കെ തന്റെ സ്വന്തമെന്ന പ്രത്യേക വാത്സല്യമുണ്ടാവില്ലെന്ന് കരുതാൻ എനിക്കുവയ്യ."

"ഞാൻ നിന്നോട് നേരത്തേ ചോദിച്ച ചോദ്യത്തിന് ഇതുവരെ എനിക്ക് നീ ഉത്തരം നല്കിയില്ല." വിവേകാനന്ദൻ അല്പം പരിഹാസം കലർത്തി ചിരിക്കുന്നത് കടപ്പുറത്ത് ശേഷിച്ച അരണ്ട വെളിച്ചത്തിൽ ഭുവനചന്ദ്രൻ കണ്ടു.

"ഭുവനചന്ദ്രൻ, വിവേകാനന്ദൻ എന്നീ പേരുകളിൽപ്പോലും നമ്മുടെ രക്ഷിതാക്കളുടെ സ്വാർത്ഥചിന്ത ഒളിഞ്ഞു കിടക്കുന്നുണ്ട്. ഞാൻ ലോക

ത്തിനാകെ നിലാവു നല്കുന്നവനാകണമെന്ന് എന്റെ അച്ഛനും നീ വിവേകാനന്ദനെപ്പോലെ അറിവിന്റെ നിലാവ് പെയ്യണമെന്ന് നിന്റെ അച്ഛനും ആഗ്രഹിച്ചത് ജനയിതാക്കൾ എന്ന നിലയിൽ അവരുടെ യശസ്സിനുവേണ്ടിത്തന്നെയാണെന്ന് എനിക്കുറപ്പാണ്."

സ്വന്തം വീടുകളിലേക്കുള്ള നാട്ടിടവഴികൾ പിരിയുന്നേടത്ത് വിവേകാനന്ദൻ വീണ്ടും ഭുവനചന്ദ്രനെ തന്റെ ചോദ്യം ഓർമ്മപ്പെടുത്തി. ഭുവനചന്ദ്രൻ അപ്പോൾ ഒന്ന് നിസ്സാരമായി ചിരിക്കുക മാത്രം ചെയ്തു.

മനസ്സിൽ കരിമ്പുതോട്ടമുള്ള ഒരാൾ

താനും തന്റെ ദൈവവുമായുള്ള ബന്ധത്തെക്കുറിച്ചുള്ള വിവേകാനന്ദന്റെ ചോദ്യം ഒരു അലിയാത്ത ഉപ്പുകട്ടയായി ഭുവനചന്ദ്രന്റെ മനസ്സിൽ കിടന്നു. അവന് ഉത്തരം നല്കിയില്ലെങ്കിലും താൻ ഉത്തരം കണ്ടെത്തേണ്ട ഒരു ചോദ്യംതന്നെയാണതെന്ന് ഉറപ്പായിരുന്നു അയാൾക്ക്. ഓഫീസിൽ സഹപ്രവർത്തകരെല്ലാം ഓണത്തിരക്കിലായിരുന്നു. ഓരോ മുറിയിലും പുതപ്പ് കച്ചവടക്കാരുടേയും സാരിക്കച്ചവടക്കാരുടേയും അച്ചാറു കച്ചവടക്കാരുടേയും തിരക്ക് തന്നെ. എല്ലാവരും വേണ്ടതും വേണ്ടാത്തതുമൊക്കെ വാങ്ങിക്കൂട്ടുന്നു. ഭുവനചന്ദ്രൻ തിരക്കിൽ നിന്നൊഴിഞ്ഞ് സ്വന്തം സീറ്റിൽ വെറുതെയിരുന്നു. ഒന്നിനും ഉഷാറില്ലാത്ത അവസ്ഥയിലായിരുന്നു മനസ്സ്. വിവേകാനന്ദന്റെ മകൻ വിദ്യാധരന് നജ്മയെന്ന ഇസ്ലാംമതത്തിൽപ്പെട്ട ഒരു പെൺകുട്ടിയുമായുള്ള പ്രണയബന്ധം വിവേകൻ പറഞ്ഞിട്ടുതന്നെയാണ് ഭുവനചന്ദ്രനറിഞ്ഞത്. ആ വിവരം ഒരു നീറ്റലായി മനസ്സിൽ കിടക്കുന്നുണ്ടായിരുന്നു. പ്രപഞ്ചത്തിലെ ഉദാത്ത വികാരമായ പ്രണയം ഭയകാരണമാവുന്ന ഒരു കാലത്തെക്കുറിച്ചുള്ള ചിന്തകളായിരുന്നു മനസ്സുനിറയെ. രണ്ടു യുവമിഥുനങ്ങളുടെ പ്രണയം ഒരു പ്രദേശത്തെയാകെ കാലങ്ങളോളം ഭയത്തിൽ മുക്കിക്കളഞ്ഞ ഒരു പഴയകാലസംഭവത്തിലേക്ക് പോയി മനസ്സ് വിറങ്ങലിച്ചു നില്ക്കുകയായിരുന്നു. വിവേകാനന്ദന് അവന്റെ മുത്തശ്ശി പറഞ്ഞുകൊടുത്ത ഭീതിജനകമായ ആ സംഭവം നടന്നിട്ട് എഴുപത് കൊല്ലത്തിലധികമായി. ഒരു വൈകുന്നേരത്തെ കടപ്പുറത്തേക്കുള്ള നടത്തത്തിനിടയിലാണവൻ മനസ്സിനെ അസ്വസ്ഥമാക്കിയ ആ കഥ പറഞ്ഞത്. പതിവില്ലാതെ കടപ്പുറത്ത് തിരയതിരുപറ്റി വടക്കോട്ട് നടക്കാൻ നിർദ്ദേശിച്ചത് ഭുവനചന്ദ്രനായിരുന്നു.

"എന്റെ കാലിനടിയിൽ പൂഴിയരിച്ച് വ്രണമായിട്ടുണ്ട്. എന്നാലും കുറച്ച് ദൂരം നടക്കാം."

വിവേകാനന്ദൻ ഭുവനചന്ദ്രന്റെ തോളിൽ കൈവെച്ച് വേച്ചുവേച്ചു നടന്നു. കുറച്ച് ദൂരം ചെന്നപ്പോൾ രണ്ടു പൊലീസുകാർ എതിരെ നടന്നുവരുന്നത് കണ്ട് അവർ നടത്തത്തിന് വേഗത കുറച്ചു.

"ഭരണകൂടത്തിന്റെ ഏതോ ഒരു ശത്രുവുണ്ടല്ലോ വിവേകാ കടൽക്കരേല്."

ഭുവനചന്ദ്രൻ ശബ്ദം താഴ്ത്തി പറഞ്ഞു. അപ്പോഴേക്കും പൊലീസുകാർ അടുത്തെത്തിക്കഴിഞ്ഞിരുന്നു.

"ഉം..... എന്താ രണ്ടാൾക്കും ഒരു ചുറ്റിക്കളി."

പൊലീസുകാരിൽ പ്രായംകുറഞ്ഞവൻ സംശയിച്ചിട്ടെന്നപോലെ രണ്ടുപേരെയും മാറിമാറി നോക്കി.

"ഞങ്ങക്ക് പണിയാക്കല്ലേ. ഒന്ന് സൈ്വര്യായിട്ട് മക്കളേം കണ്ട് ഒറങ്ങിക്കോട്ടെ." രണ്ടാമത്തെയാളുടെ വാക്കുകൾ വെറും പരിഹാസമായിരുന്നില്ല. ഭുവനചന്ദ്രനും വിവേകാനന്ദനും മറുപടിയൊന്നും പറയാതെ മുമ്പോട്ടുതന്നെ നടന്നു.

"ഇപ്പളാ പിടികിട്ടിയത്. ഇന്ന് സെപ്തംബർ അഞ്ചാം തീയതി. എഴുപത് കൊല്ലം മുമ്പ് ഈ കടപ്പുറത്ത് വർഗ്ഗീയ ലഹള പൊട്ടിപ്പുറപ്പെട്ട ദിവസം. ബ്രിട്ടീഷുകാരൻ നമ്മുടെ പൊലീസുകാരെ പറഞ്ഞേല്പിച്ച് പോയതാ. അന്നത്തെ ദിവസം ഒന്നു കരുതിയിരിക്കാൻ. അതാ പൊലീസ് പെട്രോളിങ്." വിവേകാനന്ദന്റെ മനസ്സിൽ ആ പഴയകഥ വന്നുനിറഞ്ഞു.

"ഒരു പ്രണയത്തിൽ നിന്നായിരുന്നു ലഹളയുടെ തുടക്കം എന്നാ മുത്തശ്ശി പറഞ്ഞത്. പ്രണയികൾ ഇരുസമുദായക്കാരായിരുന്നു എന്നതാ കുഴപ്പമായത്."

"നീ സമുദായത്തിന്റെ പേരൊന്നും എപ്പോഴുമെപ്പോഴും പറയണ്ട. അങ്ങനെയൊക്കെ തരംതിരിച്ച് ആലോചിക്കുമ്പോത്തന്നെ എനിക്ക് വല്ലാത്ത മനംപിരട്ടലാ. മനസ്സിൽ കറുത്ത പുകവന്നു നിറയുന്നതുപോലെ."

"അത് പ്രത്യേകിച്ച് എന്ത് പറയാൻ. മനുഷ്യന്റെ മനസ്സിനേ മനംപിരട്ടലുണ്ടാവൂ.

"വല്യ പണക്കാരന്റെ മോനായിരുന്നത്രെ കാമുകൻ. വെറുതെ ഒരു സന്ധ്യക്ക് കടപ്പുറത്ത് സൂര്യാസ്തമയം കാണാൻ വന്ന അവനുമായി സൈക്കിളിൽ വന്ന യുവസുന്ദരനെ കണ്ട മാത്രയിൽത്തന്നെ സുഗന്ധി എന്ന പെൺകുട്ടി പ്രണയത്തിലായി. അവന്റെ അലങ്കരിച്ച സൈക്കിളിൽനിന്ന് കണ്ണെടുക്കാനാവാതെ അവൾ കുറേനേരം നിന്നു. അവൻ പിന്നീട് എല്ലാ സന്ധ്യകളിലും അസ്തമയ സൂര്യനെ കാണാനും സുഗന്ധിയെ കാണാനും കടപ്പുറത്ത് വന്നു. അങ്ങനെ അതവനൊരു ശീലമായി. അങ്ങനെയായിരുന്നു പ്രണയത്തിന്റെ തുടക്കം."

ഭുവനചന്ദ്രൻ ഇടപെട്ടു. "സത്യത്തിൽ പ്രണയം ഒരു വെറുക്കപ്പെട്ട

വികാരമായിരുന്നു ഇവിടത്തുകാർക്ക് എന്ന് കരുതുന്നതിൽ തെറ്റുണ്ടോ?"

"കുറച്ചൊക്കെ നീ പറഞ്ഞതിൽ ശരിയുണ്ട്. വയറിൽ കത്തിക്കാളുന്ന വിശപ്പടക്കാൻ രാവും പകലും രൗദ്രരൂപിയായ കടലിനോട് പൊരുതുന്ന ഒരു നാട്ടുകൂട്ടത്തിന് അതിൽ നിന്നൊക്കെ മാറി നില്ക്കുന്ന മനുഷ്യരുടെ ലോലവികാരങ്ങൾ എളുപ്പം അംഗീകരിക്കാനാകുമായിരുന്നില്ല. അരയത്തിപ്പെണ്ണ് പിഴച്ചുപോയാൽ അരയനെ കടലുകൊണ്ടുപോകുമെന്ന് ഭയന്ന് ചാരിത്ര്യശുദ്ധിയോടെ ജീവിക്കുന്ന ഒരു നാട്ടുകൂട്ടം പ്രണയവിരുദ്ധരായതിലും അവരുടേതായ ന്യായങ്ങളുണ്ട്. ഒരു ദിവസം യുവാവിനെ പരിസരക്കാർ കടപ്പുറത്ത് തടഞ്ഞുവെച്ച് ചോദ്യംചെയ്തു. കടപ്പുറത്തെ ചില ചെറുപ്പക്കാരുമായി അവൻ ഉന്തും തള്ളുമായി. പിന്നെ അടിപിടിയായി. ഒരു എലിവാണംപോലെ വാർത്ത അടുത്തുള്ള അങ്ങാടിയിലേക്ക് കുതിച്ചു. കാര്യങ്ങൾ നിമിഷനേരം കൊണ്ട് കൈവിട്ടു. പ്രണയം വിഷയത്തിൽനിന്ന് വഴിമാറി. പകയും വിദ്വേഷവും മനുഷ്യമനസ്സുകളിൽ കൂടുകൂട്ടിയതും മുട്ടയിട്ട് വിരിഞ്ഞതും ചുരുങ്ങിയ ദിവസങ്ങൾകൊണ്ടായിരുന്നു. ഇരു സമുദായക്കാരും അവരവരുടെ ആരാധനാലയങ്ങളിൽ സംഘടിച്ചു. ആയുധങ്ങൾ സംഭരിച്ചു. അക്രമങ്ങൾക്ക് കോപ്പുകൂട്ടി. ആരാധനാലയങ്ങൾ ആയുധപ്പുരകളായി. തനിക്ക് ഈ ഭൂമിയിൽ ശത്രുക്കളാരുമില്ലെന്ന ഉത്തമവിശ്വാസത്തിൽ ഒരു സന്ധ്യാനേരത്ത് നിരത്തിലിറങ്ങി നടന്ന കണ്ണൻകുട്ടിയെന്ന സ്കൂൾ മാഷ് നടുനിരത്തിൽ കുത്തേറ്റ് പിടഞ്ഞുവീണു മരിച്ചു. അപരിചിതരായ നാലഞ്ച് അന്യനാട്ടുകാരാണത് ചെയ്തതെന്നാണ് പറയപ്പെടുന്നത്. കണ്ണൻകുട്ടി മാഷിനെ അറിയാവുന്നവർക്ക് അയാളെ കൊല്ലാനാവില്ലെന്ന് നാട്ടുകാർ ഒന്നടങ്കം വിശ്വസിച്ചു. കടൽക്കാറ്റിൽ കെട്ടുകഥകളും ഊഹാപോഹങ്ങളും തീക്കാറ്റായി നാട്ടിൻപുറമാകെ വീശിയടിച്ചു. സ്വന്തം കാതുകളെപ്പോലും വിശ്വസിക്കാനാവാതെ നിഷ്കളങ്കരായ നാട്ടുകൂട്ടം പകച്ചുനിന്നു. വെള്ളക്കാരന്റെ എം എസ് പി നാടാകെ പാഞ്ഞുനടന്ന് നാട്ടുകാരിൽ ഭയം വിതച്ചു. ദേശീയ നേതാക്കൾപോലും കേരളത്തിലെത്തി സമാധാനം പുനഃസ്ഥാപിക്കാൻ വീട് വീടാന്തരം കയറിയിറങ്ങി ജനങ്ങളോട് യാചിച്ചു. തൊഴിലെടുക്കാനാവാതെ തൊഴിലാളി കുടുംബങ്ങൾ പട്ടിണികൊണ്ട് വലഞ്ഞു. എത്രയോ ദിവസങ്ങൾ പീടികകളും സ്കൂളുകളും അടഞ്ഞുകിടന്നു. ഇരു സമുദായങ്ങളിലും പെട്ട പാവങ്ങൾ ഒരു നേരത്തെ ഭക്ഷണത്തിനും സുഖമായ ഉറക്കത്തിനുമായി അന്യദേശങ്ങളിലെ ബന്ധുക്കളുടെ വീടുകളിലേക്ക് പലായനം ചെയ്തു. ഉറ്റ സ്നേഹിതന്മാർപോലും ഭയംകൊണ്ട് പരസ്പരം മിണ്ടാതെ മുഖംതിരിച്ച് നടന്നു. അതിനിടയിലെപ്പോഴോ അങ്ങാടിയിൽ ഭിക്ഷയാചിച്ചു കൊണ്ടിരുന്ന ഒരു തമിഴൻ ഭ്രാന്തനും കൊല്ലപ്പെട്ടു. അയാൾ മുണ്ടുടുത്ത രീതി നോക്കിയാണത്രെ തമിഴനായ അയാളെ പീടിക കോലായിൽ ഉറങ്ങിക്കിടക്കുമ്പോൾ ആരോ വെട്ടിക്കൊന്നത്." എത്രയോ കാലം നാലും അഞ്ചും കുടുംബങ്ങൾ ഒരടുപ്പിൽ ഭക്ഷണം തയ്യാറാക്കിയ കാലം മുത്തശ്ശി ഉൾവിറയലോടെ വിശദീകരിച്ചത്

വിവേകാനന്ദൻ ഓർക്കുകയായിരുന്നു.

"ഒരു വിഭാഗത്തിന്റെ ആരാധനാലയം എതിർചേരിക്കാരുടെ പേടി സ്വപ്നമാവുന്നത് വലിയ കഷ്ടം തന്നെ. ഒരു ദൈവം മറ്റൊരു ദൈവത്തെ ഭയപ്പെടുന്നതുപോലെയാണല്ലോ അത്." ഭുവനചന്ദ്രൻ അല്പം ഉൾഭയത്തോടെ നടത്തത്തിന് വേഗത കൂട്ടിക്കൊണ്ട് പറഞ്ഞു. അപ്പോഴേക്കും നേരം നന്നായി ഇരുണ്ടു കഴിഞ്ഞിരുന്നു. പൊലീസുകാർ അല്പം അകലെനിന്ന് നാലുഭാഗത്തേക്കും ടോർച്ചടിക്കുന്നുണ്ടായിരുന്നു.

"ആളുകൾ അതൊക്കെ മറന്നു. പക്ഷേ, പൊലീസുകാർ ഇപ്പോഴും ആ ദിവസം ഓർമ്മിക്കുന്നു. അവർ ആളുകളെ നടന്നതെല്ലാം ഒരിക്കൽക്കൂടി ഓർമ്മപ്പെടുത്തുന്നു എന്നു പറയുന്നതാവും ശരി. ഒരുകണക്കിൽ ഈ പെട്രോളിങ്ങ് നല്ലതുതന്നെ. ദുരന്ത സ്മരണകൾ ജനങ്ങൾക്കുള്ള ഒരു ഓർമ്മപ്പെടുത്തലാണ്. ഔഷധമാണ്. ദുരന്തങ്ങൾ ഓർമ്മപ്പെടുത്തുന്നത് ഒരു ചികിത്സയും." വിവേകാനന്ദൻ ഒരു ദീർഘനിശ്വാസത്തോടെ പറഞ്ഞു.

"എല്ലാം ഒരിക്കൽക്കൂടി ആവർത്തിക്കില്ലെന്നാരു കണ്ടു. ചില വിഷവൃക്ഷങ്ങളുടെ വേരുകൾ നൂറ്റാണ്ടുകൾ കഴിഞ്ഞാലും ചീഞ്ഞുപോവാറില്ല ഭുവനാ." വിവേകാനന്ദൻ ഒരു തത്ത്വജ്ഞാനിയുടെ പക്വതയോടെ വാക്കുകൾ ഉരുവിട്ടപ്പോൾ ഭുവനചന്ദ്രന് വലിയ ആശ്ചര്യംതോന്നി. പറയുമ്പോൾ അവൻ നാട്ടുമ്പുറത്തെ ഒരു കരിങ്കൽത്തൊഴിലാളിയാണ്. ഏഴാംതരം വരെയേ പഠിച്ചിട്ടുള്ളൂ. ഏഴാംതരത്തിൽ ഒരു ക്ലാസിലാണ് രണ്ടുപേരും പഠിച്ചത്. അറിവുസമ്പാദിക്കാനുള്ള വിവേകാനന്ദന്റെ പ്രയത്നങ്ങളെ പട്ടിണി വെല്ലുവിളിച്ചപ്പോൾ പഠിപ്പ് നിർത്തി അവൻ മേസ്ത്രി നാണുവിന്റെ കാല്ക്കൽ അഭയം പ്രാപിച്ചതാണ്. വീട്ടിൽ രോഗിയായ അമ്മ മാത്രമേ അവനുണ്ടായിരുന്നുള്ളൂ. അച്ഛൻ നന്നേ ചെറുപ്പത്തിൽ മരിച്ചു. ചിലദിവസങ്ങളിൽ ഒരുനേരം പോലും ഭക്ഷണം കഴിക്കാതെ അവൻ പട്ടിണി കിടന്നിട്ടുണ്ടെന്നറിയാം. ഒരിക്കൽ വിവേകാനന്ദൻ പറഞ്ഞത് ഇപ്പോഴും ഭുവനചന്ദ്രൻ ഓർക്കുന്നുണ്ട്.

"ഉണ്ണിരിയേട്ടന്റെ പീടികയിലെ പരിപ്പുവടയ്ക്ക് ഇത്തിരിക്കൂടി വലിപ്പം ഉണ്ടായിരുന്നെങ്കിലെന്ന് ആശിച്ചുപോയ ദിവസങ്ങൾ എനിക്ക് അധികകാലം തുടരാനാവുമായിരുന്നില്ല ഭുവനാ."

നാണു അവന് കരിങ്കല്ലിന്റെ ഉള്ള് കാണിച്ചുകൊടുത്തു. ഓരോ കരിങ്കൽ തരിയിലും അദൃശ്യമായി ജ്വലിച്ചുകൊണ്ടിരിക്കുന്ന തീത്തരികളുടെ രഹസ്യം ചുറ്റികയുടെ പ്രഹരംകൊണ്ട് വെളിപ്പെടുത്തിക്കൊടുത്തു. എഴുതാനും വായിക്കാനുമറിയാത്ത മേസ്ത്രി നാണു അവനോട് പറഞ്ഞു:

"ജീവിതം ആർക്കും ഒരു കരിങ്കൽ ചീളാണ് വിവേകാ.... അടിച്ചു തകർക്കുമ്പോൾ തീപാറും. അനക്കാതെയിട്ടാൽ പൂപ്പല് പിടിച്ച് ആർക്കും കാണാനാവാതെ കറുത്തു കിടക്കും. അത്രേയുള്ളൂ. വിത്തിന്റെ വലിപ്പച്ചെറുപ്പം മരത്തിന്റെ വലിപ്പച്ചെറുപ്പത്തെ ബാധിക്കാറില്ലല്ലോ."

മേസ്ത്രി നാണുവിനെ അവൻ ദൈവത്തെപ്പോലെ കരുതി ബഹു

മാനിച്ചു. ടൗണിലേക്ക് ഒരു കിലോമീറ്റർ നടന്ന് അവശനായ നാണ്വേട്ടന് മുറുക്കാൻകൊണ്ടു കൊടുക്കുമ്പോൾ വിവേകാനന്ദന് ദൈവസന്നിധി യിൽ നിവേദ്യം വിളമ്പുന്നതിനേക്കാൾ സന്തോഷം തോന്നിയിരുന്നു. കുറ ച്ചുകാലം കഴിഞ്ഞപ്പോൾ നാണു അവശനായി. ചുറ്റിക ഉയർത്താനാ വാത്തവിധം അവശനായപ്പോൾ പണിനിർത്തി. യുവാവായ വിവേകാന ന്ദൻ നാണ്വേട്ടന്റെ ഏക മകൾ രമണിയെ വിവാഹം ചെയ്ത് വീട്ടുകാര നുമായി. നിത്യവും പണിയുള്ളതുകൊണ്ട് ജീവിതം സുഖമായി കഴി യുന്നു. മേസ്ത്രി നാണു മരിച്ചിട്ടിപ്പോൾ മൂന്ന് കൊല്ലമായി. വിവേകാന ന്ദൻ രാത്രിയിൽ വൈകുന്നതുവരെയിരുന്ന് നന്നായി വായിക്കും. നല്ല നല്ല പുസ്തകങ്ങൾ വായനശാലയിൽനിന്നും തെരഞ്ഞെടുത്ത് മനസ്സി രുത്തി വായിച്ച് എല്ലാം മനസ്സിലാക്കും. നല്ല ഓർമ്മശക്തിയാണ്. ഉറച്ച കമ്യൂണിസ്റ്റുകാരനാണ്. അന്തർദ്ദേശീയ വിഷയങ്ങളിൽപ്പോലും നല്ല അറിവ്. ചിലകാര്യങ്ങൾ അവൻ പറയുന്നതുകേട്ടാൽ അതിശയിച്ചു പോകും. ചരിത്രം അവന് ഇഷ്ടവിഷയമാണ്. വ്യത്യസ്തമായ എന്തുക ണ്ടാലും അവൻ അതിന്റെ ചരിത്രത്തിലേക്ക് ആണ്ടുപോകും. നാടിന്റെ ചരിത്രം പറയുന്നവരെ അവൻ ഗുരുക്കന്മാരായിക്കണ്ട് ബഹുമാനിക്കും. അടുത്തുള്ള മഹാദേവക്ഷേത്രത്തിന് കാവലാളായി നടക്കുന്ന സ്വാതന്ത്ര്യം ചാപ്പൻനായർ അവന് ചരിത്രാദ്ധ്യാപകനാണ്. താൻ ജനി ക്കുന്നതിനും ഇരുനൂറുകൊല്ലം മുമ്പുവരെയുള്ള കാര്യങ്ങൾ തികഞ്ഞ ആധികാരികതയോടെ നാൾവഴികൾ തെറ്റാതെ ചാപ്പൻനായർ കൃത്യത യോടെ പറയും. ആ വൃദ്ധന്റെ വാക്കുകൾക്ക് അതിശയിപ്പിക്കുന്ന ശ്രവ ണസുഖവുമുണ്ട്. പണികഴിഞ്ഞാൽ ചില ദിവസങ്ങളിൽ വൈകുന്നേരം വിവേകാനന്ദൻ അമ്പലത്തിൽപ്പോയി ചാപ്പൻനായരുമായി പഴയ കാലത്തെ കാര്യങ്ങൾ സംസാരിച്ചിരിക്കും. ആ അഭിമുഖം വിവേകാന ന്ദന് ഒരു ലഹരിയാണ്. ചാപ്പൻനായർക്ക് അകിടുനിറഞ്ഞു നില്ക്കുന്ന പശുവിന് കറവക്കാരനോടെന്നപോലെ വിവേകാനന്ദനോട് അതിരറ്റ വാത്സല്യവുമാണ്. പട്ടിണിക്കാരനായ ചാപ്പൻനായർ ക്ഷേത്രമുടമസ്ഥ നായ കുട്ടിരാമൻ മുതലാളിയുടെ മുപ്പത് ഉറുപ്പിക മാസശമ്പളക്കാരനാണ്.

"ലോകനാഥനായ മഹാദേവനും പെരുമാളുകാട്ടിലെ കോടീശ്വരൻ കുട്ടിരാമൻ മുതലാളിക്കും നാലണയ്ക്കില്ലാത്ത ഈ ചാപ്പന്റെ സംരക്ഷ ണം വേണം. എന്താ ഇതിന് പറയ്വാ. അതിനു കൂലി മാസത്തിൽ മുപ്പ തുറുപ്യ. ഇതൊക്കെ ആരാ എവിട്യാ വിവേകാ തീരുമാനിക്കുന്നത്." ഒരി ക്കൽ ചാപ്പൻനായർ ആഴത്തിൽ ചിന്തിച്ചിട്ടെന്നപോലെ പറഞ്ഞതുകേട്ട വിവേകാനന്ദൻ അത്ഭുതപ്പെട്ടുപോയി. ഒരു കനപ്പെട്ട പുസ്തകം വായി ക്കുന്നതുപോലെ അവന്റെ മനസ്സിലേക്ക് ചിന്തയുടെ ഒരു അരുവി ഒഴു കിയെത്തിക്കൊണ്ടിരിക്കുന്നതായി അവനു തോന്നി. അവൻ ഒരു ഗുരു നാഥന്റെ മുമ്പിലെന്നപോലെ വിനയാന്വിതനായി വാർദ്ധക്യം ചുളിവു കൾ വീഴ്ത്തിയ ആ കൈത്തലം ഗ്രഹിച്ചു. അന്നുമുതൽ വിവേകാന ന്ദൻ ക്ഷേത്രനടയിലെ സ്ഥിരം സന്ദർശകനായി. ചാപ്പൻനായരുടെ

ദർശനം കൊതിച്ചുള്ള ഒരു തീർത്ഥയാത്രപോലെ അത് എത്രയോകാലമായി തുടരുന്നു.

"കാണുന്നവർ വിചാരിക്കുന്നതുപോലെ നമ്മുടെ സ്വാതന്ത്ര്യം ചാപ്പൻനായർ ചില്ലറക്കാരനൊന്നുമല്ല ഭുവനാ. ഒരു ദിവസം നീയൊന്ന് ആ വാക്കുകൾ കേട്ടുനോക്കണം. ജീവിതാനുഭവംകൊണ്ട് മാത്രം മഹാപണ്ഡിതനായ ഒരാളുടെ വാക്കുകൾ നിനക്കൊരു പുതിയ അനുഭവമായിരിക്കും."

വിവേകാനന്ദന്റെ ഗൗരവമേറിയ വാക്കുകളാണ് ഭുവനചന്ദ്രനെ അമ്പലനടയിലേക്ക് കൈപിടിച്ചു നടത്തിയത്. വാക്കുകളിൽ ഒരിക്കലും അതിശയോക്തി കടന്നുവരാത്തവനാണ് വിവേകാനന്ദൻ എന്ന് ഭുവനചന്ദ്രനറിയാം. അമ്പലത്തിന്റെ കൽക്കെട്ടിനപ്പുറത്ത് ഒരു ഉരുളൻ കല്ലിൽ ഇരിക്കുന്നുണ്ടായിരുന്നു സ്വാതന്ത്ര്യം. വിവേകാനന്ദന്റെ കൂടെ ഭുവനചന്ദ്രനെ കൂടി കണ്ടപ്പോൾ മുഖത്ത് പതിവില്ലാത്ത ചിരിപരന്നു. മൂന്നുപേർക്കും ഇരിക്കാൻ പാകത്തിലുള്ള ഒരു വലിയ പാറക്കല്ലിലേക്ക് മാറിയിരിക്കുന്നതിനിടയിൽ ചാപ്പൻനായർ ഭുവനചന്ദ്രനോട് കുശലം ചോദിച്ചു.

"അച്ഛൻ മരിച്ചിട്ടിപ്പോ എത്ര കൊല്ലായി. ഞങ്ങള് വല്യ ചങ്ങാതിമാരായിരുന്നു. എവിട്യാ ഇപ്പോ ഉദ്യോഗം?"

ഇങ്ങനെ മൂന്നുനാലു ചോദ്യങ്ങൾ ഒന്നൊന്നായി ചോദിച്ചതേയുള്ളൂ. ഭുവനചന്ദ്രൻ അതിനു പറഞ്ഞ ഉത്തരത്തിലൊന്നും വലിയ താല്പര്യം കാണിച്ചില്ല. മൂപ്പർ നാടിന്റെയും തന്റേയും ചരിത്രത്തിലേക്ക് ഊളിയിടാൻ ഒരുങ്ങുകയായിരുന്നു. കുളക്കരയിൽനിന്ന് വെള്ളത്തിലേക്ക് ചാടാനൊരുങ്ങുന്ന ഒരു കുട്ടിയുടെ മുഖഭാവമായിരുന്നു അപ്പോഴയാൾക്ക്. നാട്ടുകാരുടെ മുമ്പിൽ ആരോഗ്യം ക്ഷയിച്ച് കുഴിയിലേക്ക് കാലുനീട്ടിയിരിക്കുന്ന ഈ വയോവൃദ്ധൻ ചില്ലറക്കാരനല്ലെന്ന് ഭുവനചന്ദ്രന് പെട്ടെന്നുതന്നെ മനസ്സിലായി. കഷ്ടിച്ച് എഴുതാനും വായിക്കാനും മാത്രമറിയാവുന്ന അദ്ദേഹം അനുഭവങ്ങളിൽനിന്ന് ആർജ്ജിച്ച അറിവിന്റെ വെറ്റിലച്ചെല്ലമായിരുന്നു. അറിവിന്റെ വെറ്റിലയും പാക്കും ചുണ്ണാമ്പും ആവശ്യത്തിന് ആ പെട്ടിയിലുണ്ടെന്ന് വിവേകാനന്ദൻ എപ്പോഴും പറയാറുണ്ടായിരുന്നത് തീർത്തും ശരിതന്നെയെന്ന് ഭുവനചന്ദ്രന് എളുപ്പം മനസ്സിലായി. താൻ ജീവിച്ച കാലത്തെ അടുത്തറിഞ്ഞ ഒരാൾ. നന്നേ മെലിഞ്ഞ് എല്ലുകൾ എഴുന്നു നില്ക്കുന്ന ശരീരത്തിൽ അധികം വസ്ത്രങ്ങളൊന്നുമില്ല. പഴക്കംകൊണ്ട് കറുത്തുപോയ ഒറ്റമുണ്ട്. തലയിൽ ഒരു തൊപ്പികണക്കെ ചുറ്റിവെച്ച എണ്ണപ്പശപിടിച്ച ഒരു തോർത്തുമുണ്ടും. നരച്ച രോമങ്ങൾ ഇടതൂർന്ന മാറിടം എപ്പോഴും നഗ്നമായിരിക്കും. നരച്ച രോമങ്ങൾക്കിടയിലൂടെ പാഞ്ഞുപോവുന്ന ഒരു വിളറിയ ഭസ്മക്കുറി. തലയിൽ കെട്ടിയ തോർത്തുമുണ്ടിന്റെ ഒരു കോണിൽ തിരുകിവെച്ച സാധു ബീഡി പാക്കറ്റും തീപ്പെട്ടിയും എപ്പോഴും ഒരു വലിയ മുഴപോലെ മുഴച്ചുനില്ക്കുന്നുണ്ടാവും. നീട്ടിവളർത്തിയ നരച്ച മുടിയിഴകൾ തൊങ്ങലുകൾ പോലെ തലേക്കെട്ടിനുള്ളിലൂടെ പുറത്തേക്കെത്തി നോക്കുന്നു

ണ്ടാവും. നടക്കുമ്പോൾ ഒരു കാവല്ക്കാരന്റെ അടയാളചിഹ്നമായി കക്ഷത്ത് ചെത്തി മിനുക്കിയ ഒരു കാരവടി. ഇതാണ് ചാപ്പൻനായർ. താനൊരു ക്ഷേത്രത്തിന്റെ മാത്രമല്ല ഈ പെരുമാളുകാടിന്റെയാകെ കാവല്ക്കാരനാണെന്ന് തോന്നിപ്പിക്കുന്ന മന്ദഗതിയിലുള്ള നടത്തവും ശരീരഭാഷയും ഭുവനചന്ദ്രൻ പ്രത്യേകം ശ്രദ്ധിച്ചിരുന്നു. ഒരു ക്ലോക്കിലെ സൂചി കണക്കെ എപ്പോഴും അയാൾ പെരുമാളുകാട്ടിൽ ചുറ്റി നടക്കാറുണ്ടെന്ന് തോന്നിപ്പിക്കുന്ന തരത്തിലാണ് ആ നടത്തം. അങ്ങിങ്ങായുള്ള മുൾക്കാടുകൾക്കിടയിൽനിന്ന് പെട്ടെന്നാണ് പ്രത്യക്ഷപ്പെടുക. ഭദ്രമായ ചുറ്റുമതിലോ പ്രവേശന കവാടമോ ഇല്ലാത്ത അമ്പലത്തെ സമീപത്തുള്ള സ്കൂളിലെ കുരുത്തംകെട്ട കുട്ടികളിൽനിന്ന് കാത്തുരക്ഷിക്കാനാണ് ക്ഷേത്രമുടമസ്ഥൻ സ്വാതന്ത്ര്യം ചാപ്പൻനായരെ നിയോഗിച്ചിട്ടുള്ളത്. ദുർബ്ബലമായ ചുറ്റുമതിലിനകത്ത് പുരാതനമായ കിണറ്റിൻ കരയിൽ ക്ഷേത്രാവശ്യങ്ങൾക്കായി ചാപ്പൻ നായർ നട്ടുവളർത്തിയ കരിമ്പിൻ കാടുണ്ട്. ഉച്ചനേരങ്ങളിൽ കരിമ്പിൽ കണ്ണ് വെച്ച് കുരുത്തംകെട്ട കുട്ടികൾ മതിൽ ചാടിക്കടന്നെത്തും. ക്ഷേത്രമുറ്റത്തെ കരിമ്പിന്റെ കാര്യത്തിൽ കുട്ടികൾക്ക് ജാതിയും മതവുമൊന്നുമില്ല. അതറിയാവുന്ന ചാപ്പൻനായർ കരിമ്പിൻ കൂട്ടങ്ങൾക്കിടയിൽ കയറി ഒളിച്ചിരിക്കും. കള്ളന്മാരെ കൈയോടെ പിടിക്കാൻ. സത്യത്തിൽ രണ്ടുകൂട്ടർക്കും അതൊരു ഉച്ചയൊഴിവിലെ കണ്ണുപൊത്തിക്കളിയാണ്. തലേക്കെട്ടിൽ മുഴച്ചുനില്ക്കുന്ന ബീഡിപ്പാക്കറ്റും തീപ്പെട്ടിയും ഒളിപ്പിക്കാൻ എത്ര ശ്രമിച്ചാലും മൂപ്പർക്കാവില്ലെന്ന് കുട്ടികൾക്കറിയാം.

"ആരാ കാരണോരെ വെട്ടിച്ച് കരിമ്പിൻ കാട്ടിൽ കേറ്യേ......" കുസൃതികൾ ഒറ്റ ശബ്ദത്തിൽ കൂവിവിളിക്കുമ്പോൾ കാര്യം പിടികിട്ടിയ ചാപ്പൻ നായർ കരിമ്പിൻ കാട്ടിലിരുന്ന് ഊറിച്ചിരിക്കും. പിന്നെ ആക്രോശിക്കും.

"പോയിനെടാ തലമുറിയന്റെ മക്കളെ" കുരുത്തംകെട്ട കുട്ടികൾക്കുള്ള ആ വിശേഷണം അശ്ലീലം കലർന്ന ഒരു തെറിവിളിയാണ് എന്നു വേണമെങ്കിൽ പറയാം. പുറത്തുപറഞ്ഞത് അങ്ങനെയാണെങ്കിലും മൂപ്പരുടെ അകത്ത് ആട്ടിയോടിക്കപ്പെട്ട കുട്ടികളോട് സ്നേഹമുണ്ട്, സ്വന്തം മക്കളോടെന്നപോലെ.

"കരിമ്പ് കടിച്ചുതിന്നാൻ കൊതിയില്ലാത്ത കുട്ട്യേള് ഉണ്ടാവ്വോ. എന്റെ ആട്ടിത്തെളിക്കൽ മഹാദേവന് ഇഷ്ടായിട്ടുണ്ടാവില്ല. തല്ക്കാലം അരിവാങ്ങാൻ കാശുതരുന്ന കുട്ടിരാമൻ മൊതലാളീനെ പ്രീതിപ്പെടുത്താം. ചില്ലറയാണെങ്കിലും വാങ്ങുന്ന പൈശയ്ക്ക് കൂറുവേണ്ടേ." കരിമ്പിൻ കൂട്ടത്തിൽനിന്നും ഒരു ഒളിപ്പോരാളിയെപ്പോലെ പുറത്തുകടക്കുന്ന ചാപ്പൻനായർ അപ്പോൾ പറയുന്നത് അങ്ങനെയാവും. അതും കഴിഞ്ഞ് വാലറ്റം വളരെ നീളമുള്ള ഒരു പൊട്ടിച്ചിരിയും. നിയന്ത്രണംവിട്ട സ്ത്രീശബ്ദത്തിലുള്ള ഒരു കൂവലിലാണ് ആ നീളൻചിരി അവസാനിക്കുന്നത്. ആ കൂവൽ പെരുമാൾ കാട്ടിലുള്ളവർക്ക് അമ്പലത്തിലെ ശംഖനാദം പോലെ സുപരിചിതമാണ്. നിത്യശാന്തിയില്ലാത്ത ക്ഷേത്രത്തിൽ

സന്ധ്യക്ക് മുടങ്ങാതെ ശംഖുവിളിക്കുന്നതും ഈ കാവല്ക്കാരൻ തന്നെ.

ഒന്നുരണ്ടു തവണ നേരിൽ കണ്ട് സംസാരിച്ചപ്പോൾ തന്നെ ഭുവനചന്ദ്രൻ ചാപ്പൻനായരുടെ ആരാധകനായി മാറിക്കഴിഞ്ഞിരുന്നു. നാടിന്റെ ഇന്നലെകളെപ്പറ്റി പറയുമ്പോൾ ആ നാവിന് കൈവരുന്ന ഒരു താളക്രമവും ആ താളക്രമം ഒരു മധുരപാനീയംപോലെ കേൾക്കുന്നവനിലേക്ക് അലിഞ്ഞിറങ്ങുന്നതും പുതിയൊരു അനുഭവമായിരുന്നു.

"നീയിപ്പൊ സ്വാതന്ത്ര്യത്തിന്റെ ഒന്നാം ശിഷ്യനായിമാറിക്കഴിഞ്ഞല്ലോ ഭുവനാ." വിവേകാനന്ദന്റെ പരിഹാസത്തിൽ ഇത്തിരി അസൂയകൂടി കലർന്നിരുന്നത് ഭുവനചന്ദ്രൻ ശ്രദ്ധിച്ചിരുന്നു.

"ഞാൻ പ്രൊഫസർ സൂര്യനാരായണന്റെ ശിഷ്യനായി രണ്ടു കൊല്ലം ക്രിസ്ത്യൻകോളേജിൽ ചരിത്രക്ലാസിലിരുന്നിട്ടുണ്ട്. പക്ഷേ, സ്വാതന്ത്ര്യം ചാപ്പൻനായരുടെ അനുഭവവും അറിവും എന്റെ ആ ചരിത്രപ്രൊഫസർക്കും മേലെയാണെന്ന് ഇപ്പോ തോന്ന്വാ."

സ്വന്തം നാടിന്റെ ചരിത്രവും പുരാണവും കൂടിക്കലർന്ന ഒരു ഇരട്ടിപ്പായസം പോലെ മധുരം ആ വാക്കുകൾക്കുണ്ടെന്ന് വിവേകനുമറിയാം. അതുകൊണ്ടുതന്നെ രണ്ടുപേരുടേയും ചില വൈകുന്നേരങ്ങളിലെ സായാഹ്നസവാരി ചിലപ്പോഴൊക്കെ അമ്പലമുറ്റത്തേക്കാണ്. ആ യാത്ര മഹാദേവനെ കാണാനല്ലെന്ന് മാത്രം.

ഒരു ദിവസം വിവേകനൊരു കുസൃതിചോദ്യം തൊടുത്തു. ഉത്തരം നന്നായി അറിഞ്ഞുകൊണ്ടുള്ള ഒരു ചോദ്യം.

"ഈ സ്വാതന്ത്ര്യം എന്ന ചെല്ലപ്പേര് ആരുടെ സമ്മാനമാ....?"

"അതാ കുരുത്തംകെട്ട മാക്കണ്ടി കുഞ്ഞാമദിന്റെ സമ്മാനാ. അവനും എന്റെ കഥകേൾക്കാൻ ഇവിടെ വരാറുണ്ടായിനും. നമ്മളെ രാജ്യത്തിന്റെ സ്വാതന്ത്ര്യക്കഥ പറഞ്ഞു കൊടുക്കാനാ. വിദ്യാഭ്യാസം കൊറഞ്ഞോനാണെങ്കിലും വിവരോള്ളോനാ കുഞ്ഞാമദ്. ആയിരം അറബിക്കഥയറിയാം ആ പഹയന്. ടിപ്പുവിന്റെ കഥയൊക്കെ ഓനാ എനിക്ക് പറഞ്ഞുതന്നത്. മോയിൻകുട്ടി വൈദ്യന്റെ പാട്ട് ഓന് മനപ്പാടാ. നല്ല ഈണത്തിൽ എനിക്ക് ചൊല്ലിത്തരും. കുഞ്ഞാമദിന്റെ മാപ്പിളപ്പാട്ട് കേക്കാൻ ആളുകള് ഈ അമ്പലമുറ്റത്ത് തടിച്ചുകൂടുന്ന ഒരു കാലോണ്ടായിനും മക്കളെ. ഇന്നാണെങ്കി അത് മതി പുകിലിന്." ചാപ്പൻനായർ ആ പഴയകാലത്തെ വാത്സല്യത്തോടെ ഓർക്കുകയായിരുന്നു. സ്കൂൾ വിട്ടതിനുശേഷം ഒരു വേഴാമ്പലിനെപ്പോലെ അറിവ് തേടിനടന്ന വിവേകാനന്ദന് ചാപ്പൻനായർ ശരിക്കും ഒരദ്ധ്യാപകൻ തന്നെയായിരുന്നു. ഇപ്പോഴവൻ ഗൗരവമായി പറയുന്നതിലെല്ലാം അറിവിന്റെ തിളക്കമുണ്ട്. വീടെത്തുന്നതുവരെ സംസാരത്തിനിടയിലും ഭുവനചന്ദ്രൻ എല്ലാം ഓർത്തുകൊണ്ടിരുന്നു.

കടൽക്കോപം

രണ്ടുദിവസത്തിന് ശേഷമാണ് ഭുവനചന്ദ്രൻ പഴയ വീടു തുറന്നത്. അകത്ത് മുഴുവൻ പഴയ വസ്ത്രങ്ങളുടെ വിഴുപ്പുഗന്ധവും എലിക്കാഷ്ടത്തിന്റെയും എലിമൂത്രത്തിന്റെയും വിളക്കെണ്ണയുടെയും ചന്ദനത്തിരിയുടെയുമൊക്കെ ഗന്ധങ്ങൾ കൂടിക്കലർന്ന് ഒരു പുതിയ ഗന്ധമായി രൂപാന്തരം പ്രാപിച്ചിരിക്കുന്നു. തന്റെ അപ്പോഴത്തെ മാനസികാവസ്ഥയ്ക്ക് ചേരുന്നൊരു ഗന്ധമാണതെന്ന് ഭുവനചന്ദ്രൻ സ്വയം സമാധാനപ്പെട്ടു. എലിക്കെണിയിലേക്ക് നോക്കിയപ്പോൾ ആദ്യനോട്ടത്തിൽ പ്രത്യേകിച്ചൊന്നും തോന്നിയില്ലെങ്കിലും സൂക്ഷ്മമായി നോക്കിയപ്പോൾ ചില പ്രത്യേകതകൾ ശ്രദ്ധയിൽപ്പെട്ടു. ഒന്നാമതായി ശ്രദ്ധയിൽപ്പെട്ടത് അതിന്റെ സ്ഥാനചലനമാണ്. മുറിയിലെ ഇരുണ്ട കോണിൽനിന്നും അല്പം മാറി ഇപ്പോഴത് ഏതാണ്ട് മുറിയുടെ മദ്ധ്യഭാഗത്താണുള്ളത് എന്നൊരു തോന്നൽ. എലിയെ തുറന്നുവിട്ടപ്പോൾ ആ കെണി കൈകൊണ്ടുതൊടാതിരിക്കാൻ ഭുവനചന്ദ്രൻ നന്നായി ശ്രദ്ധിച്ചിരുന്നു. എലിപ്പനി മരണങ്ങളുടെ വാർത്തകൾ അത്രയ്ക്ക് ഭയം വിതച്ചിരുന്നതുകൊണ്ടാണങ്ങനെ പ്രത്യേക ശ്രദ്ധയെടുത്തത്. പിന്നെ കെണിയെങ്ങനെ മുറിയുടെ മദ്ധ്യഭാഗത്തെത്തി? താനല്ലാതെ മറ്റാരും കടന്നുചെല്ലാത്ത ഈ മുറിയിൽ അതെങ്ങനെ സംഭവിച്ചുവെന്നത് കുഴയ്ക്കുന്ന ഒരു ചോദ്യം തന്നെയായിരുന്നു. സ്വയം ചോദ്യങ്ങൾ ചോദിച്ച് ഉത്തരങ്ങൾ കണ്ടെത്തുന്നത് വലിയ പ്രയാസമുള്ള കാര്യമായി അപ്പോൾ ഭുവനചന്ദ്രന് തോന്നി. കണ്ണടവെച്ചാൽപ്പോലും കാഴ്ചകൾ മങ്ങിക്കാണുന്ന ഒരു പ്രായത്തിൽ ഇത്തരം കഠിന ചോദ്യങ്ങൾക്ക് ഉത്തരം കണ്ടെത്തുന്നത് വല്ലാത്ത പ്രയാസം തന്നെയാണ്. ചിലപ്പോൾ അത് തന്റെ വെറുമൊരു തോന്നലുമാകാം എന്ന ചിന്തയിൽ അയാൾ ആ സംശയത്തെ എരിച്ചുകളഞ്ഞു.

മോചിപ്പിക്കപ്പെട്ട എലി പിന്നെയും അലമാരയ്ക്കകത്ത് വല്ല നാശ നഷ്ടങ്ങളും വരുത്തിയിട്ടുണ്ടാവുമോ എന്ന വേവലാതിയിൽ വേഗത്തിൽ അലമാര തുറന്നു നോക്കി. അപ്പോഴാണ് എലി നേരത്തെയുണ്ടാക്കിയ ദ്വാരം അപ്പോൾത്തന്നെ താൻ അടയ്ക്കേണ്ടതായിരുന്നല്ലോ എന്ന ഭയചിന്ത ഭുവനചന്ദ്രനെ ഞെട്ടിച്ചത്. ഒരായിരം ചിന്തകൾക്കിടയിൽ പ്രധാനപ്പെട്ട അക്കാര്യം മാത്രം അപ്പോൾ താൻ മറന്നുപോയതെന്തുകൊണ്ടാണെന്ന ഒരു പുതിയ സംശയം കൂടി ഭുവനചന്ദ്രന്റെ മനസ്സിൽ നിറഞ്ഞു.

പതിവുപോലെ വിഘ്നേശ്വരന്റെ പ്രതിമയ്ക്കു മുമ്പിൽ വിളക്ക് വെച്ച് ചന്ദനത്തിരി പുകച്ച് കൈകൂപ്പി നിന്നു. പ്രത്യേകിച്ച് പ്രാർത്ഥിക്കാനൊന്നുമില്ല. മനസ്സിലുള്ളതെല്ലാം വിഘ്നേശ്വരനറിയാം. പറഞ്ഞറിയിക്കേണ്ടതില്ല. എലിക്കഥപോലും വിഘ്നേശ്വരന്റെ ഒരു കുസൃതിയായി കരുതി ആശ്വസിക്കുകയാണ് ഇപ്പോഴയാളുടെ മനസ്സ്. അലമാര തുറന്ന് ഓരോ തട്ടും സൂക്ഷ്മമായി പരിശോധിച്ചപ്പോൾ സമാധാനമായി. ഒന്നാമത്തെ തട്ടിൽ നേരത്തെ ആധാരങ്ങളുടെ വക്കുകളിൽ കണ്ട പരിക്കുകളല്ലാതെ മറ്റൊന്നും സംഭവിച്ചിട്ടില്ല. പിന്നെയെന്തെങ്കിലും സംഭവിച്ചിരുന്നുവെങ്കിൽ എലിയെ തുറന്നുവിട്ടതിന്റേയും അലമാരയുടെ ദ്വാരം ഭദ്രമായി അടയ്ക്കാതിരുന്നതിന്റേയും കുറ്റബോധം വല്ലാതെ തളർത്തിക്കളയുമായിരുന്നു. വിഘ്നേശ്വരൻ കാത്തു എന്ന് ഉള്ളുനിറയെ സന്തോഷത്തോടെ ഭുവനചന്ദ്രൻ ഓർത്തു. എലിവിളയാട്ടം നഷ്ടങ്ങൾ വരുത്തിയിരുന്നുവെങ്കിൽ വിലപ്പെട്ട രേഖകൾ പുതിയ വീട്ടിൽ സൂക്ഷിക്കാതിരുന്നതിലെ അപാകതകൾ ചൂണ്ടിക്കാണിച്ചാവും സുമിത്ര കുറ്റപ്പെടുത്തുന്നത്.

"ആൾതാമസമില്ലാത്ത വീട്ടിൽ മുതലുകൾ സമാന്യബുദ്ധിയുള്ളവർ സൂക്ഷിക്കോ?" ആത്മഗതമായി പുറത്തുവരുന്ന ആ കുറ്റപ്പെടുത്തലിൽ നിന്ദയുടെ ലക്ഷണങ്ങൾ എല്ലാമുണ്ട്. ഏതായാലും തല്ക്കാലം അതൊന്നും സംഭവിച്ചില്ലല്ലോ എന്ന സമാധാനത്തിൽ ഭുവനചന്ദ്രൻ ഒരിക്കൽക്കൂടി വിഘ്നേശ്വരനെ തൊഴുത് വിളക്കണച്ചു. പിന്നെ എലിയെക്കുറിച്ചുള്ള ചിന്തകൾ തീർത്തും അവസാനിപ്പിക്കുന്നതുപോലെ മുറി അടിച്ചുവാരി. വെള്ളം കുടഞ്ഞു. എലിക്കെണി നന്നായി വെള്ളമൊഴിച്ച് കഴുകി വൃത്തിയാക്കി, പഴയതുപോലെ മുറിയുടെ ഇരുണ്ട കോണിൽ കൊണ്ടുവെച്ചു. പൂർണ്ണമായും സംശയങ്ങൾ നീങ്ങാത്തതിനാൽ അലമാരയ്ക്കകം ഒരിക്കൽക്കൂടി പരിശോധിച്ചുറപ്പുവരുത്തി. എലി അരികുകൾ കടിച്ച ഭൂമിയുടെ ആധാരക്കെട്ട് ഒരിക്കൽക്കൂടി പരിശോധിച്ച് സമാധാനപ്പെട്ടു. ഇല്ല. പ്രധാനഭാഗങ്ങൾക്കൊന്നും ഒരു കുഴപ്പവുമില്ല. എലി ദ്വാരമിട്ട ഭാഗത്ത് കടലാസ് തിരുകിയടച്ചു. ഇപ്പോൾ എല്ലാം ഭദ്രം. അപ്പോഴാണ് ഒരു ചെറിയ കുസൃതി മനസ്സിൽ തോന്നിയത്. എലിയെ അത്ര കണ്ട് വിശ്വാസത്തിലെടുക്കണോ എന്ന ചിന്ത. ഒരിക്കൽക്കൂടി എലിക്കെണി തുറന്ന് വെച്ച് ഒന്നു പരീക്ഷിച്ചാലെന്താ? എലിയെപ്പോലെ നാശകാരികളായ ജീവികളെ വിശ്വസിക്കുന്നത് ചിലപ്പോൾ വിഢ്ഢിത്തമാവും. അന്നേരം വിഘ്നേശ്വരനോട് സങ്കടപ്പെട്ടിട്ട് കാര്യമുണ്ടാവില്ല. ഭുവനച

ന്ദ്രൻ എലിക്കെണി തുറന്ന് മുറിയുടെ നടുവിലേക്ക് വെച്ചു. കമ്പിയിൽ കോർത്ത തേങ്ങാപ്പൂള് ഒന്നുകൂടി ഉറപ്പിച്ചു നിർത്തി. മുറിയുടെ വാതിൽചാരി പുറത്ത് കടന്നു. പിന്നെ വീടിന്റെ ഉമ്മറവാതിൽ പൂട്ടി പുറത്തേക്കിറങ്ങി.

അന്ന് പകൽ മുഴുവൻ ഭുവനചന്ദ്രന്റെ മനസ്സിൽ എലി പതുങ്ങിയിരുന്നു. വീട്ടിൽച്ചെന്ന് നടന്നതെല്ലാം ഒന്നൊന്നായി സുമിത്രയോട് പറയണമെന്ന് ആദ്യം വിചാരിച്ചെങ്കിലും പിന്നെയത് വേണ്ടെന്നുവെച്ചു. താൻ കല്പിക്കുന്ന ഗൗരവമൊന്നും എലിക്കഥയ്ക്ക് മറ്റുള്ളവർ നല്കണമെന്നില്ല. അപ്പോൾ താമസിക്കുന്ന ഇടം വീട് എന്നേ അവർക്കൊക്കെയുള്ളൂ. പഴയ വീടിനോടുള്ള ആത്മബന്ധമൊന്നും അവർക്കൊന്നും പറഞ്ഞാൽ മനസ്സിലാവില്ല. ഒന്നോർത്താൽ അത് ശരിയാണുതാനും. ജനിച്ച വീട്, വളർന്ന വീട്, താനുണ്ടാക്കിയ വീട് എന്നെല്ലാം വീടുകളെ തരംതിരിച്ച് കാണുന്നതിൽ വലിയ അർത്ഥമൊന്നുമില്ലെന്ന വാദം പുതിയകാലത്ത് പ്രസക്തമാണ്. ഉദ്യോഗസ്ഥന്മാർ മാറി മാറി താമസിക്കുന്ന ക്വാർട്ടേഴ്സുകളോട് അതിരുവിട്ട സ്നേഹം തുടങ്ങിയാൽ അതു വലിയ ബുദ്ധിമുട്ടാവും. സർക്കാറുകളെത്തന്നെ അത് ബുദ്ധിമുട്ടിച്ചെന്നും വരാം. പക്ഷേ, ആരൊക്കെ എന്തൊക്കെ പറഞ്ഞാലും ഒരാൾ ജനിച്ചുവളർന്ന വീട് അയാൾക്ക് മറ്റെന്തിനേക്കാളും പ്രിയപ്പെട്ടതുതന്നെ. ഭുവനചന്ദ്രൻ ചിന്തകൾക്ക് കടിഞ്ഞാണിട്ട് വീടിന്റെ കോണിപ്പടികളിറങ്ങി.

ഓഫീസിൽനിന്നും വരുന്ന വഴിയിൽത്തന്നെ വൈകുന്നേരം വിവേകനെ കണ്ടെങ്കിലും എലിയുടെ കഥകളൊന്നും അവനോട് പറഞ്ഞില്ല. നേരത്തെ അവൻ ചോദിച്ച ചോദ്യം ഒരടയാളം പോലെ ഓർമ്മയിലുണ്ടായിരുന്നു. തന്നെ സംബന്ധിച്ചിടത്തോളമെങ്കിലും അതൊരു ഉത്തരമില്ലാത്ത ചോദ്യമാണെന്ന് മനസ്സിലാരോ പറഞ്ഞു. അവൻ അക്കാര്യം മറന്ന മട്ടാണ്. അല്ലെങ്കിൽ കണ്ടപാടെ കുസൃതിച്ചിരിയോടെ ഓർമ്മപ്പെടുത്തുമായിരുന്നു. ശരീരംകൊണ്ടും മനസ്സുകൊണ്ടും കരുത്തനായിരുന്ന വിവേകൻ ഇപ്പോൾ വല്ലാതെ ക്ഷീണിച്ചിരിക്കുന്നു. എന്നാലും ബുദ്ധിയിൽ അവനിപ്പോഴും മുന്നിൽ തന്നെയാണ്. ജീവിതത്തിന്റെ നല്ലകാലം കരിങ്കല്ലിൽ അടിച്ചുതീർത്ത അവനിപ്പോൾ പഴയതുപോലെ കൃത്യമായി ജോലിക്ക് പോവാറില്ലെന്നുതന്നെ പറയാം. ഏക മകൻ വിദ്യാധരൻ നഗരത്തിലെ ഏതോ തുണിക്കടയിൽ ജോലിചെയ്യുന്നതുകൊണ്ട് സാമ്പത്തികമായി വലിയ ബുദ്ധിമുട്ടില്ലാതെ ജീവിക്കുന്നു. രമണിക്ക് എപ്പോഴും അസുഖം തന്നെ. മകന്റെ അന്യസമുദായക്കാരിയുമായുള്ള പ്രണയബന്ധം വിവേകനെ വല്ലാതെ തളർത്തിയിട്ടുണ്ടെന്ന് ഭുവനചന്ദ്രന് തോന്നിയിരുന്നു. സ്വന്തം വിശ്വാസങ്ങളും കാഴ്ച്ചപ്പാടുകളും ആക്രമിക്കപ്പെടുമ്പോഴുള്ള മാനസികമായ വേവലാതികളാണേറെയും. നജ്മ, വിദ്യാധരൻ ജോലിചെയ്യുന്ന കടയിൽത്തന്നെ ജോലിചെയ്യുന്ന പാവപ്പെട്ട ഒരു പെൺകുട്ടിയാണെന്നാണറിഞ്ഞത്. വീട് കടപ്പുറത്തെവിടെയോ ആണ്. അവളുടെ വീട്ടിൽ ആസ്ത്മ രോഗിയായ ഉമ്മ മാത്രമേയുള്ളൂവെന്നും

ബാപ്പ വർഷങ്ങൾക്ക് മുമ്പ് കടലിൽപ്പോയി കാണാതായതാണെന്നും വിവേകൻ ഒരിക്കൽ പറഞ്ഞതോർമ്മയുണ്ട്. അപ്പോൾത്തന്നെയാണ് അവർ തമ്മിലുള്ള പ്രണയത്തിന്റെ കാര്യം അവൻ സൂചിപ്പിച്ചതും. പറഞ്ഞുവന്നപ്പോൾ കുറച്ചുവർഷങ്ങൾക്ക് മുമ്പ് നാടിനെ നടുക്കിയ ദുരന്തത്തിന്റെ ഓർമ്മകൾ ഭുവനചന്ദ്രന്റെ മനസ്സിൽ വന്നുനിറഞ്ഞു. ഒരു കള്ളക്കർക്കിടക മാസത്തിലെ കറുത്ത വാവ് ദിവസം. പുറത്തിറങ്ങാൻ കഴിയാത്ത പെരും മഴ. കടലിൽ മീൻപിടിക്കാനിറങ്ങുന്നതുപോയിട്ട് കടൽക്കരെ നില്ക്കാൻ പോലും പേടി തോന്നുന്ന തിരയിളക്കവും കാറ്റും. മലപോലെ ഉയർന്നുപൊങ്ങി മദയാനയെപ്പോലെ അലറുന്ന തിരമാലകൾ. കടപ്പുറം ദിവസങ്ങളായി പട്ടിണിയിലാണ്. സൂക്ഷിച്ചുവെച്ച ഉണക്കമീനും വാട്ടക്കപ്പയും തീർന്നപ്പോൾ നബീസു ഭർത്താവിന്റെ മുമ്പിൽ വന്നുനിന്നു. വാചാലമായ ആ മൗനത്തിന്റെ അർത്ഥം ഗ്രഹിക്കാൻ മമ്മൂഞ്ഞിക്ക് രണ്ടുവട്ടം ആലോചിക്കേണ്ടി വന്നില്ല. കീറപ്പായയിൽ തളർന്നുറങ്ങുന്ന മോള് ഉണർന്നാൽ വിശന്നു കരയും. അവളെ അലറുന്ന കടൽ കാണിച്ചുകൊടുത്ത് കൊഞ്ചിച്ചാൽ അവളുടെ വിശപ്പ് മാറില്ല. ഇത്തിരി അരി ആരോടെങ്കിലും കടംവാങ്ങാനും പാങ്ങില്ല. ചുറ്റുപാടിൽ എല്ലാവരുടേയും സ്ഥിതി ഇതുതന്നെ. കുഞ്ഞിന്റെ കാര്യം പറഞ്ഞ് നബീസു ഒന്നുരണ്ടു പ്രാവശ്യം ചില വീടുകളിൽനിന്ന് അരി വാങ്ങിക്കഴിഞ്ഞതുമാണ്. നബീസുവിന്റെ കണ്ണുനനഞ്ഞു തുടങ്ങിയപ്പോൾ അവൾ ഒന്നും പറയാതെ അടുക്കളയിലേക്ക് പോയി. മമ്മൂഞ്ഞി മറ്റൊന്നുമാലോചിക്കാതെ തന്റെ തലക്കുടയും ചൂണ്ടലുമെടുത്ത് കടപ്പുറത്തേക്ക് നടന്നു. തന്റെ കുഞ്ഞിന്റെ വിശപ്പുമാറ്റാൻ ഒരു മീനിനെയെങ്കിലും തരണമെന്ന് അവൻ പടച്ചോനോട് ഉള്ളുരികിപ്പറഞ്ഞു. തന്റെ കൊതുമ്പു തോണിയിൽ ആഴക്കടലിലേക്ക് തുഴഞ്ഞുപോയ മമ്മൂഞ്ഞി പിന്നെ മടങ്ങിവന്നില്ല. നബീസുവിന്റെ ചാരിത്ര്യശുദ്ധിയൊന്നും അപ്പോൾ കടലമ്മ ഓർത്തില്ല. അക്കാലത്ത് അതൊന്നും വലിയ വാർത്തയല്ല. ഒന്നുരണ്ടു ദിവസം ആളുകൾ പരസ്പരം അതൊക്കെ പറയും. അതുകഴിഞ്ഞാൽ എല്ലാവരും എല്ലാം മറക്കും. ഇന്നാണെങ്കിൽ ടെലിവിഷൻ ചാനലുകാർ ഒരാഴ്ച ശരിക്കും ആ ദുരന്തം ആഘോഷിക്കുമായിരുന്നുവെന്നും ഭുവനചന്ദ്രൻ ഓർത്തു.

"ഓനല്ലെങ്കിലും താന്തോന്ന്യാ. കടലമ്മ അതൊന്നും പൊറുക്കൂല. അല്ലെങ്കില് ഇത്തൊറേല് ഓന് മാത്രന്താ കടലമ്മ കോപിച്ചുനിക്കുമ്പം ഒരു മീമ്പിടുത്തം."

നാട്ടുകൂട്ടം മമ്മൂഞ്ഞിയുടെ താന്തോന്നിത്തത്തെ പഴിച്ചുകൊണ്ട് നാലുവഴിക്കായി പിരിഞ്ഞു. കടൽക്കാരണവർ കുറച്ച് അരി കൊണ്ടുവന്നു കൊടുത്തതുകൊണ്ട് നബീസു ഒരാഴ്ച പിടിച്ചുനിന്നു. പിന്നെ നിരാലംബരായ ആ കുടുംബത്തെ എല്ലാവരും മറന്നു.

"എന്റെ മോൻ ചെയ്യുന്നത് തെറ്റാണെന്ന് ഞാൻ പറയില്ല. എങ്കിലും എന്തോ ഒരു അസ്വസ്ഥത? വിവേകൻ പറഞ്ഞുനിർത്തിയത് അങ്ങനെ

യാണ്. അവന്റെ കൺതടങ്ങൾ മനഃപ്രയാസംകൊണ്ട് വല്ലാതെ കറുത്തുപോയിരുന്നു.

"കയ്ച്ചിട്ടിറക്കാനും മധുരിച്ചിട്ട് തുപ്പാനും വയ്യ എന്നതുപോലെ. ഇല്ലേ." ഭുവനചന്ദ്രൻ മൗനം വെടിയാൻവേണ്ടി മാത്രം അങ്ങനെ പറഞ്ഞു.

"പെണ്ണിനോടുള്ള ആണിന്റെ സഹതാപം പ്രണയമായി പരിവർത്തനം ചെയ്യപ്പെടുന്നതാണിവിടെ വിഷയം. അതൊരു മനോരോഗം പോലെയാണ്. പനിക്കിടക്കയിൽവെച്ച് പരിചരിക്കുന്ന നേഴ്സുമായി പ്രണയത്തിലായ ഒരു സ്നേഹിതനുണ്ടെനിക്ക്. ആ പ്രണയത്തിന്റെ കാലദൈർഘ്യം പ്രവചിക്കാനാവാത്തതാണ്. ഒരു കുടുംബമായിമാറുമ്പോൾ ആ പ്രണയത്തിന് മങ്ങലേല്ക്കില്ലെന്ന് പറയാനാവില്ല. അത് വൻവിപത്തായി കലാശിച്ചുകൂടെന്നുമില്ല. അതാണ് എന്നെ ഭയപ്പെടുത്തുന്നത്."

വിവേകൻ വല്ലാതെ അസ്വസ്ഥനാവുന്നുണ്ടെന്ന് ആ കണ്ണുകൾ വിളിച്ചുപറയുന്നുണ്ടായിരുന്നു. വിവേകന്റെ ദുഃഖത്തിൽ വല്ലാത്ത വിഷമത്തോടെയാണ് ഭുവനചന്ദ്രൻ വീട്ടിലെത്തിയത്.

വീട്ടിലെത്തിയപ്പോൾ സുമിത്ര ഒരു ചാനൽ അവതാരകയുടെ അതിരുകവിഞ്ഞ ആവേശത്തോടെ കാത്തുനില്ക്കുന്നുണ്ടായിരുന്നു.

"നിങ്ങളറിഞ്ഞോ ഫ്രണ്ടിന്റെ മോൻ ഉമ്മച്ചിക്കുട്ടീനെ പ്രേമിക്കുന്ന കാര്യം? വിവേകാനന്ദന്റെ മോൻ കടയില് കൂടെ പണിയെടുക്കുന്ന ഉമ്മച്ചിക്കുട്ടീനെ മംഗലം കഴിക്ക്യാത്രേ. ഇതെന്തൊക്യായി കേക്കന്നത് എന്റെ മഹാദേവാ...."

ഭുവനചന്ദ്രന്റെ മുഖത്ത് ആ കൗതുകവാർത്തയറിയാൻ ജിജ്ഞാസയില്ലെന്നുകണ്ടപ്പോൾ സുമിത്ര ശബ്ദം താഴ്ത്തിപ്പറഞ്ഞു

"പരിഷ്കാരോം പുരോഗമനോം പറഞ്ഞു നടക്കാനെളുപ്പാ. വാലേം വണ്ടീം സ്വന്തം വീട്ടിലെത്തുമ്പോഴാ ഓരോരുത്തനും ചൊറിയ്യാ." സുമിത്രയുടെ ആക്രമണം വിവേകനെതിരെയാണെന്നുറപ്പായിരുന്നു.

സുമിത്രയുടെ കുത്തുവാക്ക് നോവിച്ചെങ്കിലും മൗനമാണ് നല്ല ആയുധമെന്ന് ഭുവനചന്ദ്രന് തോന്നി. തർക്കിച്ച് കാര്യമറിയാത്തവരെക്കൂടി അറിയിക്കണ്ട. കടപ്പുറത്ത് വെച്ച് വിവേകാനന്ദൻ പറഞ്ഞ പഴയ കലാപത്തിന്റെ കഥകളെല്ലാം മനസ്സിൽ വന്നുനിറഞ്ഞപ്പോൾ ഭുവനചന്ദ്രൻ വിഷയം മാറ്റി.

"സുമിത്രേ കുട്ട്യേള് വിളിച്ചിരുന്നോ?"

"ആ....രണ്ടാളും ഇപ്പഴാ വിളിച്ച് ഫോൺവെച്ചത്. തമിഴ്നാട്ടുകാരന് നൂറ് ഡിഗ്രിയുടെ ചൂട്. കേരളക്കാരന് പെരും മഴയും. പഠിപ്പിന്റെ കാര്യം മാത്രം പറഞ്ഞില്ല." സുമിത്ര മക്കളുടെ വാർത്തകളെല്ലാം ഒറ്റ വാചകത്തിലൊതുക്കി.

ഭുവനചന്ദ്രന്റെ മനസ്സ് അസ്വസ്ഥമായിരുന്നു. നേരത്തെ ഉറക്കത്തിൽ അഭയം തേടാൻ മനസ്സും ശരീരവും നിർബ്ബന്ധിച്ചുകൊണ്ടിരുന്നപ്പോൾ ഭുവനചന്ദ്രൻ ഉറങ്ങാൻ കിടന്നു.

സാമൂഹ്യപാഠം

സ്വപ്നത്തെക്കുറിച്ചുള്ള ശാസ്ത്രീയമായ എല്ലാ ധാരണകളേയും മായ്ച്ചുകളയുന്നതായിരുന്നു അന്നുരാത്രിയിൽ ഭുവനചന്ദ്രൻ കണ്ട സ്വപ്നം. ഒരു ദീർഘമായ സിനിമ കാണുന്ന പ്രേക്ഷകന്റെ മാനസികാവസ്ഥയായിരുന്നു അപ്പോൾ ഭുവനചന്ദ്രന്. രണ്ടുദിവസം മുമ്പ് തന്റെ പഴയവീട്ടിൽ വെച്ച് കെണിയിൽ പിടിച്ച്, ഒരുദിവസത്തിനുശേഷം വിട്ടയക്കപ്പെട്ട ആ എലിയായിരുന്നു സ്വപ്നത്തിലെ ഏക കഥാപാത്രം. വീടിന്റെ തെക്കെ മുറിയിലുള്ള ആ വലിയ അലമാരയ്ക്കകത്ത് അയാൾ സുഖമായി കിടന്നുറങ്ങുകയാണ്. അലമാരയ്ക്ക് ഒരു ചെറിയ വീടിനോളം വലിപ്പമുണ്ട്. ഒന്നു രണ്ടു കിളിവാതിലുകളും, ഓടിട്ട ഒരു മേൽക്കൂരയുമൊക്കെയുള്ളതാണ് അലമാര. അതിന്റെ വിശാലമായ കള്ളികളിലൊന്നിലാണ് അയാൾ സുഖമായി കിടന്നുറങ്ങുറങ്ങുന്നത്. അപ്പോഴാണ് എലിയുടെ രംഗപ്രവേശം. ഒരു പൂച്ചയോളം വലിപ്പമുള്ള എലിക്ക് ചോരക്കണ്ണുകളും നീണ്ട ദംഷ്ട്രകളുമുണ്ട്. മുഖം ഒരു കൊള്ളക്കാരന്റേതുപോലെ ഒരു കറുത്ത തുണികൊണ്ട് മൂടിക്കെട്ടി മറച്ചിരിക്കുന്നു. വളരെ മാന്യമായ രീതിയിൽ വാതിലിനുമുട്ടി വിളിച്ചാണ് കാഴ്ചയിൽ ഒരു വന്യമൃഗത്തോളം ഭീകരനായ എലി അയാളെ ഉണർത്തിയത്. ആദ്യം തികച്ചും ഔപചാരികമായി, തന്റെ ദംഷ്ട്രകൾ ഒളിപ്പിച്ചുകൊണ്ടുള്ള ഒരു പുഞ്ചിരി. അതുകഴിഞ്ഞ് ഒരു ന്യായാധിപന്റെ ഗൗരവത്തോടെ അയാൾക്കുനേരെ ചില ചോദ്യങ്ങളും തുടർന്ന് ചില പ്രസ്താവനകളും.

"ഈ ദുർബ്ബലമായ അലമാര അധികാരത്തിന്റെ ഒരു വലിയ കോട്ടയാണെന്ന് നീ കരുതുന്നു. ഇതിന്റെ നിർമ്മാണത്തിൽ മികവു തെളിയിച്ച ഉണ്ണി ആശാരിയെന്ന ശില്പിയുടെ കരവിരുതിനേക്കാൾ ഇതിന്റെ നിർമ്മാണത്തിനായി ചെലവായ പണത്തെയാണ് നീ വിലമതിക്കുന്നത്.

ലോകത്തെ എല്ലാ മനുഷ്യരും നിന്നെപ്പോലെത്തന്നെയാണ്. ഇതൊരു വലിയ ഭരണകൂടമാണെന്നുവരെ ചിലപ്പോൾ നീ കരുതിക്കളയുന്നു. നിന്നെപ്പോലെയുള്ള മനുഷ്യരുടെ ഈ കപട നാട്യത്തെയാണ് ഭീകരന്മാരെന്ന് നിങ്ങൾ വിളിക്കുന്നവരും കൊള്ളക്കാരും കള്ളന്മാരും പോക്കറ്റടിക്കാരുമൊക്കെ നിരന്തരം വെല്ലുവിളിക്കുന്നത്. അങ്ങനെ വെല്ലുവിളിച്ചില്ലായിരുന്നെങ്കിൽ ഭരണകർത്താക്കളും മുതലാളിമാരും ഇതിനേക്കാൾ ക്രൂരന്മാരും അഹങ്കാരികളുമൊക്കെ ആയിത്തീരുമായിരുന്നു. ഭൂമുഖത്തെ ജീവികളെ സംസാരിക്കാൻ കഴിവുള്ളവരും സംസാരിക്കാൻ കഴിവില്ലാത്തവരും എന്ന് രണ്ടായി തരം തിരിച്ചത് നിങ്ങൾ മനുഷ്യരാണ്. സംസാരിക്കാനാവാത്തവർക്ക് സംസാരശേഷിയുള്ളവരേക്കാൾ ബുദ്ധികൊണ്ട് പ്രവർത്തിച്ച് നേട്ടങ്ങളുണ്ടാക്കാൻ കഴിയുമെന്ന് നിങ്ങൾ മനസ്സിലാക്കുന്നില്ല. അതിനർത്ഥം സംസാരശേഷി ഒരു ദൗർബല്യമാണെന്നാണ്." അപ്പോൾ എലിയുടെ വാക്കുകളിൽ ഇടപെട്ടുകൊണ്ട് ഭുവനചന്ദ്രൻ എന്തോ പറയാൻ തുനിഞ്ഞെങ്കിലും എലിയുടെ കണ്ണുകളിലെ വെളിച്ചത്തിന്റെ തീക്ഷ്ണത ആ വാക്കുകളെ അടക്കിക്കളഞ്ഞു. എലി അപ്പോഴും ഗൗരവമായിത്തന്നെ പറഞ്ഞുകൊണ്ടിരിക്കുകയാണ്.

"പൂച്ചകൾക്ക് പകരം എലികളെ വർത്തുമൃഗങ്ങളാക്കിയിരുന്നുവെങ്കിൽ എന്തു സംഭവിക്കുമായിരുന്നുവെന്ന് നിങ്ങൾ ചിന്തിച്ചിട്ടുണ്ടോ? അങ്ങനെ സംഭവിച്ചിരുന്നുവെങ്കിൽ പൂച്ചകൾ ഭക്ഷണം കിട്ടാതെ അലയുന്ന വന്യമൃഗങ്ങളായി മനുഷ്യരെ ഭയപ്പെടുത്തിക്കൊണ്ട് നാടുമുഴുവൻ അലയുമായിരുന്നു. ഓരോ ദിവസവും കുബേരന്മാരുടെ തിടംവെച്ച മാംസപേശികൾ കടിച്ചെടുത്ത് അവറ്റകൾ വിശപ്പടക്കുമായിരുന്നു. എലികളെ പിടിച്ചു തിന്നുന്നതാണ് പൂച്ചകൾക്ക് നിങ്ങൾ കാണുന്ന ഏക യോഗ്യത. എലിയെപ്പിടിക്കാത്ത പൂച്ചകളെ നിങ്ങൾ ശപിച്ചും പഴിച്ചും പടിക്കുപുറത്താക്കുന്നു. ഒന്നോർത്തുകൊള്ളണം, ഒരു പൂച്ചയും ഈ ഭൂമിയിൽ ജനിച്ചിട്ടുള്ളത് എലിയെ പിടിക്കാനല്ല. ചതിയിലൂടെയല്ലാതെ ലോകത്തെ ഒരെലിയേയും നിങ്ങൾ മനുഷ്യർ ഇന്നുവരെ പിടിച്ചിട്ടുമില്ല. ലോകത്തെ ഒരു പൂച്ചയും എലിയെപ്പിടിക്കാത്ത ഒരു കാലം വരും. പൂച്ചകളും എലികളും സമരസപ്പെട്ട് ജീവിക്കുന്ന ഒരു കാലം. നീ അലമാരയിൽ ഭദ്രമായി സൂക്ഷിച്ചുവെച്ച ഭൂമിയുടെ ആധാരങ്ങൾ ജന്മിത്വകാലത്തെ അന്യായങ്ങളുടെ അഴുക്കുകൾ പുരണ്ടതാണ് ഭുവനചന്ദ്രാ. നിന്റെ ഏതോ ക്രൂരനായ പിതാമഹൻ ഏതോ ഒരു പാവപ്പെട്ടവനിൽനിന്ന് ക്രൂരമായി പിടിച്ചെടുത്ത് സ്വന്തമാക്കിയ ഭൂമിയിലാണ് നീ നിന്റെ ഭരണകൂടം പണിതിരിക്കുന്നത്. ആ ആധാരത്തിന്റെ അറ്റം കടിച്ചപ്പോൾ എന്റെ പല്ലുകൾ പുളിച്ചുപോയെന്നു പറഞ്ഞാൽ നീ വിശ്വസിക്കുമോ? കൊടിയ അന്യായത്തിന്റെ പുളിപ്പാണതെന്ന് എനിക്കറിയാം. പക്ഷേ, നിനക്കതറിയില്ല. നിന്റെ ഭരണകൂടത്തിന്റെ എല്ലാ ഭാഗങ്ങളിലും ഒരു രാത്രികൊണ്ട് എത്ര ദ്വാരങ്ങളുണ്ടാക്കാനും എനിക്ക് കഴിയും. പക്ഷേ, ഞാനത് ചെയ്യുന്നില്ല. കാരണം ഞാൻ വിഘ്നേശ്വരന്റെ വാഹനമാണ്. നീ വിഘ്നേശ്വരന്റെ വലിയ ഭക്തനാ

ണല്ലോ. വിഘ്നേശ്വരന് നിന്നോട് പറയാനുള്ള കാര്യങ്ങളാണ് ഇപ്പോൾ നിന്നോട് ഞാൻ പറഞ്ഞുകൊണ്ടിരിക്കുന്നത്." അത്രയും പറഞ്ഞുകഴിഞ്ഞ നിമിഷം മുതൽ ആ എലിയുടെ ശരീരം വളരെ വേഗത്തിൽ ചെറുതായിക്കൊണ്ടിരുന്നു. പിന്നെ പെട്ടെന്നുതന്നെ അതെങ്ങോ അപ്രത്യക്ഷമാവുകയും ചെയ്തു. ഉറക്കത്തിൽ അവ്യക്തമായി ആരോടോ എന്തൊക്കെയോ സംസാരിക്കുന്നതുപോലെ തോന്നിയപ്പോൾ സുമിത്ര ഭുവനചന്ദ്രനെ തട്ടി വിളിച്ചു.

"ഉറക്കത്ത് പിച്ചുംപേയും പറയുന്നത് കേട്ട് വിളിച്ചതാ. രാവും പകലും എന്തോന്നാ ഇത്രയ്ക്ക് പറയാൻ?" സുമിത്ര ഉറക്കം ഞെട്ടിയതിന്റെ അസ്വസ്ഥതയോടെ പറഞ്ഞു.

അവളുടെ കുത്തുവാക്കുകൾ കേട്ടതായി ഭാവിക്കാതെ നല്ല ഉറക്കത്തിലെന്നപോലെ ഭുവനചന്ദ്രൻ വീണ്ടും മൂടിപ്പുതച്ച് കിടന്നു. മനസ്സിൽ അപ്പോഴും ആ വലിയ എലിയുടെ ഭയപ്പെടുത്തുന്ന രൂപവും കണ്ണുകളിലെ തീക്ഷ്ണജ്വാലയും മായാതെ നില്ക്കുന്നുണ്ടായിരുന്നു. ചിന്തിക്കാനേറെയുള്ള അതിന്റെ വാക്കുകൾ കാതിൽ മുഴങ്ങിക്കൊണ്ടുമിരുന്നു.

നെറ്റിപ്പൊട്ടൻ

മഴക്കാലം തുടങ്ങിയമട്ടാണ്. വടക്കൻ ചക്രവാളത്തിൽ പുകക്കാടുകൾ പൊങ്ങുന്നത് വർഷാരംഭത്തിന്റെ ലക്ഷണമാണ്. ഇടയ്ക്കിടെ ഓരോന്നോരോന്നായി പെയ്യുമെന്നല്ലാതെ തന്റെ കുട്ടിക്കാലത്തേത് പോലെ രാവും പകലും തുള്ളിക്കൊരു കുടമായി പെയ്യുന്ന മഴക്കാലം അടുത്ത കാലത്തൊന്നുമുണ്ടായിട്ടില്ല. പേമാരിക്കാലം ഓർമ്മയിലൊരു വളപ്പൊട്ടായുണ്ടെന്നല്ലാതെ അടച്ചുപെയ്യുന്ന ഒരു മഴക്കാലത്തിന്റെ സമീപകാലാനുഭവമൊന്നും ഭുവനചന്ദ്രനില്ല. പട്ടിണിയും പരിവട്ടവും ചീരാപ്പും വിറയലും പനിയുമെല്ലാം പഴയ കള്ളക്കർക്കടകത്തിന്റെ ഓർമ്മകൾ മാത്രമാണ്. എങ്കിലും ആ ഇല്ലായ്മകൾക്കും വല്ലായ്മകൾക്കും ഒരു ഉത്സവപ്രതീതിയുണ്ടായിരുന്നു. വാട്ടിയ കപ്പപ്പുഴുക്ക്, ഇളം മഞ്ഞനിറമുള്ള ഉണക്കക്കിഴങ്ങിന്റെ പുട്ട്, വറുത്ത നാടൻ പയറ്, ഊണിന് കയ്പയ്ക്ക കൊണ്ടാട്ടവും വറുത്ത ഉണക്കമീനും എല്ലാം മഴക്കാലത്തിന്റെ സമ്മാനങ്ങളാണ്. അത്തരം ദുരിതങ്ങളെ സ്നേഹിച്ചിരുന്ന ആ ബാല്യകാലം ഭുവനചന്ദ്രൻ സുമിത്രയ്ക്കു മുമ്പിൽ പറഞ്ഞുകൊണ്ടിരിക്കുകയായിരുന്നു. മനസ്സ് പകുതി ടി വി സീരിയലിലും പകുതി ഭുവനചന്ദ്രന്റെ കഥപറച്ചിലിലുമായി. അപ്പോൾ സുമിത്ര വിമ്മിട്ടപ്പെട്ടു.

വിശാലമായ വയൽക്കരയിലാണ് ഓലമേഞ്ഞ വീട്. വീടിനു മുമ്പിൽ പരന്നുകിടക്കുന്ന നെൽവയലുകൾ മാത്രം. അവിടവിടെയായി നീലക്കുളവാഴപ്പൂക്കൾ തലയുയർത്തി നില്ക്കുന്ന കൊച്ചുകൊച്ചു കുളങ്ങൾ. വയലിന്റെ ഒത്ത നടുവിലായി ഒരു നീണ്ട തോട്. സമീപഗ്രാമങ്ങളിൽനിന്നും ഒഴുകിയെത്തുന്ന മഴവെള്ളം പുഴയിലേക്കൊഴുക്കിക്കൊണ്ടുപോകാൻ ഏതോ കാലത്ത് നിർമ്മിച്ചതാണത്രെ ആ തോട്. തോട്ടിൻ കരയിൽ പൂത്ത് സുഗന്ധം പരത്തുന്ന കൈതോലക്കാടുകൾ. കൈതനിറുക

യിലെല്ലാം കുളക്കോഴികളുടെയും കൊച്ചകളുടെയും കൂടുകൾ. പൊന്ത കളിൽ കുറുക്കന്മാരുടെ പകൽത്താവളങ്ങൾ. എല്ലാം ചേർന്ന് അങ്ങ നെയൊരു ചെറിയ ലോകം. മകയിരം ഞാറ്റുവേലക്കാലത്ത് വരാൻ പോകുന്ന പേമാരിക്കാലത്തെക്കുറിച്ച് എല്ലാവർക്കുമുള്ള മുന്നറിയി പ്പുമായി വൈകുന്നേരങ്ങളിൽ മഴയെത്തും. ചാറ്റൽമഴയാണധികവും. പറമ്പിൽ പയറു വിതയ്ക്കുന്ന ഞാറ്റുവേലയാണത്. പയറ് മുളച്ചു പൊന്തുന്നതുവരെ ചാറ്റൽമഴയേ പാടുള്ളൂവെന്ന് മഴയ്ക്കറിയാം. അതോടെ മഴയുടെ വരവറിയിച്ചുകൊണ്ട് കൈതക്കാടുകളിൽ കുള ക്കോഴിക്കൂട്ടങ്ങൾ കൂട്ടത്തോടെ കരയാൻ തുടങ്ങും. മഴവരുന്നുവെന്ന സന്തോഷവാർത്ത ചങ്ങാതിമാരെ അറിയിക്കുകയാണവർ. അതുകേട്ട് പച്ചപ്പുൽപ്പൊന്തകളിൽ വെറുതെയിരിക്കുന്ന പോക്കാച്ചിത്തവളകൾ കച്ചേരി തുടങ്ങും. അവയ്ക്ക് മഴയുടെ വരവ് പ്രണയകാലത്തിന്റെ ആരംഭകാലമാണ്. അതുകൊണ്ടുതന്നെ നാട്ടിൻപുറത്ത് തവളക്കരച്ചിൽ പ്രണയകാലത്തിന്റെ കേളികൊട്ട് കൂടിയാണ്.

വറ്റിവരണ്ടുകിടക്കുന്ന കുളങ്ങളിലും കൈത്തോടുകളിലും ചെളി യിൽ തപസ്സിരിക്കുന്ന കുളസൂരിപ്പരലുകൾക്കത് പുതുവെള്ളപ്പാച്ചിലി നുള്ള അറിയിപ്പുകൂടിയാണ്. മരക്കൊമ്പുകളിലിരുന്നുകൊണ്ട് 'വെള്ളം കുടിക്കാതെ തന്റെ കുട്ടി ചത്തുപോയെന്ന്' കള്ളംപറയുന്ന വേഴാമ്പലും ആഹ്ലാദത്തിമർപ്പിൽ ലക്ഷ്യമില്ലാതെ അക്കരെയിക്കരെ പറന്നുകളിക്കാൻ തുടങ്ങും. ആദ്യമഴത്തുള്ളി വീഴുമ്പോഴുയരുന്ന ഈ ആരവം ഒരു ഫുട് ബോൾ ഗ്രൗണ്ടിൽ ഗോളടിക്കുമ്പോഴുണ്ടാകുന്ന ആരവം പോലെ ഊർജ്ജസ്വലമായിരിക്കും. ആകാശത്ത് ഇടയ്ക്കിടെ മിന്നിമറയുന്ന മിന്നൽപ്പിണരുകളും ഇടിയുടെ തുടിത്താളവും കൂടിയാവുമ്പോൾ പ്രകൃതിക്ക് ഒരു ഉത്സവക്കൊടിയേറ്റത്തിന്റെ നിമിഷങ്ങൾ. ഗ്രാമത്തിലെ വീടുകളിൽ വെറുതെയിരിക്കുന്ന കാരണവന്മാർ കൈയിൽ ഓലച്ചൂട്ടും തോളിൽ കോരുവലകളും തലയിൽ പനയോലത്തലക്കുടകളുമായി മീൻ പിടിക്കാനിറങ്ങിക്കഴിഞ്ഞാൽപ്പിന്നെ എല്ലാവർക്കും ഉത്സവലഹരിതന്നെ. കോരുവല പൊട്ടിച്ച് കടന്നുകളയുന്ന വികൃതി വരാലുകളെ പ്രാകിയും, വെറുതെ വലയ്ക്കകത്ത് കളിക്കാനെത്തുന്ന കൂരാൻ കുഞ്ഞുങ്ങളെ ശപിച്ചും കാലുകൾ തണുത്തുമരവിക്കുന്നതുവരെ അവരെല്ലാം മീൻപിടുത്തം തുടരും. അവർക്കത് മഴയുത്സവമാണ്. ജീവിക്കുന്ന ഓരോ വർഷത്തേയും അടയാളപ്പെടുത്തുന്ന ഉത്സവ ദിനങ്ങൾ.

തിരുവാതിര തുടങ്ങിയാൽ തിരിമുറിയാത്ത മഴ. അതോടെ വയലു കൾ വെള്ളം നിറഞ്ഞ് പുഴകളാവാൻ ഒരൊറ്റ രാത്രിമഴ മാത്രം മതി. നേരം വെളുത്തുനോക്കിയാൽ വയലുകൾ നിറയെ ഒരു പളുങ്കുപാത്ര ത്തിലെന്നപോലെ നിറമേതെന്ന് പറയാൻ കഴിയാത്ത മഴവെള്ളം നിറഞ്ഞു തുളുമ്പി നില്ക്കുന്നുണ്ടാകും. പുണർതം ഞാറ്റുവേലയിൽ ദേഹത്ത് പിണറുകെട്ടുന്ന മഴ. പൂയ്യത്തിൽ കൂവിപ്പെയ്യും മഴ – ആയില്യ ക്കാലം തളർച്ചയുടെ കാലം. അങ്ങനെയൊക്കെയാണ് പ്രകൃതി മഴയെ

പകുത്തുവെച്ചിട്ടുള്ളത്. വെള്ളം കയറിത്തുടങ്ങിയാൽ നീർക്കോലികൾ ഒറ്റപ്പെട്ട മരച്ചില്ലകളിൽ ചുറ്റിക്കിടന്ന് ഓരോ നിമിഷവും കയറിക്കയറി വരുന്ന മഴവെള്ളത്തിൽ കണ്ണാടി നോക്കുന്നുണ്ടാവും. ഉറുമ്പുകൾ കളി പ്പന്തുപോലെ രൂപപ്പെട്ട് മരത്തടികളിൽ ഒട്ടിപ്പിടിച്ചുകിടക്കുന്നുണ്ടാവും. അവരെല്ലാം കാത്തിരുന്ന മഴയുടെ സംഗീതം ആസ്വദിച്ച് കിടക്കുകയാണ്. മഴവെള്ളംകയറി സ്വന്തം താവളങ്ങൾ നഷ്ടപ്പെട്ടവനും കൂടൊഴിഞ്ഞു പോകേണ്ടി വന്നവനുമെല്ലാം അപ്പോഴും പ്രകൃതിയോട് മഴയ്ക്കുവേണ്ടി ഇനിയുമിനിയുമെന്ന് യാചിച്ചുകൊണ്ടിരിക്കുകതന്നെയാണ്. അതാണ് മഴയുടെ ഉള്ളിലെ പ്രണയദീപത്തിന്റെ തെളിച്ചം.

ഒരു വെള്ളപ്പൊക്കത്തിന്റെ അങ്കലാപ്പുകൾ അനുഭവിച്ചറിഞ്ഞ ഓർമ്മ ഇന്നും ഭുവനചന്ദ്രന്റെ മനസ്സിലുണ്ട്. പത്തുവയസ്സുകാരനായ ഒരു ഗ്രാമീണബാലന്റെ ഓർമ്മയാണത്. സജീവമായ ഒരു തിരുവാതിരക്കാലം. രാത്രി മുഴുവൻ തിമിർത്തുപെയ്ത മഴ. നന്നെകാലത്ത് എഴുന്നേറ്റ് നോക്കിയപ്പോൾ മഴവെള്ളം പാമ്പിൻ നാവായി മുറ്റത്തേക്ക് എത്തി നോക്കുന്നു. ആ കാഴ്ചകണ്ട് ഒരു നിമിഷം നടുങ്ങിപ്പോയത് ഇപ്പോഴും ഓർമ്മയുണ്ട്. വയലുകളിൽ താണയിടങ്ങളെല്ലാം വെള്ളത്തിൽ മുങ്ങി ക്കഴിഞ്ഞിരുന്നു. വയൽക്കരയിലെ ഉയരമുള്ള പറമ്പുകളിലേക്കും വെള്ളം വല്ലാത്ത വേഗത്തിൽ കയറിക്കൊണ്ടിരിക്കുകയാണ്. നേരം പുലർന്നിട്ടും ഇരമ്പലോടെ കോരിച്ചൊരിയുന്ന മഴതന്നെ. അല്പനേരം കഴിഞ്ഞപ്പോൾ ആരുടെയോ കുറെ അലുമിനിയപ്പാത്രങ്ങൾ ഒഴുക്കിലൂടെ ഒഴുകിപ്പോകു ന്നതുകണ്ടു. പശുക്കളുടെയും കന്നുകളുടേയും ഭയന്നിട്ടെന്നപോലെ യുള്ള വല്ലാത്ത നിലവിളികൾ എവിടെനിന്നൊക്കെയോ ഉയർന്നു കേട്ടു കൊണ്ടിരുന്നു. താണസ്ഥലങ്ങളിൽ താമസിച്ചിരുന്ന പലരും കൈയിൽ ക്കിട്ടിയതെല്ലാം പെറുക്കിയെടുത്ത് എങ്ങോട്ടെന്നില്ലാതെ പലായനം ചെയ്യുന്ന കാഴ്ചയും അതിദയനീയമായിരുന്നു. വയലുകളിലേക്ക് കുറ്റ്യാടിപ്പുഴയിലെ വെള്ളം കയറാതിരിക്കാൻ കെട്ടിയ ചീർപ്പ് മലവെള്ള പ്പാച്ചിലിൽ തകർന്നുവെന്നും വെള്ളം കരയിലേക്ക് ഇപ്പോഴും കയറിക്കൊ ണ്ടിരിക്കുകയാണെന്നും മുതിർന്നവർ പല സ്ഥലങ്ങളിലായി കൂട്ടം കൂടിനിന്ന് പറയുന്നതുകേട്ടു. പുഴക്കരയിൽ പലരുടേയും വീടുകൾ തകർ ന്നുപോയെന്നും വീട്ടുസാധനങ്ങൾ കടലിലേക്ക് ഒലിച്ചുപോയെന്നും നെൽകൃഷി പൂർണ്ണമായും നശിക്കുമെന്നുമൊക്കെ അവർ പറയുന്നു ണ്ടായിരുന്നു. നിർത്താതെ പെയ്തുകൊണ്ടിരുന്ന മഴ ശമിക്കാതെ രക്ഷ യില്ലെന്നായിരുന്നു എല്ലാവരും പറഞ്ഞുകൊണ്ടിരുന്നത്. വീടിനു മുമ്പിലെ കുത്തൊഴുക്കിലൂടെ വിറകുകെട്ടുകളും ചാക്കുകെട്ടുകളും പാത്ര ങ്ങളുമെല്ലാം ഇടയ്ക്കിടെ ഒഴുകിക്കൊണ്ടിരുന്നത് വല്ലാത്തൊരു കാഴ്ച യായിരുന്നു. പലഭാഗത്തുനിന്നും തോണികൾ വന്നുംപോയും കൊണ്ടി രുന്നു. അന്നു വൈകുന്നേരം ഒരു വലിയ പുരത്തോണിയിൽ കുറേ ഉദ്യോ ഗസ്ഥന്മാർ പ്രളയ ദുരിതങ്ങൾ കാണാനെത്തിയത് കുട്ടികൾക്കെല്ലാം വലിയ കൗതുകമായി. ഒരു വിനോദയാത്രയുടെ മട്ടിലാണവരെല്ലാം

ദുരിതക്കാഴ്ചകൾ നോക്കിക്കണ്ടത്. വെള്ളത്തിനുമീതെ വീശിയടിച്ചുകൊണ്ടിരുന്ന ശീതക്കാറ്റിൽ എല്ലാവരും തണുത്തുവിറച്ചു. ഉമ്മറക്കോലായിൽ അമ്മ പഴയ മൺകലത്തിൽ നെരുപ്പോടുണ്ടാക്കി. എല്ലാം കണ്ടുകൊണ്ട് എല്ലാവരും തീകാഞ്ഞുകൊണ്ടിരുന്നു. ഉച്ചഭക്ഷണംപോലും നെരിപ്പോടിനടുത്തായിരുന്നു. അത്രയ്ക്ക് കഠിനമായിരുന്നു തണുപ്പ്. പക്ഷേ, ഓല മേഞ്ഞ വീടിന്റെ ഇറയത്ത് കഴിഞ്ഞ രണ്ടുദിവസമായി സുതാര്യമായ ഒരു വെള്ളിത്തിരശ്ശീലയായി തൂങ്ങിക്കിടക്കുന്ന മഴ ഇല്ലാതായിപ്പോകുന്നത് അപ്പോഴും തീരെ ഇഷ്ടമുണ്ടായിരുന്നില്ല. അങ്ങനെയാലോചിക്കുമ്പോൾത്തന്നെ വല്ലാത്ത മനോവിഷമവും തോന്നിയിരുന്നു. മഴ ഇനിയുമിനിയും പെയ്തുകൊണ്ടേയിരിക്കണമെന്നായിരുന്നു ഉള്ളിന്റെയുള്ളിൽ ആശിച്ചു കൊണ്ടിരുന്നത്. പരന്നുകിടക്കുന്ന വയലിൽ ആകാശത്ത് ഇടയ്ക്കിടെ വന്നുപോകുന്ന ഇളവെയിൽതട്ടി തിളങ്ങിക്കിടക്കുന്ന വെള്ളത്തിൽ മഴത്തുള്ളികൾ വീഴുമ്പോഴുണ്ടാകുന്ന ആ സംഗീതവും വെള്ളത്തിൽ മഴത്തുള്ളികൾ വരച്ചിടുന്ന രേഖാചിത്രങ്ങളും ഇല്ലാതായിപ്പോകുന്നത് തീരെ ഇഷ്ടമായിരുന്നില്ല. വീട്ടിലെ ട്രാൻസിസ്റ്റർ റേഡിയോവിൽ വെള്ളപ്പൊക്കത്തെക്കുറിച്ചും ദുരിതാശ്വാസ പ്രവർത്തനങ്ങളെക്കുറിച്ചും ഇടയ്ക്കിടെ പറയുന്നുണ്ടായിരുന്നു. അധികാരികൾ ഇനിയും ദുരിതബാധിത പ്രദേശങ്ങൾ സന്ദർശിക്കാനെത്തുമെന്നും വാർത്തയുണ്ടായിരുന്നു. ദിവസം മുഴുവൻ കണ്ടും കേട്ടും കൊണ്ടിരുന്ന പ്രളയദുരിതങ്ങൾ ഒരു ഭാഗത്ത്. ഏറെ പ്രിയങ്കരമായ മഴ മറുഭാഗത്ത്. ഇതിലേത് എന്ന ചോദ്യത്തിന് ബാലമനസ്സിൽ ഉത്തരമില്ലായിരുന്നു. എങ്കിലും രാത്രിയുടെ ഓരോ യാമത്തിലും ഭുവനചന്ദ്രന്റെ മനസ്സ് ആഹ്ലാദത്തോടെ ഉറപ്പുവരുത്തിയത് മഴ നിർത്താതെ പെയ്തുകൊണ്ടിരിക്കുക തന്നെയാണെന്നായിരുന്നു. ആ അശുഭചിന്തയിലെ തെറ്റ് ഇന്നേവരെ ബോദ്ധ്യപ്പെട്ടിട്ടുമില്ലെന്നും ഭുവനചന്ദ്രൻ ഓർത്തു.

മഴക്കാലത്തിന്റെ വലിയ നഷ്ടം ചാപ്പൻനായരെ കാണാനാകില്ലെന്നതാണ്. ഏതോ പഴയ സിങ്കപ്പൂരുകാരൻ കൊടുത്ത കമ്പിളിക്കുപ്പായവുമിട്ട് അധികനേരവും സ്വന്തം ചെറ്റക്കുടിലിന്റെ കോലായിൽ കൂനിക്കൂടിയിരിക്കും. തോരാതെ മഴ പെയ്യുമ്പോൾ കുട്ടികൾ മൈതാനിയിൽ യഥേഷ്ടം കളിക്കാനിറങ്ങില്ല. അതുകൊണ്ട് കരിമ്പിൻകൂട്ടത്തിലേക്ക് കള്ളക്കണ്ണുകളുമായി അവർ വരില്ല. ചാപ്പൻനായർക്ക് സമാധാനമായി വീട്ടിലിരിക്കാം. അതാണ് ഈ ഒറ്റയ്ക്കിരിപ്പിന്റെ കാരണവും.

സ്വാതന്ത്ര്യത്തിന്റെ കാവല്ക്കാരൻ

നേരം വെളുക്കുന്നതിനുമുമ്പേ തുടങ്ങിയ മഴയാണ്. രണ്ടാം ശനിയാഴ്ചയായതിനാൽ ഓഫീസില്ല. മൂടിപ്പുതച്ച് പത്തുമണിവരെ കിടന്നുറങ്ങാവുന്ന ദിവസം. എങ്കിലും സംഭവിച്ചത് നേരെ മറിച്ചാണ്. നേരം വെളുക്കുന്നതിനുമുമ്പേ ഭുവനചന്ദ്രൻ എഴുന്നേറ്റ് വരാന്തയിൽ വന്നിരുന്നു. കുട്ടിക്കാലത്ത് ഓലപ്പുരയിൽ താമസിച്ചിരുന്നപ്പോൾ ഇറയിലെ വെട്ടിയരിഞ്ഞ ഓലത്തുമ്പിലൂടെ ഇറ്റിവീഴുന്ന മഴവെള്ളം നോക്കിയിരിക്കുന്നത് തന്നെ വല്ലാത്തൊരു അനുഭവമായിരുന്നു. മഴനൂലുകൾ കൊണ്ടുണ്ടാക്കിയ ഒരു മല്ലുമുണ്ട് ഇറയത്ത് തൂക്കിയിട്ടതുപോലെയുണ്ടാവും. ഇന്ന് ഇറവെള്ളമില്ല. കോൺക്രീറ്റ് ഇറയത്തെ വെള്ളം എങ്ങോട്ടോ വഴിമാറിപ്പോയിരിക്കുന്നു. ഇറയത്ത് വെള്ളം കുത്തിയൊഴുകുന്ന ആ പഴയകാലം മനസ്സിൽ കണ്ട് ആസ്വദിച്ചുകൊണ്ട് ഭുവനചന്ദ്രൻ വരാന്തയിൽത്തന്നെ ഇരുന്നു.

“എന്താ കുറച്ചുദിവസമായി ഒരു മൗനം? സ്നേഹിതന്റെ മോന്റെ പ്രണയം വല്ലാതെ ബാധിച്ചിട്ടുണ്ടല്ലോ?”

പണിത്തിരക്കുകൾക്കിടയിലും സുമിത്ര നനഞ്ഞ കൈകൾ സാരിത്തലപ്പിൽ തുടച്ചുകൊണ്ട് ഇരുത്തിയിൽ അടുത്തുവന്നിരുന്ന് ചോദിച്ചു.

“അത് ഭയപ്പെടാനുള്ള കാര്യംതന്നെയാണ് സുമിത്രേ. ജാതിയും മതവും പുനർജ്ജനിക്കുന്നത് മുതലാളിത്തത്തിന്റെ ആയുധങ്ങളായാണ്. പണ്ടുകാലത്ത് ജന്മിമാർക്കുവേണ്ടി. ഇന്നത് മുതലാളിമാർക്കുവേണ്ടി. അതിനുവേണ്ടി പരസ്പരം പോരടിക്കുന്നവർക്ക് അതൊന്നും മനസ്സിലാകുന്നില്ലെന്നു മാത്രം. തമ്മിൽത്തമ്മിലുള്ള സ്പർദ്ധ ലഹരിയായി അവരുടെ രക്തത്തിലൂടെ ആരോ ഒഴുക്കിവിടുന്നു.” ഭുവനചന്ദ്രൻ പറഞ്ഞവസാനിപ്പിച്ചത് ദുർബ്ബലമായ ഒരു ദീർഘനിശ്വാസത്തോടെയായിരുന്നു.

"ഇതെല്ലാം നിങ്ങൾക്കും വിവേകനും കടപ്പുറത്തിരുന്ന് പരസ്പരം പറഞ്ഞുകൊണ്ടിരിക്കാമെന്നല്ലാതെ ആർക്കും ഒന്നും ചെയ്യാൻ കഴിയില്ല." സുമിത്ര പരിഭവത്തോടെ പറഞ്ഞു.

"പാമ്പിനെ പേടിച്ച് രാത്രിയിൽ ടോർച്ചെടുക്കുന്നതുപോലെ ഒരു കരുതൽ കുട്ടികൾക്ക് നല്ലതാ." അതും പറഞ്ഞത് സുമിത്രതന്നെയായിരുന്നു.

"വിവേകന്റെ കാര്യം ഓർക്കുമ്പോഴാ പ്രയാസം." ഭുവനചന്ദ്രന്റെ വാക്കുകളിൽ മനസ്സിലെ വേവലാതികൾ പ്രകടമായിരുന്നു.

മനസ്സിന് ശാന്തികിട്ടാൻ ചാപ്പൻനായരെ ചെന്നുകാണണമെന്ന് മനസ്സിലാരോ മന്ത്രിച്ചപ്പോൾ ഭുവനചന്ദ്രൻ പിന്നെയൊന്നും പറയാതെ ഇറങ്ങി നടന്നു. മഴ ഒന്നുകൂടി കനത്തതുപോലെ തോന്നി. ചാപ്പൻനായരുടെ വീട്ടിലേക്ക് അധികം ദൂരമില്ല. എന്നാലും ഇടുങ്ങിയ ഇടവഴികളിലൂടെ മുള്ളും പടർപ്പും താണ്ടി നടക്കണം. പഴയതുപോലെ വെള്ളം കുത്തിയൊഴുകുന്ന ഇടവഴികൾ എവിടെയുമില്ല. വെള്ളം കെട്ടിക്കിടക്കുന്ന ഇടുങ്ങിയ വഴികളേയുള്ളൂ. നഗരം നാവുനീട്ടി നക്കിത്തുടങ്ങിയ പഴയ നാട്ടിൻപുറത്തിന്റെ അവസ്ഥ ഒരുപാടാളുകൾക്ക് വിധേയയായ ഒരു തെരുവുവേശ്യയുടേതുപോലെ കുത്തഴിഞ്ഞതാണ്. സ്വാർത്ഥതയുടെ പ്രഘോഷണമായി എല്ലാവരും മതിലുകൾക്ക് മേൽ മുള്ളുകമ്പിവേലി കെട്ടിയും, കുപ്പിച്ചില്ലു പാകിയും എപ്പോഴും വന്നേക്കാവുന്ന ഏതോ ശത്രുവിന്റെ വരവ് ജാഗ്രതയോടെ കാത്തിരിക്കുകയാണ്. നാട്ടിടവഴികളെല്ലാം മനുഷ്യമനസ്സുകൾപോലെ വല്ലാതെ ഇടുങ്ങിപ്പോയിരിക്കുന്നു. അങ്ങനെയോരോന്ന് ചിന്തിച്ചുകൊണ്ട് ഭുവനചന്ദ്രൻ ചാപ്പൻനായരുടെ വീട്ടിന്റെ ഉമ്മറത്തെ ഇടവഴിയിലെത്തി. വീടെന്നൊന്നും പറയാനില്ല. ഓലമേഞ്ഞ മേൽക്കൂരയും ഓലകുത്തിമറച്ച ചുവരുകളും. ഇന്നൊരിടത്തും നോക്കിയാൽ കാണാത്ത പഴയകാലത്തെ കൂര തന്നെ. സമയത്തിനു കെട്ടിമേയാൻ ഓല കിട്ടാത്തതുകൊണ്ട് പ്ലാസ്റ്റിക് ഷീറ്റ് പുതപ്പിച്ച മേൽക്കൂരയാണിപ്പോൾ. മെടഞ്ഞ ഓല പെരുമാളുകാട്ടിൽ ഇപ്പോഴൊരു കൗതുക വസ്തുവാണ്. ചാണകം മെഴുകിയ കോലായിൽ ഒരു പനയോലത്തടുക്കിൽ ഒരു മാമുനിയെപ്പോലെ കൂനിക്കൂടിയിരിക്കുന്നുണ്ടായിരുന്നു സ്വാതന്ത്ര്യം. തന്റെ വരവ് അദ്ദേഹത്തെ അത്ഭുതപ്പെടുത്തുന്നത് ഭുവനചന്ദ്രൻ ശരിക്കും ആസ്വദിച്ചു.

"അയ്യോ... ഇതാരാ.... ഗവർമ്മേണ്ട് ആപ്പീസർക്ക് ഇരിക്കാൻ ഒരു കസേരകൂടി ഇല്ലാലോ മഹാദേവാ.... ഒരു മന്തിര്യ ഉള്ളത് ഇരിക്കാണ്ടിരിക്കാണ്ട് പൂപ്പ് പിടിച്ച് അലക്യമുണ്ടുപോലെ വെളുത്ത് കെടക്കാ." ചാപ്പൻനായർ ധൃതിയിൽ എവിടെനിന്നോ ഒരു പഴയ പുൽപ്പായ കഷണം തപ്പിയെടുത്ത് നിലത്തുവിരിച്ചു. അപ്പോഴേക്കും ഭുവനചന്ദ്രൻ അയാൾക്കരികിലായി പനയോലത്തടുക്കിൽ ഇരുന്നു കഴിഞ്ഞിരുന്നു. തൊട്ടടുത്ത് തന്നെ ഒരു മരപ്പലകയിൽ രാശിചക്രംപോലെ വെളുത്ത ചോക്കുകൊണ്ട് വരച്ചുവെച്ചതും വെട്ടിയെടുത്ത വാഴക്കൈ മുറിച്ച കഷണങ്ങളും കണ്ട്

ഭുവനചന്ദ്രൻ അത്ഭുതത്തോടെ അന്വേഷിച്ചു

"ഇതെന്താ ജ്യോത്സ്യവുമുണ്ടോ?"

ചാപ്പൻനായരുടെ ഒട്ടിയ കവിളുകളും പല്ലില്ലാത്ത കീഴ്ത്താടിയും നിയന്ത്രണംവിട്ട പൊട്ടിച്ചിരിയിൽ കുലുങ്ങി. ഒരു കൂവലിൽ അവസാനിക്കുന്ന ഹൃദയംതുറന്നുള്ള ചിരി അവസാനിക്കുമ്പോൾ അയാൾ കിതച്ചു.

"ഇതൊന്നും ഇതുവരെ കണ്ടിറ്റില്ല. ഇല്ലേ? ചതുരംഗക്കളം കണ്ടാലും അറീല്ല ഇപ്പോഴത്തെ ചെറുപ്പക്കാർക്ക് അല്ലേ?"

സ്വന്തം പൈതൃകത്തെക്കുറിച്ചുള്ള ഒരു തലമുറയുടെ അറിവില്ലായ്മ ആഘോഷിച്ചുകൊണ്ടു ചാപ്പൻനായർ രാജാവിനേയും മന്ത്രിയേയും കാലാളിനെയുമെല്ലാം ഭുവനചന്ദ്രന് പരിചയപ്പെടുത്തി.

"ഇത് ഒരാൾ ഒറ്റയ്ക്ക് കളിക്കുന്ന കളിയാ?"

ഭുവനചന്ദ്രന്റെ വിഡ്ഢിത്തഘോഷണത്തിൽ ആഹ്ലാദിച്ചുകൊണ്ട് ചാപ്പൻനായർ അപ്പോഴും ഹൃദയം തുറന്ന് ചിരിച്ചു.

"കുട്ട്യാരാണൻ ഇപ്പോ ഇങ്ങെത്തും. അല്ലെങ്കിലും ഒറ്റയ്ക്കൊരു കളീണ്ടോ?" അട്ടേന്റെ കണ്ണുകണ്ട വക്കീല് ഗുമസ്ഥനാ കുട്ട്യാരാണൻ. സൂര്യനാരായണയ്യരുടെ ഗുമസ്ഥൻ. ഇന്ന് കോടതി കല്പന്യാ. കളിപ്രാന്തനാ. ഇന്നെനി വൈകുന്നേരേ കക്ഷി പോവൂ. എനിക്കും ഓനും ഉച്ചയ്ക്ക് തിന്നാനെന്തെങ്കിലും പൊതിഞ്ഞ് കൊണ്ടുവരും. ഓന് ചതുരംഗം കളിച്ചാമതി. എന്നാ ഇങ്ങനെ ഒരു കളിപ്രാന്തുണ്ടോ."

ചാപ്പൻനായരുടെ വാക്കുകളിൽ കുട്ടിനാരായണനോടുള്ള മനസ്സു നിറഞ്ഞ വാത്സല്യം തുളുമ്പി നിന്നിരുന്നു. പെട്ടെന്ന് പുറത്ത് തലക്കുടയിൽ പൊട്ടൻവെള്ളം വീഴുന്നതിന്റെ ഒച്ചകേട്ട് രണ്ടുപേരും ശ്രദ്ധിച്ചു.

"അത് ഓൻതന്നെ. കല്പന ദെവസങ്ങളില് തലക്കുടയുംകൊണ്ടാ നാടായ നാടൊക്കെ നടത്തം." ചാപ്പൻനായരുടെ കണ്ണുകൾ സ്നേഹിതനെ പരതി ഉമ്മറത്തേക്ക് നീണ്ടു. ഉമ്മറത്ത് കുട്ടിനാരായണനെത്തി. തലക്കുടക്കൊളുത്ത് ചെറ്റയിൽ തൂക്കി അയാൾ മുന്നറിയിപ്പില്ലാതെ നനഞ്ഞ കാലുകൾ മടക്കി പനയോലത്തടുക്കിൽ ഇരുന്നു. പിന്നെ നനഞ്ഞ കൈകളിലെ വെള്ളം കുടഞ്ഞ് കൊണ്ട് ഭുവനചന്ദ്രനോട് വശ്യമായി ചിരിച്ചു.

"എന്നെ അറീല്ലെങ്കിലും എനിക്കറിയാം. കുഴിപ്രത്തെ കുട്ടിശ്ശങ്കരൻ നമ്പ്യാരുടെ മകൻ. സൂപ്രണ്ടാപ്പീസിൽ ഉദ്യോഗസ്ഥൻ. സാഹിത്യകാരൻ, തെറ്റില്ലാത്ത കൃഷിപ്രാന്തും ഉണ്ടെന്നറിയാ." കുട്ടിനാരായണൻ സ്വയം കൈയടിച്ച് താൻ പറഞ്ഞതത്രയും ശരിയെന്ന് പാസാക്കി. പിന്നെ ചതുരംഗക്കരുക്കളെ വാത്സല്യത്തോടെ തിരിച്ചും മറിച്ചും നോക്കി രസിച്ചു. ഭുവനചന്ദ്രൻ കൗതുകത്തോടെ കുട്ടിനാരായണന്റെ നടപടിക്രമങ്ങൾ ആസ്വദിക്കുകയായിരുന്നു.

"കോടതീല് വന്നാല് കുട്ട്യാരാണക്കുറുപ്പ് ഗുമസ്ഥൻ എന്നുതന്നെ അന്വേഷിക്കണം. എന്നാലെ ആള്കൾക്ക് ആളെ തിരിയൂ. ഒന്നിനും കൊള്ളാത്ത ഒന്നുരണ്ട് കുട്ട്യാരണമ്മാർ ഗുമസ്തന്മാരായി വേറേം

ഉണ്ടേ." കുട്ടിനാരായണക്കുറുപ്പ് കാര്യമായെന്തോ പറയാൻ ഭാവിക്കുന്നതായി തോന്നിയപ്പോൾ ഭുവനചന്ദ്രൻ പ്രോത്സാഹിപ്പിച്ചു.

"കുട്ടിനാരായണക്കുറുപ്പിന് എന്തോ കാര്യായി പറയാനുണ്ടല്ലോ." ചാപ്പൻനായർ ഇടപെട്ടു. "നിന്റെ മൂക്ക് ചിരിക്കുന്നത് കണ്ടാലറിയാ കുട്ട്യാരാണാ."

"അല്ല ഞാനീ സാഹിത്യകാരനെ കണ്ടതോണ്ട് വേറെ ചിലത് ആലോചിക്ക്യായിനും. വ്യാസനാണല്ലോ ലോകത്തിലെ ഏറ്റവും വല്യ സാഹിത്യകാരൻ. കഥ ഒന്നാംനമ്പ്രാണേലും സിവില് നെയമപ്രകാരം കഥ നെലനിക്കൂലാലോന്ന് ആലോചിച്ചതാ."

കുട്ടിനാരായണക്കുറുപ്പിലെ വക്കീലുഗുമസ്ഥൻ രംഗപ്രവേശം ചെയ്യുന്നത് കണ്ട് ഭുവനചന്ദ്രൻ കൗതുകത്തോടെ പറയുന്നത് ശ്രദ്ധിക്കുന്നതായി ഭാവിച്ച് അയാളുടെ മുഖത്തേക്ക് തന്നെ നോക്കിയിരുന്നു.

"അല്ല നിങ്ങള് പറയ്. ഏത് നെയമപ്രകാരം നോക്യാലും കൗരവമ്മാരെ കുറ്റം പറയാൻ പറ്റൂലാന്നാ എന്റെ അഭിപ്രായം." കുട്ടിനാരായണക്കുറുപ്പിന്റെ പ്രസ്താവന കേട്ട് ഭുവനചന്ദ്രൻ അക്ഷരാർത്ഥത്തിൽ ഞെട്ടി. ഇയാൾ ആള് തരക്കേടില്ലല്ലോ എന്ന ആശ്ചര്യത്തോടെ കുട്ടിനാരായണക്കുറുപ്പിനെ സൂക്ഷിച്ച് നോക്കുന്നത് കണ്ടപ്പോൾ കുട്ടിനാരായണക്കുറുപ്പിനും ആവേശം കൂടി.

ഇതിഹാസകഥയെ സ്വന്തം കണ്ണിലൂടെ നിരൂപണം ചെയ്യുന്ന കുട്ടിനാരായണക്കുറുപ്പെന്ന വക്കീൽ ഗുമസ്ഥനെ ഭുവനചന്ദ്രൻ അത്ഭുതത്തോടെ അടിമുടി നോക്കി. ഇയാൾക്ക് ചതുരംഗം പ്രിയങ്കരമായത് വ്യവഹാരത്തോടുള്ള ഭ്രമം ഒന്നുകൊണ്ട് മാത്രമാണെന്നും ഭുവനചന്ദ്രന് പെട്ടെന്ന് തന്നെ മനസ്സിലായി. ചതുരംഗം വ്യവഹാരനിയമങ്ങളുള്ള ഒരു കളികൂടിയായതുകൊണ്ടാണത്.

"ഇത് വെച്ച് നിങ്ങളൊരു പുസ്തകം എഴുതിക്കോ. എന്താ ഞാമ്പറഞ്ഞതില് ന്യായോല്ലേ സാഹിത്യകാരാ?" കുട്ടിനാരായണക്കുറുപ്പ് വീണ്ടും ഒരു ചർച്ചയ്ക്ക് തയ്യാറെടുക്കുകയാണെന്നു തോന്നിയപ്പോൾ ഭുവനചന്ദ്രൻ പരാജിതനായി സ്വയം പിൻവാങ്ങുന്നതായി ബോദ്ധ്യപ്പെടുത്താൻ വെറുതെ തലകുലുക്കി.

"ഇനി പറഞ്ഞിറ്റ് കാര്യമില്ലല്ലോ." കുട്ടിനാരായണക്കുറുപ്പിന്റെ മുഖത്ത് ഒരു കുറുക്കന്റെ മുഖലക്ഷണങ്ങൾ തെളിഞ്ഞപ്പോൾ ഭുവനചന്ദ്രൻ ഉള്ളാലെ ചിരിച്ചു.

"ചതുരംഗം തൊടങ്ങാറായില്ലേ സ്വാതന്ത്ര്യം നായരെ?"

"ഇന്ന് ചതുരംഗം വേണ്ട. നമുക്കെന്തെങ്കിലും പഴേകഥ പറഞ്ഞിരിക്കാം. കുട്ടിനാരായണന്റെ *മഹാഭാരത*യുദ്ധം കഴിഞ്ഞോ." അകത്തുപോയി തിരിച്ചു വരുന്നതിനിടയിൽ ചാപ്പൻനായർ ചിരിച്ചുകൊണ്ട് ചോദിച്ചു.

ഭുവനചന്ദ്രൻ അതുകേട്ട് വെറുതെ ചിരിക്കുക മാത്രം ചെയ്തു. കുട്ടിനാരായണക്കുറുപ്പ് മറ്റെന്തോ ആലോചിച്ചുകൊണ്ട് വെറുതെ പുഞ്ചിരി

ക്കുന്നുണ്ടായിരുന്നു.

"ഉദ്യോഗോം, കൃഷീം സാഹിത്യോം എല്ലാംകൂടി അവീല്. നല്ല രസം തന്നെ ഇല്ലേ" കുട്ടിനാരായണന്റെ ആ ചോദ്യത്തിന് ഭുവനചന്ദ്രൻ മറുപടിയൊന്നും പറഞ്ഞില്ല. എങ്കിലും മനസ്സിലോർത്തു. സൂപ്രണ്ടാപ്പീസിലെ ഉദ്യോഗത്തിന്റെ വിമ്മിഷ്ടങ്ങൾ തീർക്കാൻ കൃഷിയും എഴുത്തും നല്ല ഔഷധങ്ങളാവുന്നുണ്ടെന്നത് ഒരു സത്യം തന്നെയാണ്.

"ഈ പെരുമാള്കാട് ഒരുപാട് യുദ്ധങ്ങള് നടന്ന സ്ഥലാന്നാ മാക്കണ്ടി കുഞ്ഞാമദ് പറേന്ന്ത്. അങ്ങനേങ്കില് യുദ്ധം ഒന്നും രണ്ടും ആയിരിക്കില്യാ. ടിപ്പുവും വെള്ളക്കാരും ഈ മണ്ണില് വെച്ച് പലവട്ടം ഏറ്റുമുട്ടീറ്റുണ്ടാവാം. ടിപ്പു നമ്മുടെ ക്ഷേത്രങ്ങൾ ആക്രമിച്ചൂന്ന് ഒരു ചരിത്രോണ്ട്. കാര്യം ശരിയായിരിക്കും. ആ ആക്രമണം ടിപ്പൂന് ക്ഷേത്രത്തോട്ള്ള വെറുപ്പ് കൊണ്ടാവണോന്നില്ല. വെള്ളക്കാരന്റെ സിൽബന്ധികളായ നാട്ടുരാജാക്കന്മാർടെ പട്ടാളക്കാര് ശരണംകിട്ടാതെ ക്ഷേത്രങ്ങളിലൊളിച്ചപ്പം ടിപ്പു ക്ഷേത്രം ആക്രമിച്ചിറ്റുണ്ടാവും. പടയോട്ടക്കാരന് കണ്ണു കണ്ടൂലാലോ. അങ്ങന്യാവാനാ വഴി. ടിപ്പൂന്റെ മൈസൂര് കൊട്ടാരത്തിൽത്തന്നെ അമ്പലങ്ങളുണ്ടെന്നല്ലേ പറേന്ന്. ഏതു നാട്ടിലായാലും യുദ്ധത്തിന്റെ നെയമം വേറത്തന്ന്യല്ലേ."

കുട്ടിനാരായണക്കുറുപ്പിന്റെ *മഹാഭാരത*ത്തിൽനിന്നാണ് ചാപ്പൻനായർ ടിപ്പുവിലെത്തിയത് എന്ന് ഭുവനചന്ദ്രന് മനസ്സിലായി.

"ചൈനായുദ്ധകാലത്ത് നമ്മളെ പെരുമാള്കാട്ടില് പട്ടാള കേമ്പ് വന്നത് കുട്ടിരാമന് ഓർമ്മേണ്ടോ?" ചാപ്പൻനായർ കൗതുകത്തോടെ തിരക്കി.

"ഓർമ്മേണ്ടോന്നോ. ഞാനാ പട്ടാളത്തില് നായിക്കല്ലായിനോ സ്വാതന്ത്ര്യം നായരെ." അയാൾ മാലപ്പടക്കംപോലെ പൊട്ടിച്ചിരിച്ചു.

പെട്ടെന്ന് ഭുവനചന്ദ്രന്റെ ഓർമ്മകൾ നിലത്ത് പൂഴിവിരിച്ച തന്റെ നാലാം ക്ലാസിലേക്കോടി. രണ്ടുപേരോടും യാത്രപറഞ്ഞ് ഇടവഴിയിലേക്കിറങ്ങിയപ്പോഴും അതുവരെ പറഞ്ഞുകേട്ട പട്ടാളത്തെ നേരിൽ കണ്ട തന്റെ കുട്ടിക്കാലം തന്നെയായിരുന്നു മനസ്സിൽ. ഓർമ്മകൾക്ക് താളമായി മഴ ചിണുങ്ങിച്ചിണുങ്ങി പെയ്യുന്നുണ്ടായിരുന്നു.

ഇക്കാലത്തേതുപോലെ ഒന്നിന്റെയും വിവരങ്ങൾ മുൻകൂട്ടി ലഭിക്കാൻ ഒരവസരവുമില്ലാത്ത ഒരു കാലമായിരുന്നു. എല്ലാ അനുഭവക്കാഴ്ച്ചകളും നടന്നുകഴിഞ്ഞ് എത്രയോ ദിവസങ്ങൾ കഴിഞ്ഞ് മാത്രമേ സാധാരണക്കാരനറിയൂ. നാലാം തരത്തിൽ പഠിക്കുമ്പോൾ മിക്കദിവസങ്ങളിലും കുളിക്കാതെയും പല്ലുതേക്കാതെയും ക്ലാസിലെത്തുന്ന ഒരു അന്ത്രുവുണ്ടായിരുന്നു. എന്നും ബെല്ലടിച്ചശേഷം ഓടിക്കിതച്ചെത്തുന്ന അന്ത്രു ഒരു ദിവസം നേരത്തെയെത്തിയിരുന്നു. ക്ലാസ് നിറയെ പൂഴിമണ്ണാണ്. പകുതിയോളം പൂഴിയിൽ താഴ്ന്നുകിടക്കുന്ന കാലിളകിയ മരബെഞ്ചാണ് കുട്ടികളുടെ ഇരിപ്പിടം. ക്ലാസ് ടീച്ചറുടെ കാലിളകിപ്പോയ കസാലയും ഉറകുത്തി വികൃതമായ മേശയും പൂഴിക്കടലിൽ പകുതിയോളം മുങ്ങി

പ്പോയ ഒരു കപ്പലുപോലെ തോന്നിക്കുമായിരുന്നു. കുട്ടികളിൽ ചില രെല്ലാം ബഞ്ച് ഉപേക്ഷിച്ച് പൂഴിയിൽ തന്നെയിരിക്കും. ഇടയ്ക്കിടെ ബെഞ്ച് മറിഞ്ഞ് പൂഴിയിൽ വീഴുന്നതിനേക്കാൾ നല്ലത് അതാണെന്നാ ണവരുടെ അഭിപ്രായം. അന്ത്രു അക്കൂട്ടത്തിൽപ്പെട്ടവനാണ്. ക്ലാസിലി രിക്കുന്നുവെന്നല്ലാതെ പഠനം അവന്റെ ലക്ഷ്യമേയല്ല. പട്ടിണിക്കാല മായതിനാൽ അമേരിക്ക അയച്ചുതരുന്ന മഞ്ഞ നിറമുള്ള റവ കൊണ്ടു ണ്ടാക്കുന്ന ഉപ്പുമാവാണ് അവന്റെ ഒരേയൊരു ലക്ഷ്യം. രാവിലെ സമയ മില്ലാത്തതുകൊണ്ടാണ് എന്നും പല്ലുതേക്കാതെയും കുളിക്കാതെയും ക്ലാസിലെത്തുന്നതെന്നാണ് അന്ത്രുവിന്റെ വിശദീകരണം. എല്ലാ ദിവ സവും അതൊന്നും ആവശ്യമില്ലെന്നാണ് അന്ത്രുവിന്റെ നിലപാട്.

ഉപ്പുമാവ് വിളമ്പുന്ന നാരായണിയേടത്തിയേയും മേൽനോട്ടക്കാര നായ സ്കൂൾ ശിപായി ഗോവിന്ദേട്ടനെയും സ്വാധീനിച്ച് അവൻ ഉപ്പുമാവ് വയറുനിറയെ തട്ടിവിടുകയും ചെയ്യും. വിശദമായ വെറ്റിലമുറുക്കുള്ള ഗോവിന്ദേട്ടനെ സ്വാധീനിക്കാൻ അവൻ എവിടെനിന്നെങ്കിലും അടയ്ക്കയും വെറ്റിലയും സംഘടിപ്പിച്ചു കൊടുക്കും. നേരത്തെയെത്തിയ അന്ത്രു അന്ന് വലിയ ഗമയിലായിരുന്നു. അന്ത്രു പറഞ്ഞുകൊണ്ടിരുന്നത് ചുറ്റും കൂടിനിന്നവർ അന്നോളമില്ലാത്ത ആകാംക്ഷയോടെ കേട്ടുകൊ ണ്ടിരിക്കുകയും. ആ ചെറിയ സംഘത്തിലേക്ക് നിമിഷനേരംകൊണ്ട് എന്തുകൊണ്ടോ ഭുവനചന്ദ്രനും ആകർഷിക്കപ്പെട്ടു. അന്ത്രുവിന്റെ വാക്കു കൾ കേൾവിക്കാരുടെ ആ ചെറുസംഘത്തിലെ എല്ലാവരേയും ശരിക്കും ഞെട്ടിച്ചുവെന്നതാണ് സത്യം. ഒന്നോ രണ്ടോ ദിവസത്തിനകം സ്കൂളിന്റെ മുൻവശത്ത് ഒരു മണലാരണ്യമായി പരന്നുകിടക്കുന്ന പെരു മാളുകാട് മൈതാനി എന്നു നാട്ടുകാർ വിളിക്കുന്ന വിശാലമായ മൈതാ നത്തിൽ പട്ടാളം കേമ്പടിക്കാൻ പോകുന്നുവെന്ന ഞെട്ടിക്കുന്ന വാർത്ത യായിരുന്നു അവൻ ആവേശത്തോടെ ആവർത്തിച്ചുകൊണ്ടിരുന്നത്. പെരു മാള്കാട് മൈതാനി വിശാലമായ ഒരു മണൽക്കാട് തന്നെയാണ്. അറേ ബ്യൻ മണലാരണ്യങ്ങളെ ഓർമ്മപ്പെടുത്തുന്ന രണ്ട് ഈന്തപ്പനകൾ ആ മൈതാനിയുടെ ഒരു ഭാഗത്ത് തലയുയർത്തി നിന്നിരുന്നു. വർഷത്തി ലൊരിക്കൽ ഒരു അനുഷ്ഠാനം പോലെ കായ്ക്കുന്ന ഈന്തപ്പനകളിൽ എത്തിപ്പിടിച്ച് കുട്ടികൾ മൂപ്പെത്തുന്നതിനുമുമ്പേതന്നെ കുരുന്നു കായ കൾ പറിച്ചുതിന്നും. അതുകൊണ്ട് ഒരിക്കൽ പോലും ആ ഈന്തപ്പനക ളിൽ ഈന്തപ്പഴങ്ങൾ മൂപ്പെത്തി പഴുക്കാറില്ല. എത്രയോ കാലമായി അതൊരു ശാപംപോലെ ആ ഈന്തപ്പനകൾ അനുഭവിച്ചുകൊണ്ടിരിക്കു കയായിരുന്നു. പുഷ്പിച്ചാലും കായ്ക്കാനാവാത്ത കൊടും ശാപം എന്നു വേണം കരുതാൻ. പൂർണ്ണമായും തരിശായിക്കിടക്കുന്ന മൈതാനിയുടെ നടുവിൽ ഇടിഞ്ഞുപൊളിഞ്ഞ പഴയ ക്ഷേത്രാവശിഷ്ടങ്ങൾ. ഒരു ഭാഗത്ത് മഴക്കാലത്ത് മാത്രം നിറഞ്ഞു നില്ക്കുന്ന വിശാലമായ കുളം. പെരുമാ ളുകാടിന്റെ ഈ വിശാലതയാണ് പട്ടാളത്തെ ആകർഷിച്ചതെന്നുറപ്പാ ണ്. ഇടിഞ്ഞുപൊളിഞ്ഞുകിടക്കുന്ന ഒരു വീടിന്റെ മേൽക്കൂര മുന്നറിയി

പ്പില്ലാതെ അടർന്നു വീഴുന്നതുപോലെ ഭയപ്പെടുത്തുന്ന പല ചോദ്യങ്ങളും ഇളം മനസ്സുകളിലേക്ക് വന്നു വീണുകൊണ്ടിരുന്നു. ഏതു രാജ്യത്തിന്റെ പട്ടാളക്കാരാണ് ഈ നാട്ടിൻപുറത്ത് വന്നെത്തുന്നത്? ഇവിടെ ആരാണ് അവരുടെ ശത്രുക്കൾ? പെരുമാളുകാട്ടിൽ ഒരു യുദ്ധം വന്നാൽ ഇന്നുള്ള ആരെങ്കിലും ജീവനോടെ ബാക്കിയാവുമോ? അന്ത്രുവിന്റെ വിശദീകരണത്തിൽ സംശയങ്ങൾക്കുള്ള ഉത്തരങ്ങൾ ഒന്നുപോലുമുണ്ടായിരുന്നില്ല. അവൻ വലിയ ഗൗരവത്തിലുമായിരുന്നു. അന്ത്രു പറഞ്ഞ കാര്യങ്ങൾ ഉള്ളുനിറഞ്ഞ ഭയത്തോടെ വീട്ടിലെത്തിയപാടെ അച്ഛനോടും അമ്മയോടുമൊക്കെ പറഞ്ഞെങ്കിലും അവർ അതൊന്നും അത്ര വലിയ കാര്യമായെടുത്തില്ല.

അന്ത്രു പറഞ്ഞ കാര്യങ്ങൾ കുറേയൊക്കെ ശരിയായിരുന്നുവെന്ന് പിറ്റേന്ന് തന്നെ ബോദ്ധ്യപ്പെട്ടു. ഉച്ചയാകുമ്പോഴേക്കും മൈതാനത്തിന്റെ ഒരു ഭാഗം നിറയെ പട്ടാള വണ്ടികൾ വന്നു നിറയുകയായിരുന്നു. ഒപ്പം തൊപ്പിയും തലപ്പാവുമൊക്കെ ധരിച്ച കുറേ പട്ടാളക്കാരും. അവർ ഹിന്ദിയിലാണ് സംസാരിക്കുന്നതെന്ന് പറഞ്ഞത് തലയിൽ തുർക്കിത്തൊപ്പി വെച്ച റങ്കൂണിൽപ്പോയി തിരിച്ചെത്തിയ ബാവസായിവാണ്. അത് മനസ്സിൽ നിറഞ്ഞുനിന്ന കടുത്ത ആശങ്കകൾക്കുള്ള മറുപടി കൂടിയായിരുന്നു. പെരുമാളുകാട്ടിൽവന്നു തമ്പടിക്കുന്നത് നമ്മുടെ രാജ്യത്തിന്റെ പട്ടാളക്കാർതന്നെയാണ്. ശത്രുക്കളില്ലാത്തതുകൊണ്ട് തന്നെ പെരുമാളുകാട്ടിൽ ഒരു യുദ്ധവും നടക്കാൻ പോകുന്നില്ല. ഒന്നുരണ്ടു ദിവസത്തിനകം മൈതാനം നിറയെ വെളുത്ത ടെന്റുകൾ നിറഞ്ഞു. പട്ടാള വണ്ടികളും പലഭാഗത്തുനിന്നും മൈതാനിയിലേക്ക് വന്നുംപോയുംകൊണ്ടിരുന്നു. ഈ ദിവസങ്ങളിലെല്ലാം അന്ത്രു സ്വന്തം ഭാവനയ്ക്കനുസരിച്ച് പല വ്യാജവാർത്തകളും പടച്ചുവിട്ടുകൊണ്ടിരുന്നു. പ്രായത്തിൽക്കവിഞ്ഞ ശരീര വളർച്ചയുള്ള അവൻ പട്ടാളക്കാരിലൊരാളെപ്പോലെയായിരുന്നു സംസാരിച്ചുകൊണ്ടിരുന്നത്. അന്ത്രു അന്നുപറഞ്ഞ കാര്യങ്ങൾ ഓർക്കുമ്പോൾ ഇപ്പോഴും ചിരിച്ചുപോവാറുണ്ട്. കോഴികളെയും ആടുകളെയും പശുക്കളെയുമൊക്കെ വളർത്തുന്നവർ ഒരു ദിവസം ഒരു വീട്ടുകാരൻ എന്ന ക്രമത്തിൽ പട്ടാളത്തിന് മാംസവും പാലും എത്തിക്കേണ്ടിവരുമെന്നും പ്രദേശത്തെ കുളങ്ങളെല്ലാം ഇനി അവർക്കുമാത്രം കുളിക്കാനുള്ളതാണെന്നുമൊക്കെ അവൻ തട്ടിവിട്ടിരുന്നു. പക്ഷേ, പട്ടാളക്കാർ വന്നതിന്റെ മൂന്നാം ദിവസം അന്ത്രുവിന്റെ നുണകൾക്കും വ്യാജവാർത്തകൾക്കും വിരാമമിട്ടുകൊണ്ട് സ്കൂൾ അസംബ്ലിയിൽ ഹെഡ്മാസ്റ്റർ കുഞ്ഞികൃഷ്ണൻ മാസ്റ്റർ തന്നെ കാര്യങ്ങൾ വിശദീകരിച്ചു. അദ്ദേഹം ഒരു മുൻ പട്ടാളക്കാരൻ കൂടിയായിരുന്നതിനാൽ കാര്യങ്ങൾ പറഞ്ഞുകഴിഞ്ഞപ്പോൾ കുട്ടികൾക്കാർക്കും ഒരു സംശയവുമുണ്ടായിരുന്നില്ല. “മൈതാനിയിൽ തമ്പടിച്ചിരിക്കുന്നത് നമ്മുടെ പട്ടാളം തന്നെയാണ്. ജനങ്ങൾക്ക് സൈനിക പരിശീലനം നല്കുന്നതിനാണ് അവരെത്തിയിരിക്കുന്നത്. അവർ നമ്മുടെ സംരക്ഷകരാണ്.” ഹെഡ്മാസ്റ്ററുടെ ശബ്ദ

ത്തിൽ ദേശഭക്തി കനത്തുനിന്നിരുന്നു. എത്രയോ ദിവസത്തിനുശേഷം അന്നുരാത്രി സുഖമായുറങ്ങി.

അന്ത്രു ഓരോ ദിവസവും പുതിയ പുതിയ കൗതുകവാർത്തകളുമായി പതിവിനു വിപരീതമായി നേരത്തേ ക്ലാസിൽ എത്തുമായിരുന്നു. ഓരോ ദിവസവും ഓരോ കൗതുക വാർത്ത. ഒരു ദിവസം അന്ത്രുപറഞ്ഞു. "എന്റെ മക്കളെ, എന്റെ പൊരേല് ഇന്നലെ ആരും ഒരുപോള കണ്ണടച്ചിറ്റില്ല. നാലഞ്ചു പട്ടാളക്കാർ ഇന്നലെ മോന്തിക്ക് എന്റെ പൊരയ്ക്ക് വന്ന്. മഴേത്ത് നനഞ്ഞ് പോയ പീരങ്കീന്റെ ഉണ്ട ഓട്ടക്കലത്തില് വെച്ച് തീക്കത്തിച്ച് ഒണക്കിയെടുക്കാനാ ഓല് വന്നത്. ഒരു അഞ്ഞൂറ് ഉണ്ടേങ്കിലും ഒണക്കീറ്റുണ്ടാവും. അപ്പളയ്ക്കും നേരം വെള്ത്ത്. എന്റെ ഉമ്മാമയാ എല്ലാം ഒണക്കിക്കൊടുത്തത്." കേട്ടുനിന്ന ഞങ്ങളെല്ലാം വിസ്മയം കൊണ്ട് തളർന്നുപോയിരുന്നു. പിന്നെയൊരിക്കൽ അന്ത്രുവിന്റെ വാക്കുകൾ അല്പം ഭയപ്പെടുത്തുന്നതായിരുന്നു.

"നോക്ക് മക്കളെ ഈ പട്ടാളക്കാർക്ക് ആരേയും വെടിവെച്ച് കൊല്ലാത്രേ. ഓല് കൊന്നാൽ കേസില്ലാന്നാ പറേന്നത്" കേട്ടുനിന്നവരെല്ലാം ഉൾവിറയൽകൊണ്ട് നിശ്ശബ്ദരായി.

"ഞമ്മക്കൊന്നും പേടിക്കണ്ട. ഓല് ഞമ്മളെ ചങ്ങായ്യേളാ. എന്റെ ഉമ്മാമ്യല്ലേ ഓലിക്ക് ഉണ്ട ഒണക്കിക്കൊട്ക്ക്ന്നത്." അപ്പോൾ അന്ത്രുവിന്റെ മുഖത്ത് അന്നോളമില്ലാത്ത അഹങ്കാരത്തിന്റെ മിന്നൽ വെളിച്ചം തെളിഞ്ഞു. പിന്നീടുള്ള ദിവസങ്ങളിൽ പെരുമാളുകാട്ടിൽ കണ്ടുംകേട്ടും കൊണ്ടിരുന്നതെല്ലാം വിസ്മയിപ്പിക്കുന്ന വാർത്തകളായിരുന്നു. പെരുമാളുകാട്ടിലെ പണിയില്ലാതെ തെക്കുവടക്കു നടക്കുന്ന ചെറുപ്പക്കാരെല്ലാം ആവേശത്തോടെ രാജ്യസേവനത്തിനായി പട്ടാളത്തിൽ ചേരുന്നു. നാടൻറാക്കുകാച്ചുകാരൻ കുഞ്ഞിച്ചാത്തു പട്ടാള കേമ്പിൽ നെല്ലും മുന്തിരിയുമിട്ട് വാറ്റിയ നാടൻ റാക്ക് കൊണ്ടുകൊടുക്കുന്നു. കേമ്പിൽ ചേർന്നവർ ഒഴിവുസമയങ്ങളിൽ പട്ടാളയൂണിഫോമിട്ട് ഇടവഴികളിൽ വീമ്പുപറഞ്ഞു നടക്കുന്നു. തലപ്പാവുവെച്ച സിക്കുകാർ അസമയങ്ങളിൽ പെരുമാളുകാട്ടിന്റെ കുണ്ടനിടവഴികളിൽ പാത്തും പതുങ്ങിയും നടക്കുന്നു. മണ്ണെണ്ണയ്ക്ക് ക്ഷാമമുള്ള കാലമായിട്ടും എം ആർ എസ് ഉണ്ണൂലിയുടേതുപോലുള്ള ചില മോശപ്പെട്ട വീടുകളിൽ അർദ്ധരാത്രിയിലും ചിമ്മിനി വിളക്ക് പുലരുവോളം തെളിഞ്ഞുകത്തുന്നു. കുലച്ച വാഴകൾ ഓരോ ദിവസവും ഉടലോടെ അപ്രത്യക്ഷമാവുന്നു. പെരുമാളുകാട്ടിലെ സൊറക്കമ്പനിക്കാർ പട്ടാളക്കാരിൽനിന്നും കേട്ടുപഠിച്ച ഹിന്ദി പരസ്പരം പറഞ്ഞു പഠിക്കുന്നു. കേമ്പിൽ രാവിലെയും വൈകുന്നേരവും പാലുകൊടുക്കുന്ന പശുക്കേളപ്പനും വെറ്റിലകൊടുക്കുന്ന പൈങ്ങ കുഞ്ഞൻ നായരുമൊക്കെ പട്ടാള ഭാഷയിൽ മാത്രം സംസാരിക്കുന്നു. അതുവരെ ഐസ് വിറ്റുനടന്ന ഭീഷണികുഞ്ഞബ്ദുള്ളയ്ക്ക് പട്ടാളത്തിൽ ചേർന്നയുടനെ പ്രമോഷൻ കിട്ടിയെന്നുവരെ വാർത്ത പരക്കുന്നു. എല്ലാപുകിലും കൃത്യം ആറുമാസം കൊണ്ടവസാനിച്ചു. തേനീച്ച കുടൊഴിയും

പോലെ ആറുമാസം കഴിഞ്ഞപ്പോൾ പട്ടാളം കൂടൊഴിഞ്ഞു. അവരെല്ലാം എങ്ങോട്ടോപോയി. വെളുത്ത ടെന്റുകൾ അപ്രത്യക്ഷമായി.

നാട്ടിലെ ചിലരെല്ലാം കേമ്പിന്റെ തുർച്ചയെന്നോണം പട്ടാളത്തിൽ ചേർന്നു. ഭീരുക്കൾ യൂണിഫോം പോലും തിരികെ കൊടുത്ത് പട്ടാളവുമായുള്ള എല്ലാ ബന്ധങ്ങളും വിഛേദിച്ചു. നുണയൻ അന്ത്രു നുണക്കഥകൾക്ക് വിഷയമില്ലാതെ കുഴങ്ങി. അവന്റെ സ്കൂളിലേക്കുള്ള വരവ് പഴയപടിയായി. പട്ടാളം പെട്ടെന്നങ്ങനെ പോയതിൽ ഞങ്ങൾക്കെല്ലാം സങ്കടമുണ്ടായിരുന്നു. ഉത്സവത്തിന് കൊടിയിറങ്ങുമ്പോഴുള്ള ഒരു സങ്കടം എല്ലാവർക്കുമുണ്ടായി.

ചാപ്പൻനായരുമായി കാണുന്ന ദിവസങ്ങൾ മനസ്സിന് പറഞ്ഞറിയിക്കാനാവാത്ത സുഖം തരുന്നതായി ഭുവനചന്ദ്രന് തോന്നി തുടങ്ങിയിരുന്നു. രാത്രി സുമിത്രയുമായി സംസാരിച്ചിരിക്കുമ്പോൾ അക്കാര്യം സുമിത്രയോട് അയാൾ പറയുകയും ചെയ്തു.

"സംഭവിച്ചതിനൊന്നിനും പക്ഷം പിടിക്കാത്ത ഒരു വൃദ്ധന്റെ വാക്കുകൾ മനസ്സിനെ വല്ലാതെ തണുപ്പിക്കുന്നു സുമിത്രേ. ഓഫീസിൽനിന്നും കുത്തിനിറയ്ക്കുന്ന അനാവശ്യമായ വേവലാതികൾ അരമണിക്കൂറുകൊണ്ട് കഴുകിക്കളയാൻ ആ വാക്കുകൾക്ക് കഴിയുന്നുവെന്നതാണ് എന്നെ അതിശയപ്പെടുത്തുന്നത്. മണ്ണിൽ പണിയെടുക്കുമ്പോഴുള്ള അതേ സുഖം. കെട്ടുകാഴ്ചകളില്ലാത്ത വാക്കുകളുടെ ശക്തിയാണത്. ന്യായത്തിനും ധർമ്മത്തിനും വിലകല്പിച്ചിരുന്ന ഒരു കാലത്തിന്റെ പ്രതിനിധിയാണയാൾ. അദ്ദേഹം പറയുന്നതെല്ലാം കുറിച്ചുവെക്കണം. എഴുത്തിൽ എനിക്കത് പ്രയോജനപ്പെടും." അന്നാദ്യമായി സുമിത്ര തന്റെ വാക്കുകൾ ശ്രദ്ധയോടെ കേൾക്കുന്നത് കണ്ട് ഭുവനചന്ദ്രൻ അത്ഭുതപ്പെട്ടു. എത്ര തിരക്കായാലും കഥകൾകേൾക്കാൻ സുമിത്രയ്ക്കിഷ്ടമാണ്.

ഒഴിവുദിവസങ്ങളിലെ വൈകുന്നേരങ്ങളിൽ ലക്ഷ്യമില്ലാതെ നടക്കാൻ ഇപ്പോൾ പഴയതുപോലെ വിവേകനെ കിട്ടാറില്ല. ഒരു മദ്ധ്യവയസ്കന്റെ ശാരീരിക ബുദ്ധിമുട്ടുകൾക്കപ്പുറം വീട്ടിലെ പ്രശ്നങ്ങളും അവനെ അലട്ടുന്നുണ്ടെന്ന് ഭുവനചന്ദ്രനറിയാം. വിദ്യാധരന്റെ വിഷയങ്ങൾ തന്നെ മുഖ്യം. ഇടപെടാൻ ധൈര്യമില്ലാതെ ആ പ്രശ്നങ്ങൾക്കു മുമ്പിൽ ഭുവനചന്ദ്രനും വിറങ്ങലിച്ചു നില്ക്കുകയാണ്. ഒരിക്കൽ ഒരു കാരണവുമില്ലാതെ സുമിത്ര പറഞ്ഞു.

"നിങ്ങൾ വെറുതെ അതിലൊന്നും ചെന്നു ചാടണ്ട. അല്ലെങ്കിലും കുട്ടികളൊന്നും ഇവിടെയില്ലാത്തതാ. വെറുതെ ശത്രുക്കളെ ഉണ്ടാക്ക്യാ കുട്ടികളാ പിന്നെ വെഷമിക്ക്യാ."

അവളുടെ വാക്കുകളിലും വരാനിരിക്കുന്ന ആപത്തുകളെക്കുറിച്ചുള്ള കടുത്ത ആശങ്കയുണ്ടായിരുന്നു. വിദ്യാധരനെ ഒന്ന് നേരിൽക്കണ്ട് സംസാരിച്ചാലോ എന്ന് ചിലപ്പോൾ തോന്നാറുണ്ട്. പക്ഷേ, എന്തുകൊണ്ടോ അവനെ കുറ്റപ്പെടുത്താൻ കഴിയുന്നില്ല. ഏതു മതത്തിൽപ്പെട്ടവളായാലും അനാഥയായ ഒരു പെൺകുട്ടിയോട് അടുപ്പം കാണിക്കു

ന്നതും അവളെ സഹായിക്കുന്നതും എങ്ങനെയാണ് തെറ്റാവുന്നത്? ഇതായിരിക്കും അവന്റെ ന്യായീകരണം. തനിക്കെന്നല്ല, ലോകത്തിലൊരാൾക്കും ഉത്തരമില്ലാത്ത ചോദ്യമാണത്.

"മനുഷ്യനായി വളരാനാണ് എന്നെ ചെറുപ്പം മുതൽ അച്ഛൻ പഠിപ്പിച്ചത്. കണക്കിലും ശാസ്ത്രത്തിലും ഞാനൊരു പിന്നോക്കക്കാരനാണെങ്കിലും ഞാനൊരു മനുഷ്യനായെന്ന് എനിക്കഭിമാനമുണ്ട്. എം എക്കാരനായിട്ടും തുണിക്കടയിൽ കണക്കെഴുത്തുകാരനാകേണ്ടി വന്നത് അച്ഛന്റെ അഞ്ചുതലമുറയ്ക്കപ്പുറമുള്ള കാരണവന്മാരിലാരോ വലിയ ജന്മിയായതുകൊണ്ടല്ലേ? അതിനെന്നെ പഴിച്ചിട്ടെന്താണുകാര്യം? നജ്മയുടെ ബാപ്പ കടലിൽ മുങ്ങിച്ചത്തതുകൊണ്ടല്ലേ അവളിങ്ങനെ അനാഥയായിപ്പോയത്. ഒന്നു മനസ്സുറച്ചാൽ അവൾക്കും കോടീശ്വരിയാവാനുള്ള അവസരമുണ്ടെന്നാരും മറന്നുപോകരുത്. തകർന്നുകൊണ്ടിരിക്കുന്ന ന്യായത്തിന്റേയും നീതിയുടേയും പാലത്തിൽ കുലംകുത്തിയൊഴുകുന്ന അന്യായത്തിന്റേയും അനീതിയുടേയും പുഴയിൽ വീഴാതെ അള്ളിപ്പിടിച്ചിരിക്കുന്ന മനുഷ്യന്മാർക്കേ ഈ നാട്ടിൽ പ്രശ്നമുള്ളൂ ഭുവനേട്ടാ." വിദ്യാധരന്റെ ഹൃദയസ്പർശിയായ വാക്കുകൾ കേട്ട് അവനെ പ്രായം മറന്ന് ബഹുമാനിച്ചുപോയ സന്ദർഭം ഒരിക്കലുണ്ടായതാണ്. ഇനിയുമത് കേട്ട് മരവിക്കാൻ മനസ്സുപാകപ്പെടുന്നില്ല. സത്യത്തിൽ മനസ്സ് അവനെ കാണാൻ ധൈര്യമില്ലാതെ ഒരു പിടികിട്ടാപ്പുള്ളിയായി ഒഴിഞ്ഞുമാറി നടക്കുകയാണ്.

കാണാച്ചരടുകൾ

കുറച്ചു ദിവസങ്ങൾക്കുശേഷമാണ് പഴയ വീട് തുറന്നത്. അകത്തെ വിഴുപ്പുഗന്ധം പുതിയൊരു വിചിത്രമായ ഗന്ധത്തിന് വഴിമാറിയിരിക്കുന്നു. സുഗന്ധമെന്നോ ദുർഗ്ഗന്ധമെന്നോ നിർവ്വചിക്കാൻ കഴിയാത്ത ഒരു ഗന്ധം. അലമാരയ്ക്കകത്ത് എലി വീണ്ടും ആക്രമണം നടത്തിയതിന്റെ ലക്ഷണങ്ങളൊന്നുമില്ല. വിഘ്നേശ്വരനു മുമ്പിൽ വിളക്ക് കൊളുത്തി ചന്ദനത്തിരി കത്തിച്ചുവെച്ചപ്പോൾ മനസ്സിനു സുഖം തോന്നി.

മൂലയ്ക്കിരിക്കുന്ന എലിക്കെണിയിലേക്ക് ഒന്നു കണ്ണോടിച്ചത് വെറുതെയായിരുന്നു. എന്നാൽ അവിടെക്കണ്ട കാഴ്ച അതിശയിപ്പിക്കുന്നതായിരുന്നു. എല്ലാ വിവാദങ്ങൾക്കും കാരണക്കാരനായ എലി എലിപ്പത്തായത്തിനു മുകളിലിരുന്ന് ഒരു വിരുന്നുകാരനെ എന്നപോലെ ഭുവനചന്ദ്രനെ തുറിച്ചു നോക്കുന്നുണ്ടായിരുന്നു. കുറച്ചുകൂടി അടുത്തേക്ക് ചെന്നിട്ടും ചങ്ങാതിക്ക് ഒരനക്കവുമില്ല. നിസ്സംഗമായ ആ ഇരിപ്പ് കണ്ട് ഒരു നേരിയ ഭയം തോന്നായ്കയില്ല. എന്നിട്ടും നിലത്ത് കാലുരസി ഒച്ചയുണ്ടാക്കി മാറിപ്പോകാൻ എലിക്ക് നിർദ്ദേശം നല്കി. അപ്പോഴും എലി ഭുവനചന്ദ്രനെ നിസ്സാര ഭാവത്തിൽ സൂക്ഷിച്ചു നോക്കിക്കൊണ്ടിരുന്നതേയുള്ളൂ. എന്തോ തീരുമാനിച്ച് മനസ്സിലുറപ്പിച്ചപോലെ. കുറച്ചു കഴിഞ്ഞപ്പോൾ പെട്ടെന്നുള്ള തീരുമാനമാറ്റംപോലെ ഒരു വെപ്രാളവുമില്ലാതെ അത് മരക്കോണിയിലൂടെ തട്ടിൻപുറത്തേക്ക് മെല്ലെ മെല്ലെ നടന്നുപോയി. എലിയുടെ ഭാവമാറ്റം ഭുവനചന്ദ്രന്റെ മനസ്സിൽ പുതിയ ചിന്തകൾക്കു വഴിമരുന്നിടുകയായിരുന്നു. സ്വപ്നത്തിൽ കണ്ട ആ കൂറ്റൻ എലി വാക്കു പാലിക്കുകയാണോ എന്നുവരെ ഭുവനചന്ദ്രൻ ചിന്തിച്ചുപോയി. ആ എലി തന്നെക്കാൾ ഒരു തരിയെങ്കിലും കൂടുതൽ ആ വീടിനെ സ്നേഹിക്കുന്നുണ്ടെന്നൊരു തോന്നൽ അപ്പോൾ മുതൽ ഭുവനചന്ദ്രനുണ്ടായി. അത്

സംഭവിച്ചുകൂടാത്തതല്ല. ആ എലി തന്റെ ആരാധനാമൂർത്തിയായ വിഘ്നേശ്വരന്റെ യഥാർത്ഥ വാഹനമാണെന്ന് അർത്ഥശങ്കയ്ക്കിടയില്ലാത്ത വിധം വിശ്വസിക്കാനും ഭുവനചന്ദ്രന്റെ മനസ്സ് ധൃതിപ്പെടുന്നുണ്ടായിരുന്നു. അവിശ്വസനീയമെന്ന് നേരത്തെ കരുതിയ പലതും വിശ്വസിക്കാനൊരിഷ്ടംപോലെ. പലതും യാഥാർത്ഥ്യമല്ലെന്നറിയാം. യുക്തിക്ക് നിരക്കാത്തതാണെന്നതിനും തർക്കമില്ല. പക്ഷേ, എന്തുകൊണ്ടോ വിശ്വസിക്കാനൊരിഷ്ടം. മനുഷ്യന് മനസ്സിൽ രൂപപ്പെടുന്ന പല വിശ്വാസങ്ങളും അങ്ങനെയുള്ളതാണ്. എലി ആ വീടിനെ സംബന്ധിച്ചെങ്കിലും ഒരു വിശ്വസ്തനായ വീട്ടുമൃഗമായി രൂപാന്തരം പ്രാപിക്കുകയാണെന്ന് കരുതാനാണ് മനസ്സ് കലശലായി ആഗ്രഹിക്കുന്നത്. അങ്ങനെയായാൽ വിഘ്നേശ്വരന് മുമ്പിൽ വിളക്ക് തെളിയിക്കുന്നതും എലിക്ക് നെൻമണികൾ ഇട്ടുകൊടുക്കുന്നതും ഒരേ ഭക്തി മനസ്സിൽ സൂക്ഷിച്ചുകൊണ്ടാവാം. പായസം നുണയുന്നതുപോലെ മനസ്സിൽ രൂപപ്പെടുന്ന ചിന്തകൾ സ്വാദിഷ്ടമാവുന്നത് ഭുവനചന്ദ്രന് പുതിയ അനുഭവമായിരുന്നു. അല്ലെങ്കിലും അങ്ങനെ ശരിയല്ലെന്നറിഞ്ഞിട്ടും മനുഷ്യൻ എന്തെല്ലാം കാര്യങ്ങൾ വിശ്വസിക്കുന്നു. മറ്റൊരാൾക്ക് ദ്രോഹകരമാവുമ്പോൾ മാത്രമാണ് വിശ്വാസം അന്ധവിശ്വാസമാകുന്നത്. ഒരിക്കൽ ചെറിയ ക്ലാസിലെപ്പോഴോ ഉണ്ടായ ഒരനുഭവം ഭുവനചന്ദ്രൻ അസ്വാഭാവികമായി ഓർത്തുപോയി. ഭാസ്കരൻ മാഷ് വലിയ ആവേശത്തോടെ സ്വാതന്ത്ര്യസമരത്തിന്റെ കഥകൾ കുട്ടികളോട് പറയുകയായിരുന്നു. ബ്രിട്ടീഷുകാരെ ഇന്ത്യയിൽനിന്നും തുരത്താൻ കീഴരിയൂരിൽ വെച്ച് സമരഭടന്മാർ ബോംബു നിർമ്മിച്ചതും ഫറൂക്ക് റെയിൽവേ പാലത്തിനു ബോംബുവെച്ചതും പഴയ കോൺഗ്രസുകാരനായ മാഷ് ആവേശത്തോടെ പറഞ്ഞുകൊണ്ടിരുന്നു. അതിൽ പങ്കെടുത്തവർക്ക് പിന്നീട് സർക്കാർ പാരിതോഷികങ്ങളും ബഹുമതികളുമെല്ലാം നല്കിയ കഥയും മാഷ് നന്നായി വിവരിച്ചുകൊണ്ടിരിക്കേ വല്ലാത്തൊരു സംശയം ഭുവനചന്ദ്രന്റെ മനസ്സിലേക്ക് ഒരു കരിനാഗത്തെപ്പോലെ ഇഴഞ്ഞെത്തി. ബോംബുണ്ടാക്കി റെയിൽവേ പാലത്തിന് വെച്ചാൽ ബോംബു പൊട്ടി മരിക്കുന്നത് ബ്രിട്ടീഷുകാരായിക്കുമോ? തീവണ്ടി പാളംതെറ്റി മരിക്കുന്നത് ഇന്ത്യക്കാര് തന്നെയല്ലേ? ബോംബുണ്ടാക്കുന്നത് അഹിംസയാണോ? സംശയങ്ങൾ ഇങ്ങനെയൊക്കെ മനസ്സിലുണ്ടായെങ്കിലും അക്കൊല്ലത്തെ കൊല്ലപ്പരീക്ഷയ്ക്ക് സാമൂഹ്യപാഠം ചോദ്യപ്പേപ്പറിലുണ്ടായിരുന്ന കീഴരിയൂർ ബോംബുകേസിനെക്കുറിച്ചുള്ള ചോദ്യത്തിന് ഒരു സംശയവുമില്ലാതെ ദേശഭക്തിയോടെ തന്നെ ഭുവനചന്ദ്രൻ ഉത്തരമെഴുതി. പിന്നീട് മനസ്സിൽ അത്തരം സന്ദേഹങ്ങളൊന്നും ഉണ്ടായതുമില്ല. സ്വന്തം ഭാഗം ന്യായീകരിക്കുന്നതിന് വഴികൾ കണ്ടുപിടിക്കാനുള്ള വലിയ ഒരു ശക്തി ദൈവം മനുഷ്യന് നല്കിയിട്ടുണ്ടെന്ന് ഭുവനചന്ദ്രൻ ഒരു തത്ത്വജ്ഞാനിയുടെ പക്വതയോടെ അപ്പോൾ മനസ്സിലുറപ്പിച്ചു. സമൂഹത്തിനും ആ സ്വഭാവവിശേഷണമുണ്ടെന്നുവേണം കരുതാൻ. ലക്ഷ്യം മാർഗ്ഗത്തെ ന്യായീകരിക്കുമെന്ന സർവ്വസമ്മതമായ

ന്യായം അങ്ങനെയുണ്ടായതാണ്. അത് ശരിയോ തെറ്റോ എന്നൊന്നും ആർക്കും നിശ്ചയമില്ല. അതൊരു വിശ്വാസം മാത്രമാണ്.

വിവേകന്റേയും പ്രശ്നങ്ങൾ ഇതുതന്നെയാണ്. അവനിപ്പോൾ ഒരു പരീക്ഷണശാലയിലാണ്. താൻ ശരിയെന്നു വിശ്വസിച്ചും പ്രചരിപ്പിച്ചും നടന്ന കാര്യങ്ങൾ തന്നെത്തന്നെ വേട്ടയാടുകയാണ്. കേവലം രണ്ട് യുവ ഹൃദയങ്ങളുടെ ഉദാത്തമായ പ്രണയം നാടിനെ വിറങ്ങലിപ്പിക്കുന്ന ഒരു കൊടും ദുരന്തത്തിന്റെ നാന്ദിയാവുന്നത് തടയാൻ ഒരു ശക്തിക്കും കഴി യുന്നില്ല. അവന്റെ മനസ്സിൽനിന്ന് കരുത്ത് അനുദിനം ചോർന്നുപോയി ക്കൊണ്ടിരിക്കുന്നതായി അവനുമായി സംസാരിക്കുമ്പോഴെല്ലാം തോന്നി യിരുന്നു. ഇപ്പോൾ തന്റെ പഴയ വീട്ടിലെ എലിക്കുണ്ടായിരിക്കുന്ന മാന സാന്തരം നേടാനെങ്കിലും എന്തിന്റെ പേരിലും വികാരം കൊള്ളുന്ന മനു ഷ്യന് കഴിഞ്ഞാൽ പ്രശ്നങ്ങൾ എല്ലാം അതോടെ അവസാനിക്കും. എന്തുകൊണ്ടാണ് മതങ്ങളിൽ നിന്നുമാത്രം രാജിവെക്കാനുള്ള അവ കാശവും സ്വാതന്ത്ര്യവും മനുഷ്യന് ലഭിക്കാത്തത് എന്ന വല്ലാത്തൊരു ചിന്തയും അപ്പോൾ ഭുവനചന്ദ്രനുണ്ടായി. ആ സ്വാതന്ത്ര്യം ആരാണ് നല്കേണ്ടതെന്ന ചോദ്യത്തിന് എവിടെയാണ് ഉത്തരം തേടേണ്ടതെന്ന് പോലും ബിരുദാനന്തര ബിരുദധാരിയായ ഭുവനചന്ദ്രന് അറിയില്ലായി രുന്നു. മതത്തേയും മനുഷ്യനേയും നിയന്ത്രിക്കുന്ന കാണാച്ചരടുകളെ ക്കുറിച്ച് സ്കൂളിൽ പഠിക്കുന്ന കാലത്ത് സുഗതൻമാഷ് പറഞ്ഞിരുന്നത് ഒരു ബ്ലാക്ക് ആന്റ് വൈറ്റ് സിനിമ കാണുന്നതുപോലെ ഭുവനചന്ദ്രൻ മനസ്സിൽ കാണുകയായിരുന്നു. അറിയപ്പെടുന്ന കമ്യൂണിസ്റ്റുകാരനായ ബാർബർ ഗോപാലന്റെ ബാർബർഷാപ്പിനു മുകളിലെ അടച്ചിട്ട കുടുസ്സു മുറിയിലാണ് സുഗതൻ മാഷ് അന്ന് സ്റ്റുഡന്റ്സ് ഫെഡറേഷൻ പ്രവർ ത്തകർക്ക് ക്ലാസെടുക്കാറുള്ളത്. രാത്രിയിലെ രഹസ്യയോഗങ്ങളിൽ പങ്കെടുക്കുന്ന സഖാക്കൾ വലിച്ചിട്ട ബീഡിക്കുറ്റികളും തീപ്പെട്ടിക്കോലു കളും ചിതറിക്കിടക്കുന്ന ആ മുറിയിൽ ഇടയ്ക്കിടെ പാർട്ടി ക്ലാസുകൾ നടക്കാറുണ്ട്. അന്ന് സ്റ്റുഡന്റ്സ് ഫെഡറേഷനിൽ വിരലിലെണ്ണാവുന്ന വരെയുള്ളൂ. രക്ഷിതാക്കളറിഞ്ഞുകൊണ്ട് ആർക്കും അക്കാലത്ത് സ്റ്റുഡന്റ്സ് ഫെഡറേഷനിൽ പ്രവർത്തിക്കാനാവില്ല. ക്ലാസ് തുടങ്ങു മ്പോൾ 'സഖാക്കളെ' എന്ന് സുഗതൻമാഷ് കുട്ടികളെ അഭിസംബോ ധന ചെയ്തത് ഇന്നും രോമാഞ്ചത്തോടെ മാത്രമേ ഭുവനചന്ദ്രന് ഓർക്കാനാവുന്നുള്ളൂ. അന്നവിടെ കൂടിയവരെ വഴിയിൽ കാണുമ്പോൾ ഇപ്പോഴും വല്ലാത്തൊരു ഹൃദയബന്ധം അനുഭവപ്പെടാറുണ്ട്. കടലൂരിലെ കരിങ്കൽപ്പണിക്കാരൻ ചന്ദ്രനേയും തയ്യൽത്തൊഴിലാളി കണ്ടൻകുട്ടി യേയും ഇടയ്ക്കൊക്കെ കാണാറുണ്ട്. അവരൊക്കെ ഇപ്പോഴും സജീവ കമ്യൂണിസ്റ്റ് പാർട്ടി പ്രവർത്തകർതന്നെ. ലോകത്തിന്റെ എല്ലാ അറ്റങ്ങ ളിലുമുള്ള പട്ടിണികൊണ്ട് കരയുന്നവരുടെ മോചനം ലക്ഷ്യമാക്കി അവ രിന്നും അവരാൽ കഴിയുന്ന രീതിയിൽ പ്രവർത്തിക്കുന്നു. അവരുടെ മതം അതാണ്. നന്മ പുലരാനുള്ള മതം. എല്ലാം ഓർത്തെടുത്തപ്പോൾ സുഗ

തൻമാഷ് ഒരു മഹാത്ഭുതമായി മനസ്സിൽ തെളിഞ്ഞു. അന്നദ്ദേഹം പറഞ്ഞതെല്ലാം പതിരില്ലാത്ത സത്യം മാത്രമായിരുന്നു. 'സാധാരണ മനുഷ്യനെ തമ്മിൽ തല്ലിച്ച് ചോരകുടിക്കുന്ന മുട്ടനാടിനെ നമുക്ക് മുതലാളിത്തം എന്നു വിളിക്കാം.' ആ ലളിത സമവാക്യം മാത്രം മതി എല്ലാം മനസ്സിലാക്കാൻ. നല്ല പ്രസംഗകനും കവിയുമായിരുന്ന സുഗതൻമാഷ് ഇപ്പോഴെവിടെയാണെന്ന് ഒരു നിശ്ചയവുമില്ല. പക്ഷേ, അദ്ദേഹത്തിന്റെ ചിന്തകളും വാക്കുകളും ഇന്നും തന്നെപ്പോലുള്ളവരുടെ മനസ്സിൽ ജീവിക്കുന്നു. വിദ്യാധരന്റെ കാമുകിയായ പെൺകുട്ടിയെ നേരിൽക്കണ്ട് കാര്യങ്ങൾ സംസാരിക്കണമെന്ന ഒരു തോന്നൽ കലശലായി അപ്പോൾ ഭുവനചന്ദ്രനുണ്ടായി. ഒരിക്കൽപ്പോലും അവളെ നേരിൽ കണ്ടിട്ടില്ല. വിവേകനുവേണ്ടി താനത് ചെയ്യേണ്ടിയിരിക്കുന്നുവെന്ന തോന്നൽ മനസ്സിൽ ശക്തിപ്പെടുകയായിരുന്നു. നാളെ താനും ഇതുപോലുള്ള പ്രതിസന്ധികളിൽ അകപ്പെട്ടുകൂടായ്കയില്ല. പുതിയകാലത്തെ മനുഷ്യന്റെ ചിന്തകളിൽ തള്ളിക്കയറിവരുന്ന കടിഞ്ഞാണില്ലാത്ത സ്വാതന്ത്ര്യബോധത്തിന്റെ ഉല്പന്നങ്ങളാണിതൊക്കെ. ചിന്തകളിൽ പെറ്റുപെരുകുന്ന സ്വാതന്ത്ര്യബോധം പ്രയോഗത്തിൽ തടയപ്പെടുമ്പോഴാണ് എവിടെയും സംഘർഷങ്ങളുണ്ടാകുന്നത്. മനുഷ്യന്റെ അതിരുകളില്ലാത്ത ഇടപെടലുകളും കൂട്ടായ്മയും ആഗ്രഹിക്കാത്ത ഏതോ ശക്തി ഈ ലോകത്തിലുണ്ട്. ഒരിക്കലും ഉറക്കമില്ലാത്ത ആ ശക്തി പലരൂപങ്ങളിലും ഭാവങ്ങളിലും മനുഷ്യനെ ഭിന്നിപ്പിച്ചുകൊണ്ടിരിക്കുകയാണ്. വിദ്യാധരന്റേയും കാമുകിയുടേയും പത്ത് തലമുറകൾക്കപ്പുറത്ത് അവർക്ക് രണ്ടുപേർക്കും രക്തബന്ധംകൊണ്ട് തുല്യമായി അവകാശപ്പെടാവുന്ന ഒരു മുത്തശ്ശിയും മുത്തശ്ശനും അവർക്കുണ്ട് എന്ന കാര്യത്തിൽ ന്യായയുക്തമായി ചിന്തിക്കുന്ന ഒരാൾക്കും തർക്കിക്കാൻ ന്യായങ്ങളില്ല. ആ മുത്തശ്ശിയുടെ പേരമക്കൾ എന്തിനുവേണ്ടിയാണ് വിശ്വാസത്തിന്റെ പേരിൽ പരസ്പരം കലഹിക്കുന്നത് എന്ന ചിന്ത ഭുവനചന്ദ്രനെ വല്ലാതെ അസ്വസ്ഥനാക്കിക്കൊണ്ടിരുന്നു. വരികൾക്കിടയിൽ എഴുതിച്ചേർക്കപ്പെട്ടതെല്ലാം വരികളെ വിഴുങ്ങിയാലും പുസ്തകത്തിന്റെ പുറംചട്ടയ്ക്ക് ഒരു നാശവും വരുന്നില്ല. ആ പുറംചട്ടയ്ക്കപ്പുറം പുസ്തകങ്ങളുടെ ഉള്ളുകാണാൻ കഴിയാത്തവർ പാവപ്പെട്ട ഒരു തൊഴിലാളിയായ വിദ്യാധരന്റെ വേവലാതികൾക്ക് വില കല്പിക്കുകയില്ല. പ്രണയാർദ്രമായ രണ്ടു മനസ്സുകൾ ഒരു സമൂഹത്തിന്റെ സ്വൈരാര്യ ജീവിതത്തെ അലോസരപ്പെടുത്തുന്നതും ഒരു സാമൂഹ്യപ്രതിസന്ധി തന്നെയാണ്. മനുഷ്യബന്ധങ്ങൾക്കിടയിലേക്ക് കനപ്പെട്ട താഴുകളും താക്കോലുകളും കടന്നുവരുന്ന ദശാസന്ധികൾ ഗൗരവമായി ശ്രദ്ധിക്കേണ്ടതുതന്നെയാണ്. മനുഷ്യരുടെ പരസ്പര സ്നേഹത്തിനുമേൽ താഴുകളും താക്കോലുകളും വീഴാത്ത ഒരു ലോകത്തെ ഉദാരമായി സ്വപ്നം കണ്ടതുകൊണ്ടുമാത്രം മനുഷ്യവംശത്തിന് ഒരു പ്രയോജനവുമില്ല. അങ്ങനെയൊരു ലോകത്തെ ശാശ്വതമായി രൂപപ്പെടുത്താനുള്ള ഒരു ശ്രമവും ഒരിടത്തും നടക്കുന്നുമില്ല. താഴു

കളും താക്കോലുകളും മനുഷ്യസ്വാതന്ത്ര്യത്തിനുമേലുള്ള അദൃശ്യമായ നിയന്ത്രണങ്ങളുടെ പ്രതിരൂപങ്ങളാണ്. അത് തകർക്കപ്പെടുമ്പോൾ ആരൊക്കെയോ വല്ലാതെ വേവലാതിപ്പെടുന്നു. സ്വയം ആക്രമിക്കപ്പെടുന്ന മനുഷ്യരാശിയെ നിർവ്വചനങ്ങൾകൊണ്ട് ആശ്വസിപ്പിക്കാനേ മഹാന്മാർക്കുപോലും ഇന്നോളം കഴിഞ്ഞിട്ടുള്ളൂ. വെറുമൊരു കരിങ്കൽ തൊഴിലാളി മാത്രമായ വിവേകനോ അയാളുടെ മകൻ തുണിക്കടയിലെ കണക്കെഴുത്തുകാരൻ വിദ്യാധരനോ അതിനപ്പുറം ഒന്നും ചെയ്യാനാവില്ല എന്നതാണ് പരമമായ സത്യം. വെളിച്ചത്തെ ഉമ്മവെക്കുന്ന ഇയാംപാറ്റയുടെ ചിറകുകൾ കരിയുന്നത് കണ്ട് കാലം കളിയാക്കിച്ചിരിക്കുകയേയുള്ളൂ. ഭുവനചന്ദ്രൻ മനസ്സിൽ ഇരച്ചുകയറിവന്ന ചിന്തകൾക്ക് വിരാമമിട്ടതങ്ങനെയാണ്.

കണ്ണാളന്റെ ചായപ്പീടിക

സ്വാതന്ത്ര്യദിനത്തിന്റെ അവധിദിവസമാണ്. ചാപ്പൻനായർ ഇന്ന് പതിവിലേറെ ഉഷാറിലായിരിക്കും. ഇന്ന് സംസാരത്തിലെല്ലാം ദേശീയ സ്വാതന്ത്ര്യസമര ചരിത്രം നിറഞ്ഞുനില്ക്കും. അസ്തമിക്കുന്ന ഒരു തലമുറയുടെ ഹൃദയത്തിൽ ശരിക്കും ഉത്സവദിനമാണ് സ്വാതന്ത്ര്യദിനമെന്ന് ഭുവനചന്ദ്രന്റെ മനസ്സിലാരോ പറഞ്ഞു. പുതിയ തലമുറയ്ക്ക് ആഘോഷത്തിന്റെ സ്വാദ് നാക്കിൻ തുമ്പിൽ മാത്രം. കൃഷിപ്പണികൾ പലതുണ്ടായിട്ടും ഭുവനചന്ദ്രൻ ചാപ്പൻനായരുടെ വീട്ടിലേക്ക് പുറപ്പെട്ടു. മനസ്സിലും സ്വാതന്ത്ര്യസമരപ്രതീകം ഇപ്പോൾ ചാപ്പൻനായർ മാത്രമാണ്. ദേശീയസമരത്തെ തൊട്ടറിഞ്ഞ ഒരാൾ. ശക്തിമന്ദിരത്തിന്റെ ഉള്ളറിഞ്ഞ അന്തേവാസി. ഇന്ന് ശക്തിമന്ദിരത്തെക്കുറിച്ച് കൂടുതൽ ചോദിച്ചറിയണം. സ്വന്തം കൂരയുടെ ഉമ്മറത്ത് പുലരിത്തണുപ്പിൽ കമ്പിളിപ്പുതപ്പിൽ മൂടിയ സ്വാതന്ത്ര്യത്തെയാണ് പ്രതീക്ഷിച്ചത്. പക്ഷേ, ചെന്നുകണ്ടപ്പോൾ മനസ്സിൽ അതിശയം നിറഞ്ഞു. രാവിലെ കുളിച്ച് നെഞ്ചിൽ ഭസ്മക്കുറിയണിഞ്ഞ് പുറത്തിറങ്ങാൻ തയ്യാറായി നില്ക്കുകയായിരുന്നു ചാപ്പൻനായർ. അലക്കിവെളുപ്പിച്ച് കഞ്ഞിയും നീലവും മുക്കിയ ഖദർ മുണ്ടും വെളുത്ത ഖദർ ബനിയനും തൂവെള്ള തലേക്കെട്ടുമൊക്കെയായി ഒരു പുതിയ വേഷം. ഓർമ്മകൾ കുത്തിനിറച്ച ആ പഴയമനസ്സ് രാജ്യത്തിന്റെ സ്വാതന്ത്ര്യദിനത്തിൽ വല്ലാതെ ആഹ്ലാദിക്കുന്നുണ്ടെന്ന് ആ വാക്കുകൾ കേട്ടാലറിയാം.

"നമ്മക്കിത്തിരിനേരം പെരുമാളുകാട്ടിലൂടെ നടക്കാം. ഇന്നാദ്യം ശക്തിമന്ദിരത്തിലാ തൊഴേണ്ടത്. അതുകഴിഞ്ഞുമതി മഹാദേവനെ." ആത്മഗതമായി സ്വാതന്ത്ര്യം പറഞ്ഞു. മലബാറിലെ സ്വാതന്ത്ര്യസമരത്തിന്റെ കേന്ദ്രമായിരുന്നു ശക്തിമന്ദിരമെന്നു മാത്രമറിയാം. അതിനപ്പുറം

ഒരു ചരിത്രപുസ്തകവും ഇതേവരെ ശക്തിമന്ദിരത്തെക്കുറിച്ച് വിശദമായി ഒന്നും പറഞ്ഞു തന്നിട്ടില്ല. ഇന്നെല്ലാമറിയണം. ഭുവനചന്ദ്രൻ മനസ്സിലുറപ്പിച്ചു.

"ഇന്ന് നല്ല പത്രാസിലാണല്ലോ."

ഭുവനചന്ദ്രന്റെ അനുമോദനം ഇഷ്ടപ്പെട്ടുവെന്ന് ചുണ്ടിലെ ഇളം പുഞ്ചിരി സാക്ഷ്യപ്പെടുത്തി. ശക്തിമന്ദിരത്തെക്കുറിച്ചുള്ള ഒരായിരം ഓർമ്മകൾ ആ മനസ്സിലൂടെ പടയോട്ടം നടത്തുന്നുണ്ടെന്ന് ആ മുഖം കണ്ടാലറിയാം. തലേക്കെട്ടിന്റെ മടക്കിലെവിടെയോ ഒളിപ്പിച്ച് വെച്ച ബീഡിയെടുത്ത് എന്തോ അസ്വസ്ഥജനകമായ ഓർമ്മ പുതുക്കുന്നതുപോലെ കുറച്ചുനേരം നൂൽക്കെട്ടിൽ തിരുപ്പിടിച്ചുനിന്നു. പിന്നെ അനുഷ്ഠാനപരമായതെന്തോ ചെയ്യുന്നതുപോലെ അശ്രദ്ധമായി തീപ്പെട്ടിക്കോലുരച്ച് ബീഡി കത്തിച്ച് ചുണ്ടിൽവെച്ചു. ശ്രദ്ധാലുവായ ഒരു കേൾവിക്കാരനെ അന്വേഷിച്ചലയുകയായിരുന്നു ആ പഴയമനസ്സെന്ന് ഭുവനചന്ദ്രന് തോന്നി.

ഏതെങ്കിലും ശ്രദ്ധേയമായ ഒരു ബിന്ദുവിൽ തൊട്ടുനിന്നുകൊണ്ടാണ് ചാപ്പൻനായർ പുരാവൃത്തങ്ങളുടെ ചെപ്പ് തുറക്കുക. ആ തുടക്കം തികച്ചും അസ്വാഭാവികമായി സംഭവിക്കുന്നതുമാണ്. ചാപ്പൻനായർ പറഞ്ഞു തുടങ്ങിയത് മൈതാനിയുടെ തെക്ക് കിഴക്ക് ഭാഗത്തുള്ള കൂറ്റൻ പറങ്കിമാവിനെത്തൊട്ടാണ്.

"അക്കാണുന്ന പറങ്കിമാവാ ഇന്നാട്ടിലെ ആദ്യത്തെ പറങ്കിമാവ്. കണ്ണൻ നമ്പ്യാര് ബോംബേന്ന് കൊണ്ടുവന്ന പറങ്കിമാങ്ങയണ്ടി നട്ടുണ്ടാക്കിയത് ഈ കൈകൊണ്ടാ. കണ്ണൻ നമ്പ്യാർക്ക് തറവാട്ട് സ്വത്ത് ഭാഗിച്ചുകിട്ടിയ സ്ഥലം വെറും മരുഭൂമിയായിരുന്നു. അത് ജന്മിത്തത്തിന്റെ ഒരു കള്ള്യാ. സമരത്തിന് പോന്നോനെ തറാവാട്ട്ന്ന് പടിയടച്ച് പിണ്ഡം വെച്ചതുപോല്യാ. സ്വത്ത് ഭാഗിക്കുമ്പം ഓന് പാറേം വെള്ളക്കെട്ടും തരിശും മാത്രേ കൊടുക്കൂ. സമരക്കാരന് കൊടുക്കുന്ന സ്വത്ത് വെള്ളക്കാര് കണ്ടുകെട്ടിപ്പാകുന്നാ കാരണോമ്മാര് പറയ്വാ. കേളപ്പജീന്റെ ഭാര്യേനെ തറവാട്ടുകാരണവര് കൂടെ പറഞ്ഞയക്കാത്തതുകൊണ്ട് രാത്രി ആരും കാണാതെ ജഡ്ക്കവണ്ടീല് കൂട്ടിക്കൊണ്ടുപോവുമ്പം ഇതാ ഞാനിത്ര അടുത്ത്ണ്ട്. ജഡ്ക്കവണ്ടീലെ റാന്തല്വെളക്ക് ഇപ്പളും കണ്ണിൽ കത്തുന്നതുപോലെ തോന്ന്വാ."

ചാപ്പൻനായരുടെ കണ്ണുകൾ ശക്തിമന്ദിരമാകെ ചുറ്റിയടിച്ച് ഉടൻ തിരിച്ചുവന്നു. "അനന്ത്രോമ്മാര് കോങ്ക്രസുകാരണെങ്കില് കാരണോമ്മാര് സമ്മന്തം കയിപ്പിക്കൂല. പെണ്ണ് കൊടുക്കാനും അള്കള് മടിക്കും. ജയിലില്പ്പോകുന്നോനെ സമ്മന്തക്കാരനാക്കീറ്റ് കാര്യോല്ലാലോ. അതാ കാരണോമ്മാരുടെ ചിന്ത. ഒരു വെറുപ്പ് തീർക്കുന്നതുപോലെ. ഒരു ഭാഗത്ത് കാലെടുത്ത് വെക്കാനാവാത്ത തൊട്ടാവാടിക്കാട് നനച്ച് പിടിപ്പിച്ചപോലെ. ചുറ്റുവട്ടത്തുള്ളോല് തോന്നുമ്പം തോന്നുമ്പം തൂറാനിരിക്കുന്ന സ്ഥലാ അതിനപ്പുറത്ത്. അക്കാലത്താരും ഒന്നിനും രണ്ടിനും മറയ്ക്കിരിക്കുന്ന പതിവില്ല. നേരം പൊലർന്ന് വരുമ്പം ആണും പെണ്ണും മൈതാനീലാ.

മഞ്ഞ്കാലത്ത് തലയിൽ മുണ്ടിട്ടും മഴക്കാലത്ത് തലക്കുട ചൂടിയും ആളു കള് നെരനെരയായി തൂറാനിരിക്കുന്ന കാഴ്ച നല്ല രസോള്ള കാഴ്ചയാ. മനുഷ്യമ്മാറക്ക് മനസ്സില് നാണംവെച്ചു വരുന്നേയുള്ളൂ. മാറ് മറയ്ക്കാത്ത പെണ്ണും കച്ചോട്ടംകെട്ടി അമ്പലക്കുളക്കടവിൽ കുളിക്കുന്ന ആണും പട്ടു കോണകോം കെട്ടി എഴുത്ത് പള്ളീപ്പോകുന്ന കുട്ട്യോളും ഒറ്റത്തോർത്തു ടുത്ത് കച്ചേരിക്കാര്യത്തിന് പോകുന്ന കാര്യസ്ഥന്മാരും തന്നെ. എവി ടെയും പുരുഷനും സ്ത്രീയും യുവാവും യുവതീം ഒക്കെ പിന്നെണ്ടാ യാതാ. അധിക വസ്ത്രം പൊങ്ങച്ചമായതൊക്കെ പിന്ന്യാ. ഇപ്പോ നേരെ മറിച്ചും."

ചാപ്പൻനായർ കൗതുകക്കാഴ്ചകളോർത്തെടുത്ത് പൊട്ടിച്ചിരിച്ചു. "ഷർട്ടും ബ്ലൗസുമൊക്കെ കൗതുക വസ്തുക്കളാ. പൊനത്തിലെ ഉണ്ണൂ ലിച്ചെറിയമ്മ്യാ ഇന്നാട്ടില് ആദ്യായിറ്റ് ബ്ലൗസിട്ടത്. ഉണ്ണൂലിച്ചെറിയാമേന്റെ ഭർത്താവ് ഏതോ ഇംഗ്ലീഷ് കടലാസിലെ ഉദ്യോഗസ്ഥനായിനും, മദിരാ ശീല്. ഉണ്ണൂലിച്ചെറിയമ്മ ബ്ലൗസിട്ടത് കാണാൻ പൊനത്തിലെ നാലയ ലത്തും ആള്കള് എത്ര്യാ തടിച്ചുകൂട്യേതെന്നറിയ്യോ. എല്ലാർക്കും കാണാൻ പാകത്തിന് ഉച്ചവരെ ഉണ്ണൂലിച്ചെറിയമ്മ ഒന്നുരണ്ടു ദിവസം പടിപ്പുരേല്ത്തന്നെ നിന്നതാ. ഒര് മാസക്കാലാ നാട്ടാര് ഊണിലും ഉറ ക്കിലും ചെറിയാമേന്റെ ബ്ലൗസിന്റെ കഥേം പറഞ്ഞ് നടന്നത്." ഭുവനച ന്ദ്രൻ അമ്പലമുറ്റത്തെ വലിയ പാറക്കല്ലിൽ ചാഞ്ഞ് കിടന്ന് എല്ലാ കഥ കളും കേട്ടു.

"അതിനപ്പുറത്താ സമരകാലത്തെ ശക്തിമന്ദിരത്തിലെ കളരി സ്ഥലം. ചെറുവാല്യക്കാർക്ക് ശരീരം നന്നാക്കാൻ നേതാക്കന്മാര് ഏർപ്പാ ടാക്യതാ. ഓമനപ്പണിക്കരാ കളരിയാശാൻ. നേരം പൊലര്ന്നതിനുമുമ്പേ ചെറുവാല്യക്കാര് അഭ്യാസം പഠിക്കാനെത്തും. കോങ്ക്രസുകാരായിറ്റൊ ന്നല്ല. ജമ്മിമാരെ മക്കളും പണക്കാരായ പട്ടമ്മാരും ഒക്ക്യാ അധികോം. സത്യത്തിൽ അവര് സ്വന്തം ശരീരം നന്നാക്കാൻ വരുന്നതാ. അല്ലാതെ ദേശസ്നേഹം കൊണ്ടൊന്നല്ല. കൊഴമ്പും കച്ചേം വെറുതെ കിട്ടൂല്ലോ എന്നോർത്ത് വരുന്നതാ അവരൊക്കെ. വെള്ളക്കാര്ടെ ഭരണാ ഓല്ക്കി ഷ്ടം. ചെല ദിവസങ്ങളിൽ സ്റ്റഡിക്ലാസുണ്ടാവും. ഇ എം എസും, എ കെ ജീം മുഹമ്മദ് അബ്ദുറഹിമാനും കേളപ്പജീം ഒക്ക്യാ ക്ലാസെടുക്കാ. അവരൊക്കെ ശക്തിമന്ദിരത്തില് ചെലപ്പം ഒന്നും രണ്ടും പാർക്കും. ഉച്ചയ്ക്ക് ഊണും അന്തിക്ക് പൊടിയരിക്കഞ്ഞീം വെച്ച് വെളമ്പിയത് ഈയൊരൊറ്റ കൈകൊണ്ടാ. ആലോചിക്കുമ്പോ മേലുടുമ്പിക്ക്യാ. ചായേം കൂട്ടലും പതിവില്ല. കഞ്ഞീം പുഴുക്കും പ്രധാനാ. ഒരു കൂട്ടാനും ചമ്മന്തീം മോരും അതാ ചോറിന് വിഭവങ്ങള്. നേതാക്കമ്മാര് വരുന്ന ദെവസം എല്ലാവർക്കും വല്യ ആവേശാ. ഉപ്പുസത്യഗ്രഹം നടക്കുന്ന സമയം പ്രത്യേകിച്ചും. കണ്ണൻ നമ്പ്യാര്ടെ വലത്തെ കൈയ് ലാത്തിയ ടികിട്ടി ഒടിഞ്ഞു തൂങ്ങ്യത്, മണാട്ടിൽ കുഞ്ഞനന്തൻ നായരെ പൊലീസ് പിടിച്ചു കൊണ്ടോയത് എല്ലാം ഇന്നലെ കഴിഞ്ഞപോല്യാ തോന്നുന്നേ.

സർക്കിൾ ഇൻസ്പെക്ടർ കുങ്കൻനായരും സബിൻസ്പെക്ടർ രായരപ്പൻ നായരും വല്യ മർദ്ദനക്കാരാ. സമരക്കാരെ കൈയിൽക്കിട്ടിയാൽ അടിച്ച് എല്ലൊടിക്കും. പക്ഷേങ്കില് കുഞ്ഞനന്തൻ നായരെ രോമം തൊടൂല. അത് മൂപ്പരെ പേടിച്ചിറ്റ് തന്ന്യാ. മൂപ്പര് തെകഞ്ഞ അഭ്യാസ്യല്ലേ. നേതാക്കമ്മാരെപ്പോലെ എനിക്കും ജയിലില് പോകണംന്ന് വല്യ ആശ്യായിനും. സ്വാതന്ത്ര്യത്തിനുവേണ്ടി ബ്രിട്ടീഷ് പൊലീസിന്റെ അടികൊള്ളാനും ജയിലില് പോകാനും വല്ലാത്ത ആശ. ഒന്നാലോചിച്ചാല് ഉത്തരേല്ല. അടിക്കുന്നതും ഇന്ത്യക്കാര് കൊള്ളുന്നതും ഇന്ത്യക്കാര്. വെള്ളക്കാരന്റെ ചോറ്റുപട്ടാളം അടിക്കും വെടിക്കും വെള്ളക്കാരനെക്കാൾ മുമ്പിലാണ്. ഒരു ദിവസം ഞാൻ കണ്ണൻ നമ്പ്യാരോട് മനസ്സിലെ ആശ തുറന്നുപറഞ്ഞ്.

'എനിക്കും നിങ്ങളെപ്പോലെ സമരം ചെയ്ത് ജയിലിൽപോണം. എന്റെ ഒരാശ്യാ. നാളെ ഞാനും ഉപ്പുകുറുക്കാൻ പോരട്ടെ.' കണ്ണൻ നമ്പ്യാർക്ക് മൂക്ക്മ്മലാ വെറുപ്പ്. അയാളൊരൊറ്റച്ചാട്ടം.

'നീ ഉപ്പുകുറുക്കി ജയിലില്പ്പോയാല് ഇവിട്യാരാ കഞ്ഞീം ചോറും വെക്കാ?' കണ്ണുരുട്ടിയാ കണ്ണൻ നമ്പ്യാരെ ചോദ്യം.

അതും പറഞ്ഞ് കണ്ണൻ നമ്പ്യാരൊരു പൊട്ടിച്ചിരി. ആ ചോദ്യത്തിന് എനിക്ക് ഉത്തരമുണ്ടായില്ല. തന്നെ ശക്തിമന്ദിരത്തിലെ ഒരുഗതീംപരഗതിയുമില്ലാത്ത വെറും അരിവെപ്പുകാരനായിറ്റാ ഓലൊക്കെ കണ്ടത്. ചെല ദിവസങ്ങളില് കേമ്പില് അരീണ്ടാവൂല. അന്നേരം നേതാക്കമ്മാര് ചാപ്പനെ തെരഞ്ഞ് നടക്കും. 'ചാപ്പാ ഏടന്നെങ്കിലും പത്ത് സേറ് അരി കൊണ്ടരണം. നേതാക്കന്മാര് വര്ന്ന്ണ്ട്. ഇങ്ങന്യാ കല്പന.' ഏതെങ്കിലും വല്യ വീട്ടിൽപ്പോയി എന്തെങ്കിലും കള്ളത്തരം പറഞ്ഞ് അരി വാങ്ങും. ജാതീല് നായരാണെങ്കിലും സ്വത്തില്ലാത്ത തറവാട്ട്കാരെ വല്യ തറവാട്ട്കാര് അടിമയായിറ്റേ കാണൂ. അക്കാലത്ത് കണ്ണൻ നമ്പ്യാര് പറഞ്ഞ ന്യായം ശര്യാണെങ്കിലും അയാളുടെ ആ പൊട്ടിച്ചിരീന്റെ അർത്ഥാ എനിക്കിന്നും മനസ്സിലാകാത്തത്. അല്ലെങ്കിലും ഏതു കാലത്തും അങ്ങനെ തന്ന്യാ. ജാതീം മതോം ഒന്നുമല്ല. സ്വത്തും പണോംതന്ന്യാ എക്കാലത്തും മുഖ്യം. ദാരിദ്ര്യം പിടിച്ചോന്റെ ആശേം പൂതീം മനസ്സിൽ തന്നെ മരിച്ച് മണ്ണാകും. 'കണ്ണാളൻ കച്ചോടം ചെയ്തതുപോലെ'യെന്നത് പെരുമാളുകാട്ടിലെ ഒരു നാട്ടുചൊല്ലാ. സംഗതി കഷ്ടാണെങ്കിലും കേക്കാൻ രസോള്ളതാ കണ്ണാളന്റെ കഥ. കണ്ണാളൻ അക്കാലത്ത് പഞ്ചമത്ത് സ്കൂളിൽ അഞ്ചാംതരംവരെ പഠിച്ച ഒരു നല്ല ചെറുപ്പക്കാരനാ. പഞ്ചമത്ത് സ്കൂൾ താഴ്ന്ന ജാതിക്കാർക്കുള്ളതാ. മേൽ ജാതിക്കാർക്ക് മാഷാവാൻ അഞ്ചാംതരം മതി. പക്ഷേ, കണ്ണാളനത് മതിയാവില്ല. ജാതീല് താണവൻ. ഇത്തിരി എഴുതാനും വായിക്കാനും പഠിച്ചതോണ്ട് ശക്തിമന്ദിരത്തില് വന്ന് മൊടങ്ങാണ്ട് *മാതൃഭൂമി* വായിക്കും. കേളപ്പജീന്ന് പറഞ്ഞാൽ കണ്ണാളന് കൺമുമ്പിൽ കണ്ട ദൈവാ. ശക്തിമന്ദിരത്തില് വല്യ വല്യ നേതാക്കൻമാർടെ ക്ലാസിനൊക്കെ കണ്ണാളൻ വരും. സ്വരാജ്യത്തിനുവേണ്ടീള്ള ജാഥേലൊക്കെ

ചേരും. ആകെയുള്ള ഒരു കുപ്പായോം മുണ്ടും ഖദറാ. കേളപ്പജി പറഞ്ഞിറ്റാ കണ്ണാളൻ തീവണ്ടിയാപ്പീസിന്റെ മുമ്പില് ചായക്കച്ചോടം വെച്ചത്. നാടുമുഴുവൻ കോങ്രസുകാരെ കണ്ടപ്പൊ കച്ചോടം നന്നാവുന്ന് കണ്ണാളനും കരുതി. പീടൃതൊറന്ന ദിവസം വാങ്ങിയ ഒരു നേന്ത്രവാഴക്കൊല കണ്ണാളൻ തന്നെ തിന്നു തീർത്തതാന്നാ കേട്ടത്. മേൽജാതിക്കാരാരും കണ്ണാളന്റെ ചായകുടിക്കാമ്പോയില്ല. മനുഷ്യൻമാരെല്ലാം ഒന്നാണെന്ന് പറേന്നോനും ചായ കിട്ടുന്നമ്പ്യാരെ പീട്യേന്നേ കുടിക്കൂ. കണ്ണാളൻ പിന്നെ എങ്ങോട്ടോ നാടുവിട്ടുപോയതാ. പിന്നെ മതം മാറിയെന്നും വയനാട്ടിൽ ഏതോ പള്ളീലെ കപ്യാരായീന്നും ഒക്കെ പറേന്നത് കേട്ടു."

"അതുകൊണ്ടെന്തുണ്ടായി? അവരൊക്കെ ജയിലിൽ പോയതിന് മാസംതോറും വല്യസംഖ്യ പെൻഷൻ പണം വാങ്ങി സുഖിച്ചപ്പോ ഞാൻ എന്റെ കൂരേല് ആകാശം നോക്കി പട്ടിണി കെടന്ന് കാലം കഴിച്ചു. കുടികെടപ്പ് കിട്ട്യസ്ഥലത്താ ഭുവനാ, എന്റെ കൂര. കാമ്പ്രത്തെ വീരാനാജീന്റെ കുടികെടപ്പിലാ ഞാൻ താമസം. ശക്തിമന്ദിരത്തില് പണ്ട് കൊറേ ദിവസം ചോറും കഞ്ഞീംവെച്ച് വെളമ്പ്യതിന്ന് ഇ എം എസ് തന്ന സമ്മാനായിറ്റാ ഞാനത് കാണുന്നത്. കണ്ണൻ നമ്പ്യാര് വല്യ കരുത്തുള്ള നേതാവ്തന്ന്യാ. പറയാനുള്ളകാര്യം നെഹറൂന്റെ മുമ്പിലായാലും മുഖത്ത് നോക്കിപ്പറയും. ഒരുപേടിയൂല്ല. ഭുവനനറിയ്യോ കണ്ണൻനമ്പ്യാർടെ ഇക്കാണുന്ന ഭൂമിയെല്ലാം ഒരു കാലത്ത് ഈ ചാപ്പന്റെ പേരിലായിരുന്നു. കണ്ണൻ നമ്പ്യാര് ജയിലില് പോയാല് വെള്ളക്കാരൻ സ്വത്ത് കണ്ടുകെട്ടൂന്ന് കണ്ണൻ നമ്പ്യാർക്ക് ഒരു സംശയം. പിന്നെ അമാന്തിച്ചില്ല. സ്വത്തുമുഴുവൻ എന്റെ പേർക്കെഴുതിവെച്ചിറ്റാ മൂപ്പര് ജയിലില് പോയത്. കണ്ണൻ നമ്പ്യാര് ജയിലിന്ന് തിരിച്ചുവന്നപ്പോ ഒക്കേം ഞാൻ തിരിച്ചെഴുത്യതാ. എന്നിറ്റും എനിക്ക് ചെറ്റകെട്ടാനുള്ള രണ്ട് സെന്റ് സ്ഥലംപോലും കണ്ണൻ നമ്പ്യാരോട് ഞാൻ ചോദിച്ചിറ്റില്ല. ആരും അക്കാര്യം അയാളോട് പറഞ്ഞതൂല്ല. കണ്ണൻ നമ്പ്യാരോട് ദേഷ്യംപിടിച്ചിറ്റ് എനിക്കെന്റെ രാജ്യത്തിന്റെ സ്വാതന്ത്ര്യം വേണ്ടാന്ന് വെക്കാൻ പറ്റൂലാലോ. ചാപ്പനിപ്പോഴും മാസം മുപ്പതുറുപ്യക്ക് പണിയെടുത്താലേ കഞ്ഞികുടിക്കാമ്പറ്റൂ. സ്വത്ത് എന്റെ പേരിലായിരുന്നപ്പോളും ഞാനൊരു തേങ്ങപോലും അയാളത് എടുത്തിറ്റില്ല. ഇതൊക്കെ കണ്ണൻനമ്പ്യാർക്കും നന്നായിറ്ററിയാം. എന്താക്കാനാ മോനേ ലോകം അങ്ങന്യായിപ്പോയി. ഒരു ദെവസം എന്തോ കാര്യത്തിന് പെരുമാള് കാട്ടിലെ രണ്ട് തറവാട്ട്കാര് കേളപ്പജീനെ കാണാമ്പോയ കഥ ബഹുരസാ. കേളപ്പജി അന്ന് ബോഡ് പ്രസിഡന്റാ. ഉച്ചനേരത്ത് വീട്ട്ല് വരുന്നോരെ അമ്മാളുഅമ്മ സംഭാരം കുടിപ്പിക്കാതെ വിടൂല്ല. വല്യധർമ്മോള്ള പെണ്ണുങ്ങളാ ആയമ്മ. ആയമ്മ നിർബ്ബന്ധിച്ചപ്പോ രണ്ടാൾക്കും മറുത്തൊന്നും പറയാനായില്ല. ഓട്ടുമുരുടയിൽ കൊണ്ടുവന്ന ഇഞ്ചീം കാന്താരീം ചതച്ചിട്ട സംഭാരം രണ്ടാളും വയറ് നെറയെ കുടിച്ച് ഏമ്പക്കം വിട്ടു. അമ്മാളുമ്മ അകത്തേക്ക് പോയപ്പോ രണ്ടാളും കരിപിടിച്ചു കറുത്ത

അടുക്കളെത്താപ്പേലൂടെ അടുക്കളെലേക്കൊന്ന് എത്തിനോക്കി. കേളപ്പ ജീന്റെ അടുക്കളേല് ആരൊക്ക്യാ ദേഹാണ്ഡക്കാര് എന്നറിയാനാ അങ്ങനെ ചെയ്തത്. അടുക്കളേലെ കാഴ്ച കണ്ട് രണ്ടാളും ഇടിവെട്ടേറ്റതു പോല്യായി. വല്യാലേലെ ചെറുമക്കള്ല്ലേ അടുക്കളേല് ദേഹാണ്ഡക്കാര്. അതിലൊരുത്തി ഉക്കിട്ടിരുന്ന് തൈര് കടേന്നതുകൂടി കണ്ടപ്പോ അപ്പോ ത്തന്നെ മരിക്കൂന്നാത്രേ രണ്ടാൾക്കും തോന്ന്യത്. മടക്കയാത്രയിൽ ഒറ വിൽ കൊളത്തിലെറങ്ങി മൂന്നു മുങ്ങി വായിൽ കൈയിട്ട് ഓക്കാനിച്ച് സംഭാരം ചർദ്ദിച്ച് കളഞ്ഞിറ്റേ രണ്ടാളും സ്വന്തം വീട്ടിൽ കയറീറ്റുള്ളൂന്നാ കേട്ടത്. അതാ അക്കാലത്തെ തറവാട്ട്കാര്ടെ കോണ്ഗ്രസ്. അയിത്തോം വിട്ടൂടാ കേളപ്പജീനേം വിട്ടൂടാ. അതാ ജമ്മിമാരുടെ ഞാണിന്മേൽക്കളി.

ജനിച്ചത് നായരായിട്ടായതുകൊണ്ട് മാത്രം എന്നെ എല്ലാരും നായ രേന്ന് വിളിക്ക്ന്നു. ജമ്മിമാര്ടെ മനസ്സില് ഞാനും അയിത്തജാതിക്കാര നാ മക്കളേ. ഇപ്പളത്തെ ഭാഷേല് ഒര് ദളിതൻ നായര്. അത്തരക്കാര് ജമ്മീന്റെ വാല്യക്കാരനായി ജമ്മീന്റെ കൂടെ നടക്കുന്നൂന്ന് മാത്രം. ചെല്ല പ്പെട്ടി എടുക്കാനാള് വേണ്ടത്കൊണ്ട് അമ്പലത്തിൽ പോവുമ്പോ കൂട്ടിന് കൂട്ടുന്നൂന്ന് മാത്രം. ജമ്മി പോയി മൊതലാളി വന്നപ്പൊ കുട്ടിരാമൻ മൊത ലാളീന്റെ മുപ്പതുറുപ്യ ശമ്പളക്കാരനായി. എന്നാലും ദൈവത്തിന് കാവൽനില്ക്കുന്നൂന്ന് സമാധാനിക്ക്യാ. എന്നെപ്പോലുള്ളവന്റെ ജീവിതം അന്നും ഇന്നും ഗതികെട്ടവന്റേത് തന്നെ. ഗവർമ്മേണ്ടിന്റെ കണക്കിൽ പെടാത്ത ദളിതൻ നായര്. ഒരുതെറ്റും ചെയ്യാതെ ശിക്ഷിക്കപ്പെടുന്ന ഗതി കെട്ടവൻ." ചാപ്പൻനായരുടെ നരച്ച കണ്ണുകളിൽ പ്രതിഷേധത്തിന്റെ തീത്തരികൾ മിന്നുന്നത് ഭുവനചന്ദ്രനും വിവേകനും കൃത്യമായി കണ്ടു.

ചാപ്പൻനായരുടെ മുഖം വെയിലുകൊണ്ട് വിയർത്തുതുടങ്ങിയ പ്പോഴേ സമയത്തെക്കുറിച്ച് രണ്ടുപേർക്കും ഓർമ്മവന്നുള്ളൂ. വെയിൽ മൂത്ത് തുടങ്ങിയിരുന്നു. അമ്പലത്തിൽ ചെയ്യാനുള്ള എന്തോ കാര്യം ഓർ ത്തിട്ടെന്നപോലെ സംസാരം നിർത്തി ചാപ്പൻനായർ പിടഞ്ഞെഴുന്നേറ്റ് ചുറ്റുമതിലിനകത്തേക്ക് പോയി. അയാൾ പറഞ്ഞതത്രയും ഒരു സ്ക്രീനി ലെന്നപോലെ ഭുവനചന്ദ്രന്റെ മനസ്സിൽ തെളിയുന്നുണ്ടായിരുന്നു. ദേശീ യപ്രസ്ഥാനത്തിന്റെ വെളിച്ചം വീഴാതെ കിടക്കുന്ന ഇടങ്ങളിലേക്കാണ് ഇന്നു ചാപ്പൻനായർ തന്നെ കൂട്ടിക്കൊണ്ടുപോയത്. അവിടെയും നോക്കു കുത്തികളെ സൃഷ്ടിക്കാൻ പണവും ജന്മിത്തവും ശ്രമിച്ചുകൊണ്ടിരുന്ന തിന്റെ പച്ചയായ കഥയാണ് കേട്ടതൊക്കെ. ജീവിതത്തിന്റെ പുറമ്പോ ക്കിലേക്ക് ആട്ടിപ്പായിക്കപ്പെട്ട ആയിരങ്ങളുടെ പ്രതിനിധിയാണ് ചാപ്പൻ നായർ. സവർണ്ണനെന്നറിയപ്പെട്ടിട്ടും അവർണ്ണനായി ജീവിക്കേണ്ടി വന്ന ആയിരങ്ങളിലൊരാൾ. പുതിയ തലമുറയ്ക്ക് അന്യമായ ധർമ്മനിഷ്ട മായ ഒരു ജീവിത ശൈലിയുടെ ജീവിക്കുന്ന പ്രതിനിധിയാണയാൾ. ഭുവനചന്ദ്രൻ മനസ്സുനിറയെ ആലോചനകളുമായി വീട്ടിലേക്ക് മടങ്ങി. കണ്ണാളന്റെ ചായപ്പീടിക നമ്മുടെ ദേശീയപ്രസ്ഥാനത്തിന്റെ കാണാപ്പു റങ്ങളുടെ ഒരു ശരിയായ പ്രതീകമാണെന്ന് വ്യക്തമാണ്. ഭുവനചന്ദ്രന്റെ

മനസ്സിൽ ചാപ്പൻനായരുടെ പ്രസന്നമായ മുഖം മിന്നിമറഞ്ഞു. അയിത്തത്തിനെതിരെ സമരം ചെയ്ത നേതാക്കൾ പോലും കീഴാളന്റെ ചായ കുടിക്കില്ല. പ്രസംഗം വേറെ മനസ്സുവേറെ. നമ്മുടെ ദേശീയപ്രസ്ഥാനത്തിലെ ഈ അദൃശ്യമായ വിള്ളലുകളുടെ ദുരന്തഫലമാണ് നാമിന്ന് അനുഭവിക്കുന്നത്. ഏതു വിശ്വാസത്തിന്റേയും ശരിയും തെറ്റും വിചിന്തനം ചെയ്യാൻ ധൈര്യമില്ലാത്ത ഒരു പിൻതലമുറയെ നമുക്ക് സമ്മാനിച്ചത് ദേശീയപ്രസ്ഥാനത്തിലെ ഈ വിള്ളലുകളാണ്. ഭുവനചന്ദ്രന്റെ മനസ്സിൽ ഒരു നിമിഷം ഗാന്ധിജിയുടെ പുഞ്ചിരിക്കുന്ന മുഖം തെളിഞ്ഞുനിന്നു. പെരുമാളുകാട്ടിലെ സ്വാതന്ത്ര്യാനന്തര പൊതുജീവിതത്തിലും ദേശസ്നേഹിയായ കണ്ണാളൻ എന്ന കീഴാളന്റെ ജീവിതത്തെ ആരും ഗൗനിച്ചില്ലെന്നതാണ് സത്യം. മതം മാറിയ കണ്ണാളന്റെ ശിഷ്ടജീവിതം പെരുമാളുകാട്ടിലെ താനടക്കമുള്ള പുതിയ തലമുറയുടെ സ്മൃതിപഥത്തിൽ പോലുമില്ലെന്ന് കുറ്റബോധത്തോടെ ഭുവനചന്ദ്രൻ ഓർക്കുകയായിരുന്നു. പാണന്റെ പാട്ടുപോലെ സ്തുതിഗീതങ്ങൾ കുത്തിനിറച്ച വികലമായ ചരിത്രപുസ്തകങ്ങൾ, അനുഭവങ്ങളുടെ നിധി പേടകമായ ചാപ്പൻനായരെ പോലുള്ളവരുടെ അനുഭവസാക്ഷ്യങ്ങൾക്കു മുമ്പിൽ വിറങ്ങലിച്ചുപോകുന്നത് അതുകൊണ്ടാണ്. കേട്ടുകേൾവിയാണെങ്കിലും പെരുമാളുകാട്ടിൽനിന്നും കണ്ണാളൻ സ്വസ്ഥമായ ജീവിതം തേടിപ്പോയ വയനാടൻ മലനിരകളും അവന് നല്കിയതെന്താണെന്ന് പറഞ്ഞുതരാനും ആരുമില്ല. കണ്ണാളനെക്കുറിച്ചുള്ള അസ്വസ്ഥജനകമായ ചിന്തകൾ ഭുവനചന്ദ്രന്റെ മനസ്സിൽ കുറേനേരം ഞാഞ്ഞൂലുകളായി ഇഴഞ്ഞുകൊണ്ടിരുന്നു.

അപ്പക്കാളകൾ

ഓഫീസിലെ ചില സംഭവങ്ങൾ മാനസികമായും ശാരീരികമായും കഠിനമായി ക്ഷീണിപ്പിക്കുന്നത് ഭുവനചന്ദ്രന് അനുഭവപ്പെടുന്ന ദിവസങ്ങളായിരുന്നു. താപ്പാന സംഘം എന്നത് ഓഫീസിലെ ഒരുവിഭാഗം മുതിർന്നവരുടെ സംഘമാണ്. അവരറിയാതെ ഓഫീസിൽ ഒരിലപോലും ഇളകരുതെന്നത് കല്ലിലെഴുതിയ ശാസനയുമാണ്. ഏത് അന്യായത്തിനും താപ്പാന സംഘത്തിന്റെ പിന്തുണയുണ്ടെങ്കിൽ അത് ഒന്നാന്തരം ന്യായമായി പരിണമിക്കും. അതാണ് ഓഫീസിലെ നിയമം. അലിഖിത മാറി മാറി വരുന്ന മേലുദ്യോഗസ്ഥന്മാരും താപ്പാന സംഘത്തെ അംഗീകരിച്ച മട്ടിലാണ് കാര്യങ്ങൾ. നിയമം അനുവദിക്കുന്നില്ലെന്നുറപ്പുണ്ടായാലും വഴിവിട്ട സാമ്പത്തികാനുകൂല്യങ്ങൾ അവരുദ്ദേശിക്കുന്നവർക്ക് കൊടുത്തേ പറ്റൂ. തടസ്സം നില്ക്കുന്നവൻ വല്ലാതെ അനുഭവിക്കേണ്ടി വരും. അങ്ങനെയൊരു വെട്ടിൽ ഒരിക്കൽ ഭുവനചന്ദ്രനും വീണു. താപ്പാന സംഘത്തലവൻ ശിവദാസന്റെ യാത്രബത്ത ബില്ലിലാണ് പ്രശ്നമുണ്ടായത്. ശിവദാസൻ ചോദിക്കുന്നത് കൊടുക്കുകയല്ലാതെ നിയമം നോക്കുന്ന പതിവ് ഒരിക്കലും സംഭവിക്കാറില്ലെന്നാണ് വലിയ പുരോഗമന നാട്യക്കാരനായ തിരുത്തൽ വാദി രാമചന്ദ്രനടക്കമുള്ളവർ പറയുന്നത്. ഭുവനചന്ദ്രന് രാമചന്ദ്രന്റെ ആ മുടന്തൻ ന്യായം ഒട്ടും ദഹിച്ചില്ല.

“അതെന്താ ചന്ദ്രേട്ടാ എല്ലാവർക്കും ബാധകമായ നിയമം ശിവദാസന് മാത്രം ബാധകമാവാത്തത്.” ഇത്രയേ ഭുവനചന്ദ്രൻ ചോദിച്ചുള്ളൂ. രാമചന്ദ്രൻ ഒരു മാലപ്പടക്കംപോലെ പൊട്ടിത്തെറിച്ചു.

“നീ മാത്രം അങ്ങനെ നാട് നന്നാക്കാൻ മെനക്കെടണ്ട. അങ്ങനെ എവിടേയും നമ്മള് ചിലതൊക്കെ കണ്ണ് ചിമ്മേണ്ടി വരും. ഇനി അതിനു കഴീല്ലേങ്കില് അനുഭവിക്കാൻ നീ മാത്രമേ ഉണ്ടാവൂ. ശിവദാസനെ നിന

ക്കറിയാലോ?"

തിരുത്തൽവാദി രാമചന്ദ്രൻ ഓഫീസിൽ സീനിയറാണ്. ഓഫീസിന്റെ ശ്വാസഗതികൾപോലും നന്നായറിയാവുന്നവൻ. ഉറച്ച കമ്യൂണിസ്റ്റുകാരനെന്ന് സ്വയം മുദ്രചാർത്തി അഭിമാനിക്കുന്നവൻ. പക്ഷേ, അയാളും ശിവദാസന്റെ കാര്യം വരുമ്പോൾ എന്തിനോവേണ്ടി സ്വന്തം വിശ്വാസങ്ങളിൽ വെള്ളം ചേർക്കുന്നു.

"നാട്ടാര്ടേതല്ലേ ഭുവനാ സർക്കാര്, സർക്കാറിന്റെ ട്രഷറീന്ന് പറഞ്ഞാൽ നമ്മുടെ ട്രഷറ്യല്ലേ. അതിൽനിന്ന് കൊടുക്കുന്നതിൽ ഇത്തിരി കൂടിപ്പോയാ നിനക്കെന്താ ചേതം. നിന്റെ തറവാട്ട്ന്ന് എടുത്ത് തരുന്ന തൊന്ന്വല്ലല്ലോ." രാമചന്ദ്രന്റെ വാക്കുകൾകേട്ട് ശിവദാസനുമെത്തി.

പൊള്ളിക്കപ്പെട്ടപോലെ ഉറഞ്ഞുതുള്ളുന്ന ശിവദാസന്റെ വാക്കുകളിൽ പുതിയ ഒരു സാമ്പത്തിക സിദ്ധാന്തം രൂപപ്പെടുന്നത് വ്യക്തമായും ഭുവനചന്ദ്രൻ കണ്ടു. നാവിന്റെ കുഴച്ചിൽ കണ്ടപ്പോൾ അയാൾ രാവിലെ തന്നെ അല്പം തരിപ്പിലാണെന്നും മനസ്സിലായി.

"കടലിൽനിന്ന് ഒരുകപ്പ് വെള്ളം ആരെങ്കിലും കട്ടെടുത്തൂന്ന് പറേന്നോൻ മന്ദബുദ്ധി. അല്ലാതെന്താ ചന്ദ്രേട്ടാ പറയ്വാ. ഓരോരുത്തൻ സർക്കാർ ചെലവിൽ പുണ്യാളനാവ്വാ." അങ്ങനെ പറഞ്ഞത് മുഹമ്മദലിയാണ്. ശിവദാസന്റെ വലംകൈയായി നടക്കുന്നവനും ലോകാവസാനംവരെ രാജ്യത്ത് മുതലാളിത്തം പുലരാൻ നിത്യപ്രാർത്ഥന ചെയ്യുന്നവനുമാണവൻ. കമ്യൂണിസ്റ്റുകാരെ അന്റാർട്ടിക്കയിലേക്ക് നാടുകടത്തണമെന്ന് വരെ പറയാൻ മടിയില്ലാത്തവൻ. മുഖത്തുനോക്കി പറയില്ലെങ്കിലും രാമചന്ദ്രന്റെ ഭാഷയിൽ തനി പെറ്റി ബൂർഷ്വാസി. മുഹമ്മദലി വലിയ പണക്കാരനാണ്. രണ്ട് മെഡിക്കൽ ഷോപ്പും ഒരു സ്റ്റേഷനറിക്കടയും സ്വന്തമായുള്ളവൻ. സർക്കാറുദ്യോഗം ഒരലങ്കാരത്തിനുവേണ്ടി മാത്രം കൊണ്ടുനടക്കുന്നുവെന്ന് മാത്രം. പ്രോവിഡന്റ് ഫണ്ടിൽനിന്നും പലിശവേണ്ടെന്ന് എഴുതിക്കൊടുത്ത കടുത്ത മതവിശ്വാസി. എങ്കിലും ശിവദാസന്റെ അഭിമാനം കാത്തുരക്ഷിക്കാനും അന്യായങ്ങൾക്ക് പിന്തുണ നല്കാനും അയാളെന്നും മുമ്പിലുണ്ടാവും.

"ശിവേട്ടന്റെ ടി എ ബില്ലിൽ കാശ് കുറഞ്ഞാൽ നമ്മളെ കുപ്പീന്റെ എണ്ണം കൊറയും." അത് മറ്റൊരു ശിങ്കിടിയാണ്. ബാലചന്ദ്രൻ. സ്റ്റോറിലെ അറ്റന്ററാണ്. അയാൾക്ക് പിന്നെ സ്വന്തമായി യാതൊരു അഭിപ്രായവുമില്ല. ആരെന്തു പറയുമ്പോഴും കുറച്ചുനേരം അയാൾ ക്ഷമയോടെ കേട്ടുനില്ക്കും. പിന്നെ കരയിൽനിന്നും ഒരു മീൻ വെള്ളത്തിലേക്ക് ഊർന്ന് പോകുന്നതുപോലെ ഭൂരിപക്ഷം നോക്കിയങ്ങ് കക്ഷിചേരും. അവന്റെ സ്വന്തം കാര്യത്തിനുപോലും ചിലപ്പോഴങ്ങനെ സംഭവിച്ചെന്നും വരാം. പെണ്ണുങ്ങൾ തിങ്ങിനിറഞ്ഞ ടൈപ്പ് സെക്ഷനിൽ ഒരു ദുരന്തവാർത്ത ചർച്ചചെയ്യുന്നതുപോലെയാണത്രേ ശിവദാസന്റെ ടി എ കാര്യം ചർച്ചചെയ്തത്. എല്ലാവരും ഭുവനചന്ദ്രന്റെ നടപടിയെ അപലപിച്ചുവത്രേ.

"നടന്നത് നടന്നു. ഇനിയങ്ങനെ സംഭവിക്കരുത്."

പ്രശ്നം രമ്യമായി പരിഹരിക്കുകയാണെന്ന മട്ടിൽ രാമചന്ദ്രൻ ഇട പെട്ട് ഒരു താക്കീതിന്റെ സ്വരത്തിൽ ഭുവനചന്ദ്രനോട് പറഞ്ഞു.

"സാരമില്ല ശിവാ. ഇന്നത്തെ ക്വാട്ടയിൽ ഒരു ഹാഫ് കൊറച്ച്കള."

രാമചന്ദ്രൻ ശിവദാസന്റെ തോളിൽത്തട്ടി സഹപ്രവർത്തകനുവേണ്ടി മാപ്പപേക്ഷിക്കുന്നതുകണ്ടപ്പോൾ ഭുവനചന്ദ്രന്റെ മനസ്സ് തീക്കനലിൽ ചവിട്ടിയതുപോലെ അസ്വസ്ഥമായി. അതോടെ ഭുവനചന്ദ്രന് ഒരു കാര്യം മനസ്സിലായി. ചിലർക്ക് പ്രത്യയശാസ്ത്രങ്ങളൊന്നും നമ്മൾ മനസ്സിലാക്കിയതുപോലെയല്ല. എല്ലാ നിയമങ്ങളും സൃഷ്ടിക്കപ്പെട്ടത് മനുഷ്യൻ തെറ്റായ കാര്യങ്ങൾ ചെയ്യാതിരിക്കാനാണെങ്കിലും നിയമങ്ങളെല്ലാം മനുഷ്യർക്കുവേണ്ടിയാണെന്ന വാദം അന്യായങ്ങൾ ചെയ്യാൻ മനുഷ്യനുണ്ടാക്കിയതാണെന്ന സത്യം അയാൾക്കുമുമ്പിൽ തെളിഞ്ഞുവന്നു. പ്രത്യയശാസ്ത്രത്തിന്റെയും മതത്തിന്റെയും ധാരാളം മുഖംമൂടികൾ മാർക്കറ്റിൽ വില്പനയ്ക്കുണ്ടെന്ന് അന്ന് രാത്രി അയാൾ സുമിത്രയോട് പറഞ്ഞു.

"ഏത് സഖാവ് പിന്തുണച്ചാലും സാധാരണക്കാരന്റെ നികുതിപ്പണം കൊള്ളയടിച്ച് കണ്ടവന് കള്ള് കുടിക്കാൻ ഞാൻ കൂട്ടുനില്ക്കില്ല സുമിത്രേ." ഓഫീസിൽ നടന്ന കാര്യങ്ങളത്രയും വിശദമായി പറഞ്ഞെങ്കിലും അവൾ അത്ര ശ്രദ്ധിക്കാതെയും സീരിയലിൽനിന്ന് കണ്ണെടുക്കാതെയും എല്ലാം മൂളിക്കേട്ടതേയുള്ളൂ. ബ്രൂട്ടസ്സേ നീയുമുണ്ടോ എന്ന സീസറിന്റെ ചരിത്രപ്രസിദ്ധമായ ചോദ്യമാണപ്പോൾ ഭുവനചന്ദ്രന്റെ മനസ്സിൽ തികട്ടി വന്നത്.

"നീയൊന്നും പറയാത്തതെന്താ സുമിത്രേ?"

"ഞാനെന്തുപറയാൻ? നിങ്ങളൊരാൾ വിചാരിച്ചാൽ നാട് നന്നാവ്വോ? വെറുതെ ആളുകളെ വെറുപ്പിക്കേണ്ടെന്നേ ഞാമ്പറയൂ. ഇപ്പോത്തന്നെ ശത്രുക്കൾ വേണ്ടതിലധികമുണ്ട്."

ഗോൾമുഖത്ത് കാലിടറിവീണ ഒരു പന്തുകളിക്കാരന്റെ ദൈന്യത ഭുവനചന്ദ്രൻ ശരിക്കും രുചിച്ചറിഞ്ഞ നിമിഷങ്ങളായിരുന്നു അത്. അല്ലെങ്കിലും സ്ത്രീകളുടെ മൗനത്തേക്കാൾ മൂർച്ചയേറിയ ഒരായുധവും ഈ ലോകത്തില്ലെന്ന് ഭുവനചന്ദ്രന് പലപ്പോഴും തോന്നിയിട്ടുള്ളതാണ്. വൈകുന്നേരത്തെ നടത്തത്തിനിടയിൽ കടപ്പുറത്ത് പൂഴി മണലിലിരുന്നുകൊണ്ട് ഭുവനചന്ദ്രനും വിവേകനും ഓഫീസിൽ നടന്ന കാര്യങ്ങൾ വിശദമായിത്തന്നെ സംസാരിച്ചു.

"നീ ശിവദാസന്റെ ഇമ്പാച്ചി കണ്ടൊന്നും പേടിക്കണ്ട. ശിവദാസൻ അധികം കളിച്ചാ ഓനെ കൈകാര്യം ചെയ്യാൻ നമ്മക്ക് കുട്ട്യേള്ണ്ട്. ഗവർമ്മേണ്ടുദ്യോഗസ്ഥനായ നീയതൊന്നും അറിയണ്ട."

വിവേകന്റെ വാക്കുകളിലെ ദൃഢത ഭുവനചന്ദ്രനെ ശരിക്കും അത്ഭുതപ്പെടുത്തുകയായിരുന്നു. അവന് താനറിയാത്ത ഒരു കൂട്ടുകെട്ടുണ്ടെന്ന് പലപ്പോഴും തോന്നിയിരുന്നു. സമൂഹത്തിൽ അന്യായങ്ങൾക്കെതിരെ പോരാടുന്ന ഒരു സംഘമായിരിക്കാമതെന്ന് ഭുവനചന്ദ്രൻ പ്രത്യാശയോടെ ഓർത്തു. കാട്ടിലെ മരം, തേവരുടെ ആന. വലിയെടാവലിയെന്ന പഴ

മൊഴിയാണ് അപ്പോൾ ഭുവനചന്ദ്രന്റെ മനസ്സിൽ തികട്ടിയത്. പൊതുമുതൽ അഴിമതിക്കാർക്ക് ചോർത്തിയെടുക്കാനുള്ളതാണെന്ന ഒരു പുതിയ സിദ്ധാന്തമാണ് എവിടെയും രൂപപ്പെടുന്നത്. സ്ഥിരം മദ്യപാനികളുടെ സംഘത്തലവനായ ശിവദാസന്റെയും ധർമ്മനിഷ്ഠയുടെ ആൾരൂപമായി അഭിനയിക്കുന്ന അവന്റെ ശിങ്കിടി പണക്കാരനായ മുഹമ്മദലിയുടെയും നയങ്ങളിൽ തീരെ അന്തരമില്ലെന്ന് നേരത്തെ അറിയാം. പക്ഷേ, തിരുത്തൽവാദി രാമചന്ദ്രനും സുമിത്രയും പറയുന്നതാണ് മനസ്സിലാകാത്തത്. അഴിമതിയെന്ന മാരകരോഗം അവരെയും ബാധിക്കുകയാണെന്ന തോന്നലിൽ ഭുവനചന്ദ്രൻ വല്ലാതെ അസ്വസ്ഥനായി. തല്ക്കാലം പ്രശ്നങ്ങളെല്ലാം ഒഴിഞ്ഞുമാറിപ്പോയെങ്കിലും അവിചാരിതമായി മനസ്സിനേറ്റ പൊള്ളലിന്റെ നീറ്റൽ മാറാൻ ദിവസങ്ങളെടുത്തു.

ഓഫീസിൽ നേരത്തേ അടുത്ത സുഹൃത്തുക്കളായിരുന്ന പലരും കുറച്ചുകാലമായി ഒഴിഞ്ഞുമാറി നടക്കാൻ തുടങ്ങിയിരുന്നു. സുഹൃദ് സംഘങ്ങളിൽനിന്നും തന്നെ അകറ്റി നിർത്താനുള്ള ആരുടെയോ നിർദ്ദേശങ്ങൾ അവർ കൃത്യമായും അനുസരിക്കുകയാണെന്ന് ഭുവനചന്ദ്രന് വലിയ ആലോചനകളില്ലാതെതന്നെ മനസ്സിലായി. അപ്രഖ്യാപിതമായ ഒരു ഊരുവിലക്ക്. സർക്കാർ ജീവനക്കാരുടെ സമരകാലത്താണ് പൂച്ച വീണ്ടും ചുറത്തുചാടിയത്. സമരത്തിന് എല്ലാവരുമുണ്ടെന്നതുകൊണ്ട് ഓഫീസിൽ പരസ്യമായ സംഘർഷങ്ങൾക്ക് വഴിയില്ലെന്നാണ് ഭുവനചന്ദ്രൻ കരുതിയിരുന്നത്. എന്നാൽ കാര്യങ്ങളങ്ങനെയല്ലെന്ന് എളുപ്പം ബോദ്ധ്യമായി. പേരിന് പണിമുടക്കിനുണ്ടെങ്കിലും മനസ്സുകൊണ്ട് ചിലർ പണിമുടക്കിനെതിരാണ്. പണിമുടക്കുമുന്നണിയിൽ അവർ സർക്കാറിന്റെ പിണിയാളുകളാണ്. അവരുടെ ശീട്ട് പ്രകാരമാണ് അറസ്റ്റ് നടക്കുന്നത്.

“ആദർശധീരന്മാർക്ക് ഗോതമ്പുണ്ട സേവിക്കേണ്ട കാലാ ചന്ദ്രേട്ടാ പണിമുടക്കുകാലം.” ശിവദാസൻ സഖാവ് രാമചന്ദ്രനോട് പറഞ്ഞ വാക്കുകൾ ലക്ഷ്യമിടുന്നത് തന്നെയാണെന്ന് ഭുവനചന്ദ്രന് എളുപ്പം മനസ്സിലായി. അതുകേട്ട രാമചന്ദ്രന്റെ പൊട്ടിച്ചിരിയുടെ അർത്ഥവും അത് ശരിവെക്കുന്നതുതന്നെയായിരുന്നു. ഒരു പെട്ടിയിൽ അടുക്കിവെച്ചപോലെ സമരകാലത്തെ ഓർമ്മകൾ മനസ്സിലേക്ക് തള്ളിക്കയറി വരികയായിരുന്നു. ഇപ്പോഴും ഓഫീസിൽ മാറ്റങ്ങളൊന്നുമില്ല. ഭുവനചന്ദ്രൻ സുപ്രണ്ടിനെ കീഴ്ജീവനക്കാർ സർക്കാറിന്റെ സ്വന്തം ആളെന്നാണ് സ്വകാര്യമായി വിശേഷിപ്പിച്ചിരുന്നത്. ട്രഷറിയിലെ പണം സ്വന്തം പണമായി കരുതുന്ന പമ്പരവിഡ്ഢി എന്നാണതിനർത്ഥം. ഒരാളുടെ ജീവിതം ആഗ്രഹങ്ങൾക്കായും ബാദ്ധ്യതകൾക്കായും തെരഞ്ഞെടുപ്പുകൾക്കായും വിശ്വാസങ്ങൾക്കായും കൃത്യമായ അളവിൽ പകുത്തുവേക്കേണ്ടതുണ്ടെന്ന് ഇപ്പോൾ ഭുവനചന്ദ്രന് അറിയാം. ആഗ്രഹങ്ങളും ബാദ്ധ്യതകളും വിശ്വാസങ്ങളും വ്യത്യസ്തമാകുമ്പോൾ ഒരാളുടെ തെരഞ്ഞെടുപ്പുകളും വ്യത്യസ്തമാവാതെ തരമില്ല. ഓരോ ആളും സ്വയം പ്രഖ്യാപിക്കുന്ന നീതിശാസ്ത്രങ്ങൾ മറ്റുള്ളവരിൽ അടിച്ചേല്പിക്കുമ്പോഴാണ് വീട്ടിലും സമു

ഹത്തിലുമെല്ലാം സംഘർഷങ്ങൾ ഉടലെടുക്കുന്നത്. ഈ ലോകം അടിമുടി ഒറ്റയടിക്ക് മാറണമെന്ന വിവേകന്റെ ആഗ്രഹവും മറ്റുള്ളവരുടെ വിശ്വാസങ്ങളിൽ തട്ടി ലക്ഷ്യം പിഴയ്ക്കുന്നത് അതുകൊണ്ടാണ്. ഉറക്കം വരുന്നതുവരെ ഭുവനചന്ദ്രൻ ഇങ്ങനെ പലതും ഓർത്തുകൊണ്ടിരുന്നു.

വിഘ്നേശ്വരൻ

രാവും പകലും ഇരുട്ട് നിർവ്വികാരമായി കിടന്നുറങ്ങുന്ന തന്റെ പഴയ വീടിന്റെ തെക്കെ മുറിയിൽ വിളക്ക് തെളിയിച്ചാലും ഇല്ലെങ്കിലും ഒരു സാന്ത്വനംപോലെ തന്റെ ഹൃദയത്തിലേക്ക് വെളിച്ചം വിതറുന്ന വിഘ്നേശ്വരനെക്കുറിച്ചായിരുന്നു ഭുവനചന്ദ്രന്റെ അപ്പോഴത്തെ ചിന്ത. അയാളെ സംബന്ധിച്ചിടത്തോളം അത് നിർവ്വചനങ്ങൾക്കതീതമായ ഒരു വിശ്വാസമാണ്. ലോക സ്രഷ്ടാവ് വിഘ്നേശ്വരനാണെന്ന് വിശ്വസിക്കുന്ന ഗാണപത്യ മതക്കാരനാണ് ഭുവനചന്ദ്രനെന്നു പറഞ്ഞാൽ അതിൽ ഒരു മൺതരിയോളവും തെറ്റുണ്ടാവില്ല. വിഘ്നേശ്വരനുമായുള്ള തന്റെ ബന്ധം ദൈവവും മനുഷ്യനും തമ്മിലുള്ള ഒരു സാധാരണബന്ധമല്ലെന്ന് പറഞ്ഞാൽ വിവേകനോ സുമിത്രയ്ക്കോ അത് മനസ്സിലാവില്ല. സമരകാലത്ത് ശിവദാസന്റെ സ്വാധീനത്തിൽ ഇരുളിന്റെ മറപറ്റി തന്നെ അറസ്റ്റു ചെയ്യാൻ പതുങ്ങിയെത്തിയ പൊലീസ് സബ്ബ് ഇൻസ്പെക്ടർറുടെ കണ്ണിൽ തന്നെ അപ്രത്യക്ഷനാക്കിയതും താൻ വെപ്രാളപ്പെടാതിരിക്കാൻ സബ്ബ് ഇൻസ്പെക്ടറെ തന്റെ കണ്ണിൽനിന്നും അപ്രത്യക്ഷനാക്കിയതും വിഘ്നേശ്വരനാണെന്ന് പറഞ്ഞപ്പോൾ രണ്ടുപേരും പരസ്പരം നോക്കി ഊറിച്ചിരിച്ചത് അതുകൊണ്ടാണ്. അവരത് തന്റെ കൊടിയ അന്ധവിശ്വാസമാണെന്ന് കരുതുമ്പോൾ താൻ അവരുടെ അവിശ്വാസത്തെയാണ് അന്ധവിശ്വാസമായി കരുതുന്നത്. തന്നെ ഒരു ശത്രുവായിക്കണ്ട് അറസ്റ്റ്ചെയ്ത് ജയിലിൽ കിടത്തി ഗോതമ്പുണ്ട തീറ്റിക്കണമെന്ന് ശിവദാസനും സബ്ബ് ഇൻസ്പെക്ടർക്കും മോഹമുണ്ടെങ്കിലും തന്റെ വിഘ്നേശ്വരൻ അതൊന്നും സമ്മതിക്കില്ലെന്നയാൾക്കറിയാം. താൻ കത്തിച്ചു വെക്കുന്ന വിളക്കും ചന്ദനത്തിരിയും മോഹിച്ചല്ല അതൊന്നും വിഘ്നേശ്വരൻ ചെയ്യുന്നതെന്നും ഭുവനചന്ദ്രനറിയാം. അക്കാര്യങ്ങളൊന്നും മറ്റു

ള്ളവർക്ക് പറഞ്ഞാൽ മനസ്സിലാവില്ല. ഒരിക്കൽ വൈകുന്നേരത്തെ നടത്തത്തിനിടെ ഭുവനചന്ദ്രനും വിവേകനും തമ്മിൽ ദൈവങ്ങളെക്കുറിച്ച് സംസാരിച്ചുകൊണ്ടിരിക്കേ ഒരു തർക്കമുണ്ടായത് അപ്പോൾ ഭുവനചന്ദ്രൻ ഓർക്കുകയായിരുന്നു. മനുഷ്യനും ദൈവവിശ്വാസവും എന്ന ഒരു വിഷയത്തെ ചുറ്റിപ്പറ്റിയാരംഭിച്ച ചർച്ച പിന്നീട് ദൈവവിശ്വാസത്തിന്റെ പേരിൽ നടത്തപ്പെടുന്ന കപടമായ അനുഷ്ഠാനങ്ങളിലേക്ക് വഴിമാറിയെത്തുകയായിരുന്നു. വിവേകൻ അന്ന് സംസാരിച്ചതത്രയും അവന്റെ നിരീശ്വരചിന്തയേയും ദൈവനിഷേധത്തേയും പൂർണ്ണമായി പിന്തുണച്ചുകൊണ്ടായത് സ്വാഭാവികം.

“നിന്റെ വിശ്വാസത്തിൽ കരിയാത്തന്റെ തെയ്യം കെട്ടി വരുന്ന പച്ച മനുഷ്യനായ മുന്നൂറ്റൻ കുഞ്ഞിരാമനെ വിദ്യാസമ്പന്നനായ നീ ഉടമയ്ക്ക് മുമ്പിൽ അടിമയെന്നപോലെ തൊഴുത് നില്ക്കുന്നത് എങ്ങനെയാണ് ന്യായീകരിക്കപ്പെടുന്നത്?” വിവേകന്റെ ചോദ്യത്തിൽ ഒരുതരിയെങ്കിലും പരിഹാസം കലർന്നിരുന്നത് ഭുവനചന്ദ്രനെ അസ്വസ്ഥനാക്കി.

“ഒരു പാർട്ടി സമ്മേളനത്തിന്റെ തുടക്കത്തിൽ രക്തസാക്ഷികൾക്കായി ഒരു സ്തൂപം പണിത് പുഷ്പാർച്ചന നടത്തുമ്പോൾ ഒരു സഖാവിനുണ്ടാവുന്ന മാനസികാവസ്ഥയാണ് എനിക്കപ്പോൾ ഉണ്ടാവുന്നത്.” തന്റെ പെട്ടെന്നുള്ള മറുപടി വിവേകനെ വല്ലാതെ അസ്വസ്ഥപ്പെടുത്തുന്നത് ഭുവനചന്ദ്രൻ ശരിക്കും ആസ്വദിച്ചു.

“ദൈവത്തേയും പാർട്ടിയേയും ഇരുപോക്കറ്റുകളിലുമിട്ട് നിന്നെപ്പോലുള്ളവർ കപടനാടകം കളിക്കുകയാണ്. അവസാനം നിങ്ങളൊക്കെ ദൈവത്തെ ഇട്ടുവെച്ച പോക്കറ്റ് മാത്രമുള്ളവരായി മാറും.” വിവേകന്റെ വാക്കുകളിൽ ഭുവനചന്ദ്രന് ഒരു ശാപത്തിന്റെ ദുർഗ്ഗന്ധം മണത്തു.

“നിനക്കറിയ്യോ വിവേകാ, ഉത്തരമലബാറിലെ ഒരു മുച്ചിലോട്ട് കാവിലെ തെയ്യക്കോലത്തിന്റെ സന്നിധിയിലാണ് ഞാനെന്റെ ജീവിതത്തിൽ ഏറ്റവും ഉള്ളിൽത്തട്ടി കരഞ്ഞുപോയത്. ആ കഥ നിനക്കുഞാൻ പറഞ്ഞുതരാം.” ഭുവനചന്ദ്രൻ ആ കഥയിലേക്ക് ശ്രദ്ധാപൂർവ്വം കടന്നു.

“പയ്യന്നൂരിലെ മുച്ചിലോട്ട് ഭഗവതിക്കാവിൽ പെരുങ്കളിയാട്ടം നടക്കുന്നതറിഞ്ഞത് വളരെ യാദൃശ്ചികമായിട്ടായിരുന്നു. ഓഫീസിൽ പയ്യന്നൂർക്കാരൻ ഒരു ഹേമചന്ദ്രനുണ്ടായിരുന്നു. അവന്റെ പ്രേരണയിലാണ് ഞാൻ പെരുങ്കളിയാട്ട ദിവസം പയ്യന്നൂരിലെത്തിയത്. നിത്യജീവിതത്തിൽ അവനൊരു നല്ല സഖാവാണ്. അത്യാവശ്യം യൂണിയൻ പ്രവർത്തനമൊക്കെയുണ്ട്. എങ്കിലും മുച്ചിലോട്ട് ഭഗവതിയെവിട്ടുകളിയില്ല. തെയ്യത്തെ കേന്ദ്രീകരിച്ചുള്ള ഒരു കഥയെഴുതുന്ന കാലമായിരുന്നതുകൊണ്ട് എന്റെ യാത്രയ്ക്ക് വേഗതകൂടി. ഉച്ചയ്ക്ക് ഒരുമണിസമയത്താണ് ഭഗവതിയുടെ പുറപ്പാട്. നാലഞ്ചു ഗ്രാമങ്ങൾ നിറഞ്ഞുനില്ക്കുന്ന വലിയ ഉത്സവം കാണാൻ ആയിരങ്ങൾ തടിച്ചുകൂടിയിരുന്നു. നഗരത്തിലെവിടെയും ഭഗവതിയുടെ പുറപ്പാട് കാണാൻ ടെലിവിഷൻ സൗകര്യംവരെ ഒരുക്കിയിട്ടുണ്ട്. പതിനഞ്ച് കൊല്ലത്തിലൊരിക്കലാണ് ഭഗവതിയുടെ പെരുങ്കളി

യാട്ടം. ഉരുകി തിളയ്ക്കുന്ന ഉച്ചവെയിലിനെ വകവെക്കാതെ എല്ലാവരും ഒരു മണിയാവുന്നതും കാത്തിരിക്കുകയാണ്. ഏറ്റവും മുമ്പിലായി ഗ്രാമങ്ങളിലെ ഏറ്റവും പ്രായം ചെന്നവരെ നിലത്ത് പായവിരിച്ച് ഇരുത്തിയിട്ടുണ്ട്. പല്ലുള്ളവർ അക്കൂട്ടത്തിലില്ലെന്നുതന്നെ പറയാം. മുടി പറ്റെ വെട്ടിയതുകൊണ്ട് സ്ത്രീയും പുരുഷനും കാഴ്ചയിലൊരുപോലെ. എല്ലാരുടേയും മുഖത്ത് ശൈശവ നിഷ്കളങ്കത. കണ്ണുകളിൽ ആരാധനാമൂർത്തിയായ ഭഗവതിയെ കാണാനുള്ള വല്ലാത്ത തിടുക്കം മാത്രം. വാദ്യങ്ങൾ മുറുകുന്നതിനിടയിൽ പെട്ടെന്ന് തിരശ്ശീല നീങ്ങി. ഭഗവതി അനുഗ്രഹത്തിന്റെ കല്പനകളോടെ പുറത്തുകടന്നതും ആൾക്കൂട്ടത്തിന്റെ മുൻനിരയിൽനിന്ന് കൂട്ട നിലവിളിയുയർന്നതും ഒന്നിച്ചായിരുന്നു. സത്യത്തിൽ ഞാൻ ഒന്നും മനസ്സിലാകാതെ പകച്ചുപോയി. സംഘാടകർ നേരത്തേ കൈയിലേല്പിച്ച അരിചാർത്തിയതൊക്കെ ഒരു യന്ത്രപ്പാവയെപ്പോലെയായിരുന്നു. കൂട്ടനിലവിളിയുടെ അർത്ഥം മനസ്സിലാവാതെ മനസ്സ് അല്പനേരം വെപ്രാളപ്പെട്ടു.

ഭഗവതിയെ ഭക്ത്യാദരങ്ങളോടെ അരിചാർത്തി സ്വീകരിച്ചുകൊണ്ടിരുന്ന നാട്ടുകൂട്ടത്തിന്റെ കണ്ണുകളിൽ അപാരമായ ഭക്തിയുടെ നിറപ്പകിട്ടുകളല്ലാതെ മറ്റൊന്നുമില്ല. എല്ലാവരും തൊഴുകൈകളോടെ ഭഗവതിയെ സ്വീകരിക്കുന്നു. മുഖത്ത് എന്തോ നേടിയതിന്റെ ചാരിതാർത്ഥ്യം മാത്രം.

"ഇതെന്താ ഈ മുത്തശ്ശൻമാരും മുത്തശ്ശിമാരും ഇങ്ങനെ വാവിട്ട് കരയുന്നത്." പക്വമതിയെന്നു തോന്നിച്ച ഒരു മദ്ധ്യവയസ്കന്റെ മുമ്പിൽ ഞാൻ എന്റെ ആശങ്കയുടെ കെട്ടഴിച്ചു. അപ്പോൾ വയസ്സൻമാരുടെ കൂട്ടനിലവിളി നേർത്ത് നേർത്ത് വരുന്നുണ്ടായിരുന്നത് എനിക്കാശ്വാസമായി. എതാണ്ടെല്ലാവരും മൂക്കുപിഴിഞ്ഞും കണ്ണുതുടച്ചും സ്വയം ആശ്വാസപ്പെടുന്നുണ്ടായിരുന്നു.

"അവസാന വേർപാടിന്റെ കൂട്ടക്കരച്ചിലാണത്. ഇനി അവരാരും ഈ ജന്മത്തിൽ ഭഗവതിയെക്കാണില്ല. പതിനഞ്ച് കൊല്ലം കഴിഞ്ഞല്ലേ ഇനി ...." അയാളുടെ വാക്കുകളേയും ഗദ്ഗദം തടഞ്ഞു. എന്റെ കണ്ണുകളിൽ പെട്ടെന്ന് ഉറവപൊട്ടിയതുപോലെ കണ്ണുനീർ വന്നു നിറഞ്ഞു. സത്യം പറഞ്ഞാൽ അപ്പോൾ ഞാനും മനസ്സിൽ വാവിട്ട് കരയുകയായിരുന്നു.

"ദൈവവുമായുള്ള ഒരാളുടെ ബന്ധം മറ്റൊരാൾ നിർവ്വചിക്കേണ്ടതില്ലെന്ന് അന്നാണ് ഞാൻ മനസ്സിലുറച്ചത്. അത് ഓരോ ആളും സ്വയം തീരുമാനിക്കട്ടെ. അതാണ് നല്ലത്." വിവേകന് സമ്മതിച്ചുതരാൻ മനഃപ്രയാസമുണ്ടായിരുന്നെങ്കിലും അവനൊന്നും എതിർപ്പായി പറഞ്ഞില്ല.

"ദൈവം എല്ലാം തീരുമാനിക്കുന്നില്ലെന്ന് എല്ലാ ദൈവവിശ്വാസികൾക്കുമറിയാം. താൻപാതി ദൈവം പാതിയെന്നൊക്കെ പണ്ടേ പറഞ്ഞുവെച്ചത് ദൈവത്തിലുള്ള ഈ അവിശ്വാസം കൊണ്ടാണ്. ദൈവത്തിന്റെ ആ പാതി ബലഹീനത അംഗീകരിക്കുന്നവന് പിന്നെയെവിടെയാണ് ആത്മാർത്ഥമായ ദൈവവിശ്വാസം?"ഉത്തരമില്ലാത്ത ചോദ്യമെന്ന നിലയ്ക്കാണ് വിവേകൻ ചോദിച്ചത്. പക്ഷേ, ഭുവനചന്ദ്രന് ആ ചോദ്യത്തിന്

തന്റേതായൊരു ഉത്തരമുണ്ടായിരുന്നു.

"സ്വന്തം ചോരയിൽപ്പിറന്ന മക്കൾപോലും അച്ഛനെ പൂർണ്ണമായി വിശ്വസിക്കുന്നില്ലല്ലോ വിവേകാ. ഏറ്റവും ഉദാത്തമായ ഭാര്യാഭർത്തൃ ബന്ധങ്ങളിൽപ്പോലും ധാരാളം കിഴിവുകളുമുണ്ടാകും. മനുഷ്യൻ അവസാന വാക്കിൽ പറഞ്ഞാൽ മരണംവരെ ഒറ്റയ്ക്കുതന്നെയാണ്. പിന്നെ ദൈവത്തിന്റെ കഥയെന്തു പറയാൻ?" ഒരാളുടെ സുഹൃത്തിനെ മറ്റൊരാൾ തീരുമാനിക്കാത്തതുപോലെ ദൈവവുമായുള്ള ബന്ധവും പരസ്പർശമില്ലാതെ കഴിയട്ടെ. ആർക്കും ജയവും തോല്വിയുമില്ലാതെ രണ്ടുപേരും ചുട്ടുപൊള്ളുന്ന ഒരു പാത്രം നിലത്ത് വെക്കുന്നവേഗത്തിൽ ആ ചർച്ച അവിടെ അവസാനിപ്പിക്കുകയായിരുന്നു. ഈ ഭൂമിയിൽ ജീവിക്കുന്ന മനുഷ്യരുടെ മനസ്സിന്റെ വ്യാപ്തി ഈ ഭൂമിയെക്കാൾ എത്രയോകോടി ഇരട്ടി വരുമെന്ന സത്യം വിവേകന് ബോദ്ധ്യപ്പെട്ടതായി ഭുവനചന്ദ്രന് അപ്പോൾ തോന്നിയിരുന്നു. എന്തെങ്കിലും ഉണ്ടെന്നോ ഇല്ലെന്നോ പറയേണ്ടതും തീരുമാനിക്കേണ്ടതും ഓരോരുത്തന്റെയും നാവല്ല മനസ്സാണ്. അത് എല്ലാവരെയും പൂർണ്ണമായും ബോദ്ധ്യപ്പെടുത്തണമെന്ന അവന്റെ ശാഠ്യം വിജയം കാണണമെന്നില്ല. വിവേകന് തോന്നിയത് അങ്ങനെയാണ്.

കുളക്കോഴികൾ

മഴക്കാലം കഴിഞ്ഞ് ചടച്ച വയൽവരമ്പിലൂടെയുള്ള നടത്തം ഒരു സാഹസികതയാണ്. നിത്യജീവിതത്തിൽ പതിവായി കേൾക്കാത്ത മാക്രികളുടേയും മണ്ണട്ടകളുടേയും സംഭാഷണങ്ങളും കുളക്കോഴിക്കൂട്ടങ്ങളുടെ കൂട്ടനിലവിളിയും പാണ്ടൻ കൊക്കുകളുടെ മൗനപ്രാർത്ഥനകളും കൈതക്കാട്ടിൽ നിന്നുയരുന്ന വന്യമായ പരിമളവും കാട്ടുപൊന്തകളിൽ എന്തിനെന്നില്ലാതെ പരസ്പരം തർക്കിക്കുന്ന കീരിക്കൂട്ടങ്ങളുടെ വാഗ്വാദങ്ങളും മനസ്സിൽ മഞ്ഞുവീഴ്ത്തുന്ന അനുഭവങ്ങളാണ്. ഒരുവട്ടം നനഞ്ഞുകിടക്കുന്ന വയൽവരമ്പുകളിലൂടെ ഒന്നു ചുറ്റിക്കറങ്ങിയാൽ മനസ്സിലെ കാര്യകാരണങ്ങളില്ലാത്ത ചിന്തകളും സങ്കടങ്ങളും ആവിയായിപ്പോകുമെന്ന് ഭുവനചന്ദ്രനറിയാം. അത് മണ്ണിന്റെ ഒരു ഔഷധവീര്യമാണ്. നഗരത്തിലെ മണ്ണിന് നഷ്ടപ്പെട്ടുപോകുന്നത് ഗ്രാമത്തിലെ മണ്ണിന്റെ ഈ മൃതസഞ്ജീവനിസിദ്ധിയാണ്. നഗരത്തിലെ മണ്ണ് സ്വയമറിയാതെ സംഹാരത്തിന്റെ വിഷബീജങ്ങൾ ഉദരത്തിൽ പേറുന്നു. ഗ്രാമത്തിലെ മൺതരികൾപോലും സൃഷ്ടിയുടെ ഈറ്റില്ലങ്ങളായതുകൊണ്ടാണ് ആരെയും വിസ്മയിപ്പിക്കുന്ന ഉത്തേജനത്തിന്റെ വീര്യം ആ മണ്ണിന് സ്വന്തമാകുന്നത്. അവിടെ നിസ്സാരമെന്നു കരുതുന്ന കൃമികീടങ്ങൾക്കുവരെ ലോകത്തോട് സംസാരിക്കാൻ കഴിവുണ്ടാകുന്നു. രാത്രിയുടെ നിശ്ശബ്ദതയെ വെല്ലുവിളിച്ച് അവർ സംഘഗാനം പാടുന്നു. പ്രഭാതങ്ങളിൽ ഇലച്ചാർത്തുകളിൽ അവർ നൃത്തംവെക്കുന്നു. വെയിൽമൂത്തു കിടക്കുന്ന ഉച്ചനേരങ്ങളിൽ അവർ എല്ലാംമറന്ന് ഭൂമിയുടെ നാളേക്കുവേണ്ടി ഇണചേരുന്നു. എല്ലാംകണ്ട് മണ്ണ് കോരിത്തരിച്ചുകിടക്കുന്നു. ആ മണ്ണിൽ നഗ്നപാദനായി കടന്നുചെല്ലുന്നവന്റെ മനസ്സിലേക്ക് ശാന്തിയും സന്തോഷവും പനിനീർമഴയായി പെയ്യുന്നു. ഉദ്യോഗകാര്യങ്ങളിൽ പലപ്പോഴായി അകലങ്ങളിലേക്ക് നാടുമാ

റിപ്പോകേണ്ടിവന്നിട്ടും പാടത്തെ ഈ മണ്ണിന്റെ മനസ്സ് ത്രസിപ്പിക്കാനുള്ള അത്ഭുതശക്തിയും ചെളിത്തണുപ്പിൽ ഒളിഞ്ഞുകിടക്കുന്ന ഭൂമിയുടെ വാത്സല്യവും വിസ്മരിക്കാനാവാത്തത് അതുകൊണ്ടാണ്. വെള്ളമൊഴുകുന്ന അറുകണ്ടികളിൽ കൊളസൂരിപ്പരലുകളും നെറ്റിപ്പൊട്ടൻ മീനുകളും ചിരകാല സുഹൃത്തിനെ കണ്ടതുപോലെ മുഖത്തേക്കുതന്നെ നോക്കി നില്ക്കുന്നത് കണ്ട് ഭുവനചന്ദ്രൻ അവരെ നോക്കി പുഞ്ചിരിച്ചു. ആരോ വിളിക്കുന്നത് കേട്ട് ചെവി കൂർപ്പിച്ചപ്പോൾ വിളി ഒരിക്കൽക്കൂടി ആവർത്തിച്ചു. വിളിച്ചത് പൊന്തയിലെ വെളിച്ചേമ്പിലപ്പുറത്തിരിക്കുന്ന പച്ചത്തുള്ളനാണെന്നുറപ്പാണ്. അവനാണ് ഒരിക്കലും നില്ക്കപ്പൊറുതിയില്ലാത്തത്, ഞാറ്റടിയോരത്ത് ഉണങ്ങിയ വയൽച്ചുള്ളിപ്പൂവിലോ വെളിച്ചേമ്പിലപ്പുറത്തോ ആണ് എപ്പോഴും അവന്റെ താവളം. മതിവരുവോളം ഊഞ്ഞാലാടാൻ പാകത്തിലുള്ള ഇരുത്തം. പുഞ്ചഞാറു പെയ്യാനുള്ള കണ്ടത്തിൽ നിലമൊരുക്കാൻ ചെല്ലുന്ന ദിവസങ്ങളിൽ അവൻ സന്തോഷംകൊണ്ട് അങ്ങോട്ടുമിങ്ങോട്ടും ചാടിക്കളിച്ചുകൊണ്ടിരിക്കും. കണ്ടത്തിലെ തണുത്തുകിടക്കുന്ന വെള്ളം നൊട്ടിനുണഞ്ഞ് തലങ്ങും വിലങ്ങും പറന്നുകളിക്കുന്ന മാന്താപ്പൊക്കൻമാരെ വിരട്ടിപ്പായിക്കാൻ അവനെപ്പോഴും കണ്ടത്തിനുകുറുകെ അങ്ങോട്ടുമിങ്ങോട്ടും ചാടിക്കൊണ്ടിരിക്കും. കാലുകൾ തളരുമ്പോൾ മണ്ണിരപ്പുറ്റുകളിൽ കാലും നീട്ടിയിരുന്നു വിശ്രമിക്കും. പച്ചത്തുള്ളന് ചങ്ങാതിക്കൂട്ടങ്ങളേറെയുണ്ട്. ചിലമാട്ടക്കോലമുള്ള വയൽമാക്രി, ചുവന്ന ബനിയനിട്ട അരക്കൻ പേക്കൻ, സ്കൂൾ യൂണിഫോമിട്ട പച്ചത്തവള, വായാടിയായ മണ്ണട്ട, മന്ദഗതിക്കാരൻ മണ്ണിര എല്ലാം അവന്റെ ചങ്ങാതികളാണ്. പിറക്കുന്നത് പൂരാടം ഞാറ്റുവേലയാണ്. മുളപ്പിച്ച പുഞ്ചവിത്ത് ഞാറ്റടിയിൽ പെയ്യാൻ സമയമായിരിക്കുന്നു. ഔദ്യോഗിക ജീവിതത്തിന്റെ കാണാക്കയങ്ങളിൽ മുങ്ങിത്താഴുന്നതിനിടയിൽ താൻ മനഃപാഠമാക്കിയ ഞാറ്റുവേലപ്പേരുകൾ മറന്നുപോകുന്നുവോ എന്ന് ഭുവനചന്ദ്രൻ വ്യാകുലപ്പെട്ടു. അശ്വതി, ഭരണി, കാർത്തിക, രോഹിണി...... ഇല്ല എല്ലാം കല്ലിൽ കൊത്തിവെച്ചതുപോലെ മനസ്സിലുണ്ട്. എല്ലാം സുന്ദരിപ്പേരുകൾ. ആരുടെയോ കുളിരുള്ള മനസ്സിലാണ് ആ പേരുകൾ ജന്മമെടുത്തതെന്നുറപ്പാണ്.

വയൽവരമ്പുകളിൽ തെന്നിയും തടഞ്ഞും തന്നെത്തേടി വരുന്ന വിവേകനെ കണ്ടപ്പോൾ ഭുവനചന്ദ്രന് സന്തോഷമായി. അടുത്തെത്തിയപ്പോൾ അവൻ വളരെ പ്രയാസപ്പെട്ടാണെത്തിയതെന്ന് എളുപ്പം മനസ്സിലായി. വിവേകൻ ശരിക്കും കിതയ്ക്കുന്നുണ്ടായിരുന്നു. അല്ലെങ്കിലും അടുത്തിടെ അവന്റെ പഴയ കരുത്തെല്ലാം ചോർന്നുപോയതുപോലെയാണ്, വാക്കും പെരുമാറ്റവും. പൊലീസ് സ്റ്റേഷൻ ആക്രമണക്കേസ്സിൽ ദിവസങ്ങളോളം ജയിലിൽ കിടന്ന അനുഭവംവരെ അവനുണ്ട്. അന്നൊന്നും തളരാത്ത ആ മനസ്സ് ഇപ്പോൾ വല്ലാതെ തളർന്നിരിക്കുന്നു. അവൻ മൂലം ഒരു ഗ്രാമംതന്നെ നശിച്ചുപോകുമോ എന്ന ഭയം അവനെ കീഴടക്കിക്കൊണ്ടിരിക്കുകയാണ്. ഒന്നിനും പ്രതിവിധി ഉപദേശിക്കാൻ കഴിയാത്ത നിസ്സ

ഹായനായ സ്നേഹിതനായി കൂടെ താനും. എല്ലാം ഓർത്തുകൊണ്ട് ഭുവനചന്ദ്രൻ വിവേകന്റെ മുഖത്തേക്കുതന്നെ നോക്കി നിന്നുപോയി.

“ഇന്ന് ഞാറ്റുവേലപ്പകർച്ച്യാ. ആകാശത്തിന്റെ കന്മഷം കനത്തു വരുന്നുണ്ട്. കാറ്റൊന്നു വീശിയടിക്കും പിന്നെ കരിമേഘങ്ങൾ പെയ്യും. കല്ല്യാണപ്പന്തലിലെ ആരവംപോലെ വയലിലാകെ ആരവമുയരും. വിതയ്ക്കേണ്ടവന് വിതയ്ക്കാൻ, കൊയ്യേണ്ടവന് കൊയ്യാൻ, കളപറിക്കേണ്ടവന് കളപറിക്കാൻ, വളം ചേർക്കേണ്ടവന് വളം ചേർക്കാൻ എല്ലാവർക്കു മുമ്പിലും ഞാറ്റുവേല ഒരു ഓർമ്മപ്പുസ്തകം പോലെ പ്രകൃതി തുറന്നു വെക്കും. ഇതൊന്നും എഴുതപ്പെട്ട ഒരു പുസ്തകത്തിലുമില്ല വിവേകാ.” സംസാരിച്ചുകൊണ്ട് ഭുവനചന്ദ്രൻ മുമ്പിൽ നടന്നു. കൈയിലുള്ള കുട തുറന്ന് പിടിച്ച് വിവേകൻ അവന്റെ ചവിട്ടടികളെ പിൻപറ്റി നടന്നു.

പച്ചത്തുള്ളൻ വിളിച്ചത് വെറുതെയല്ല. അതും ഒരു ഓർമ്മപ്പെടുത്തലാണ്. പുഞ്ച ഞാറുപെയ്യാൻ സമയമായിരിക്കുന്നുവെന്നാണ് ആ ഓർമ്മപ്പെടുത്തൽ. പഴയ വീടിന്റെ തെക്കെ മുറിയിൽ ചണച്ചാക്കിൽ വിശ്രമിക്കുന്ന നകരവിത്തുകൾ എത്രയും വേഗം ഞാറ്റടിയിലെത്താൻ ഞെരിപിരികൊള്ളുന്നുണ്ടാവും. വട്ടിളച്ചെമ്പിൽ ഒരു ദിവസത്തെ ജലസമാധി കഴിയുമ്പോൾ വിത്തുകളുടെ മനസ്സിലെ ആലസ്യം തീർത്തും വിട്ടുമാറും. പിന്നെ വാഴയില വിരിച്ച പനമ്പുകൊട്ടയിൽ മൂന്നുദിവസം പ്രാർത്ഥന. ആ തപസ്സിരിപ്പിന് ധ്യാനമന്ത്രങ്ങളുണ്ട്. ഒന്നു പോലും കരിയാതെ മുളയായ് കിളിർക്കാൻ, ഒന്നുപോലും വഴിതെറ്റാതെ ഞാറ്റടിയിലെത്താൻ, ഒന്നുപോലും തളരാതെ ചെടിയായി വളരാൻ, ഒന്നുപോലും പിഴയ്ക്കാതെ പാടത്തിലെത്താൻ. കുഞ്ഞിന്റെ പാൽപ്പുഞ്ചിരിപോലെ മൂന്നാം ദിനം മുളപൊട്ടിയാൽ, ഞാറ്റടിയിലേക്കുള്ള യാത്രയ്ക്കു സമയമായി. ഒരുക്കിയിട്ട ഞാറ്റടിയിൽ കുറ്റികുത്തി നിവരുമ്പോൾ ഓലക്കുരുന്നുകൾ പച്ചയണിഞ്ഞ് പുറത്തുവരും. പിന്നെ ബാല്യം, കൗമാരം, യൗവനം, വാർദ്ധക്യം. എല്ലാം മുറപോലെ.....

“നീ എന്തൊക്ക്യൊ പറയുന്നു. എനിക്കൊന്നും മനസ്സിലാവുന്നില്ല.” വിവേകൻ നിസ്സാരമായി പറഞ്ഞു.

“നിനക്കൊന്നും മനസ്സിലാവില്ല. കാരണം നീ മണ്ണിന്റെ ഭാഷ പഠിച്ചിട്ടില്ല.”

“നിന്നെപ്പോലുള്ള ഒന്നാംതരം ഉദ്യോഗസ്ഥനെന്തിനാ ഈ ചെളിയിൽ കെടന്ന് ഇങ്ങനെ നരകിക്ക്ന്ന്? ജീവിക്കാൻ ഒഴു വഴിയുമില്ലാത്തോൻ വരെ ഇപ്പോ കൃഷീന്ന് ഒഴിയ്യല്ലേ. നെലം തരിശിടുന്നത് വല്യ പണക്കാരൊന്വല്ലല്ലോ. വാർക്കപ്പണിക്കും പെയിന്റിങ്ങിനും പോയാല് എഴുനൂറും എണ്ണൂറും കിട്ടുമ്പോ പിന്നെന്തിനാ ഈ നരകയാതന. റേഷൻ പീട്യേല് ഇഷ്ടംപോലെ അരീം കിട്ടാനുണ്ട്.” വിവേകന്റെ വാക്കുകൾ കേട്ട് ഭുവനചന്ദ്രൻ ഉത്തരമില്ലാതെ കുഴങ്ങി നിന്നപ്പോൾ പച്ചത്തുള്ളൻ ഒരിക്കൽക്കൂടി നീട്ടി വിളിച്ചത് അയാൾ കേൾക്കുന്നുണ്ടായിരുന്നു. വിവേകന്റെ ചോദ്യത്തിന് കൃത്യമായ ഉത്തരമുണ്ട്. പക്ഷേ, അത് തനിക്കറിയില്ലെന്നു മാത്രം.

ഭുവനചന്ദ്രൻ മനസ്സിൽ പറഞ്ഞു "പാടത്തെ ലാഭനഷ്ട കണക്കുകൾ കടലാസിൽ എഴുതിക്കൂട്ടാൻ പറ്റില്ല വിവേകാ...."

"ഭുവനേട്ടാ എന്താ പുഞ്ചപ്പരിപാടീണ്ടോ. നമ്മളെ എടങ്ങാറാക്കല്ലേ" അത് കാച്ചുകാരൻ പ്രകാശനാണ്. അവനേതു പെരുമഴക്കാലത്തും തോട്ടു വരമ്പത്തെ പൊന്തക്കാടുകൾക്കിടയിൽ ചുറ്റിക്കറങ്ങും. കൈതക്കാടു കൾക്കിടയിലൂടെയാണ് അവന്റെ സഞ്ചാരവഴി. പ്രകാശന്റെ പെട്ടെന്നുള്ള ഒച്ചകേട്ട് കൈതക്കാടുകളിൽ കുളക്കോഴികൾ കൂട്ടത്തോടെ നിലവിളിച്ചു. കൈതക്കാട്ടിലെവിടെയോ അവന്റെ അടുപ്പുണ്ടാവും. പാരമ്പര്യമായി റാക്ക് കാച്ച് തൊഴിലായി സ്വീകരിച്ചവനാണവൻ. എത്രയോ പ്രാവശ്യം എക്സൈസുകാർ കൈയോടെ പിടിച്ച് ജയിലിലടച്ചതാണ്. എത്രദിവസം ജയിലിൽ കിടന്നാലും മടങ്ങിവന്ന ദിവസം അവൻ വീണ്ടും റാക്ക് കാച്ചും. "പെഴയടച്ചത് വസൂലാക്കണ്ടേ ഭുവനേട്ടാ." അങ്ങനെയാണ് അവന്റെ ന്യായീകരണം. "സർക്കാർ പ്രകാശന് പിഴയിടുന്നു. പ്രകാശൻ സർക്കാ റിന് പിഴയിടുന്നു." ഭുവനചന്ദ്രൻ ആത്മഗതമായി പറഞ്ഞു.

"കൊയ്ത്തുവരെ എങ്ങനെയെങ്കിലും ഒപ്പിക്കാം. കൊയ്ത്തിന് ആളെ കിട്ടാതെ വന്നാൽ കരഞ്ഞുപോകും പ്രകാശാ."

"നാല് ഫുള്ളും രണ്ട് കോഴീം പാസാക്കിയാല് നൂറ് ചെക്കൻമാരെ ഞാൻ നെരത്തിത്തരാ. ഏതു പണിക്കും റെഡി. കൂലിയൊന്നും ഓല്ക്ക് വേണ്ട. നിങ്ങക്ക് പിന്നെ അതൊന്നും പറ്റൂലാലൊ. നിങ്ങളിതൊക്കെ കഥ യാക്കി എഴുത്യാല് നല്ല രസോണ്ടാവും."

റാക്കുകാച്ചുകാരനാണെങ്കിലും അവന്റെ മനസ്സിൽ ചില വെളിച്ച ങ്ങളുള്ളതായി പലപ്പോഴും തോന്നിയിട്ടുണ്ട്. കിട്ടുന്ന പുസ്തകങ്ങ ളൊക്കെ നന്നായി വായിക്കും. കൈയിൽ പലപ്പോഴും നല്ല പുസ്തക ങ്ങൾ കാണാറുണ്ട്. ഏതോ വായനശാലയിൽ മെമ്പർഷിപ്പുണ്ട്. സ്വന്ത മായി അഭിപ്രായങ്ങളുണ്ട്. അതിനെപ്പറ്റി ചോദിച്ചാൽ അവൻ പറയും:

"വാഷ് ആവിയായി വരണ്ടേ ഭുവനേട്ടാ. കൊറേ സമയമെടുക്കും. അന്നേരം പുസ്തകം വായിച്ചാ നമ്മക്ക് വിവരോം വെക്കും സമയം പോന്നതറിയ്യേല്ല." പുസ്തകം കൈയിലുണ്ടെങ്കിൽ കൂടെ ആളുള്ളതു പോല്യാ." പ്രകാശൻ തിരക്കിട്ടെങ്ങോട്ടോ പോകുന്ന പോക്കിൽ പൊന്ത ക്കാട്ടിൽ മറഞ്ഞു.

"നിനക്കെന്തിനാ ഭുവനാ ഇവന്റെയൊക്കെ ചങ്ങാത്തം? അവ നോന്റെ നെലേം വെലേം നോക്കാതെ."

"അവൻ കാച്ചുകാരനാണേലും നല്ലോനാ വിവേകാ. കാച്ച് അവൻ കുട്ടിക്കാലം മുതല് കണ്ട് ശീലിച്ച തൊഴിലാ. പിന്നെ കുടി – അത് ഓരോ പ്രാവശ്യവും സാധനത്തിന്റെ വീര്യം നോക്കി ശീലിച്ചുപോയതാ." വിവേ കൻ തെല്ലൊരത്ഭുതത്തോടെ ഭുവനചന്ദ്രനെ തന്നെ നോക്കി നില്ക്കുക യായിരുന്നു. വിവേകന് അതൊരു കൗതുകവാർത്തയായിരുന്നു.

"കരിങ്കല്ലിന്റെ കാഠിന്യം നിങ്ങൾക്കനുഭവപ്പെടുന്നതിന്റെ അത്രയും എനിക്കനുഭവപ്പെടില്ല. നിത്യപരിചയം കൊണ്ടുണ്ടാവുന്നതാ ആ മൃദുത്വം.

അനുഭവത്തിലാ എല്ലാം കിടക്കുന്നത്." വിവേകൻ നടത്തത്തിനിടയിൽ പറഞ്ഞു.

"നീയെന്തിനാ ഇപ്പോ ഓടിക്കിതച്ച് ഇവിടേക്ക് വന്നത്? എന്തെങ്കിലും വിശേഷോണ്ടോ?" ഭുവനചന്ദ്രൻ ജിജ്ഞാസയോടെ ചോദിച്ചു.

"വിശേഷം എന്ന നല്ലവാക്ക് ഉപയോഗിക്കണ്ട ഭുവനാ. ഇന്നലെ രാത്രി രമണീനെ വിളിച്ച് ആരോ ഭീഷണിപ്പെടുത്തി. വിദ്യൻ കടയിലെ ജോലി ഉപേക്ഷിച്ചില്ലെങ്കില് മോനെ ജീവനോടെ കാണില്ലാന്ന്. വിളിച്ചത് ഏതോ വിവരംകെട്ട ചെക്കമ്മാരായിരിക്കും. എന്നാലും എവിടെയോ എന്തൊക്കെയോ ആലോചനകൾ നടക്കുന്നുണ്ട് ഭുവനാ. അതു തീർച്യാ. കാര്യങ്ങൾ പിടിവിട്ട് പോവുന്ന ലക്ഷണാ കാണുന്നത്. ഇനിയിപ്പോ വിദ്യൻ പണി വിടുന്നില്ലെങ്കില് നജ്മേനെ ഭീഷണിപ്പെടുത്തി ഒഴിവാക്കും. അതോടെ നബീസു ഉമ്മയുടെ വീട്ടില് അടുപ്പ് പുകയാതാവും." വിവേകന്റെ വാക്കുകളിൽ കലർന്നുകിടന്ന വിറയൽ ഭുവനചന്ദ്രൻ പ്രത്യേകം ശ്രദ്ധിച്ചു.

"നിനക്ക് നജ്മയോട് ഒന്നു സംസാരിച്ചു നോക്കിയാലെന്താ. വേണമെങ്കിൽകൂടെ ഞാനും വരാം."

"അവളോട് പറയാൻ എന്റെ നാക്കിൽ വാക്കുകളില്ല ഭുവനാ. മറ്റാരുടെയെങ്കിലും വാക്ക് കടമെടുത്ത് പറഞ്ഞാൽ വിവേകൻ അതോടെ മരിച്ചെന്നു കരുത്യാമതി. ഇത്രകാലോം പറഞ്ഞു നടന്നതും ജീവിതത്തിൽ പകർത്തിക്കാണിച്ചതും ഒക്കെ ഒരുനിമിഷംനേരംകൊണ്ട് കത്തിച്ചാമ്പലാവില്ലെ? അതുവേണ്ട. ഞാൻ വഴീൽ വെച്ച് പോലും നജ്മയെ കാണരുതെന്നാ വിചാരിക്കുന്നത്. നജ്മയെ രമണിയെ കാണിച്ചാൽ കാര്യങ്ങൾ ഒന്നുകൂടി കുഴയും. അവൾക്ക് അയ്യോപാവം എന്ന ചിന്ത ഇത്തിരി കൂടുതലാ. ചിലപ്പോ ഇപ്പോത്തന്നെ വീട്ടിൽ കൂട്ടിക്കൊണ്ടുവരും. അതോടെ നാടാകെ തീക്കത്തും."

ഭുവനചന്ദ്രന് ഒന്നിനും മറുവാക്കുണ്ടായിരുന്നില്ല. പറഞ്ഞതത്രയും കലർപ്പില്ലാത്ത സത്യങ്ങളാണ്. രണ്ടുപേരും പരസ്പരം ഒന്നും സംസാരിക്കാതെ കുറേദൂരം നടന്നു. പിന്നെ ഇരുവഴികളിലേക്കായി പിരിഞ്ഞു.

ആൾമാറാട്ടം

ഇന്നെന്തായാലും പുഞ്ചവിത്തെടുത്ത് വെള്ളത്തിലിടണമെന്നുറപ്പിച്ചാണ് വളരെ കാലത്തെതന്നെ ഭുവനചന്ദ്രൻ പഴയ വീട്ടിലെത്തിയത്. ഒരാഴ്ചയായി അങ്ങോട്ടുചെന്നിട്ടില്ല. വിത്തു കുതിർക്കാൻ ഇനിയും താമസിച്ചാൽ താമസിക്കുന്ന ഓരോ ദിവസവും കൊയ്ത്ത് വർഷകാലത്തോടടുത്തുകൊണ്ടിരിക്കും. കേട്ടയിൽ ഞാറ്റടി കണ്ടാൽ രോഹിണിയിൽ കതിരുചുവക്കും. മകയീരത്തിനു മുമ്പേ നെല്ലുണക്കി ചാക്കിൽ നിറയ്ക്കാം. ഒരു വർഷാരംഭത്തിനു മുമ്പേയുള്ള മുന്നൊരുക്കങ്ങൾ. അച്ഛനുണ്ടായിരുന്ന കാലം മുതൽ മുടങ്ങാതെ നടക്കുന്ന കൃഷികാര്യങ്ങൾ. അളവും ആരവവും വളരെ കുറഞ്ഞെങ്കിലും വൈക്കോൽ തുരുമ്പ് ദേഹത്ത് പാറിയാലുള്ള ചൊറിയുടെ സുഖം ഇന്നും പഴയതുപോലെതന്നെ. വിഘ്നേശ്വരന് വിളക്ക് വെക്കാനുള്ള ദിവസം കൂടിയാണ്. വാതിൽ തുറന്ന് അകത്തുകടന്നപ്പോൾ കണ്ട കാഴ്ച അതിശയിപ്പിക്കുന്നതായിരുന്നു. ദിവസങ്ങൾക്ക് മുമ്പ് താൻ കെണിയിൽനിന്നും തുറന്നുവിട്ട എലി യാതൊരു കൂസലുമില്ലാതെ തുറന്നുവെച്ച എലിപ്പത്തായത്തിനു മുകളിൽ നാലുകാലുകളും മടക്കിവെച്ച് സ്വസ്ഥമായി ഇരിക്കുന്നത് കണ്ട് ഭുവനചന്ദ്രൻ ഒരുനിമിഷം പകച്ചുനിന്നുപോയി. ജീവിതത്തിൽ ഇതുവരെ കാണാത്ത ഒരു കാഴ്ച. ഒരുശീലമെന്നപോലെ കണ്ടമാത്രയിൽത്തന്നെ അതിനെ ആട്ടിത്തെളിക്കാൻ ഒരുവേള കൈയുയർന്നുവെങ്കിലും പെട്ടെന്ന് ആരോ പിടിച്ചുവെച്ചതുപോലെ ഭുവനചന്ദ്രന്റെ കൈകൾ അനുസരണയോടെ താണു. കുറച്ചുനേരം എലിപ്പത്തായപ്പുറത്ത് സൗമ്യഭാവത്തിലിരിക്കുന്ന എലിയെ ശത്രുതവെടിഞ്ഞ് ഒന്നുകൂടി സൂക്ഷിച്ചു നോക്കിയപ്പോൾ ഭുവനചന്ദ്രന് ഒരു കാര്യം മനസ്സിലായി. ഇത് നേരത്തെ തുറന്നുവിട്ട അതേ എലിതന്നെയാണ്. യാതൊരു സംശയവു

മില്ല. തന്നെ കണ്ടിട്ടും യാതൊരു കൂസലുമില്ലാതിരിക്കുന്ന എലിയുടെ ഗൗരവത്തോടെയുള്ള തുറിച്ചുനോട്ടം ഭുവനചന്ദ്രനെ ശരിക്കും ഭയപ്പെടുത്തുന്നുണ്ടായിരുന്നു. ആകെക്കൂടി ഒരു അസ്വസ്ഥത തന്നെ കീഴടക്കുന്നതായി തോന്നിയപ്പോൾ അയാൾ മുറിയിലുള്ള തന്റെ രക്ഷകനായ വിഘ്നേശ്വരന്റെ പ്രതിമയ്ക്ക് മുമ്പിലേക്ക് നടന്നുചെന്നു. അപ്പോഴയാൾക്ക് ഒരു അഭയാർത്ഥിയുടെ മാനസികാവസ്ഥയായിരുന്നു. പിന്നെ നേരിയ ഉൾവിറയലോടെ തീപ്പെട്ടിയുരച്ച് വിളക്ക് തെളിയിച്ച് വിഘ്നേശ്വരനെ തൊഴുതു.

"വിഘ്നേശ്വരാ എന്താണിതൊക്കെ." മനസ്സിലെ പ്രാർത്ഥന വാക്കുകളായി പുറത്തുവന്നില്ല. വിളക്കിലെ നാളം കാറ്റിലെന്ന പോലെ ഉലയുന്നതായി ഭുവനചന്ദ്രന് തോന്നുന്നുണ്ടായിരുന്നു. വിഘ്നേശ്വരന്റെ മുഖത്ത് അന്നോളം കണ്ടിട്ടില്ലാത്ത ഒരു പ്രകാശം പരക്കുന്നതായും ഭുവനചന്ദ്രന് തോന്നി. എലി അപ്പോഴും സ്വന്തം വീടിന്റെ പൂമുഖത്തിരിക്കുന്ന ധനാഢ്യനായ ഒരു ഗൃഹനാഥന്റെ പ്രൗഢിയോടെ എലിപ്പത്തായത്തിനുമുകളിൽ ഇരിക്കുന്നുണ്ടായിരുന്നു. എലിയുടെ മുഖത്ത് അപ്പോഴുണ്ടായിരുന്ന ഭാവം തികച്ചും സൗമ്യമായിരുന്നതും കൗതുകത്തോടെ ഭുവനചന്ദ്രൻ ശ്രദ്ധിക്കുന്നുണ്ടായിരുന്നു. അതിനിടയിൽ പലവട്ടം മടിച്ചു കൊണ്ടാണെങ്കിലും എലിക്ക് ഇപ്പോൾ ഒരു വളർത്തുമൃഗത്തിന്റെ മുഖഭാവം കൈവന്നിരിക്കുന്നതായി ഭാവനയിൽ കാണാനുള്ള ഒരു ശ്രമവും അയാൾ നടത്തി. അത് തന്റെ ഒരു വെറും ആഗ്രഹമാണെന്നും ഒരിക്കലും സംഭവിക്കാത്തതാണെന്നും സ്വയം താക്കീതുചെയ്ത അതേ നിമിഷത്തിലാണ് യജമാനസ്നേഹം തുളുമ്പിനിന്ന ഒരു പൂച്ചയുടെ കുറുകൽ എവിടെനിന്നോ കേട്ടതായി ഭുവനചന്ദ്രന് തോന്നിയത്. അപ്പോഴാണ് എലിപ്പത്തായപ്പുറത്തിരിക്കുന്ന എലിയുടെ വാലറ്റത്ത് ഒരു മോതിരമിട്ടിരിക്കുന്നതുപോലെ ഒരു വെളുത്ത നിറമുള്ള വളയമുള്ളതായി ഭുവനചന്ദ്രന് തോന്നിയത്. അപ്പോഴും അയാൾ വളരെ അകലെനിന്നല്ലാതെ സ്നേഹമസൃണമായ ഒരു പൂച്ചയുടെ കുറുകൽ കേട്ടു. ഈ കാഴ്ചകളിലും കേൾവികളിലും എന്തൊക്കെയോ അസ്വാഭാവികതകളുണ്ടെന്നും അല്ലെങ്കിൽ ഇതെല്ലാം തന്റെ വെറും ഭ്രമങ്ങളും തോന്നലുകളുമാണെന്നും താൻ എത്രയും വേഗം ഉറപ്പുവരുത്തേണ്ടതുണ്ടെന്ന ഉറച്ച നിലപാടിൽ ഭുവനചന്ദ്രൻ തൊട്ടടുത്തുണ്ടായിരുന്ന ഒരു പഴയ ഫൈബർ കസേരയിൽ ശാന്തനായി ഇരുന്നു. താൻ വീടുമാറിപ്പോകുമ്പോൾ വെളുത്തു സുന്ദരിയായിരുന്ന ആ കസേര ഇപ്പോൾ ചൊറിപിടിച്ച് വികൃതമായ ശരീരമുള്ള ഒരു വൃദ്ധയെപ്പോലെയായിരിക്കുന്നു എന്ന് ഭുവനചന്ദ്രൻ അപ്പോഴാണ് ശ്രദ്ധിച്ചത്. എന്നിട്ടും ആ കസേര തനിക്ക് ഇപ്പോഴും പ്രിയപ്പെട്ടതാണെന്ന് ഉപാധികളില്ലാതെ സ്വയം ബോദ്ധ്യപ്പെടാൻ അയാൾ അതിന്റെ ഇരുകൈകളിലും സ്നേഹപൂർവ്വം തലോടിക്കൊണ്ടിരുന്നു. താൻ അതുവരെ മനസ്സിൽ കണ്ടതെല്ലാം ഒരിക്കൽക്കൂടി ഓർമ്മിച്ചെടുക്കാനുള്ള ശ്രമത്തിനിടയിൽ എലിപ്പത്തായത്തിനു മേലേക്ക് അയാൾ വലിയ ഗൗരവമില്ലാത്ത ഒരു നോട്ടമയച്ചു. ആ നോട്ടവും അയാളെ വല്ലാതെ വിസ്മയപ്പെടുത്തു

കയാണുണ്ടായത്.

നിമിഷനേരംകൊണ്ട് അയാളറിയാതെ എലി എങ്ങോട്ടോ മാറിപ്പോയിരിക്കുന്നു. എലി എങ്ങോട്ടാണ് പോയതെന്ന ആശങ്ക നിറഞ്ഞ അന്വേഷണത്തിനിടെയാണ് അയാൾ ഞെട്ടിക്കുന്ന ആ കാഴ്ച കണ്ടത്. എലി അയാളുടെ കാൽക്കീഴിൽ കുസൃതിയും യജമാന സ്നേഹവും ഒരുപോലെ വഴിഞ്ഞൊഴുകുന്ന മുഖഭാവത്തോടെ ഇരിക്കുന്നുണ്ടായിരുന്നു. ആ നിമിഷം മുതൽ എലിയുടെ അസ്വാഭാവികമായ പെരുമാറ്റത്തിൽ തനിക്കുണ്ടായിരുന്ന ഭയാശങ്കകളും എലിയുടെ രൂപഭാവ പരിണാമത്തിന്റെ വേഗത്തിൽ അയാളെ മെല്ലെ മെല്ലെ വിട്ടുപോയിക്കൊണ്ടുമിരുന്നു. തന്റെ കാൽക്കീഴിൽ ദാസ്യഭാവത്തോടെയിരിക്കുന്ന എലിയെ ഇനിയും സ്നേഹപൂർവ്വം ഒരിക്കലെങ്കിലും തലോടാതിരിക്കുന്നത് ശരിയല്ലെന്ന തോന്നലിൽ അയാൾ ഒന്നു കുനിഞ്ഞതേയുള്ളൂ. അരുതാത്തതെന്തോ സംഭവിക്കുന്നതിൽ ഭയപ്പെട്ടിട്ടെന്ന പോലെ എലി കുണുങ്ങിക്കുണുങ്ങി തട്ടിൻപുറത്തേക്കുള്ള അതിന്റെ സ്ഥിരം വഴിയിലൂടെ നടന്നുപോകുന്നതാണ് ഭുവനചന്ദ്രൻ കണ്ടത്. വിഘ്നേശ്വരന്റെ മുമ്പിലെ വിളക്കിലെ തിരി ആഹ്ലാദത്തോടെയെന്നപോലെ അപ്പോഴും ആളിക്കത്തിക്കൊണ്ടിരുന്നു. വിഘ്നേശ്വരന്റെ മുഖത്ത് പുറത്ത് ജ്വലിച്ചുനിന്ന ഉച്ചവെയിലിന്റെ തിളക്കവും അപ്പോൾ ഭുവനചന്ദ്രൻ കണ്ടു. ഭ്രമാത്മകമായ ഒരു നാടകം കണ്ടുകഴിഞ്ഞ പ്രേക്ഷകനെപ്പോലെ അയാൾ എല്ലാം ഒരിക്കൽക്കൂടി ഓർത്തെടുക്കാൻ ശ്രമിച്ചു. പെട്ടെന്ന് ഭുവനചന്ദ്രൻ ഞെട്ടിയുണർന്നതുപോലെ പിടഞ്ഞെണീറ്റ് താക്കോൽ തപ്പിയെടുത്ത് തന്റെ അലമാര തുറന്നു. എലി അതിനകത്ത് എന്തെങ്കിലും നാശനഷ്ടങ്ങൾ വരുത്തിവെച്ചിരിക്കുമോ എന്ന സ്വാർത്ഥതയിൽ ജനിച്ച ആശങ്കയായിരുന്നു മനസ്സുനിറയെ. പക്ഷേ, അലമാരയ്ക്കകത്ത് യാതൊന്നും സംഭവിച്ചിട്ടില്ലെന്ന് ഉറപ്പായപ്പോൾ അയാൾക്ക് എലിയോട് കൂടുതൽ വാത്സ്യല്യം തോന്നി. നെൽവിത്ത് സൂക്ഷിച്ചിരിക്കുന്ന ചണച്ചാക്കിൽനിന്ന് ഒരു നെൻമണിപോലും പിന്നീട് എലി എടുത്തിട്ടില്ലെന്നതുകൂടി മനസ്സിലാക്കിയപ്പോൾ ആ എലി ഒരിക്കൽക്കൂടി താഴേക്കിറങ്ങി വന്നിരുന്നുവെങ്കിലെന്നുപോലും ഭുവനചന്ദ്രൻ ആശിച്ചുപോയി. എലിയോട് ഒരു വളർത്തുപൂച്ചയോടെന്നപോലുള്ള വാത്സല്യം അയാളുടെ മനസ്സിൽ നിറഞ്ഞുതുടങ്ങുകയായിരുന്നു. അയാൾ പതിവില്ലാതെ ഒരിക്കൽക്കൂടി വിഘ്നേശ്വരന്റെ മുമ്പിൽ തൊഴുകൈകളോടെ ഒരുനിമിഷം നിന്നു. ഈ എലി തന്റെ ആരാധനാമൂർത്തിയായ വിഘ്നേശ്വരന്റെ വിശ്വസ്തനായ വാഹനം തന്നെയെന്ന് അയാൾ മനസ്സുനിറയെ ഭക്തിയോടെ മനസ്സിൽ പറഞ്ഞു. വിഘ്നേശ്വരന്റെ മുമ്പിലെ വിളക്കിൽ തിരി നല്ല പ്രകാശത്തോടെ അപ്പോഴും തെളിഞ്ഞുകത്തിക്കൊണ്ടിരിക്കുന്നുണ്ടായിരുന്നു. എല്ലാം കണ്ടുകൊണ്ട് ഭുവനചന്ദ്രൻ ഒരു ക്ഷേത്രനടയിലെന്നപോലെ കുറച്ചുനേരം നിന്നു. പിന്നെ ഓഫീസിൽ പോകേണ്ട ദിവസമാണല്ലോ എന്നോർത്ത് ധൃതിയിൽ വീട്ടിലേക്ക് പോന്നു.

ആനന്ദലഹരി

അന്നത്തെ നടത്തത്തിനിടയിൽ വിവേകൻ മദ്യപാനത്തെക്കുറിച്ചും വ്യഭിചാരത്തെക്കുറിച്ചുമൊക്കെ സംസാരിച്ചുതുടങ്ങിയത് ബോധപൂർവ്വമായിരുന്നുവെന്ന് ഭുവനചന്ദ്രന് ആദ്യം തോന്നിയിരുന്നില്ല. രാഷ്ട്രീയവും സാഹിത്യവും സമൂഹ്യപ്രശ്നങ്ങളും ചർച്ചചെയ്യുന്നതുപോലെ ചർച്ച ചെയ്യാനുള്ള ഒരു വിഷയമാണിതെന്ന് ഭുവനചന്ദ്രന് അന്നോളം ഒരിക്കലും ബോദ്ധ്യപ്പെട്ടിട്ടുമില്ല.

"നിന്റെ ഓഫീസിലെ ശിവദാസന് ജീവിതത്തിൽ മദ്യം നല്കുന്ന സഹായത്തെക്കുറിച്ച് നീ എപ്പോഴെങ്കിലും ചിന്തിച്ചിട്ടുണ്ടോ?" അങ്ങനെയൊരു ചോദ്യത്തിലായിരുന്നു വിവേകന്റെ തുടക്കം. അവൻ നേരത്തെ ഉത്തരം തയ്യാറാക്കിവെച്ച ഒരു ചോദ്യമാണതെന്ന് അപ്പോൾ തന്നെ ഭുവനചന്ദ്രൻ മനസ്സിലാക്കിയിരുന്നു.

"ലഹരി തേടിയുള്ള ഒരു മനുഷ്യന്റെ യാത്രയ്ക്കു കാരണം സ്വന്തം മാനസിക പ്രശ്നങ്ങളാണ്. മനോരോഗമെന്നതിനെ നാം വിളിക്കരുത്. പക്ഷേ, ഒരാളുടെ മദ്യപാനശീലത്തിന്റെ കാരണം ഒരിക്കലും പട്ടിണിയായിരിക്കില്ല. എന്നാൽ വ്യഭിചാരത്തിന്റെ കാര്യം അങ്ങനെയല്ല. പട്ടിണികൊണ്ട് മാത്രം വ്യഭിചാരം തൊഴിലായി സ്വീകരിച്ചവരുടെ കണക്ക് ഒരു സർക്കാറിന്റെ കൈയിലുമില്ല. അതൊരു ചെറിയ കണക്കല്ല. ഭരണകൂടങ്ങൾ ചെറിയ കണക്കുകളേ സൂക്ഷിക്കുകയുള്ളൂ. ആ കണക്കെടുപ്പ് ഏതു ഏകാധിപതിയുടെ ഭരണകൂടത്തേയും ഭയപ്പെടുത്തുകയും ലജ്ജിപ്പിക്കുകയും ചെയ്യും. വർഷങ്ങൾക്കു മുമ്പ് സദാചാര നിഷ്ഠ ജീവിതവ്രതമായി സ്വീകരിച്ചവരായി സമൂഹം തിളങ്ങുന്ന സാക്ഷ്യപത്രങ്ങൾ നല്കിയ പലരും രാപ്പകൽ വ്യത്യാസമില്ലാതെ ഒളിസേവക്കാരായി നടന്ന കഥകൾ ഒരിക്കൽ ചാപ്പൻനായർ പറഞ്ഞത് അപ്പോൾ വിവേകൻ ഭുവന

ചന്ദ്രനെ ഓർമ്മപ്പെടുത്തി.

"കോഴിക്കോട്ടെ കയറുമുതലാളി ഉണ്ണാമന്റെ അമ്മ ഉണ്ണൂലി പട്ടിണികൊണ്ട് വഴിതെറ്റി സഞ്ചരിച്ചവളാണെന്നു പറഞ്ഞാൽ ഇപ്പളാരാ വിശ്വസിക്യാ. എം ആർ എസ് എന്നാ അക്കാലത്ത് നാട്ടകാര് ഉണ്ണൂലിയെ വിളിക്യ. അതു അക്കാലത്ത് കോഴിക്കോട്ടേക്ക് ആകെയുള്ള ബസിന്റെ പേരാ. നെറയെ ആളെ കയറ്റുന്ന ബസ്. കാര്യം മനസ്സിലായല്ലോ. തുക്കിടി സായ്പിന് ബംഗ്ലാവില് റാക്ക് കൊണ്ടുക്കൊടുത്ത് ഓള് ആദ്യാദ്യം പട്ടിണി മാറ്റി. പിന്നെ പണക്കാരത്തീം ആയി. ഉണ്ണാമൻ നല്ല ഓറഞ്ചു പോല്യാ യത് വെറുത്യാന്നാ നിന്റെ വിചാരം? അക്കാലത്തൊക്കെ നാട്ടില് നെറച്ച് ഒളിസേവക്കാരും ഓലെ സേവക്കാരത്തികളാ. ഓരോ അംശത്തിലും ഏറ്റവും മുന്തിയ സുന്ദരീനെ വെച്ചോണ്ടിരിക്കുന്നോനാ കേമൻ. നാട്ടിലെ ഏറ്റവും നല്ല സുന്ദരി അധികാരിക്ക്. പിന്നങ്ങനെ ഓരോരുത്തന്റെ മടിശ്ശീലേന്റെ കനത്തിനനുസരിച്ച്. നേരോം കാലോം നോക്കാത്ത ഒളിസേവ. വെശപ്പ് സഹിക്കാണ്ടാവുമ്പോ പിന്നെ മനുഷ്യന് വേറെന്തെങ്കിലും തോന്ന്വോ? വെശന്നാലും മടുപ്പില്ലാതെ ചെയ്യാമ്പറ്റുന്ന ഒരേ ഒരു കാര്യേ ഉള്ളൂ മനുഷ്യജീവികൾക്ക്. ചെല പെണ്ണുങ്ങക്ക് പേരിന് ആണൊരുത്തനുണ്ടാകും. ഓളമ്മാരെ പേരും കൂട്ട്യാ അങ്ങനെള്ളോനെ നാട്ടാര് വിളിക്യ. ഉണ്ണൂലിന്റെ ഉണ്ണ്യാമൻ, പാറതീന്റെ കുഞ്ഞേ്യക്കൻ എന്നൊക്ക്യാവിളി." ജീവിക്കാൻ വേണ്ടി തങ്ങൾ ചെയ്യുന്നത് തെറ്റല്ലെന്നും പാപമല്ലെന്നും സ്വയം ബോദ്ധ്യപ്പെടുത്തി ജീവിച്ച കുറേ മനുഷ്യരെക്കുറിച്ചാണ് ചാപ്പൻ നായർ അന്നു പറഞ്ഞതത്രയും. ഉണ്ണൂലിയുടെ ഉദാരമായ ലൈംഗികതയിലാണ് ധനാഢ്യനായ ഉണ്ണാമൻ മുതലാളിയുടെ അടിസ്ഥാന മൂലധനം കുടികൊള്ളുന്നത് എന്നുപറയാൻ ഇന്നാരും ധൈര്യപ്പെടുകയില്ല. വിപ്ലവകാരിയായ വിവേകന്റെ ചോദ്യം താൻ ഉത്തരം പറയേണ്ടുന്ന ചോദ്യമല്ലെന്ന് അപ്പോൾ ഭുവനചന്ദ്രന് തോന്നി.

പട്ടിണിക്കാലത്ത് നാടൻ റാക്കുകാച്ചിവിറ്റ് സ്വന്തം മക്കളെ പോറ്റിയ കുതിരക്കുഞ്ഞിച്ചാത്തുവിന്റെ മുഖം അപ്പോൾ ഭുവനചന്ദ്രന്റെ മനസ്സിൽ തെളിഞ്ഞു. എത്രയോ പ്രാവശ്യം പൊലീസുകാരാൽ പിടിക്കപ്പെട്ട് കുഞ്ഞിച്ചാത്തു ജയിലിൽ കിടന്നിട്ടുണ്ട്. പ്രോഹിബിഷൻകാരുടെ നെഞ്ചിൻകൂട് നോക്കിയുള്ള ഇടി സഹിച്ചും മനം മടുക്കാതെ കുഞ്ഞിച്ചാത്തു റാക്കുകാച്ചിയത് പണം സമ്പാദിക്കാനായിരുന്നില്ല. ഓരോ കൊല്ലവും പിറന്നുവീണ മക്കളെപ്പോറ്റാൻ മാത്രമായിരുന്നു. പകൽ മുഴുവൻ നെയ്ത്ത് തറിയുമായി മല്ലിട്ട് അന്തിയുറക്കത്തിന് തരിപ്പ് പകരാൻ കുഞ്ഞിച്ചാത്തുവിന്റെ നാടൻ റാക്കും തേടിയെത്തുന്ന ചാലിയത്തെരുവിലെ ചെട്ട്യാന്മാരെ ഒരിക്കലും കുഞ്ഞിച്ചാത്തു നിരാശപ്പെടുത്തിയില്ല. എവിടെ വറ്റിയാലും കുഞ്ഞിച്ചാത്തുവിന്റെ കാച്ചുചെമ്പ് വറ്റില്ലെന്നവർക്കറിയാം. അതുകൊണ്ടുതന്നെ കുഞ്ഞിച്ചാത്തു പിടിക്കപ്പെട്ടാൽ ജാമ്യമെടുക്കാൻ കുടിയന്മാർ പൊലീസ് സ്റ്റേഷനുമുമ്പിൽ ആവേശത്തോടെ തന്നെ വരിവരിയായി നിന്നു. അവന്റെ റാക്ക് ഒരു കവിള് മതി. കുടി

ച്ചവൻ പടക്കുതിരയാവും. അതുകൊണ്ടാണ് കുഞ്ഞിച്ചാത്തുവിന് കുതിരയെന്ന ചെല്ലപ്പേരിട്ടത്. അവസാനം പെരുമാളുകാട്ടുകാർക്ക് കുതിരയെന്നാൽ കുഞ്ഞിച്ചാത്തുവായി. ഒരു സന്ധ്യക്ക് ഇരുട്ടിന്റെ മറപറ്റി കുഞ്ഞിച്ചാത്തുവിനെ പിടിക്കാൻ പതുങ്ങിയെത്തിയ പ്രോഹിബിഷൻകാരിൽ നിന്നു ഞങ്ങളുടെ കുഞ്ഞിച്ചാത്തുവിനെ രക്ഷിക്കാൻ താൻ ഇരുട്ടിലൂടെ ഓടിക്കിതച്ച് അവന്റെ വാറ്റുകേന്ദ്രത്തിലെത്തിയത് അപ്പോൾ ഭുവനചന്ദ്രന്റെ മനസ്സിൽ തെളിഞ്ഞു. നെല്ലിട്ടും കൈതച്ചക്കയിട്ടും വാറ്റിയ കുഞ്ഞിച്ചാത്തുവിന്റെ നാടൻ റാക്കിന് കോഴിക്കോട്ടും തലശ്ശേരിയുമൊക്കെ വലിയ ഡിമാന്റായിരുന്നുവെന്ന് പറഞ്ഞുകേട്ടിട്ടുണ്ട്. കുഞ്ഞിച്ചാത്തുവിന്റെ കോലാത്തെളുമ്പത്തിരുന്ന് പുലയൻ കണ്ണാളനും കേളുക്കുട്ടിത്തമ്പുരാനും ജാതിഭേദമില്ലാതെയും വലിപ്പച്ചെറുപ്പമില്ലാതെയും റാക്കു മോന്തി. ഒരു ബസിയിലെ കാരാമക്കറി തുല്യമായി തൊട്ടുകൂട്ടി. ഒരു കപ്പല് മുളക് രണ്ടാളും കടിച്ചു പകുത്ത് റാക്കിന് എരിവുകൂട്ടി. സാഹസികനായ കുതിരയെ തനിക്കും ഇഷ്ടമായിരുന്നുവെന്നല്ലേ അന്നത്തെ ഓട്ടത്തിന്റെ അർത്ഥം. കുതിരക്കുഞ്ഞിച്ചാത്തുവിന്റെ ഒമ്പത് മക്കൾക്കും ഇപ്പോൾ ആളെണ്ണി തുണിക്കടകളുണ്ട്. മരമില്ലും ബ്ലേഡ് ബേങ്കും ഒക്കെ വേറെയുമുണ്ട്. ഹോഴ്സ് ട്രേഡേഴ്സ് എന്നാണവരുടെ കമ്പനിക്ക് പേരിട്ടിരിക്കുന്നത്. ഹോഴ്സ് ട്രേഡേഴ്സിനിപ്പോൾ വാണിജ്യ രംഗത്ത് ഒരു സ്ഥാനമുണ്ടെന്നു പറയാൻ പെരുമാളുകാട്ടിൽ മാത്രമല്ല കോഴിക്കോട്ടും ആളുകൾ മത്സരിക്കുന്നു. വറുതിക്കാലത്ത് പട്ടിണി സഹിക്കാനാവാതെ തന്റെ ഭാര്യയേയും മക്കളെയും ഉപേക്ഷിച്ച് നാടുവിട്ടോടിപ്പോയിരുന്നെങ്കിൽ കുഞ്ഞിച്ചാത്തു ഒരിക്കലും പെരുമാളുകാട്ടിന്റെ ചരിത്രത്തിൽ ഒരു കഥാപാത്രമേ ആകുമായിരുന്നില്ല. എന്നാലും കുഞ്ഞിച്ചാത്തു ചെയ്തത് ശരിയായിരുന്നില്ലെന്നേ സദാചാര നിഷ്ഠയുള്ളവരും സാത്വികരും പറയൂ. പക്ഷേ, കുഞ്ഞിച്ചാത്തുവിന്റെ ഓലക്കൂരയിൽ പതിനൊന്ന് വയറുകൾ നിറയ്ക്കാൻ അവർ അരിയെത്തിക്കുകയില്ല. ഇവിടെയാണ് കുഞ്ഞിച്ചാത്തു തന്റേതുമാത്രമായ, തനിക്കുമാത്രമായ ഒരു തത്ത്വശാസ്ത്രത്തിന് രൂപം നല്കുന്നത്. ആ തത്ത്വശാസ്ത്രം അയാൾ മറ്റാരെയും നിർബ്ബന്ധിച്ച് പറഞ്ഞു പഠിപ്പിച്ചിട്ടില്ല. കാരണം കുതിരക്കുഞ്ഞിച്ചാത്തുവിന് അതിന്റെ ആവശ്യമില്ല. ഒരു കുതിരയുടെ സഞ്ചാര പഥമാണ് കുഞ്ഞിച്ചാത്തുവിന്റേതും. എപ്പോഴും തന്റെ ലക്ഷ്യസ്ഥാനം മാത്രം മുമ്പിൽ. കുഞ്ഞിച്ചാത്തു മരിച്ചിട്ട് കൊല്ലമെത്രയോ ആയെങ്കിലും ഇപ്പോൾ ഹോഴ്സ് ട്രേഡഴ്സ് എന്ന വാണിജ്യ ശൃംഖലയും കുഞ്ഞിച്ചാത്തുവിന്റെ വാണിജ്യതത്ത്വശാസ്ത്രം തന്നെയാണ് പിന്തുടരുന്നത്. എം ആർ എസ് ഉണ്ണൂലിയും കുതിരക്കുഞ്ഞിച്ചാത്തുവും ലോകത്തിന് വഴികാട്ടികളായ തത്ത്വശാസ്ത്രജ്ഞന്മാരായി ജീവിച്ചിരുന്നതായി ഒരു ചരിത്ര പുസ്തകവും സാക്ഷ്യപ്പെടുത്തുന്നില്ല. ഇനി ഒരിക്കലും സാക്ഷ്യപ്പെടുത്തുകയുമില്ല. പക്ഷേ, അവരുടെ മുതലാളിയുടെ പ്രസിൽ ഇപ്പോൾ എത്രയോ മഹാന്മാരുടെ ചരിത്രപുസ്തകങ്ങൾ അച്ചടിച്ചിറക്കുന്നുണ്ട്. വിവേകന്റെ

ചോദ്യങ്ങൾക്ക് ആ ചരിത്രപുസ്തകങ്ങൾക്ക് മറുപടി നല്കാനാവില്ലെന്ന് മാത്രം.

"സദാചാരമെന്ന പേരിൽ ജീവിതാനുഭവങ്ങളിലെ കുറേയിനങ്ങൾ തരംതിരിച്ച് ഒരു പ്രത്യേക സഞ്ചിയിൽ കെട്ടിവെച്ച് മുദ്രവെച്ച് സംരക്ഷിക്കുന്നതിന് ആര് ആരെയാണ് ചുമതലപ്പെടുത്തിയതെന്ന് ഒന്നു ചിന്തിച്ചു നോക്കണം. ആ സഞ്ചിയുടെ ഏതൊക്കെ ഭാഗങ്ങളിലാണ് സുഷിരങ്ങൾ വീണിരിക്കുന്നതെന്ന് പരിശോധിക്കുവാനുള്ള നല്ല സമയം നമുക്കൊക്കെ ഇതുതന്നെയാണ്." വിവേകൻ പതിവില്ലാത്ത ആവേശത്തോടെ ദർശന പരമായി സംസാരിച്ചു തുടങ്ങിയാൽ സ്വന്തം ഗ്രാമ്യഭാഷയെ പുറന്തള്ളുന്നതെന്തിനെന്ന് ഭുവനചന്ദ്രൻ പലപ്പോഴും ചിന്തിച്ചിട്ടുള്ളതാണ്. അവന്റെ ഒഴുക്കുള്ള വാക്കുകൾ അറ്റുപോകരുതെന്ന് ഭുവനചന്ദ്രൻ ശരിക്കും ആശിക്കുകയായിരുന്നു.

"ഇന്നോളം സ്വന്തം ജീവിതത്തിൽ രമണിയല്ലാതെ മറ്റൊരുത്തി?" ഒരുപാട് കാലമായി ചോദിക്കാതെ മാറ്റിവെച്ച ചോദ്യമാണ്. ഭുവനചന്ദ്രൻ ശങ്കകൾ മാറ്റിവെച്ചുവെന്ന് വിവേകന് മനസ്സിലായി.

"ഒരുത്തിമാത്രം. കറമ്പി. നിന്റെ ഭാഷയിൽ പറഞ്ഞാൽ നിഷ്കളങ്കയായ ഒരു കാട്ടുപെണ്ണ്."

"ഇടിമുഴക്കങ്ങൾക്കിടയിലായിരിക്കും?"

"അതെ. അതൊരു മനസ്സറിഞ്ഞ സമ്മാനമായിരുന്നുവെന്നേ എനിക്ക് അപ്പോഴും എപ്പോഴും തോന്നിയിട്ടുള്ളൂ. കുരുമുളകിട്ടു വരട്ടിയ കാട്ടുപന്നിക്കറി, നാക്കിലയിൽ മുളയരിച്ചോറ്. കൂവയില കുമ്പിളുകുത്തി മുളം കുറ്റിയിലെ തേൻ അതുകഴിഞ്ഞ്......."

"അതൊരു സ്നേഹസമ്മാനംതന്നെ"

തന്റെ വംശാവലിക്ക് ആശിച്ചത് നേടിത്തരാൻ ഊണും ഉറക്കവുമൊഴിയുന്നവന് കൊടുക്കാൻ കറമ്പിക്ക് അത്രയൊക്കയേ കൈയിലുള്ളൂവെന്നറിയാമായിരുന്നു. തിരസ്കരിക്കാൻ കഴിയുമായിരുന്നില്ല. അത്രയ്ക്ക് ഹൃദ്യമായിരുന്നു അത്.

"ഞാനൊരു കാര്യം തിരിച്ചു ചോദിക്കുന്നു. കടമായി വാങ്ങിയത് തിരിച്ചുകൊടുമ്പോലെ." ഭുവനചന്ദ്രൻ വിവേകൻ എലിയെക്കുറിച്ച് ചോദിച്ച ചോദ്യത്തിന് ഉത്തരം നല്കുകകൂടിയാണെന്ന് വിവേകന് മനസ്സിലായി.

"കറമ്പിയെന്ന കാട്ടുപെണ്ണിന്റെ സൗന്ദര്യവും ലൈംഗികതയിലെ വ്യത്യസ്താനുഭവവും ഒന്നും ആ സംഗമത്തിൽ വിഷയമായില്ലെന്നാണോ? വെറുമൊരു ഇടിമുഴക്കം മാത്രമായിരുന്നെന്ന് ഞാനങ്ങ് വിശ്വസിക്കണോ?"

"എനിക്കതിനുത്തരം നല്കാൻ പ്രയാസമുണ്ട് ഭുവനാ. സത്യമതാണ്. കാട്ടിലെ മാസങ്ങൾ നീണ്ട പീഡാനുഭവങ്ങൾക്കിടയിലൊരു വേനൽമഴപോലെ. അതും ഒരു പ്രചോദനമായി സംഭവിച്ചിട്ടുണ്ടാകാം. ഞാൻ നിഷേധിക്കുന്നില്ല." വിവേകന്റെ ഉത്തരം കേട്ട് പൊട്ടിച്ചിരിക്കാൻ

എന്തുകൊണ്ടോ ഭുവനചന്ദ്രന് കഴിഞ്ഞില്ല.

"എനിക്കിപ്പോൾ ധൈര്യത്തോടെ ചോദിക്കാമല്ലോ....സുമിത്രയല്ലാതെ?" വിവേകന്റെ ധൃതിപിടിച്ചുള്ള ചോദ്യത്തിൽ ഒരു പകതീർക്കലിന്റെ കെടുമണം ഭുവനചന്ദ്രന് അനുഭവപ്പെട്ടു.

"ഇല്ല. ഒരിക്കലുമുണ്ടായിട്ടില്ല. ഭുവനചന്ദ്രൻ ഒരു ഭീരുവായിരുന്നതുകൊണ്ടുമാത്രം. ഈ ലോകത്തിനാകെ നിലാവ് പെയ്യേണ്ടവനാണ് താനെന്ന നാട്യം അവനെ ഭരിക്കുന്നുവെന്നുള്ളതു കൊണ്ടുമാത്രം സദാചാരത്തിന്റെ സഞ്ചിയിൽ സുഷിരങ്ങൾ വീണില്ല. ആഗ്രഹിക്കാഞ്ഞിട്ടല്ല. *ഗീത*യിൽ കൃഷ്ണൻ അർജ്ജുനനോട് പറഞ്ഞതു ശരിയെങ്കിൽ, സുഷിരങ്ങളുടെ എണ്ണം എണ്ണിയാലൊടുങ്ങില്ല. ചിലപ്പോൾ സുഷിരങ്ങളുടെ ബാഹുല്യംകൊണ്ട് സഞ്ചിതന്നെ അപ്രത്യക്ഷമായിപ്പോയെന്നും വരാം. ഹൃദയംതൊട്ടുള്ള അപേക്ഷകൾ തിരസ്കരിച്ചതിന്റെ പാപവും കണക്കിലുണ്ടാവാം. തെളിവില്ലാത്തതുകൊണ്ടുമാത്രം കുറ്റവാളിയായി മുദ്രകുത്തപ്പെടാത്ത ഒരുത്തനെന്നും വിശേഷിപ്പിക്കാം. ഇപ്പറഞ്ഞതൊക്കെയാണ് സത്യം."

"സുമിത്രയ്ക്കുമുമ്പും?" വിവേകന്റെ ചോദ്യത്തിൽ അപ്പോൾ മണത്തത് ഇത്തിരി അസൂയയാണ്.

"ഇല്ലേയില്ല. അതൊരു കാലം വേറെ. നഗരത്തിലെ ട്യൂട്ടോറിയൽ കോളേജിലെ അദ്ധ്യാപകന് പ്രണയം ഭാവിക്കുന്ന ശിഷ്യകളെ അറപ്പും വെറുപ്പുമായിരുന്നു. നാരായണഗുരുവിനേയും ശ്രീബുദ്ധനേയും ആരാധനമൂർത്തികളാക്കി സദാചാര വ്രതാനുഷ്ഠാനം നടത്തിയ മൂന്നു വർഷങ്ങൾ. സ്നേഹിതന്മാരുടെ മണ്ണും ചാണകവും അല്ലാത്തവനെന്ന വിശേഷണത്തെ ഒരു അംഗീകാരമായി ആഘോഷിച്ചു നടന്ന കാലം. ഇന്നോർക്കുമ്പോൾ നന്നായിരുന്നു ആ കാലം."

"രമണിയോടും സുമിത്രയോടും ചോദിക്കേണ്ട ചോദ്യങ്ങൾ ബാക്കിവെച്ചുകൊണ്ടാണ് നാം ഈ ചർച്ച അവസാനിപ്പിക്കുന്നത്." വിവേകന്റെ മനസ്സിലുറച്ചുപോയ ജനാധിപത്യ സംഘടനാ തത്ത്വത്തിന്റെ ഭാഗമായുള്ള ഒരു പ്രസ്താവമായേ ഭുവനചന്ദ്രൻ ആ അഭിപ്രായത്തെ കണക്കിലെടുത്തുള്ളൂ. എങ്കിലും എന്തെങ്കിലും പറയണമല്ലോ എന്നതുകൊണ്ടുമാത്രം ഇങ്ങനെ പറഞ്ഞു.

"ഇതൊന്നും ആരും ആർക്കുവേണ്ടിയും കൃത്യമായി കണക്കെടുക്കേണ്ട വിഷയങ്ങളല്ല. നിന്റെ ജീവിതത്തിൽ നീയെത്രപ്രാവശ്യം ശ്വാസോച്ഛ്വാസം ചെയ്തുവെന്ന് നീ അറിഞ്ഞിരിക്കേണ്ടതല്ലേയെന്ന ഒരാളുടെ വരട്ടുചോദ്യം പോലെ ബാലിശമായ കാര്യങ്ങൾ മാത്രം. പ്രകൃതി വിളിക്കുമ്പോൾ വിനയപൂർവ്വം വിളി കേൾക്കുന്ന മനുഷ്യന് ഇതിന്റെയൊന്നും നാൾവഴിക്കണക്ക് സൂക്ഷിക്കേണ്ട ആവശ്യമില്ലെന്നാണ് എന്റെ ഉറച്ച അഭിപ്രായം."

"ഒരുത്തന്റെ ലൈംഗിക ആഘോഷങ്ങളിൽ ഒരു സമൂഹമാകെ അസൂയാലുക്കളായതിന്റെ ഫലമായി വർഗ്ഗീയ കലാപങ്ങൾ വരെ പൊട്ടി

പ്പുറപ്പെട്ട ചരിത്രമുണ്ട്. കടപ്പുറത്തെ സുഗന്ധിയുടെ കഥ ഒരിക്കൽ നാം പറഞ്ഞതല്ലേ. ആ സംഭവം കൃത്യമായും ലൈംഗിക അസൂയയുടെ ഉദാഹരണമാണ്."

"ഒളിസേവ ഒരു കലയാണെന്നു വീമ്പുപറയുന്ന ഒരു സ്നേഹിതൻ പോലും എനിക്കുണ്ടായിരുന്നു. വ്യഭിചാരക്കണക്കുകൾ മാസം, തീയതി, സമയം വെച്ച് ഓർമ്മിക്കാൻ ഡയറിയിൽ എഴുതിവെക്കുന്നവൻ. അവനൊരു ഇംഗ്ലീഷ് മരുന്നുഷാപ്പിലെ സെയിൽസ് മാനായിരുന്നു. വ്യഭിചാരത്തിന് കൊഴുപ്പുകൂട്ടാൻ ടോണിക്കും വിറ്റാമിൻ ഗുളികകളും കഴിക്കുന്ന അവന് ഓരോ വ്യഭിചാരവും ഒരു മത്സര വിജയം പോലെ ആഘോഷമായിരുന്നു." വിവേകന്റെ മുഖം എന്തുകൊണ്ടോ പ്രസന്നമായത് അപ്പോൾ ഭുവനചന്ദ്രൻ ശ്രദ്ധിച്ചു.

എന്തുകൊണ്ടാണ് വിവേകൻ ഇന്ന് ഇങ്ങനെയൊക്കെ പറഞ്ഞതെന്ന് എത്ര ആലോചിച്ചിട്ടും ഭുവനചന്ദ്രന് മനസ്സിലായില്ല. വെറുതെ ഒരു കാര്യവും അവൻ പറയാറില്ല. പറയുന്ന ഏതിനും കാര്യവും കാരണവുമുണ്ടാകും. അവന്റെ ഇപ്പോഴത്തെ മാനസികാവസ്ഥ സങ്കടകരമാണ്. ഓരോ ദിവസവും എങ്ങനെയോ തള്ളി നീക്കുന്നതുപോലെയാണ് ജീവിതം. രമണിയും വല്ലാതെ ക്ഷീണിച്ചിട്ടുണ്ട്. ഭയംകൊണ്ടുമാത്രം മെലിഞ്ഞുപോകുന്ന മനുഷ്യരെക്കുറിച്ചാണ് അപ്പോൾ ഭുവനചന്ദ്രൻ ഓർത്തുപോയത്. മനസ്സിന്റെ ഏതോ കോണിലെ ഏതോ ഒരു ബിന്ദുവിലാണ് ജീവിതസുഖം ഒരു തേൻകണംപോലെ ഒളിഞ്ഞിരിക്കുന്നത്. അവിടം ആക്രമിക്കപ്പെടുമ്പോൾ മാത്രം ഒരാൾ അസ്വസ്ഥനാവുന്നു. അതിനുള്ള ഔഷധമായാണ് ലഹരിവസ്തുക്കൾ ലോകത്ത് ഉപയോഗിക്കപ്പെടുന്നത്. മനസ്സിന്റെ സമനില സൂക്ഷിക്കാൻ അതൊരു ദിവ്യൗഷധമാണെന്ന് അതുപയോഗിക്കുന്നവർ ഉറച്ചുവിശ്വസിക്കുന്നു. ഇങ്ങനെ ഉത്തമ വിശ്വാസത്തോടെ ലോകത്ത് ഒരു രോഗിയും ഒരു ഔഷധത്തെ ഉപയോഗിക്കുന്നില്ല. ഇടനിലക്കാരനായി ഒരു ചികിത്സകനില്ലാത്ത ചികിത്സ. രോഗിതന്നെ ചികിത്സകനാവുന്ന അസാധാരണമായ അവസ്ഥയാണത്. വിവേകൻ എന്താണ് ഇന്ന് മദ്യപാനത്തെക്കുറിച്ചും വ്യഭിചാരത്തെക്കുറിച്ചുമൊക്കെ സംസാരിച്ചതെന്ന ചോദ്യം ഭുവനചന്ദ്രന്റെ മനസ്സിനെ പൊള്ളിച്ചുകൊണ്ടിരുന്നു. ഇനി അവൻ മദ്യത്തിൽ അഭയം പ്രാപിക്കാൻ സ്വയം ന്യായീകരണങ്ങൾ കണ്ടെത്താൻ ശ്രമിക്കുകയാണോ? ഭുവനചന്ദ്രൻ ഉൾവിറയലോടെ അങ്ങനെയും ഒരു നിമിഷം ആലോചിച്ചുപോയി.

അന്നു വൈകുന്നേരം ഓഫീസിൽനിന്നും തിരിച്ചു വരുന്ന വഴിയിൽ ഭുവനചന്ദ്രൻ വിവേകനേയും അവന്റെ ഭാര്യ രമണിയേയും കണ്ടിരുന്നു. അവർ ഡോക്ടറെ കണ്ടു തിരിച്ചുവരുന്ന വഴിയാണെന്നാണ് പറഞ്ഞതെങ്കിലും രമണിയുടെ നെറ്റിയിലെ കളഭക്കുറി അവർ ക്ഷേത്രത്തിൽ പോയിരുന്നുവെന്നുകൂടി സാക്ഷ്യപ്പെടുത്തി. രമണി അക്കാര്യം മറച്ചുപിടിച്ചത് വിവേകനുവേണ്ടിയാണ്. രമണിക്ക് ഈശ്വരവിശ്വാസമുണ്ടെങ്കിലും

അയലത്തെ മറ്റ് സ്ത്രീകളെപ്പോലെ പതിവായി ക്ഷേത്രദർശനമൊന്നുമില്ല. വിവേകനെ മുഷിപ്പിക്കേണ്ടെന്നു കൂടി കരുതിയാണങ്ങനെ. കൈകൾകൊണ്ട് തൊഴുതില്ലെങ്കിലും മനസ്സുകൊണ്ട് വിവേകനും മഹാദേവനുമുമ്പിൽ പ്രാർത്ഥിച്ചിരിക്കാമെന്നൊരു തോന്നൽ അപ്പോൾ ഭുവനചന്ദ്രനുണ്ടായി. അവന് ഇപ്പോൾ അത്രയ്ക്ക് മനഃപ്രയാസമുണ്ട്. ഏകമകൻ അന്യസമുദായക്കാരിയെ വിവാഹം കഴിക്കുന്നതല്ല അവനെ ഭയപ്പെടുത്തുന്നതെന്നുമറിയാം. അത്തരം ചിന്തകളെ അവഗണിക്കാനൊക്കെ അവൻ മാനസികമായും ബുദ്ധിപരമായും വളർന്നു കഴിഞ്ഞിട്ടുണ്ട്. തന്റെ ദേശം താൻകൂടി കാരണം ഒരു കലാപത്തീയിൽ കത്തിയമരുമെന്ന ഭീതിയാണ് അവനെ തളർത്തുന്നത്. രമണിക്ക് സ്വന്തം മകനെ നഷ്ടപ്പെടുന്നതിലുള്ള ഒരമ്മയുടെ ഭയമാണ്. അതുരണ്ടും രണ്ടാണെന്നും ഭുവനചന്ദ്രൻ അപ്പോൾ ഓർത്തു.

"നമ്മളെ വേവലാതിയൊന്നും രണ്ടെണ്ണത്തിനുമില്ല." രമണിയാണ് വിഷയത്തിലേക്ക് വന്നത്. "ഒരു മനസ്സമാധാനോം ഇല്ല ഭുവനേട്ടാ. ദിവസത്തിൽ രണ്ട് പ്രാവശ്യം ഫോണിൽ വിളിച്ച് ഭീഷണിപ്പെടുത്തും. രാവിലെ ഒരു കൂട്ടരാണെങ്കില് വൈകുന്നേരം മറ്റൊരു കൂട്ടര്. രണ്ട് കൂട്ടര്ക്കും പറയാനുള്ളതൊന്നു തന്നെ. രണ്ടാളെയും ആരോ ഒരാൾ പുസ്തകംവെച്ച് പഠിപ്പിച്ചപോല്യാ പറച്ചില് കേട്ടാല്. നബീസുത്താത്തയ്ക്ക് ഫോണില്ലാത്തതോണ്ട് ഇത്തിരി മനഃസമാധാനോണ്ടാവും. അവിടെ പാതിരയ്ക്കും പുലർച്ചയ്ക്കും ഇടവഴിലെ ഇരുട്ടില് വന്നു നിന്നാണത്രേ ഭീഷണി. മറ്റൊന്നൂല്ല, ഇങ്ങനെ പോയാല് രണ്ടാളെയും കൊന്നുളയുന്ന് തന്നെ." രമണിയുടെ കണ്ണുകൾ നിറഞ്ഞപ്പോൾ വിവേകൻ നടന്നു നീങ്ങി.

"എല്ലാമങ്ങ് ശരിയാവും. ഞാനാ നജ്മയെയും വിദ്യനേയുംകണ്ട് കാര്യങ്ങൾ സംസാരിക്കട്ടെ." ഭുവനചന്ദ്രൻ മനസ്സിൽ രൂപപ്പെടുത്തിയ സാന്ത്വനം മറുപടിയായി പറഞ്ഞ് വേഗത്തിൽ നടന്നു.

"സത്യം പറഞ്ഞാൽ അവരൊരു തെറ്റും ചെയ്യുന്നില്ലല്ലോ ഭുവനേട്ടാ. ആണും പെണ്ണുമായിപ്പോയതുകൊണ്ട് രണ്ട് പേരും തമ്മിൽ സ്നേഹിക്കരുതെന്ന് പറയ്ന്ന നമ്മളല്ലേ തെറ്റ് ചെയ്യുന്നത്." രമണിയുടെ വാക്കുകളെ പാതിവഴിയിൽ ഗദ്ഗദം വിഴുങ്ങി. അതിന് ഭുവനചന്ദ്രന് മറുപടിയുണ്ടായില്ല. വിവേകൻ എല്ലാംകേട്ടുകൊണ്ട് നാവ് നഷ്ടപ്പെട്ടവനെപ്പോലെ ദൂരെ മാറി നടന്നതേയുള്ളൂ. ഓർത്താൽ വിവേകന്റെ കാര്യം വലിയ കഷ്ടമാണ്. യൗവനകാലം മുഴുവൻ കരിങ്കല്ലിനോട് മല്ലടിച്ച് ക്ഷീണിച്ചുപോയ അവന് വിദ്യാഭ്യാസം കുറവാണെങ്കിലും അക്ഷരാർത്ഥത്തിൽ വിവേകൻതന്നെയാണ്. ഒരു യഥാർത്ഥ കമ്യൂണിസ്റ്റുകാരനായി ജീവിക്കാൻ കൊതിച്ചവൻ. ചക്രവാളത്തിൽ വസന്തത്തിന്റെ ഇടിമുഴക്കം കേട്ട് കോരിത്തരിച്ചവൻ, പലപ്പോഴും നീതിക്കുവേണ്ടി പൊരുതിയതിന് ജയിലുകളിൽ തളയ്ക്കപ്പെട്ടവൻ. എല്ലാം കഴിഞ്ഞ് കുടുംബമെന്ന സുന്ദര സ്വപ്നത്തിൽ അഭയം തേടിയവൻ. തനിക്ക് അന്യായമെന്ന് തോന്നിയ

തൊന്നും അംഗീകരിക്കൻ അവന്റെ മനസ്സ് ഒരിക്കലും പാകപ്പെട്ടിരുന്നില്ല. അത്തരം ചിന്തകളാണ് അവനെ ഇപ്പോൾ അലട്ടുന്നത്. വിവേകനും അവന്റെ മനസ്സുമായാണ് യഥാർത്ഥത്തിൽ യുദ്ധം നടക്കുന്നത്. ആ യുദ്ധത്തിന്റെ കെടുതികളാണ് ആ മുഖം സാക്ഷ്യപ്പെടുത്തുന്നത്. ഒരു ദേശത്തിന്റെ ഹൃദയത്തിൽ തീക്കനലുകൾ മിന്നിത്തെളിയുന്നത് താൻകൂടി കാരണമാണല്ലോയെന്ന ആ തോന്നൽ അവനെ വല്ലാതെ അലട്ടുന്നുണ്ട്.

“സിദ്ധാന്തങ്ങൾക്കുമാത്രമായി ഒരു നിലനില്പുമില്ല ഭുവനാ. പ്രയോഗത്തിൽ വരുന്നില്ലെങ്കിൽ സിദ്ധാന്തങ്ങൾ വെറും നീർക്കുമിള മാത്രമല്ലേ? രോഗവിമുക്തനാവുന്ന ഒരു രോഗിയുടെ സന്തോഷം നമ്മുടെ സന്തോഷങ്ങളുടെ പട്ടികയിലില്ല.” അത് വെറുമൊരു കരിങ്കൽത്തൊഴിലാളിയുടെ വാക്കുകളായിരുന്നില്ല. ഭുവനചന്ദ്രൻ വിവേകന്റെ കണ്ണുകളിലേക്ക് ബഹുമാനത്തോടെ നോക്കി നിന്നതല്ലാതെ ഉത്തരമൊന്നും പറഞ്ഞില്ല.

“വിദ്യനോട് നന്നായി സൂക്ഷിക്കാൻ പറയണം.” അതു പറയുമ്പോൾ രമണിയുടെ കണ്ണുകളിൽ ഭീതി പടരുന്നത് വ്യക്തമായി കാണാമായിരുന്നു. അവൾ സ്വന്തം നെറ്റിത്തടത്തിലെ കളഭക്കുറി ഇളകിപ്പോയിട്ടില്ലെന്ന് വിരലുകൊണ്ട് തൊട്ട് ഉറപ്പുവരുത്തി. വിവേകൻ തന്റെ യുവത്വത്തിലേക്ക് തിരിച്ചുപോകാൻ മനസ്സിനെ നിർബ്ബന്ധിക്കുകയായിരുന്നു. ഇരുട്ട് വീണുകിടക്കുന്ന മൂന്നുംകൂടിയ ഇടവഴിയിൽവെച്ച് വഴിപിരിയുമ്പോൾ മൗനം അവർ മൂന്നുപേരെയും പിടികൂടിക്കഴിഞ്ഞിരുന്നു. ഇടവഴികളിൽ കപടവേഷം ധരിച്ച നിഴലുകൾ മേയുന്നതായി അപ്പോൾ മൂന്നുപേർക്കും തോന്നുന്നുണ്ടായിരുന്നു.

ചന്തപ്പന്റെ കല്ല്യാണം

അതിരാവിലെ ഫോൺ ബെല്ലടിക്കുന്നതുകേട്ടാൽ എപ്പോഴും ഒരു ഉൾവിറയലാണ്. ഭുവനചന്ദ്രൻ കിടക്കയിൽനിന്ന് പിടഞ്ഞെഴുന്നേറ്റ് റിസീവർ തപ്പിയെടുക്കുമ്പോൾ ശരീരമാകെ ഒരു വിറയലനുഭവപ്പെട്ടു. മറുഭാഗത്ത് വിവേകനാണെന്നുകൂടി അറിഞ്ഞപ്പോൾ ശരിക്കും വിയർത്തു.

"ഞാനാ വിവേകനാ. നമ്മുടെ സ്വാതന്ത്ര്യം ആശുപത്രീലാണത്രേ. ഹെൽത്തുസെന്ററിലുണ്ടെന്നും നമ്മളെ കാണണമെന്ന് പറയുന്നുവെന്നും അവിടുത്തെ അറ്റന്റർ രാധാകൃഷ്ണൻ ഇന്നലെ രാത്രീല് വിളിച്ച് പറഞ്ഞു. പനിയാ. വലിയ പ്രശ്നമൊന്നുമില്ല. ആകെക്കൂടി പ്രശ്നമാണല്ലോ. അതുകൊണ്ടാ ഞാൻ രാത്രി വിളിക്കാതിരുന്നത്. ഇപ്പോത്തന്നെ നമുക്ക് പോണം."

വിവേകൻ ഫോൺവെച്ചു. പേമാരി പ്രതീക്ഷിച്ചിരുന്ന് ചാറ്റൽമഴ കൊള്ളുന്നതുപോലെ ഭുവനചന്ദ്രന്റെ ഉള്ള് തണുത്തു. ചാപ്പൻനായർക്ക് നല്ല പ്രായമുണ്ട്. ഒരു തൊണ്ണൂറുവയസ്സെങ്കിലും ഉറപ്പാണ്. സ്വാതന്ത്ര്യസമരത്തിൽ പങ്കെടുക്കുമ്പോൾ ഒരു ഇരുപത് വയസ്സെങ്കിലും ഉണ്ടാവും. അങ്ങനെയാവുമ്പോൾ ഏതാണ്ട് തൊണ്ണൂറുതന്നെ. ഒരു രോഗത്തിനും കടന്നുചെല്ലാൻ കഴിയാത്ത ശരീരമാണ്. ജീവിക്കാൻവേണ്ടിമാത്രം ഭക്ഷണം കഴിക്കുന്നയാൾ. ഒന്നോർത്താൽ മനുഷ്യന് ഇല്ലായ്മയും ഒരു അനുഗ്രഹമാണ്. അദ്ദേഹത്തിന് നാട്ടുകാർ സമ്മാനമായി നല്കിയ സ്വാതന്ത്ര്യം എന്നൊരു ചെല്ലപ്പേരല്ലാതെ മറ്റൊന്നുമില്ല സമ്പാദ്യം. വിവാഹം കഴിച്ചിരുന്നെങ്കിലും ഭാര്യ നേരത്തേ മരിച്ചു. ഒരു മകനുള്ളത് എവിടെയാണെന്നുപോലുമറിയില്ല. സ്വന്തം കുടികിടപ്പ്, ഭൂമിയോളം വലുതാണെന്നും രാപ്പാർക്കുന്ന ചെറ്റപ്പുര മണിമാളികയാണെന്നും സ്വയം ബോദ്ധ്യപ്പെടുത്തിക്കൊണ്ട് അയാൾ ജീവിക്കുന്നു. ദൈവത്തിന് കാവൽ

നില്ക്കുന്നവന്റെ വലിപ്പം ചില്ലറ വലിപ്പമൊന്നുമല്ലെന്ന് മനസ്സിനെ ബോദ്ധ്യപ്പെടുത്തി അയാൾ ജീവിക്കുന്നു. കുട്ടിരാമൻ മൊതലാളി കൊടുക്കുന്ന മുപ്പത് ഉറുപ്പിക മാസശമ്പളംകൊണ്ട് അയാൾ സ്വന്തം ജീവനെ പരാശ്രയമില്ലാതെ നിലനിർത്തുന്നു. മുമ്പും പിമ്പും നോക്കാതെ ഹോമിച്ചുകളഞ്ഞ സ്വന്തം യൗവനത്തെക്കുറിച്ചുള്ള ഓർമ്മകളിൽനിന്ന് ഊർജ്ജം സംഭരിച്ച് കെട്ടകാലത്തെ അഴുക്കുകൾ കഴുകി വൃത്തിയാക്കാൻ സദാ ശ്രമിച്ചുകൊണ്ടിരിക്കുന്നു. എപ്പോഴും മരണത്തെ നിശ്ചയദാർഢ്യംകൊണ്ട് വെല്ലുവിളിക്കുന്നു. ആശുപത്രിയിലേക്ക് പുറപ്പെടുന്നതിനിടയിൽ ഇങ്ങനെയെല്ലാം ഭുവനചന്ദ്രൻ മനസ്സിൽ ചിന്തകൾകൊണ്ട് ചിത്രങ്ങൾ വരയ്ക്കുകയായിരുന്നു.

ആശുപത്രി ഗേറ്റിലെത്തിയപ്പോൾ വിവേകൻ അവിടെ കാത്തുനില്ക്കുന്നുണ്ടായിരുന്നു. കണ്ണുകൾ വിശേഷങ്ങൾ തിരക്കിയപ്പോൾ വിവേകൻ പറഞ്ഞു

"കുഴപ്പമൊന്നുമില്ല. ഒരു ശ്വാസംമുട്ടൽ. പിന്നെ നവതികഴിഞ്ഞ ശ്വാസകോശമല്ലേ. ക്ഷീണിച്ചിട്ടുണ്ടാവും." സംസാരിച്ചുകൊണ്ടുതന്നെ രണ്ടുപേരും വാർഡിൽ ചെന്നുകയറി. സ്വാതന്ത്ര്യം വശ്യമായി ചിരിച്ചു.

"ഇവിടെയാവുമ്പോ നിങ്ങൾക്കൊക്കെ വന്നു കാണാലോ. നിന്നു തിരിയാനിടമില്ലാത്ത എന്റെ കൊട്ടാരത്തിലാവുമ്പോ എല്ലാറ്റിനും പ്രയാസാ. പിന്നെ ഇതൊക്കെ ഞാൻകൂടി അദ്ധ്വാനിച്ചുണ്ടാക്യതല്ലേ." അദ്ദേഹം ഭുവനചന്ദ്രന്റെ കൈകളിൽ വിരലുകൾകോർത്ത് കിടന്നു.

"കടുപ്പത്തിൽ ഒരു കട്ടൻചായ കുടിക്കണം. അതോടെ എല്ലാ പ്രശ്നോം തീരും." ചാപ്പൻനായർ ആത്മഗതമായി പറയുന്നത് കേട്ട് വിവേകൻ പുറത്തേക്ക് പോയി.

"എന്റെ ഭൂമിയും ആകാശോം കടലും മരുഭൂമിയുമൊക്കെ ഈ പെരുമാളുകാട്ടിലാ. അതായിരിക്കും മഹാദേവന്റെ വിധി. ടിക്കറ്റെടുത്ത് വെക്കാ. വണ്ടി വരുമ്പം വരട്ടെ. കയറാലോ." ചാപ്പൻനായരുടെ വാക്കുകളിൽ ഒരു യാത്രാമൊഴിയുടെ ശീലുകേട്ടപ്പോൾ ഭുവനചന്ദ്രൻ അസ്വസ്ഥനായി. കണ്ണുകൾ അറിയാതെ നനഞ്ഞു. ഇന്ന് ഓഫീസിൽ പോകുന്നില്ലെന്ന് മനസ്സിലുറച്ചു. ഈ വിളക്കിൽ എണ്ണ തീർന്നുകൊണ്ടിരിക്കയാണ്. ഭുവനചന്ദ്രന്റെ മനസ്സിലാരോ പറഞ്ഞു.

"നമുക്ക് മരണത്തിന്റെ കാര്യം വിട്ട് നല്ലതെന്തെങ്കിലും പറയാം."

"ഒരു പ്രായക്കാരന് ഏറ്റവും നല്ലതാ ഞാൻ പറഞ്ഞത് ഭുവനാ. ദൈവം ഭൂമിയിൽ ജനിച്ചോർക്കെല്ലാം ഒരുപോലെ അനുവദിച്ച സൗഭാഗ്യം മരണം മാത്രം. ശരീരത്തിലെ ചെല അവയവങ്ങൾക്കു മാത്രം കൊഴപ്പം വരുന്നത് രോഗം. എല്ലാറ്റിനും കൂടി വരുമ്പോളാണ് മരണം അത്രേയുള്ളു വ്യത്യാസം. എല്ലാം അവസാനിച്ചുകിട്ടാൻ അവസാനം ഒരു പ്രാർത്ഥനേണ്ട്. അപ്പള് മാത്രേ മരിക്കുന്നോൻ ദൈവത്തെ കാണൂ. അതുവരെ പ്രാർത്ഥിക്കുന്നതൊക്കെ വെറുതെ. മനസ്സുകൊണ്ട് ക്രൂരത കാണിച്ചാൽ മനസ്സും ശരീരംകൊണ്ട് ക്രൂരതകാണിച്ചാൽ ശരീരവും കണക്കുചോ

ദിക്കും. എല്ലാം അറിഞ്ഞുകൊണ്ട് അവസാനയാത്ര പോവുന്നവനാ ഭാഗ്യവാൻ. പൊന്നും പണോം, സ്വത്തും മുതലും മാത്രമല്ല ജീവിതം. അനുഭവോം കൂടി അക്കൂട്ടത്തിലുണ്ട്. എനിക്ക് അനുഭവം മാത്രായിപ്പോയി എന്നേയുള്ളൂ. ഒരു ജീവിതകാലം മുഴുവൻ പറഞ്ഞാലും തീരാത്ത കാര്യങ്ങൾ ഒരാൾക്ക് ഒരു ആംഗ്യത്തിലൂടെ മറ്റൊരാളോട് പറയാൻ കഴിയും. അതുപറയാൻ പറയുന്നവന് കഴിവു വേണംന്ന് മാത്രം."

അപ്പോഴേക്കും വിവേകൻ കട്ടൻചായയുമായി എത്തി. ചാപ്പൻനായർ തെല്ലൊരാവേശത്തോടെ തന്നെ കട്ടിലിൽ എഴുന്നേറ്റിരുന്ന് ചായകുടിച്ചു. അപ്പോഴയാളുടെ മുഖം എല്ലാ രോഗങ്ങളും വഴിമാറിയതുപോലെ പ്രസന്നമായിരുന്നു. ചാപ്പൻനായർ പതിവുപോലെ വാചാലനായി.

"നിങ്ങൾക്കറിയാത്ത ഒരു തമാശക്കഥ ഞാൻ പറഞ്ഞുതരാം. കുറേ ദിവസായില്ലേ കഥപറഞ്ഞിട്ട്. കെട്ടുകഥയല്ല. ശരിക്കും സംഭവിച്ചതു തന്ന്യാ. കുട്ടിക്കാലത്ത് എന്റെ കൂട്ടുകാരനായി ഒരു ചന്തപ്പനുണ്ടായിനും. അവൻ ജന്മനാ ഒരു ബുദ്ധിമാന്ദ്യക്കാരനാ. എഴുത്തുപള്ളീല് കുഞ്ഞിരാമൻ ഗുരുക്കൾ എത്ര ചൊല്ലിപ്പഠിപ്പിച്ചാലും ചന്തപ്പന്റെ മനസ്സില് നിക്കൂല. എത്രപ്രാവശ്യം മണലിലെഴുതി അക്ഷരം പഠിപ്പിച്ചാലും അക്ഷരം ഒറയ്ക്കില്ല. ഒന്നാം തരത്തിൽ തന്നെ ഓൻ പഠിപ്പ് നിർത്തി കൂലിപ്പണിക്ക് പോയി. ചന്തപ്പന്റെ അനുജൻ കുട്ടിരാമൻ കൗശലക്കാരനാ. നന്നായി പഠിക്കും. കിഴൂരുസ്കൂളില് അഞ്ചാംതരം പാസായി കുട്ടിരാമൻ മേലടി സ്കൂളില് മാഷായി. കാഴ്ചയിലും നാട്യത്തിലും കുട്ടിരാമനാ ഏട്ടൻ. ഇരുട്ടാവുംവരെ കൂലിപ്പണിയെടുത്ത് കുടുംബം പൊലർത്ത്യത് ചന്തപ്പനാ. കുട്ടിരാമൻ മാഷ് സ്കൂൾ പണിയും ഖദർ ജുബ്ബയും മേൽമുണ്ടുമൊക്കെയായി നല്ല പത്രാസിൽ നേതാവായി നടന്നു. വീട്ടുചെലവിന് എന്തെങ്കിലും എപ്പോഴെങ്കിലും കൊടുത്താലായി. പ്രായപൂർത്ത്യായപ്പോ കല്യാണാലോചനകള് വന്നതൊക്കെ കുട്ടിരാമന്. മന്ദബുദ്ധ്യായ ചന്തപ്പന് വേണ്ടി ആരും പെണ്ണന്വേഷിച്ചില്ല. അങ്ങനെ ഏട്ടൻ ചന്തപ്പനുമുമ്പേ അനുജൻ കുട്ടിരാമന്റെ കല്യാണം ഒറപ്പിച്ചു. കല്യാണദിവസം ഒരു തമാശേണ്ടായി. കല്യാണസദ്യക്ക് എല്ലാരും ചാണകം തളിച്ച മുറ്റത്തിരിക്യാ. കൂട്ടത്തില് ഈ ഞാനൂണ്ട്. എല്ലാരുടെയും എലവെച്ചപ്പോ ചന്തപ്പന്റെ എല മാത്രം തലതിരിച്ച് വെച്ചത് വെളമ്പുകാരാരോ കണ്ടപ്പോ പന്തീല് കൂട്ടച്ചിര്യായി."

"എന്താ ചന്തപ്പാ എല തിരിച്ച് വെച്ചത്?" പന്തിയിൽ നിന്നാരോ പരിഹാസത്തോടെ ചോദിച്ചു.

"ഇവിടെ എല്ലാം തലതിരിച്ചല്ലേ നടപ്പ്. എലമാത്രം നേരെ വെച്ചിറ്റെന്താ കാര്യം?" ചന്തപ്പന്റെ വാക്ക് കേട്ട് പിന്നെ ആരും ചിരിച്ചില്ല. അഞ്ചാംതരം പഠിച്ച് മാഷുദ്യോഗം കിട്ടിയ അനുജൻ കുട്ടിരാമനേക്കാൾ ചന്തപ്പനാ ബുദ്ധിയുള്ളോൻ എന്നെല്ലാവർക്കും ബോദ്ധ്യായി. ഏട്ടനെ വെച്ച് അനിയന്റെ കല്ല്യാണസദ്യ നടക്കുന്ന പന്തലില് എലമാത്രം നേരെ വെച്ചിറ്റെന്തുകാര്യം എന്നാ ചന്തപ്പൻ ചോദിച്ചത്. ക്ഷീണത്തോടെ

ചാപ്പൻനായർ കുലുങ്ങിച്ചിരിച്ചു. നെഞ്ചിലെ കഫക്കെട്ടിന്റെ നേർത്ത കൂവൽ ശ്വാസഗതിക്കൊപ്പം ഉയർന്നു കേൾക്കുന്നുണ്ടായിരുന്നു. അപ്പോഴേക്കും ഡോക്ടർവന്നു. പരിശോധനയ്ക്കിടയിൽ ഡോക്ടർ ഒരു സുഹൃത്തിനോടെന്നപോലെ ചാപ്പൻനായരോട് കുശലം ചോദിക്കുന്നുണ്ടായിരുന്നു.

അമ്പലമുറ്റത്ത് മലർന്ന് കിടക്കുന്ന രണ്ട് കരിങ്കൽ ശില്പങ്ങളുണ്ട്. സ്ത്രീപുരുഷരൂപങ്ങളാണ്. പുരുഷശില്പത്തിന്റെ ഒരുകൈയും സ്ത്രീശില്പത്തിന്റെ ഒരു കാലും അടർന്നുപോയ നിലയിലാണ് ശില്പങ്ങൾ. ഏറെക്കാലം മണ്ണും പൂപ്പലും മൂടിക്കിടന്ന ശില്പങ്ങൾ കുറച്ചുകാലമായി പൊളിഞ്ഞുകിടക്കുന്ന ചുറ്റുമതിലിനോട് ചേർത്ത് ചാരിവെച്ച നിലയിലാണിപ്പോൾ.

"തൊഴുതുമടങ്ങുമ്പോ പിൻതിരിഞ്ഞു നോക്കിയതിന് ശിക്ഷയായി കാമുകീ കാമുകന്മാര് കല്ലായിപ്പോയി എന്നാ കുട്ടിക്കാലത്ത് ഞങ്ങളൊക്കെ വിശ്വസിച്ചത്. ആണുംപെണ്ണും സ്നേഹിക്കുന്നതിഷ്ടല്ലാത്ത ആരോ പറഞ്ഞുണ്ടാക്യ കഥ്യാ അത്." ചാപ്പൻനായർ ക്ഷീണിച്ച ശബ്ദത്തിൽ പറഞ്ഞു. എന്തിനാണ് ചാപ്പൻനായർ ഇപ്പോൾ അങ്ങനെയൊരു കഥപറഞ്ഞതെന്ന് ഭുവനചന്ദ്രനും വിവേകനും ആദ്യം മനസ്സിലായില്ല.

"ഏതോ ശില്പി സ്വന്തം ഭാവനയിൽ മാസങ്ങളോളം കഷ്ടപ്പെട്ട് കരിങ്കല്ലിൽ കൊത്തിയെടുത്ത ശില്പമെന്ന് അംഗീകരിക്കാനെന്താണ് വിഷമമെന്നാ ഞാനാലോചിക്കുന്നത്." ഭുവനചന്ദ്രന്റെ സംശയം ശരിവെക്കുന്നതുപോലെ ചാപ്പൻനായർ തലയാട്ടി.

"അങ്ങനെയെന്തെല്ലാം കെട്ടുകഥകൾ. എല്ലാ സത്യങ്ങളും അറിഞ്ഞുകൊണ്ട് തന്നെ പ്രചരിപ്പിക്കപ്പെടുന്ന കഥകൾ. ഉള്ളവൻ ഇല്ലാത്തവനെ ഭീഷണിപ്പെടുത്താൻ ദൈവത്തെ കരുവാക്കുന്നതിന്റെ നല്ല ഉദാഹരണംതന്ന്യാ അമ്പലമുറ്റത്ത് ആണുംപെണ്ണും കല്ലായിപ്പോയ കഥ." ഭുവനചന്ദ്രൻ അത്രയുംകൂടി പറഞ്ഞു.

"ഇനിയാരെല്ലാം കല്ലാവാനിരിക്കുന്നു. അതൊക്കെ വിശ്വസിക്കാനും വെള്ളംതൊടാതെ വിഴുങ്ങാനും എക്കാലത്തുമുണ്ടാവും പമ്പരവിഡ്ഢികളായ ഒരു നാട്ടുകൂട്ടം." വിവേകൻ മനസ്സിൽ കെട്ടിക്കിടന്ന കടുത്ത നിരാശയിലാണ് അങ്ങനെ പറഞ്ഞത്. ഭുവനചന്ദ്രൻ അവന്റെ വാക്കുകളുടെ അർത്ഥം നന്നായി ഗ്രഹിക്കുന്നുണ്ടായിരുന്നു.

"ശ്വാസംമുട്ടലിന് നല്ല കുറവുണ്ട്. വെറുതെ ഇവിടെയിങ്ങനെ ഇരിക്കുമ്പഴാ വെഷമം." ചാപ്പൻനായർ മുഖം ചുളിച്ചു.

"വെയിലുംകൊണ്ട് വെറുതെ മൈതാനീല് ചുറ്റിനടക്കണ്ട. രണ്ടുദിവസം വീട്ടിലിരുന്നാ മതി." ഭുവനചന്ദ്രൻ ശാസനാസ്വരത്തിൽ പറഞ്ഞു.

"ഇങ്ങനെ ശാസിക്കാൻ അവിട്യാരാ ഉള്ളത്. ഒരു വീടെന്ന് പറഞ്ഞാ നാലുംചുമരും രണ്ടു വാതിലും ആണെന്നാ നിങ്ങളെയൊക്കെ വിചാരം? ഒരു പെണ്ണിന്റെ കൈകൊണ്ട് കത്തിക്കാത്ത അടുപ്പിനും വെളക്കിനും അതിന്റെ രൂപം മാത്രേ ഉണ്ടാവൂ മക്കളേ." ചാപ്പൻനായരുടെ കണ്ണുക

ളിൽ ദുഃഖത്തിന്റെ നിഴലാട്ടം കണ്ട് ഭുവനചന്ദ്രനും വിവേകനും അസ്വസ്ഥരായി. പിന്നെ രണ്ടുപേരും ചാപ്പൻനായരോട് യാത്ര പറഞ്ഞു പിരിഞ്ഞു.

"ഭാര്യ വർഷങ്ങൾക്കുമുമ്പേ മരിച്ചു. ഒരു മകനുള്ളത് എവിട്യാണെന്നുപോലും അറീല്ല. ജീവിക്കാൻ ഒന്നും നേടിക്കൊടുക്കാത്ത ഒരച്ഛനെ ഏത് മകനാ ഇക്കാലത്ത് അംഗീകരിക്ക്യാ. ജീവിതകാലം മുഴുവൻ കഷ്ടപ്പെട്ട് എല്ലാം നേടിക്കൊടുത്താലും വയ്യാതാവുമ്പോ വൃദ്ധസദനോം ആശ്രമോം ഒക്കെയല്ലേ മക്കളുടെ സമ്മാനം. കാലത്തിന്റെ തീരുമാനം എന്നേ ഞാനതിനെ കരുതുന്നുള്ളൂ. ഇനി കാണാതാവുന്ന അച്ഛനമ്മമാരുടെ കാലാ വരാനിരിക്കുന്നത്." ഭുവനചന്ദ്രൻ ആത്മഗതംപോലെ പറഞ്ഞുകൊണ്ടിരുന്നത് വിവേകൻ ശ്രദ്ധിക്കുന്നുണ്ടായിരുന്നു.

"എല്ലാം അജ്ഞാതമായ എവിടെയോ നിയന്ത്രിക്കപ്പെടുന്നു. മനുഷ്യന്റെ വിശ്വാസോം സ്നേഹോം കാരുണ്യോം അങ്ങനെയെല്ലാം മറ്റേതോ അദൃശ്യമായ വിരൽത്തുമ്പിൽ നിയന്ത്രിക്കപ്പെടുന്നത് പുതിയ കാര്യോന്നുല്ല. എല്ലാം കൈയടക്കിവെച്ചിരിക്കുന്നവന്റെ കളികള് തന്ന്യാ അത്. പക്ഷേ, സാധാരണക്കാരന് അത് മനസ്സിലാവുന്നില്ലെന്ന് മാത്രം. അത് മനസ്സിലാകാതിരിക്കാൻ ജാതീം മതോം ഭാഷേം നെറോം ഒക്കെപ്പറഞ്ഞ് ഭിന്നിപ്പിക്കാൻ ശ്രമിച്ചുകൊണ്ടിരിക്കും. ഓരോ കാലത്തിനും ഓരോ നാടിനും ഓരോ തന്ത്രം. പറഞ്ഞത് മാറ്റിപ്പറയാനും കേട്ടത് മാറ്റിക്കേൾപ്പിക്കാനും അവന്റെ കൈയിൽ ആയുധങ്ങളും ഉപകരണങ്ങളുമുണ്ട്. അതവൻ നിരന്തരം പ്രയോഗിച്ചുകൊണ്ടിരിക്കും. കള്ളന് സുഗന്ധം വർജ്ജ്യമാണെന്ന് മാത്രം കരുത്യാമതി." വിവേകന്റെ വാക്കുകൾക്ക് മുമ്പില്ലാത്ത കാഠിന്യമുണ്ടായിരുന്നു.

ദരിദ്രന്റെ ദൈവം

വൈകുന്നേരവും ഭുവനചന്ദ്രൻ ചാപ്പൻനായരെ ചെന്നു കണ്ടു. കുഴപ്പമൊന്നുമില്ല. അല്പം കഴിഞ്ഞപ്പോൾ വിവേകനുമെത്തി. ആരൊക്കെയോ പ്രായക്കാരായ നാലഞ്ചുപേർ അവിടെ വന്നുപോയിട്ടുണ്ടെന്ന് തോന്നി. ജനാലയ്ക്കപ്പുറം മുറ്റം നിറയെ മുറുക്കിത്തുപ്പിയതിന്റെ ചുവന്ന അടയാളങ്ങൾ കാണാനുണ്ടായിരുന്നു. ചുറ്റുവട്ടത്തുള്ള ഒന്നുരണ്ടുപേർ ചാപ്പൻനായർക്ക് സുഹൃത്തുക്കളായുണ്ട്. ജീവിതപ്രാരാബ്ധങ്ങളിൽ പൊറുതിമുട്ടുന്ന അവർ സ്ഥിരമായി ചാപ്പൻനായരോട് സൗഹൃദം പുലർത്തുന്നില്ലെന്നു മാത്രം. എത്ര അവശനാണെങ്കിലും അദ്ദേഹവുമൊത്തുള്ള നിമിഷങ്ങൾക്ക് എന്തോ പ്രത്യേകതയുണ്ട്. എത്ര ക്ഷീണിച്ചാലും ആ വാക്കുകൾക്ക് എന്തോ ഒരു മാധുര്യമുണ്ട്. ഇത് വിവേകനും പലവട്ടം പറഞ്ഞിട്ടുള്ളതാണ്.

"മഹാദേവനോട് രോഗം മാറ്റിത്തരാൻ പറഞ്ഞില്ലേ." വിവേകന്റേത് കുസൃതിച്ചോദ്യമാണെന്ന് ചാപ്പൻനായർക്കറിയാം.

"മഹാദേവനറിയാത്ത കാര്യാണോ കാവല്ക്കാരൻ ചാപ്പന്റെ പനി? എല്ലാം വേണ്ടതുപോലെ ചെയ്തുകൊള്ളും. രാവിലെ രണ്ടാളെയും ആസ്പത്രീലേക്കയച്ചത് ആരാന്നാ വിചാരം?" അദ്ദേഹം ക്ഷീണം മറന്ന് കുലുങ്ങിച്ചിരിച്ചു.

"ദൈവങ്ങളെ സുഹൃത്തുക്കളെപ്പോലെ സ്നേഹിക്കണം. നല്ല സുഹൃത്തിന് ചെയ്യാനാവുന്നതേ ദൈവത്തിനും സാധിക്കൂ. എനിക്കേറ്റവും പ്രിയപ്പെട്ട ദൈവം പറശ്ശിനിമുത്തപ്പനാ. മുത്തപ്പൻ മഹാദേവന്റെ മകനാന്നാ വിശ്വാസം."

"എന്താ മുത്തപ്പനോടിത്ര സ്നേഹം?" വിവേകന്റെ ചോദ്യത്തിൽ കുസൃതിയുണ്ടായിരുന്നു. "ജീവിതത്തിൽ ഗതികെട്ടവന്റെ ദൈവാ

പറശ്ശിനി മുത്തപ്പൻ. വല്യ വീരവാദം ഒന്നൂല്ലാത്ത ദൈവം. കഷ്ടപ്പെടുന്നവന്റെ ആടിനേം പശൂനേം കാക്കുന്ന ദൈവം. ഒരു നാക്കിലേല് പുഴുക്കും രണ്ട് ഉണക്കമുള്ളനും ഒരു കുപ്പി കള്ളും നേദ്യായിക്കിട്ട്യാല് മൂപ്പർക്ക് കുശാൽ. ദ്രോഹിക്കില്ല. സഹായിക്ക്യേള്ളൂ. കുട്ട്യേള് പോലും പരീക്ഷയിൽ ജയിക്കാൻ മുത്തപ്പനെയേ വിളിക്കൂ. അതാ മുത്തപ്പന്റെ ഊറ്റം."

ചാപ്പൻനായർ ഇഷ്ടദൈവത്തെക്കുറിച്ച് വാചാലനായപ്പോൾ വിവേകന്റെ കുസൃതിചോദ്യം വീണ്ടും വന്നു.

"അപ്പോ ദാരിദ്ര്യരേഖയ്ക്ക് താഴെയുള്ളവന് അങ്ങനെ പ്രത്യേകം ദൈവോം ഉണ്ടോ?"

ചാപ്പൻനായർ ആ ചോദ്യത്തെ അവഗണിച്ച് വീണ്ടും സംസാരിച്ചു തുടങ്ങി.

"വലിയ മോഹങ്ങളില്ലാത്ത പാവപ്പെട്ടവന്റെ തീർത്ഥയാത്ര പറശ്ശിനിമടപ്പുരേലേക്കാ. കാലത്ത് വടക്കോട്ടുള്ള ലോക്കൽ വണ്ടിക്ക് ടിക്കറ്റെടുത്ത് രണ്ട് മണിക്കൂറ് പോയാൽ മുത്തപ്പന്റെ മടപ്പുരേലെത്താം. മുത്തപ്പനെ കണ്ട് പറയാനുള്ളത് പറഞ്ഞു കഴിഞ്ഞാൽ മനസ്സിനൊരു തണുപ്പാ. ആ തണുപ്പുതേടിയുള്ള യാത്രയാ പട്ടിണിക്കാരന് തീർത്ഥയാത്ര. തേങ്ങാപ്പൂളും ചായയും പയറു പുഴുങ്ങിയതും കഴിച്ച് പുഴവക്കത്ത് ചെന്നിരുന്ന് പറശ്ശിനിപ്പുഴേലെ മീനിനേം നോക്കി ജീവിതത്തെരക്കിനിടേല് പറയാൻ മറന്ന നാട്ടുകഥകളും പറഞ്ഞുള്ള ആ ഇരിപ്പ് മനസ്സുതണുപ്പിക്കും ഭുവനാ." ചാപ്പൻനായർ പാവപ്പെട്ടവന്റെ ദൈവത്തെ വല്ലാതെ സ്നേഹിക്കുന്നുണ്ടെന്ന് ഭുവനചന്ദ്രന് തോന്നി.

ആരാധനയെയും കവച്ചുവെക്കുന്ന ദൈവത്തോടുള്ള വാത്സല്യമാണത്. ചാപ്പൻനായരോട് യാത്രപറഞ്ഞ് വീട്ടിലേക്ക് തിരിച്ചുപോരുമ്പോൾ കുട്ടിക്കാലത്ത് കൊയ്യക്കാരൻ ചാത്തു 'മുത്തപ്പന് കൊടുക്കുന്ന' ഓർമ്മകൾ ഭുവനചന്ദ്രന്റെ മനസ്സിൽ വന്നുനിറഞ്ഞു.

"അമ്മാടിച്ചറേ പൈക്ക് ഇത് തെകഞ്ഞ മാസല്ലേ. മ്മക്ക് മുത്തപ്പന് കൊടുക്കണം." ചാത്തു അമ്മയ്ക്കു മുമ്പിൽ വിഷയമവതരിപ്പിക്കുന്നത് അങ്ങനെയാണ്.

"മുത്തപ്പന് കൊടുക്കാനല്ല, ചാത്തുന് കള്ളു കുടിക്കാനാ." അച്ഛൻ പരിഹാസമായിപ്പറയുമെങ്കിലും എതിരുനില്ക്കില്ല. ഉള്ളിന്റെയുള്ളിൽ മുത്തപ്പന് കൊടുക്കുന്നത് അച്ഛനും ഇഷ്ടംതന്നെയാണ്.

"എന്റെ മുത്തപ്പാ വെഷമിപ്പിക്കാണ്ട് രണ്ടും രണ്ടിടത്താക്കിത്തരണേ." അമ്മ അപ്പോൾത്തന്നെ നിവേദനം മുത്തപ്പന് മുമ്പിൽ സമർപ്പിക്കും. പിന്നെ അമ്മയ്ക്ക് പശുവിന്റെ സുഖപ്രസവത്തിന്റെ കാര്യത്തിൽ ആശങ്കകളില്ല. പിന്നെയത് മുത്തപ്പന്റെ സ്വന്തം കാര്യമാണെന്നാണ് അമ്മ കരുതുന്നത്. അതാണ് അന്നോളമുള്ള അമ്മയുടെ അനുഭവവും. പിന്നെ മുത്തപ്പന് കൊടുക്കുന്ന കാര്യങ്ങളെല്ലാം കാർമ്മികനായ കൊയ്യക്കാരൻ ചാത്തുവിന്റെ ഉത്തരവാദിത്വമാണ്.

എണ്ണതേച്ച് കുളിച്ച് അലക്കിയ മല്ല്മുണ്ടുകൊണ്ട് തറ്റുടുത്ത് മുറ്റത്ത് ആളിക്കത്തുന്ന പന്തം കുത്തുന്ന ചാത്തു മരിച്ചിട്ട് വർഷങ്ങളേറെയായെങ്കിലും തന്റെ മനസ്സിൽ മുത്തപ്പനെ വണങ്ങി നില്ക്കുന്ന ചാത്തു ഇപ്പോഴും മരിച്ചിട്ടില്ല. ചാത്തുവിനും മുത്തപ്പനും മന്ത്രങ്ങളില്ല. ഭക്തിപൂർവ്വം അരി ചാർത്തി തൊഴുതാൽ മുത്തപ്പന് സന്തോഷമാവുമെന്ന് ചാത്തുവിനറിയാം. മുറ്റത്താണ് കർമ്മങ്ങൾ. ജന്മിയുടെ വീട്ടിൽ ചാത്തുവിനു ചെല്ലാവുന്നിടം വരെയേ മുത്തപ്പനും പ്രവേശനമുള്ളൂ. നാലുപാടും ആളുന്ന പന്തം കുത്തി മുറ്റം ഒരു ദേവസന്നിധിയാക്കാൻ ചാത്തുവിന് ഒരു പ്രയാസവുമില്ല. അവിടെയും ജന്മിത്തം ചില നിബന്ധനകൾ വെച്ചിട്ടുണ്ട്. മുത്തപ്പനും കാർമ്മികനും പ്രത്യേകിച്ച് ഇളവുകളൊന്നുമില്ല. അരി ചാർത്തിക്കഴിഞ്ഞാൽ എല്ലാവർക്കും ചാത്തു ചിരട്ടയിൽ കള്ള് നല്കും. അതിനു വലിപ്പച്ചെറുപ്പമൊന്നുമില്ല. മുത്തപ്പന്റെ പ്രസാദം എന്നേയുള്ളൂ. അച്ഛന്റെയും അമ്മയുടെയും മുമ്പിൽവെച്ച് കള്ളുകുടിക്കുന്നതിലൊരു ധിക്കാരത്തിന്റെ സുഖമുണ്ടായിരുന്നു. ആ സുഖം തന്നെയാണ് മുത്തപ്പനു കൊടുക്കുന്ന ദിവസത്തെ കുട്ടികളുടെ മുഖ്യ ആകർഷണവും ചാത്തുവിനെ ചാക്കിട്ടാൽ ചിരട്ടയുടെ എണ്ണം കൂട്ടിക്കിട്ടാനും വിഷമമില്ല. കുപ്പിയിൽ ബാക്കി വരുന്നകള്ള് മുഴുവനും അകത്താക്കി നിമിഷങ്ങൾകൊണ്ട് ചാത്തു പിപ്പിരിയാകും. പക്ഷേ, എത്ര പിപ്പിരിയായാലും കൊയ്ത്തക്കാരൻ ചാത്തു ചാത്തുവല്ലാതാകില്ല. അതാണ് മുത്തപ്പന്റെ മാഹാത്മ്യം. അതുകഴിഞ്ഞാൽ ചാത്തുതന്നെ എല്ലാവർക്കും പുഴുക്കും തേങ്ങാക്കഷണവും വാട്ടിയ പപ്പടവും നാക്കിലയിൽ വിളമ്പിത്തരും. അതു കഴിച്ചുകൊണ്ടിരിക്കേ പുഴുക്കിന്റെ മണം പിടിച്ച് വടക്കേപ്പുറത്ത് മുത്തപ്പന്റെ തോഴൻ നായയെത്തും. ഒരു നാക്കിലയിൽ പുഴുക്ക് തോഴനുമുണ്ട്.

"കമ്മള് കണ്ടില്ലേ. മുത്തപ്പനതാ വന്നല്ലോ." ചാത്തുവിന്റെ ഇഴയുന്ന വാക്കുകൾ ഭക്തിപാരവശ്യംകൊണ്ട് ചിലമ്പിക്കും. മുത്തപ്പന്റെ സഹചാരിയായ നായവന്നെത്തിയാൽ മുത്തപ്പൻ വന്നെത്തി എന്നാണ് വിശ്വാസം. നായയ്ക്കും ചാത്തു നാക്കിലയിൽ ഭക്തിയോടെ പുഴുക്കും പപ്പടവുമൊക്കെ വിളമ്പിക്കൊടുക്കുന്നത് എല്ലാവരും ഭക്തിയോടെ നോക്കി നില്ക്കും. അതോർക്കുമ്പോൾ ഇപ്പോൾ വല്ലാത്ത അത്ഭുതം തോന്നുന്നു. അലഞ്ഞു നടക്കുന്ന നായയ്ക്കും കീഴാളനായ ചാത്തുവിനും ജന്മികുടുംബാംഗമായ അച്ഛനും പ്രിയങ്കരനായ മുത്തപ്പൻ ദൈവത്തെ ഭുവനചന്ദ്രൻ മനസ്സിൽ നമിച്ചു. നിവേദ്യം കഴിഞ്ഞാൽ അമ്മ മുത്തപ്പനെ മനസ്സിൽ ധ്യാനിച്ച് ചാത്തുവിനെ വെറ്റിലമുറുക്കാൻ ക്ഷണിക്കും. അതു കഴിഞ്ഞാൽ ചാത്തു പുത്തൻ ചൂടി ജപിച്ച് പശുവിന്റെ കഴുത്തിൽ കെട്ടിക്കൊടുക്കും. അതോടെയാണ് അന്നത്തെ ചടങ്ങുകൾ അവസാനിക്കുന്നത്. താനും വിഘ്നേശ്വരനുമായുള്ള ബന്ധങ്ങളെക്കുറിച്ചും ഭുവനചന്ദ്രൻ അപ്പോൾ ഓർത്തുപോയി. ഭക്തിയെന്നല്ല ആ ബന്ധത്തെ വിശേഷിപ്പിക്കേണ്ടത്. ഗുരുശിഷ്യബന്ധമെന്നപോലെ ജീവിതത്തിൽ വഴിവിള

ക്കായി താൻ വിഘ്നേശ്വരനെ കാണുന്നു. സ്വന്തം കാര്യലാഭത്തിനോ ശത്രുസംഹാരത്തിനോ താനൊരിക്കലും വിഘ്നേശ്വരനെ ഇടനിലക്കാരനാക്കിയിട്ടില്ല. പ്രാർത്ഥനകളിലൊരിക്കലും സ്വന്തം നേട്ടങ്ങൾക്കുവേണ്ടിയുള്ള നിവേദനങ്ങൾ കുത്തിനിറച്ചിട്ടില്ല. മനസ്സുകൊണ്ട് ഒരു നല്ല കമ്യൂണിസ്റ്റുകാരനായി ജീവിച്ചപ്പോഴും മനസ്സിൽനിന്ന് ഒരിക്കലും വിഘ്നേശ്വരൻ മാറിനിന്നിട്ടില്ല. അതുകൊണ്ടുതന്നെ പലപ്പോഴും പരിഹസിക്കപ്പെട്ടിട്ടുണ്ട്. കമ്യൂണിസവും ഈശ്വരവാദവും ഒരേ മേൽക്കൂരയ്ക്കുകീഴിൽ വാഴില്ലെന്ന് പലരും പരിഹാസത്തോടെ താക്കീത് ചെയ്തിട്ടുണ്ട്. പക്ഷേ, ഒരിക്കലും രണ്ടിനേയും തള്ളിപ്പറയാൻ മനസ്സ് സന്നദ്ധമായിട്ടില്ല. ഒന്നൊഴിവാക്കി മറ്റൊന്നിനെ സ്വീകരിക്കാൻ പ്രയാസമുണ്ടായിട്ടല്ല. പക്ഷേ, സാധിക്കുന്നില്ലെന്നു മാത്രം. രണ്ടും ഒരുപോലെ മനസ്സിന്റെ അടിവേരുകളിൽ അള്ളിപ്പിടിച്ചിരിക്കുന്ന വിശ്വാസങ്ങളാണ്. വിഘ്നേശ്വരനും വ്യാസനും തമ്മിലുള്ള ബന്ധമെന്ന് വേണമെങ്കിൽ ആ ബന്ധത്തെ നിർവ്വചിക്കാം. ഉപാധികളോടെയുള്ള പരസ്പരവിശ്വാസം. *മഹാഭാരത* കഥ പകർത്തിയെഴുതാൻ സന്നദ്ധനാവുന്ന വിഘ്നേശ്വരനിൽ ഈശ്വരാംശത്തേക്കാൾ ഏറെയുള്ളത് മാനുഷികാംശങ്ങളാണെന്നാണ് പലപ്പോഴും തോന്നിയിട്ടുള്ളത്. സ്വാർത്ഥചിന്തയിലാണ് വ്യാസൻ *മഹാഭാരതമെഴുതിയതെന്ന്* വിഘ്നേശ്വരന് തോന്നിയിരിക്കില്ല. മറ്റൊരാൾക്കുവേണ്ടി പകർത്തിയെഴുത്തുകാരനാവുന്നതിന്റെ സ്ഥാനലഘുത്വത്തെക്കുറിച്ച് ഒരു നിമിഷംപോലും വിഘ്നേശ്വരൻ ചിന്തിച്ചിരിക്കുകയില്ല. അതാണെന്റെ വിഘ്നേശ്വരൻ. പ്രാർത്ഥനകളിൽ സംപ്രീതനായി ന്യായാന്യായ വിവേചനമില്ലാതെ ഭക്തന് ഇഷ്ടവരദാനം നല്കുകയല്ല ഒരു ദൈവത്തിന്റെ കർത്തവ്യം. ന്യായാന്യായ വിചാരണ ബുദ്ധിയോടെ ഭക്തന്റെ പ്രാർത്ഥനകൾക്ക് കാതോർക്കുന്നവനാണ് ഉത്തമനായ ദൈവം. ഒരു വ്യോമയാത്രയിലെന്നപോലെ അന്നോളമില്ലാത്തവിധം വ്യത്യസ്തമായ ചിന്തകൾ തന്നെ വന്നുമൂടുന്നതായി ഭുവനചന്ദ്രന് അനുഭവപ്പെട്ടു. ഒഴുക്കിൽപ്പെട്ടതുപോലെയുള്ള ആ നടത്തം പഴയ വീടിന്റെ കോണിപ്പടികളിലാണെത്തിയതെന്ന കാര്യം ഭുവനചന്ദ്രനെ വല്ലാതെ അത്ഭുതപ്പെടുത്തി. യാന്ത്രികമായി താക്കോൽ തപ്പിയെടുത്ത് വാതിൽ തുറന്നപ്പോൾ ഭുവനചന്ദ്രൻ ശരിക്കും അത്ഭുതപ്പെട്ടുപോയി. വിഘ്നേശ്വരന്റെ മുമ്പിൽ അണയാത്ത തിരിയിൽനിന്നെന്നപോലെ പുകപരക്കുന്നതെങ്ങനെയാണെന്ന് എത്ര ആലോചിച്ചിട്ടും ഭുവനചന്ദ്രന് മനസ്സിലായില്ല. അത് അസ്വാഭാവികവും അസംഭവ്യവുമാണെന്ന് തീർച്ച വിധികല്പിക്കാൻ ഒരു പ്രയാസവുമില്ല. യാഥാർത്ഥ്യവുമതാണെന്നുമറിയാം. പക്ഷേ, എന്താണിങ്ങനെയൊക്കെ തോന്നുന്നതെന്ന ചോദ്യം എവിടെയോ പൊട്ടിമുളയ്ക്കുന്നു. തനിക്കേറെ ഹൃദ്യമായ കാഴ്ചയാണത്. വിഘ്നേശ്വരന്റെ മുമ്പിൽ വിളക്കുതെളിയുന്നതും സുഗന്ധം പുകയുന്നതും എപ്പോഴും താനാഗ്രഹിക്കുന്നതാണ്. ഇങ്ങനെയൊക്കെ ആലോചിച്ചുകൊണ്ട് ഭുവനചന്ദ്രൻ പതിവുപോലെ വിഘ്നേശ്വരനുമുമ്പിൽ വിളക്കു തെളിയിച്ചു തൊഴുതു. ഒറ്റ

ത്തിരി വെളിച്ചത്തിൽ പ്രകാശിതമായ വിഘ്നേശ്വരന്റെ പ്രസന്നമായ മുഖം ഭുവനചന്ദ്രനെ നന്നായി സന്തോഷിപ്പിച്ചു. ഒരിക്കൽക്കൂടി തൊഴുതുനിന്നപ്പോൾ മനസ്സിലെ എല്ലാ വ്യാകുലതകളും പ്രാവുകൂട്ടംപോലെ പറന്നുയർന്നുപോവുന്നതായി തോന്നുന്നുണ്ടായിരുന്നു. പെട്ടെന്നുതന്നെ മച്ചിൻ പുറത്ത് അനക്കം കേട്ട് ശ്രദ്ധിച്ചു നിന്നപ്പോൾ ഒരു കുസൃതിക്കുരുന്നിനെപ്പോലെ കോണിയുടെ കൈവരിയിറങ്ങിവരുന്ന എലിയെയാണ് കണ്ടത്. രൂപത്തിലും ശരീരഭാഷയിലും ആ എലി വല്ലാതെ മാറിപ്പോയിരിക്കുന്നു. ഒരു വളർത്തുപൂച്ചയുടെ സൗമ്യഭാവത്തോടെ അത് അടച്ചുവെച്ച എലിക്കെണിക്കു മുകളിൽ വന്നിരുന്നു. പിന്നെ വിഘ്നേശ്വരന്റെ മുഖത്തേക്കും ഭുവനചന്ദ്രന്റെ മുഖത്തേക്കും മാറിമാറി നോക്കി. ഭുവനചന്ദ്രനെ അത്ഭുതപ്പെടുത്തിയത് അപ്പോൾ ആ മുറിയിൽ പടർന്ന വശ്യമായ ഒരു ഗന്ധമായിരുന്നു. അതിന്റെ ഉറവിടത്തേക്കുറിച്ച് ഒരു സൂചനയും ലഭിക്കാതെ ഭുവനചന്ദ്രൻ കുഴങ്ങിനിന്നു. തന്റെ പഴയ വീട് ഏതോ ഒരു പുതിയ ഗന്ധം സ്വായത്തമാക്കിയതെങ്ങനെയെന്ന് എത്ര ആലോചിച്ചിട്ടും ഭുവനചന്ദ്രന് മനസ്സിലായില്ല. ഈ ഭൂമിതന്നെ ഇങ്ങനെ പുതിയ സുഗന്ധം സ്വായത്തമാക്കുന്ന ഒരു നാളെയെ സ്വപ്നം കാണാൻ മാത്രമേ മനുഷ്യന് കഴിയൂ എന്ന ഏറ്റവും പഴകിയ ഒരു ഉത്തരത്തിൽ മനസ്സിനെ കെട്ടിയിട്ട് ഭുവനചന്ദ്രൻ വാതിൽപൂട്ടി പുറത്തിറങ്ങി. ഓഫീസിലേക്ക് പുറപ്പെടാൻ നേരം നന്നായി വൈകിയിരുന്നു.

മകളുടെ അച്ഛൻ

ഓഫീസിൽ ഗൗരവമുള്ള ഏതോ കാര്യം ചർച്ചചെയ്യപ്പെടുന്നുണ്ടെന്ന് സീറ്റിലിരുന്നപ്പോഴേ ഭുവനചന്ദ്രന് മനസ്സിലായി. തന്നെ ഇപ്പോൾ പൊതുകാര്യങ്ങളിലൊന്നും വലുതായി ആരും ഇടപെടീക്കാറില്ല. എല്ലാ കാര്യങ്ങളുടേയും നിയന്ത്രണം ശിവദാസനാണ്. ഭരണകക്ഷി സംഘടനയുടെ നേതാവെന്ന നിലയ്ക്ക് തിരുവനന്തപുരത്തുതന്നെയാണ് ഒട്ടുമിക്ക ദിവസങ്ങളിലും. മറ്റുള്ളവരുടെ സ്ഥലംമാറ്റവും പ്രൊമോഷനും മാത്രമല്ല കൈക്കൂലി വാങ്ങിയതിന് ശിക്ഷിക്കപ്പെടുന്നവരെ രക്ഷിക്കുന്ന ചുമതലയും ഇപ്പോൾ അവനാണ്. ജില്ലാതലത്തിൽ പണക്കാരുടെ വലിയ വലിയ സംഘങ്ങളിൽ പങ്കാളിയായി ദിവസം മുഴുവൻ നീളുന്ന മദ്യപാനം ശിവദാസനൊരു അലങ്കാരമായിട്ടുണ്ട്. നല്ല തൂവെള്ള ഖദർ വേഷമാണ് എല്ലാറ്റിനും മറയായി പിടിക്കുന്നത്. ഭുവനചന്ദ്രന്റെ സമീപത്തെങ്ങാനും വന്നാൽ നാലഞ്ചു കുത്തുവാക്കുകൾ പറഞ്ഞില്ലെങ്കിൽ അവന് ഉറക്കം വരില്ല.

"മൂപ്പര് സർക്കാരിന്റെ സീമന്തപുത്രനല്ല്യോ. ഖജനാവ്ന്ന് പണം ചെലവാകുമ്പോ ശരീരത്തിലെ മാംസം മുറിച്ചെടുക്കുമ്പോല്യാ സാറിന് തോന്ന്വാ." തെക്കൻ മലയാളത്തിലുള്ള ആ സാറുവിളിയൊക്കെ കടുത്ത പരിഹാസമാണ്. സർക്കാറിന്റെ ആളാണെന്നു പറയുന്നത് അവന് പരിഹാസമാണെങ്കിലും ഭുവനചന്ദ്രന് ഇഷ്ടപ്പെട്ടു. ഒരു സർക്കാർ ജീവനക്കാരൻ നാടിന്റെ ഖജനാവിന്റെ കാവല്ക്കാരൻ തന്നെയാവണം. അതിൽ അഭിമാനമേയുള്ളൂ ഭുവനചന്ദ്രന്. ശിവദാസന്റെ അഭിപ്രായത്തിൽ കൈക്കൂലി വാങ്ങാത്തവൻ മന്ദബുദ്ധിയാണ്. "ഒന്നുകിൽ മണ്ണാകണം അല്ലെങ്കിൽ ചാണകമാകണം. ഇത് രണ്ടുമാവുന്നില്ലെങ്കിൽ നാടിന് ഓനക്കൊണ്ട് എന്തുകാര്യം?" ഇതാണ് ശിവദാസന്റെ ചോദ്യം.

അങ്ങനെയൊക്കെ പറഞ്ഞ് തിരിച്ചുപോകുമ്പോൾ വീണ്ടും കുത്തു വാക്കുകളെറിയും. "സർക്കാർ ജീവനക്കാർക്ക് ടി എ കൊടുത്തിട്ടാ മൂപ്പന്റെ കുടുംബം മുടിഞ്ഞുപോയത്." എല്ലാം കേൾക്കുമ്പോൾ മനസ്സിൽ ചെറിയ നീറ്റലുണ്ടാവാതിരിക്കില്ല. എങ്കിലും പണ്ടെങ്ങോ ഹൃദിസ്ഥമായ ഒരു നാട്ടു പഴമൊഴികൊണ്ട് ശിവദാസന് നിശ്ശബ്ദമായി മനസ്സിൽ മറുപടി പറയും 'ഹമുക്ക് വാക്ക് ചെവിക്ക് പുറമെ.'

ഇപ്പോഴത്തേതെന്തോ ഗൗരവമുള്ള കാര്യംതന്നെയാണെന്നുറപ്പാണ്. രാധേടത്തിയും രാമചന്ദ്രനും സത്യനും ബാബുവുമൊക്കെ സജീവമായി ഫെയർകോപ്പി സെക്ഷനിൽ സമ്മേളിച്ചിട്ടുണ്ട്. രഹസ്യം പറയുന്ന ശരീര ഭാഷയിലാണെങ്കിലും നാലാള് കേട്ടാലും തരക്കേടില്ലെന്ന മട്ടിലാണ് രാധേ ടത്തിയുടെ പ്രകടനം. ഓഫീസിൽ ചുറ്റിക്കറങ്ങിക്കൊണ്ടിരിക്കുന്ന ആ വാർത്ത തന്നിലേക്കെത്താൻ ഇനിയും മണിക്കൂറുകളെടുക്കുമെന്ന് തീർച്ച യാണ്. ശിവദാസനെ ആ വഴിക്കൊന്നും കാണാനില്ല. അല്ലെങ്കിൽ ഇപ്പോൾ ഓഫീസിലെത്തുന്നതൊക്കെ അവന്റെ സൗകര്യം പോലെയാണ്. ചില പ്പോൾ ഡൈനിങ് ഹാളിലെ വാഷ് ബേസിനിൽ പല്ലുതേക്കുന്നതു കാണാം. ബാഗിലെപ്പോഴും പേസ്റ്റും ബ്രഷും കൊണ്ടുനടക്കുകയാണി പ്പോൾ. തിരക്കോട് തിരക്ക് തന്നെയാണെന്നാ ഭാവം.

"കെട്ടിയോളെ കണ്ണുകൊണ്ട് കണ്ടിട്ട് പന്ത്രണ്ട് ദിവസായി. പിന്ന്യല്ലെ.... ഓരോരോ പ്രശ്നങ്ങള്." ഒരു ഭരണാനുകൂല നേതാവിന്റെ ജീവിതത്തിലെ ദൈന്യതകൾ കേൾക്കുന്ന രാധേടത്തിയെപ്പോലുള്ളവർ മൂക്കത്ത് വിരൽവെച്ച് നില്ക്കും.

"ഇയാളെ കാത്തുരക്ഷിക്കണേ വിഘ്നേശ്വരാ"എന്ന് സഹികെട്ട പ്പോൾ ഒരിക്കൽ ഭുവനചന്ദ്രൻ ശിവദാസൻ കേൾക്കാൻ പാകത്തിൽ പറ ഞ്ഞുപോയത് ചില ഒച്ചപ്പാടുകളുണ്ടാക്കിയത് ഭുവനചന്ദ്രൻ ഓർത്തു.

"കാസർഗോഡും കേരളത്തിൽ തന്നെയാ കേട്ടോ സത്യാ." ആ പ്രസ്താവന ഭുവനചന്ദ്രനുള്ള സ്ഥലംമാറ്റ ഭീഷണിയായിരുന്നെന്ന് സത്യ നുമറിയാം. ഓഫീസിൽ എട്ടുകാലിവലയിൽ കുടുങ്ങിയ പാറ്റകളെപ്പോലെ എവിടെയും തൊടാതെ ജീവിക്കുന്ന കുറേ പാവങ്ങളുണ്ട്. അങ്ങനെയെ ങ്കിൽ അങ്ങനെ, ഇങ്ങനെയെങ്കിൽ ഇങ്ങനെ. അവർക്കത്രയേയുള്ളൂ. സ്വന്തം തടിക്ക് കേട് പറ്റാതെ നോക്കണമെന്നേ അവർക്കുള്ളൂ. മറ്റൊരു ഗതിയുമില്ലാത്തതുകൊണ്ട് ശിവദാസനെ സ്തുതിച്ചു കഴിയുന്നുവെന്ന് മാത്രം. ശിവദാസന്റെ വീഴ്ച അടുത്തൊന്നും അവർ പ്രതീക്ഷിക്കുന്നില്ല. ഇപ്പോൾ ഫെയർകോപ്പി സെക്ഷനിൽ ആൾക്കൂട്ടം വർദ്ധിച്ചിട്ടുണ്ട്. ഓഫീ സിനകത്തെ വ്യവസ്ഥാപിതമായ ശബ്ദനിയന്ത്രണവും താളംതെറ്റിക്കൊ ണ്ടിരിക്കുന്നു. തന്നോട് കാര്യം പറയാത്തതുകൊണ്ട് രാധേടത്തിക്ക് വലിയ വിഷമമുണ്ടെന്ന് ഇടയ്ക്കിടെയുള്ള ആ ഒളിഞ്ഞുനോട്ടം കണ്ട പ്പോൾ ഭുവനചന്ദ്രന് തോന്നി. പിന്നെ ഒരു ശരംപോലെ തന്റെ സീറ്റിനടു ത്തേക്ക് കുതിച്ചെത്തുന്ന രാധേടത്തിയെ കണ്ട് അതിശയപ്പെടുകയും ചെയ്തു.

"ഭുവനൻ സാററിഞ്ഞോ ശിവദാസന്റെ മോള് ഒരു സിക്കുകാരൻ ചെക്കനെ കല്ല്യാണം കഴിച്ചൂന്നാ പറേന്നത്." പിന്നീട് രാധേടത്തി ആവേശത്തോടെ സംഭവത്തിന്റെ നാൾവഴികൾ നിരത്തി.

"മദിരാശീലെവിടെയോ പഠിക്ക്യാണാ കുട്ടി. എന്തോ എഞ്ചിനീയറിങ്ങോ എന്തു കുന്ത്രാണ്ടാണെന്നാര് കണ്ടു. ഇന്നലെ ഒരു ചെക്കനേം കൂട്ടി വീട്ടില് വന്നതാത്രെ. ആരാന്ന് ചോദിച്ചപ്പോ ബോയ്ഫ്രണ്ടാന്നാത്രേ പറഞ്ഞത്. ഒരു രാത്രി ഒരു മുറീലൊറങ്ങി രാവിലെ എങ്ങോട്ടോ പോയത്രെ. ശിവദാസൻ തിരുവനന്തപുരത്തായിനും. മോള് വന്നതും പോയതും ഒന്നും അറിഞ്ഞിറ്റില്ല. ഇതൊക്കെ എന്തു കലികാലാസുപ്രണ്ടേ" രാധേടത്തി ഒരു ലൈൻ ബസ് ആളെ ഇറക്കുന്ന ധൃതിയിൽ കാര്യങ്ങൾ പറഞ്ഞ് ഫെയർകോപ്പി സെക്ഷനിലേക്കുതന്നെ തിരിച്ചുപോയി. എന്തിനാണ് വിഘ്നേശ്വരൻ അപ്പോൾ മനസ്സിൽ തെളിഞ്ഞതെന്ന് ഭുവനചന്ദ്രന് മനസ്സിലായില്ല. അതൊരു കുസൃതിപോലെയാണ് ഭുവനചന്ദ്രന് തോന്നിയത്. എല്ലാം അറിഞ്ഞുകൊണ്ടുള്ള ഒരു കുസൃതിക്കളി.

തന്നെ എത്രതന്നെ ദ്രോഹിച്ചവനായാലും ശിവദാസന് വന്ന ഈ വിഷമത്തിൽ ഭുവനചന്ദ്രന് ദുഃഖം തോന്നി. ഒരച്ഛന്റെ സ്ഥാനത്തിരുന്നാണ് അപ്പോൾ അയാൾ ചിന്തിച്ചത്. എത്രതന്നെ ക്രൂരനായാലും പോറ്റിവളർത്തിയ അച്ഛൻ എന്നാലോചിക്കുമ്പോൾ സഹതാപം തോന്നുകയാണ്. കേട്ട വാർത്തയിൽ എത്രമാത്രം സത്യമുണ്ടെന്നറിയില്ല. ചിലപ്പോൾ അവർ തമ്മിൽ വെറും സൗഹൃദമായിരിക്കാം. അങ്ങനെ ആശ്വസിക്കാനാണ് മനസ്സ് ശ്രമിച്ചുകൊണ്ടിരുന്നത്. യാതൊരു നിയന്ത്രണവുമില്ലാതെ കൈയിൽ വന്നുചേരുന്ന പണമാണ് കുട്ടികളെ വഴിതെറ്റിക്കുന്നത്. ധാരാളിത്തം എവിടെയും മേധാവിത്വത്തിന്റെ അടയാളമായിരിക്കുന്നു. ആ അടയാളം എടുത്തണിയാൻ ഏതുവേഷം കെട്ടാനും ആളുകൾ തയ്യാറാവുന്നു. കൈക്കൂലി വാങ്ങാനറിയാത്ത മണ്ടൻ എന്നാണ് സത്യസന്ധരായ ഉദ്യോഗസ്ഥരെ പലരും വിശേഷിപ്പിക്കുന്നത്. എല്ലാറ്റിനും മീതെ പണം വാഴ്ചയാരംഭിച്ചിരിക്കുന്നു. എത്രതന്നെ പീഡനം അനുഭവിക്കേണ്ടിവന്നാലും മനസ്സുതളരരുത്. അവസാനവിജയം സത്യത്തിന്റെയും നീതിയുടെയും മാത്രമായിരിക്കും. ഫയൽ നോക്കുന്നതിനിടയിൽ ഇങ്ങനെയെല്ലാം ഭുവനചന്ദ്രൻ ഓർത്തുകൊണ്ടിരുന്നു. അപ്പോഴും വിഘ്നേശ്വരന്റെ പ്രസന്നമായ മുഖം മനസ്സിൽ തെളിഞ്ഞുനിന്നു.

വൈകുന്നേരമായപ്പോൾ ഓഫീസ് അന്തരീക്ഷം വീണ്ടും കലങ്ങിമറിയുകയായിരുന്നു. എല്ലാത്തിനും കാഴ്ചക്കാരനായി നില്ക്കാനേ ഭുവനചന്ദ്രന് കഴിഞ്ഞുള്ളൂ. വൈകുന്നേരം മൂക്കറ്റം മദ്യപിച്ച് ശിവദാസൻ ഓഫീസിലെത്തി. ഒരു നാലരമണിയായിക്കാണും. വന്നപാടെ ഒരു കാളക്കൂറ്റനെപ്പോലെ അവൻ ഫെയർകോപ്പി സെക്ഷനിലേക്ക് പാഞ്ഞടുക്കുകയായിരുന്നു. ചെന്നപാടെ അവൻ ടൈപ്പിസ്റ്റ് ദയാനന്ദന്റെ കഴുത്തിൽ കയറിപ്പിടിച്ചു.

"നിനക്കെന്തിന്റെ സൂക്കേടാ നായിന്റെമോനേ. എന്റെ മോള് സിക്കുകാരനെ കെട്ടിയാല് നിനക്കെന്താടാ" ആ ആക്രോശത്തിൽ ചുറ്റും കണ്ടുനിന്നവരെല്ലാം ശരിക്കും ഭയപ്പെട്ടുപോയിരുന്നു. ആരൊക്കെയോ ദയാനന്ദന്റെ കഴുത്തിൽനിന്നും പിടിവിടുവിച്ച് ശിവദാസനെ ശാന്തനാക്കാൻ ശ്രമിച്ചുകൊണ്ടിരുന്നു. മുഹമ്മദലി പറഞ്ഞാൽ ശിവദാസൻ ശാന്തനാകാതിരിക്കില്ല. ശിവദാസന്റെ എല്ലാ വേവലാതികൾക്കുമുള്ള ഒറ്റമൂലി അവന്റെ കൈവശമുണ്ട്. മുഹമ്മദലി മദ്യപിക്കില്ലെന്നാണ് ചിലരൊക്കെ പറയുന്നത്. മദ്യപിച്ചില്ലെങ്കിലും ശിവദാസന്റെ അബ്കാരി ഫണ്ട് അവന്റെ നിയന്ത്രണത്തിലാണ്. മുഹമ്മദലി ഇടപെട്ടപ്പോൾ ശിവദാസൻ അടങ്ങി. ഭുവനചന്ദ്രൻ എല്ലാം കണ്ടുകൊണ്ട് സ്വന്തം സീറ്റിൽ അടങ്ങിയിരുന്നതേയുള്ളൂ. എന്തെങ്കിലും പറഞ്ഞുപോയാൽ എല്ലാംകൂടി അയാൾക്കെതിരെ തിരിയും. മകളെപ്പറ്റി എല്ലാം പറഞ്ഞുപരത്തിയത് ഭുവനചന്ദ്രനാണെന്നു സ്ഥാപിക്കാൻ താപ്പാന സംഘത്തിന് അരനിമിഷം തീർത്തും വേണ്ട.

"ആ സാധുകുട്ടീനെക്കൊണ്ട് എന്തൊക്കെ മഹാപാപാ ഇപ്പറേന്നത്." രാധേടത്തിയുടെ അന്ത്യവിധിയോടെ ഭുവനചന്ദ്രൻ കുരിശിൽക്കയറും. അല്ലെങ്കിലും ശിവദാസന്റെ ജീവിതം തുപ്പൽക്കോളാമ്പിയാണ്. പണം കിട്ടുമെങ്കിൽ അവനെന്തും ചെയ്യും. പ്രവൃത്തിക്കനുസരിച്ചാണെങ്കിൽ അവന്റെ ഖദർവേഷം നിന്നനില്പിൽ കത്തിപ്പോവേണ്ടതാണ്. പഴയ പരുത്തി നൂലൊന്നും ഇപ്പോഴില്ലല്ലോ. അതുകൊണ്ട് അങ്ങനെയൊന്നും സംഭവിക്കുന്നില്ലെന്ന് മാത്രം. ഓഫീസ് വിട്ടിറങ്ങുമ്പോൾ എല്ലാവരുടേയും മുഖത്ത് മ്ലാനതയായിരുന്നു. ഒരു മരണവീട്ടിൽ നിന്നെന്നപോലെയാണ് ആളുകൾ ഇറങ്ങി വരുന്നത്. എത്ര കൊള്ളരുതാത്തവനാണെങ്കിലും ശിവദാസനെ ഇവരെല്ലാം ഇഷ്ടപ്പെടുന്നു. ശിവദാസന്റെ ദുഃഖം ഇവരുടെ ദുഃഖമായി അവർ കണക്കാക്കുന്നു. ആൾക്കൂട്ടത്തിന്റെ മനോഗതി വല്ലാത്തൊരു പ്രതിഭാസം തന്നെയാണ്. എവിടെയും തിന്മയുടെ മൂർത്തികളാണ് ആരാധിക്കപ്പെടുന്നത്. ശിവദാസന് നേടിക്കൊടുക്കാൻ കഴിയാത്തതായി ഒന്നുമില്ലെന്ന് ഇവരുടെയൊക്കെ ഉപബോധമനസ്സിൽ ആരോ എപ്പോഴും മന്ത്രിച്ചുകൊണ്ടിരിക്കുന്നു. ശിവദാസൻ അവരുടെ രക്ഷകനാണെന്നൊരു തോന്നൽ എല്ലാവർക്കുമുണ്ട്. ഓരോരുത്തനും തനിക്കെവിടെയോ ഒരു ശത്രുവുണ്ടെന്ന് സദാ ഭയപ്പെട്ടുകൊണ്ടാണ് ഓരോ ദിവസവും കഴിയുന്നത്. ആ ശത്രുവിൽനിന്നും രക്ഷനേടാൻ അവർ തിന്മയുടെ ദേവതകളെ ഉപാസിക്കുന്നു. ഒരു നരബലികൊണ്ട് വലിയ കാര്യങ്ങൾ നേടാനാവുമെങ്കിൽ എല്ലാവരും അതിനും തയ്യാറാണ്. ഓഫീസിന്റെ മുമ്പിലെ ഇറക്കത്തിലൂടെ ഒഴുകി വരുന്നത് ഈ പ്രതികരണശേഷി ഇല്ലാത്ത ജനസഞ്ചയത്തിന്റെ പ്രതിനിധികളാണ്. അവരുടെ രക്ഷകനായ ശിവദാസന്റെ തലയിലാണിപ്പോൾ ഇടിത്തീവീണിരിക്കുന്നത്. സ്വന്തം മകളുടെ ഭാവിയെക്കുറിച്ചുള്ള ആശങ്കകളേക്കാളേറെ ഇപ്പോൾ ശിവദാസനെ അസ്വസ്ഥനാക്കുന്നത് തന്റെ അപ്രമാദിത്വത്തിന് ഇടിവുതട്ടുമോ എന്ന ഭയമാണെന്ന് അവർക്കാർക്കുമറിയില്ല. കള്ളക്കഥകളുടെ ചീട്ടുകൊട്ടാര

ത്തിൽ സ്ഥിരവാസം നടത്തുന്ന ശിവദാസന് രണ്ടു പെഗ്ഗിൽ അലിയിച്ചു കളയാനുള്ള വ്യസനങ്ങളേ ഇപ്പോഴുള്ളൂ. നാളെ നേരം പുലർന്നാൽ മകൾക്കും കൂടെ വന്ന സിക്കുകാരനും എല്ലാം പുതിയ വ്യാഖ്യാനങ്ങളുണ്ടാവും. ആ വ്യാഖ്യാനത്തിൽ അവന്റെ സിൽബന്ധികളെല്ലാം ആവേശഭരിതരാവും. ശിവദാസന്റെ അപ്രമാദിത്വത്തിന്റെ സ്ഥാനം വാണം പോലെ കുതിച്ചുയരും. ഇതൊക്കെയേ സംഭവിക്കാനുള്ളൂവെന്ന് ഭുവനചന്ദ്രന് നന്നായറിയാം. എത്രയോ അനുഭവമുള്ളതാണ്. ഒരു പാതിയുറക്കത്തിലെന്നപോലെ ഓഫീസിൽ നടക്കുന്ന വിചിത്രമായ കാര്യങ്ങൾ ഓരോന്നും ഓർത്തെടുത്തുകൊണ്ട് ബസ് സ്റ്റോപ്പിൽ നില്ക്കുകയായിരുന്നു ഭുവനചന്ദ്രൻ. മുമ്പിൽ ഒരു വെളുത്ത ഇന്നോവ കാർ വന്നുനിന്നപ്പോൾ ആദ്യം ഭുവനചന്ദ്രന് അസ്വാഭാവികമായി ഒന്നും തോന്നിയിരുന്നില്ല. കാറിന്റെ ഡ്രൈവിങ് സീറ്റിലിരുന്ന ആൾ മുൻവശത്തെ വാതിൽ തുറന്നുകൊണ്ട് ശരിക്കും ആജ്ഞാപിക്കുകയായിരുന്നു. കാറിൽ മറ്റാരുമില്ല.

"കേറിവാടാ കഴുവേറീ. ഒരു സർക്കാർഉദ്യോഗസ്ഥ പ്രമാണി."

ആ വാക്കുകളിൽ നിറഞ്ഞുനിന്ന സ്നേഹം ആസ്വദിച്ചുകൊണ്ട് ഒരു യന്ത്രമനുഷ്യനെപ്പോലെ ഭുവനചന്ദ്രൻ ഒരു പരുങ്ങലോടെ മറ്റൊന്നുമാലോചിക്കാതെ കാറിൽ കയറി. വലതുകൈ സ്റ്റിയറിങ്ങിലും ഇടതു കൈ തന്റെ തോളിലുമിട്ട് വെളുക്കെ ചിരിച്ചുകൊണ്ട് തന്റെ മുമ്പിലിരിക്കുന്ന ആ തടിമാടന്റെ മുഖം ഓർത്തെടുക്കാൻ വല്ലാതെ പ്രയാസപ്പെടുകയായിരുന്നു. അയാളുടെ കണ്ണുകളിൽ ഒളിഞ്ഞുനിന്ന കാലത്തിനു മായ്ക്കാൻ കഴിയാത്ത ഒരു എന്തോ അടുപ്പത്തിന്റെ മുദ്ര ഭുവനചന്ദ്രനെ ശരിക്കും കുഴക്കി. പെട്ടെന്നയാൾ തന്റെ അയഞ്ഞ ഷർട്ടിനകത്തുനിന്നും ബ്രഹ്മസൂത്രം പുറത്തെടുത്ത് ഉറക്കെ ചിരിച്ചു.

"കാക്കശ്ശേരിയില്ലത്തെ ശാന്തിക്കാരൻ നമ്പൂരിയുടെ മകൻ പരമേശ്വരൻ. ഉച്ചപൂജ കഴിഞ്ഞ് തിരിച്ചെത്തുന്ന അച്ഛൻ കൊണ്ടുവരുന്ന മഹാദേവന്റെ നേദ്യച്ചോറ് മാത്രം കഴിച്ച് പട്ടിണി മാറ്റിയ ഉണ്ണിനമ്പൂതിരി. കാക്കശ്ശേരിയില്ലത്തു ജനിച്ചുപോയതുകൊണ്ട് മാത്രം സ്കൂളിലെ സർവ്വാണിക്കാർക്കുള്ള ഉച്ചക്കഞ്ഞിപോലും നിഷേധിക്കപ്പെട്ടവൻ. നീലംമുക്കാത്ത പാവുമുണ്ടും ചാരനിറത്തിലുള്ള ശീട്ടിക്കുപ്പായവും കുഴിയിലൊളിച്ച ആ കണ്ണുകളും മനസ്സിൽ തെളിഞ്ഞപ്പോൾ മുന്നിലിരിക്കുന്നത് ആ പരമേശ്വരൻ തന്നെയെന്ന് വിശ്വസിക്കാൻ മനസ്സു കൂട്ടാക്കുന്നില്ല. ചന്ദനനിറമുള്ള ജുബ്ബയും കസവുമുണ്ടും കഴുത്തിൽ കമ്പക്കയറുപോലെ ഒരു സ്വർണ്ണമാല. നെറ്റി നിറഞ്ഞുകവിഞ്ഞ് ചെന്നിയോളം നീണ്ടുകിടക്കുന്ന ചന്ദനക്കുറി. നെഞ്ചിൽ മയങ്ങിക്കിടക്കുന്ന സ്വർണ്ണ നിറമുള്ള പ്രൗഢിയുള്ള ബ്രഹ്മസൂത്രം. കണ്ണുകളിൽ പണക്കൊഴുപ്പിന്റെ വെട്ടിത്തിളക്കം. ഭുവനചന്ദ്രന് എല്ലാം വിചിത്രമായി തോന്നി..

"എനിക്കാദ്യം മനസ്സിലായതേയില്ല." ആ വാക്കുകളിൽ നിറഞ്ഞുനിന്നത് അത്ഭുതമായിരുന്നു.

ഭുവനചന്ദ്രൻ മുഖത്തു പടർന്ന ജാള്യത ഒളിപ്പിക്കാൻ പാടുപെട്ടു കൊണ്ട് പറഞ്ഞൊപ്പിച്ചു.

"ഭുവനാ, എനിക്കുതന്നെ എന്നെയിപ്പോൾ മനസ്സിലാവുന്നില്ല. പേരു പോലും മാറി. ഇപ്പോൾ കാക്കശ്ശേരിയില്ലത്തെ ബ്രഹ്മദത്തൻ നമ്പൂതിരിപ്പാട്. ടൗണിലെ 'ആശിർവാദം' കല്ല്യാണമണ്ഡപത്തിലെ സ്ഥിരം പുരോഹിതൻ. സീസണിൽ ഒരു ദിവസം നാലും അഞ്ചും വിവാഹം. പട്ടിണിക്കാരൻ പരമേശ്വരന് മനസ്സിലുറച്ചുപോയ ജാതിഭേദമുണ്ടായിരുന്നു. ക്ലാസിൽ അയിത്ത ജാതിക്കാരനെ അബദ്ധത്തിൽ തൊട്ടുപോയതിന് ഇട്ട കുപ്പായം ഇല്ലത്തെ ഉരൽക്കുഴിയിലെ അയിത്തകൊക്കയിൽ തൂക്കി കുളിച്ച് ശുദ്ധം ചെയ്ത് അകത്തുപോയി അത്താഴപ്പട്ടിണി കിടന്നവൻ പരമേശ്വരൻ. ബ്രഹ്മദത്തന് ഒരു വിവേചനവുമില്ല. ദളിതനും ബ്രാഹ്മണനുമെല്ലാം കല്ല്യാണ മണ്ഡപത്തിൽ ഒരുപോലെ അനുഗ്രഹം. ദക്ഷിണ ആയിരത്തിൽ കുറഞ്ഞാൽ മാത്രം തർക്കം. തർക്കിക്കുന്നവനെ കുത്തി മലർത്താൻപോലും ബ്രാഹ്മണനായ ബ്രഹ്മദത്തന്റെ മനസ്സ് പാകം. മക്കൾ ടൗണിലെ ഒന്നാന്തരം പബ്ലിക് സ്കൂളിൽ. അന്തർജ്ജനം നഗരത്തിലെ അറിയപ്പെടുന്ന കാറ്ററിങ് സർവ്വീസിന്റെ അധിപ. ആർക്കും ഒരു മന്ത്രജ്ഞാനവും വേണ്ട. സർവ്വം മംഗളം. എന്തെങ്കിലും മനസ്സിലായോ ഉദ്യോഗസ്ഥാ?"

ഒരു പേമാരിപോലെ പരമേശ്വരനെന്ന ബ്രഹ്മദത്തൻ നമ്പൂതിരിപ്പാട് പെയ്തു തീർന്നു. അയാൾ അതിവേഗത്തിൽ കാറോടിച്ചുകൊണ്ടിരുന്നതും ഇത്രവേഗം പെരുമാളുകാട്ടിലെത്തിയതുമൊന്നും ഭുവനചന്ദ്രൻ അറിഞ്ഞതേയില്ല. പരമേശ്വരൻ കാർ നിർത്തി യാത്രപറയുമ്പോഴും ഭുവനചന്ദ്രന്റെ മനസ്സിലെ വെപ്രാളം അവസാനിച്ചിരുന്നില്ല. കാറിൽ നിന്നിറങ്ങിക്കഴിഞ്ഞപ്പോഴാണ് അവനോട് അധികമൊന്നും സംസാരിക്കാതിരുന്നത് ശരിയായില്ലെന്ന് ഭുവനചന്ദ്രന് തോന്നിയത്. ഒന്നും സംസാരിക്കാനുണ്ടായിരുന്നില്ലെന്നും അവനെല്ലാം ഭ്രാന്തമായ ആവേശത്തോടെ ഒരു പകവീട്ടലുപോലെ സ്വയം വെളിപ്പെടുകയായിരുന്നല്ലോ എന്നും അപ്പോൾ തന്നെ മനസ്സ് തിരുത്തി. അല്ലെങ്കിലും ഒരു ഞെട്ടലിൽ തീർത്തും മൗനിയായിപ്പോയതിൽ അസ്വാഭാവികമായി ഒന്നുമില്ലെന്നും. അപ്പോഴും വിഘ്നേശ്വരൻ ഒരു നിമിഷം കൺമുമ്പിൽ വന്ന് മറഞ്ഞത് ഭുവനചന്ദ്രൻ അറിയുന്നുണ്ടായിരുന്നു. കാലം സ്വന്തം കണക്കുപുസ്തകങ്ങളിലെ പിശകുകൾ ഒന്നൊന്നായി തിരുത്തി മുമ്പോട്ടുപോവുകയാണെന്നു മാത്രം അപ്പോൾ സ്വയം ബോദ്ധ്യപ്പെടുത്തി. പരമേശ്വരനെ കണ്ടതും അവൻ പറഞ്ഞതുമെല്ലാം ആദ്യം വിവേകനോടും പിന്നെ സുമിത്രയോടും വിശദമായി പറയണമെന്ന് മനസ്സിലുറച്ചു. ഓഫീസിൽ നടക്കുന്ന ഒന്നിനും സാക്ഷിയാകാതെ നാളെ ഒരു ദിവസം ലീവെടുക്കണമെന്ന് തീരുമാനിച്ചുറച്ചാണ് ഭുവനചന്ദ്രൻ അന്ന് നാട്ടിൽ ബസിറങ്ങിയത്. മനസ്സിലെ കാർമേഘങ്ങൾ കഴുകിക്കളയേണ്ട സമയങ്ങളിൽ ഭുവനചന്ദ്രൻ എപ്പോഴും അങ്ങനെയാണ്.

സിദ്ധാന്തങ്ങളെ കടിച്ചുകീറുന്ന ജീവിതം

വൈകുന്നേരം വീട്ടിലെത്തിയപ്പോൾ വിവേകൻ കസേരയിട്ട് മുറ്റത്തിരിക്കുന്നത് ദൂരെനിന്നുതന്നെ ഭുവനചന്ദ്രൻ കണ്ടു. അവൻ ഇപ്പോൾ ചില ദിവസങ്ങളിൽ ഉച്ചവരെ മാത്രമേ ജോലിചെയ്യാറുള്ളൂ. ജീവിതത്തിനാകെ അപ്രതീക്ഷിതമായ ഒരു മാറ്റം സംഭവിച്ചതായി അവൻ പലപ്പോഴും പരാതിപ്പെടാറുള്ളത് ഭുവനചന്ദ്രൻ ഓർത്തു. ശരിയും തെറ്റും ഒരാൾക്കും വകതിരിക്കാൻ കഴിയാത്ത ചില പ്രശ്നങ്ങളാണ് അവനെ അലട്ടിക്കൊണ്ടിരിക്കുന്നത്. സ്വന്തം മകൻ തെറ്റുചെയ്താൽ തിരുത്താനും തിരുത്തിക്കാനുമറിയുന്നവനാണ് വിവേകൻ. ഒരു സാധാരണ കരിങ്കൽ തൊഴിലാളിയാണെങ്കിലും പക്വമതിയായ ഒരു അദ്ധ്യാപകന്റെ മനസ്സാണവന്. പക്ഷേ, ഇവിടെ വിദ്യാർത്ഥികൾ തെറ്റുചെയ്യുന്നവരാണെന്ന് അവനൊരിക്കലും തോന്നിയിട്ടില്ല. അങ്ങനെ പറയാൻ അവന് കഴിയില്ല. അവന്റെ ജീവിതാനുഭവങ്ങൾ അതാണ്. അവൻ ദിവസങ്ങളോളം പട്ടിണി കിടന്നിട്ടുണ്ട്. പാവപ്പെട്ട ആദിവാസികൾക്കുവേണ്ടി മാസങ്ങളോളം ജയിലിൽ കിടന്നിട്ടുണ്ട്. അനാഥയായ പെൺകുട്ടിയെ പ്രണയിച്ച് വിവാഹം കഴിച്ചിട്ടുണ്ട്. എല്ലാം സാമൂഹ്യമാറ്റമെന്ന സ്വപ്നം പൂർത്തീകരിക്കാനാണെന്ന് അവൻ ഉള്ളാലെ അഭിമാനിക്കുന്നു. പക്ഷേ, ഇപ്പോൾ സ്വന്തം വീട്ടിൽ അവൻ ഒരു ശരശയ്യയിലാണ് അന്തിയുറങ്ങുന്നത്. അത് സ്വയം പണിതതോ മറ്റാരെങ്കിലും പണിത് നല്കിയതോ എന്ന ചോദ്യത്തിനു മാത്രം അവന് ഉത്തരമില്ല.

"നീയിന്ന് നേരത്തേയാണല്ലോ" വിവേകൻ വായിച്ചുകൊണ്ടിരുന്ന പത്രത്താളിൽനിന്ന് കണ്ണെടുക്കാതെ തന്നെ കുശലം ചോദിച്ചു.

"പടപേടിച്ച് പന്തളത്തുചെന്നാൽ അവിടെ പന്തംകൊളുത്തിപ്പട എന്നു പറയുന്നതുപോലെയാ ഓഫീസിലെ സ്ഥിതി. ഓരോ ദിവസവും

ഓരോരോ പുതിയ പ്രശ്നങ്ങളുണ്ടാവും. ആ ശിവദാസന്റെ മോള് ദൂരെയെ വിടെയോ പഠിക്ക്ന്ന്ണ്ട്. ആ കുട്ടി ഏതോ സിക്കുകാരന്റെ കൂടെ എങ്ങോട്ടോ പോയി എന്നൊക്കെപ്പറയുന്നതു കേട്ടു. ശിവദാസന് അതൊന്നും വലിയ പ്രശ്നമല്ല. അവന് കാശുകിട്ടിയാ മതി. അപ്പോഴും മോള് വിദേശത്ത് അമ്പാസിഡറാന്ന് വീരസ്യം പറയുകെം ചെയ്യും." ഭുവനചന്ദ്രൻ ഷർട്ടഴിച്ച് അയയിൽ തൂക്കിയിട്ടശേഷം വിവേകന്റെ എതിർവശത്തായി കസേരയിൽ ഇരുന്നു.

"ഇന്നലത്തെ പത്രത്തിൽ പഴഞ്ചൊല്ലുകളെക്കുറിച്ചൊരു ലേഖനമുണ്ട്. അത് വായിക്കാനാ ഞാൻ നേരത്തെ വന്നത്. ഓർത്താൽ വലിയ രസമുള്ള കാര്യമാണത്. പഴഞ്ചൊല്ലുകൾ ഓരോരോ ജീവിത സന്ദർഭങ്ങളിൽ കവിഹൃദയമുള്ളവർ മുൻവിധിയില്ലാതെ സൃഷ്ടിച്ചതാകാമെന്നാണ് ഞാൻ കരുതുന്നത്. പക്ഷേ, മറ്റൊരു കോണിലൂടെ നോക്കിയാൽ അതെല്ലാം ആരോ ചിലർ ജീവിതത്തെ അപഗ്രഥിച്ചെഴുതിയോ പറഞ്ഞോ ഉണ്ടാക്കിയതാണെന്നും ചിന്തിച്ചുപോകും. നാം നമ്മുടെ നിത്യജീവിതത്തിൽ സ്വന്തം വാക്കുകൾ കൊണ്ട് പറഞ്ഞുറപ്പിക്കാനാവാത്ത കാര്യങ്ങളെ അതിനു യോജിച്ച പഴഞ്ചൊല്ലുകൾ ഉപയോഗിച്ച് അടിവരയിടുന്നത് എത്രഎളുപ്പത്തിലും വേഗത്തിലുമാണ്. പ്രശ്നങ്ങൾ നിറഞ്ഞ നിന്റെ ഓഫീസിനെക്കുറിച്ച് ഒരു മണിക്കൂറുകൊണ്ട് പറഞ്ഞാൽ തീരാത്ത കാര്യങ്ങളാണ് വന്നപാടെ നീ ഒരു പഴഞ്ചൊല്ലുകൊണ്ട് സാധിച്ചെടുത്തത്."

വിവേകൻ ജീവിതപ്രയാസങ്ങളെയെല്ലാം മറന്ന് സംസാരിച്ചുതുടങ്ങിയപ്പോൾ ഭുവനചന്ദ്രന് വല്ലാത്ത മനസ്സുഖം തോന്നി. ഒരു പ്രബന്ധകാരന്റെ നിരീക്ഷണബുദ്ധിയും വിഷയാവതരണശേഷിയും ഒരു സാധാരണ കരിങ്കൽ തൊഴിലാളിയിൽ സമ്മേളിക്കുന്നത് ഭുവനചന്ദ്രൻ ആദരവോടെ അനുഭവിക്കുകയായിരുന്നു.

"പഴഞ്ചൊല്ലുകളുടെ സ്രഷ്ടാക്കൾ അജ്ഞാതരാണെന്നതാണ് വലിയ കഷ്ടം. സത്യത്തിൽ അവർ സമൂഹത്തിനും ഭാഷയ്ക്കും തങ്ങളാൽ കഴിയുന്ന സംഭാവനകൾ നല്കി കാലത്തിനപ്പുറത്തേക്ക് മാറി നില്ക്കുകയായിരുന്നു. ആ സംഭാവനയ്ക്ക് അവർ ആരിൽനിന്നും രശീതി ആവശ്യപ്പെട്ടതുമില്ല, ആഗ്രഹിച്ചതുമില്ല." വിവേകൻ നല്ല ചിട്ടയോടെ സംസാരിച്ചുകൊണ്ടിരുന്നു.

"ഇവരെല്ലാം കാലയവനികയ്ക്കുള്ളിൽ മറഞ്ഞുപോയവരെന്നാണ് നാം ലാഘവത്തോടെ പറയാറുള്ളത്. എന്നാൽ അങ്ങനെ മറഞ്ഞുപോയവരല്ല അവരൊന്നും. പണാധിപത്യവും മുതലാളിത്തവും ബലമായി ചരിത്രത്തിൽനിന്നും മായ്ച്ചുകളഞ്ഞതാണവരെ. കാരണം അവരുടെ വാക്കുകളിൽ തീപ്പൊരികളുണ്ടെന്ന് മുതലാളിത്തത്തിനും നാടുവാഴിത്തത്തിനും അറിയാമായിരുന്നു. ഇപ്പോഴുമറിയാം. ആ ദുഷ്ടശക്തികൾ മനുഷ്യൻ എന്ന വാക്കിനെപ്പോലും ഭയപ്പെടുന്നു. കരിങ്കല്ലിൽ പണിയുന്ന ഒരു തൊഴിലാളിയുടെ വിരലുകളെയും, ഞാറ്റ് പാട്ട്പാടുന്ന പെണ്ണിന്റെ

ഈണത്തെയും, ക്ലാസെടുക്കുന്ന അദ്ധ്യാപകന്റെ വാക്കുകളെയും, കഥയെഴുതുന്ന എഴുത്തുകാരന്റെ പേനയേയും, സ്വാതന്ത്ര്യം ചാപ്പൻനായരുടെ ചരിത്രബോധത്തേയും അവർ എപ്പോഴും ഭയപ്പെടുന്നുമുണ്ട് ഭുവനാ. അവരെല്ലാം ഒരു കൊടിക്കീഴിലെത്തുന്ന ദിവസത്തെ അവർ അകലെയെവിടെയോ ഒളിഞ്ഞിരുന്ന് കാണുന്നുമുണ്ട്. പക്ഷേ, ആ ദിവസത്തെ പരമാവധി അകറ്റാൻ അവർ ഒടിയനായി എല്ലായിടത്തുമുണ്ട്. സാധാരണക്കാരായ നമുക്കത് കാണാൻ കഴിയുന്നില്ലെന്നതാണ് ഏറ്റവും വലിയ സങ്കടം." വിവേകന്റെ മുഖത്ത് കുറേനേരം നിർത്താതെ സംസാരിച്ചതുകൊണ്ട് വിയർപ്പുകണങ്ങൾ പൊടിയുന്നുണ്ടായിരുന്നു. ഭുവനചന്ദ്രൻ അവന്റെ ഹൃദയത്തിൽനിന്നും വന്ന വാക്കുകളെ മനസ്സിൽ താലോലിച്ചുകൊണ്ട് നിശ്ശബ്ദനായിരുന്നു. അപ്പോഴേക്കും സുമിത്ര ചായയുമായെത്തി.

"ഇതൊക്കെ നാം ഈ മുറ്റത്തിരുന്നു പറഞ്ഞാൽ മാത്രം മതിയോ?" ഭുവനചന്ദ്രൻ അല്പം നിരാശതയോടെ ചോദിച്ചു.

"പിന്നെ ഭ്രാന്തനെപ്പോലെ മനസ്സിൽ തോന്നിയതെല്ലാം തെരുവിൽ വിളിച്ചുകൂവി നടക്കണോ? നമ്മുടെ പഴയ സ്റ്റാർ ആർട്സ് ആന്റ് സ്പോർട്സ് ക്ലബ്ബ് ഓർമ്മയുണ്ടോ. സുഗതൻ മാഷ് എത്രയോ പ്രാവശ്യം അവിടെവന്ന് ക്ലാസെടുത്തത് നിനക്കോർമ്മയുണ്ടല്ലോ. ഉണ്ണീരിയുടെ ചായപ്പീടികയ്ക്ക് പുറകിൽ ഓലച്ചെറ്റ കെട്ടിയുണ്ടാക്കി തുടങ്ങിയ ആ ക്ലബ്ബ് നാട്ടുകാർക്കുവേണ്ടി എന്തെല്ലാം നല്ല കാര്യങ്ങൾ ചെയ്യുമായിരുന്നു. ചാണകം മെഴുകിയ നിലത്തിരുന്ന് സുഗതൻ മാഷ് അരിമുറുക്കും ചുക്കുകാപ്പിയും കുടിച്ച് പാതിരാവരെ ക്ലാസെടുക്കുമായിരുന്നില്ലേ. പലരോടും പിരിവെടുത്ത് ഇ എം എസിന്റെ ആത്മകഥ വാങ്ങിയത് ഓർമ്മേണ്ടല്ലോ. എന്തൊരാവേശായിരുന്നു അന്നൊക്കെ നല്ല നല്ല പുസ്തകങ്ങൾ വായിക്കാൻ. ഇന്നിപ്പോ സ്റ്റാർ ക്ലബ്ബ് ചിട്ടിക്കമ്പന്യാ. ഈരണ്ട് ലക്ഷത്തിന്റെ നാലു ചിട്ടീണ്ട്. പഞ്ചായത്ത് കൊടുക്കുന്ന ഒരു പത്രോണ്ടാവും വരാന്തേല്. അതുതന്നെ ഗ്രന്ഥശാല. പത്രം വയസ്സന്മാരാരെങ്കിലും വായിച്ചാലായി. നല്ലപുസ്തകങ്ങളെല്ലാം ആരൊക്ക്യോ നശിപ്പിച്ചു. പുതിയ കുറേ കുട്ടികള്ണ്ട്. അവരെപ്പോഴും ചിട്ടീന്റേം നെറ്റിന്റേം സീരിയലിന്റേം കഥ പറഞ്ഞിരിക്കും. അവരുടെ പ്രതിഷേധങ്ങളെല്ലാം ഓരോ ദിവസവും ഫെയ്സ്ബുക്കിൽ തലകുത്തി വീഴുന്നു. അവരെ കുറ്റം പറയാനാവില്ല. അവർക്കതല്ലാതെ വേറെന്തു വിഷയം? അതുതന്നേണ്ട് അവർക്ക് വേണ്ടതിലധികം പറയാൻ. പുസ്തകം വാങ്ങാൻ കിട്ട്യ ഗ്രാന്റ് വകമാറ്റി നെലത്ത് ടൈലിട്ടു എന്നൊക്കെ പറേന്നത് കേട്ടു. സുഗതൻ മാഷ് പോയേപ്പിന്നെ ഒരു സാംസ്കാരികയോഗം പോലും അവിടെ നടന്നിട്ടില്ല. ഞാനൊന്നുംപറയില്ല. കുട്ടികള്ടെ മുമ്പില് ഞാനൊരു ഏഴാംതരക്കാരനായ കരിങ്കൽപ്പണിക്കാരൻ മാത്രാ. ഫെയ്സ്ബുക്കിന്റെ മുമ്പില് കരിങ്കല്ലിനെന്തു സ്ഥാനം?" വിവേകന്റെ ശബ്ദം ഒരുവേള ഇടറിപ്പോയത് ഭുവനചന്ദ്രൻ ശ്രദ്ധിച്ചു.

"ആലോചിച്ചാൽ ഇതൊക്കെ വലിയ കഷ്ടം തന്ന്യാ. ഒരു സമൂഹ

മൊന്നടങ്കം മയക്കുമരുന്നു കഴിച്ചതുപോലെ ആയാൽ നാളെ ഈ നാട് എന്താകും?"

"എല്ലാം അദൃശ്യശക്തികൾ എവിടെയോ ഒളിഞ്ഞിരുന്ന് നിയന്ത്രിക്കുകയാണ് ഭുവനാ. ഇത് ചരിത്രത്തിന്റെ എല്ലാ ഘട്ടത്തിലും സംഭവിച്ചതുമാണ്. ഭയപ്പെടാനൊന്നുമില്ല. മനുഷ്യൻ അവസാനം എല്ലാത്തിനും മീതെ ഉയിർത്തെഴുന്നേല്ക്കുക തന്നെ ചെയ്യും. ഇത് ഉറക്കമല്ല. വെറുമൊരു മയക്കം മാത്രമാണ്." വിവേകന്റെ വാക്കുകൾക്ക് നല്ല ദൃഢതയുണ്ടായിരുന്നു.

"നമുക്ക് സ്റ്റാർ ക്ലബ്ബിൽ ഇടപെടണം. കുട്ടികളെ കാര്യങ്ങൾ പറഞ്ഞു മനസ്സിലാക്കണം." ഭുവനചന്ദ്രന്റെ വാക്കുകൾക്ക് വിവേകൻ അപ്പോൾ മറുപടിയൊന്നും പറഞ്ഞില്ല.

"ഞാനിടപെട്ടാൽ അതിന് മറ്റുപല വ്യാഖ്യാനങ്ങളുമുണ്ടാകും. ഞാനൊരു തീവ്രവാദിയാണെന്നാ പൊതുവെ അഭിപ്രായം. ഇപ്പോ ആശയപരമായി കൊല്ലാൻ കഴിയാത്തവനെ ശാരീരികമായി നേരിടാൻ തീവ്രവാദിയെന്ന വാക്ക് ചിലരെങ്കിലും ഉപയോഗിച്ചു തുടങ്ങീട്ടുണ്ട്. എന്നാലും നമുക്കൊന്ന് ശ്രമിച്ചുനോക്കാം." എന്തോ ഗാഢമായി ആലോചിച്ചുകൊണ്ട് വിവേകൻ പറഞ്ഞു.

"വിദ്യനെന്തെങ്കിലും മാറ്റം?" സുമിത്ര ഉമ്മറപ്പടിയിൽ നിന്നുകൊണ്ട് ചോദിച്ചപ്പോൾ വിവേകൻ ചെറുതായൊന്നു ചിരിച്ചു.

"ഒരു രോഗിയുടെ വിവരമന്വേഷിക്കുന്നതുപോലെയാ സുമിത്രയുടെ ചോദ്യം. ഞാൻ പിന്നീടൊന്നും അവനുമായി അക്കാര്യം സംസാരിച്ചിട്ടില്ല. രണ്ടുപേരും കടയിലുണ്ട്. ഇടയ്ക്കൊക്കെ രണ്ടുപേർക്കും ഫോണിൽ ഭീഷണിയുണ്ട്. കടയുടമസ്ഥൻ ഒരു മാന്യനും മനുഷ്യസ്നേഹിയുമായതുകൊണ്ട് രണ്ടു വിഭാഗക്കാർക്കും അവരാഗ്രഹിക്കുന്നതുപോലെ മുന്നേറാൻ കഴിയുന്നില്ല. രണ്ടു ഭാഗക്കാരും ഒറ്റമനസ്സായിട്ടാ ഭീഷണി മുഴക്കുന്നത്. എവിടെയോ ഒന്നിച്ചിരുന്ന് തീരുമാനമെടുക്കുന്നത് പോലെ. ഒരു പെരുന്നാളിന് നജ്മ വിദ്യനെ ഉച്ചഭക്ഷണത്തിന് വീട്ടിലേക്ക് ക്ഷണിച്ചതാ കുഴപ്പമായത്. വിഷുവിന് നജ്മ എന്റെ വീട്ടിലും വന്നിരുന്നു. കടയിൽത്തന്നെയുള്ള മറ്റ് രണ്ട് ചെറുപ്പക്കാരാ എല്ലാറ്റിന്റെയും പുറകിൽ. ഒരുതരം അസൂയ എന്നാണ് പറയേണ്ടത്. അല്ലെങ്കിൽ മനോരോഗം. നാട്കത്തരുതെന്നേ എനിക്കും രമണിക്കുമുള്ളൂ. അവർ തമ്മിൽ ആത്മാർത്ഥമായി പ്രണയത്തിലാണെന്നത് ഒരു സത്യം തന്നയാ." സംസാരിച്ചുകൊണ്ടുതന്നെ വിവേകൻ പിന്നെ കോണിപ്പടികളിറങ്ങി ഇടവഴിയിലെ ഇരുട്ടിലേക്ക് ഇറങ്ങിപ്പോയി.

പലായനം

തീരെ പ്രതീക്ഷിക്കാതെയാണ് ഭുവനചന്ദ്രൻ എത്രയോ വർഷങ്ങൾക്കുശേഷം തിരുവനന്തപുരത്ത് വെച്ച് സുഗതൻ മാഷെ കാണാനിടയായത്. ഹെഡ്ക്വാർട്ടർ ഡ്യൂട്ടിക്കായി തിരുവനന്തപുരത്തെത്തിയതായിരുന്നു. രാത്രി വണ്ടിക്ക് നാട്ടിലേക്ക് തിരിക്കേണ്ടതാണ്. മ്യൂസിയം ജങ്ഷനിലൂടെ വെറുതെ നടക്കുകയായിരുന്നു. വെറുതെയൊരു കറങ്ങിയടിക്കൽ. രാത്രി വണ്ടി എട്ടുമണിക്കാണ്. വെറുതെ സമയം കൊല്ലാനുള്ള നടത്തമാണ്. തന്നിലെ പരിചയക്കാരനെ ചികഞ്ഞെടുക്കാൻ ശ്രമിച്ചുകൊണ്ട് മുമ്പിൽ വന്നുനില്ക്കുന്നത് സുഗതൻ മാഷാണെന്ന് പെട്ടെന്ന് ഭുവനചന്ദ്രന് തിരിച്ചറിയാനായില്ല. അദ്ദേഹത്തിനും ആദ്യകാഴ്ചയിൽ ഭുവനചന്ദ്രനെ മനസ്സിലായില്ലെന്നത് തികച്ചും സ്വാഭാവികം. അവസാനമായി കണ്ടിട്ട് ഒരു നാല്പതുകൊല്ലത്തിലധികമായിരിക്കുന്നു. ഭുവനചന്ദ്രൻ ഒരു സ്വപ്നത്തിലെന്നപോലെ അദ്ദേഹത്തെ ഒരു നിമിഷം നോക്കി നിന്നുപോയി.

"ഭുവനചന്ദ്രൻ?"

"സുഗതൻ സാറ്....?"

എല്ലാ അവ്യക്തതകളും ഒരു നിമിഷനേരംകൊണ്ട് മഞ്ഞുപോലെ ഉരുകിപ്പോയി. മലബാറിന്റെ രാഷ്ട്രീയ ജീവിതത്തിൽ സ്വന്തം അടയാളങ്ങൾ കോറിയിട്ട ഒരു സാധാരണ സർക്കാർ സ്കൂളിലെ മലയാളം അദ്ധ്യാപകൻ. ഉജ്ജ്വല പ്രസംഗവും, മനോഹരമായ കവിത ചൊല്ലലും കൊണ്ട് ഒരു തലമുറയെയാകെ കോരിത്തരിപ്പിച്ച തന്റെ രാഷ്ട്രീയഗുരുനാഥൻ മുമ്പിൽ നില്ക്കുന്നത് വിശ്വസിക്കാൻ കഴിയാതെ ഭുവനചന്ദ്രൻ കുഴങ്ങി.

"ഞാൻ റെയിൽവെ സ്റ്റേഷനിലേക്കാ. ശകലം തെരക്കുണ്ട്." മാഷ് പോകാൻ ധൃതികൂട്ടിയപ്പോൾ ഭുവനചന്ദ്രൻ പറഞ്ഞു:

"ഞാനും സ്റ്റേഷനിലേക്കാണ് സർ."

ആ വാക്കുകൾ അദ്ദേഹത്തെ നിരാശപ്പെടുത്തുകയാണെന്ന് ഭുവനചന്ദ്രന് പെട്ടെന്ന് തന്നെ മനസ്സിലായി. എങ്കിലും സന്തോഷം ഭാവിച്ച് മാഷ് ഒപ്പം നടന്നു. അദ്ദേഹത്തിന്റെ ചിരിയിലെ വശ്യതയും വാക്കുകളിലെ ആകർഷകത്വവും ഒട്ടും മാഞ്ഞുപോയിട്ടില്ല. എങ്കിലും രണ്ടിനും മേലെ കട്ടിയുള്ള ഒരു പുറംതോട് വന്നു ചേർന്നിരിക്കുന്നുവെന്ന് അദ്ദേഹത്തിന്റെ ശരീരഭാഷ ഭുവനചന്ദ്രനെ നിമിഷങ്ങൾക്കകം ബോദ്ധ്യപ്പെടുത്തി.

"പഴയ ഏർപ്പാടുകളൊന്നും വലുതായിട്ടില്ല. പെണ്ണും പെടക്കോഴിയുമൊക്കെ ആയപ്പോൾ ഇത്തിരി വഴിമാറി നടക്കേണ്ടി വന്നു. ഭുവനചന്ദ്രൻ കൂടുതലൊന്നും ചോദിക്കരുത്. ഞാനിപ്പോൾ നമ്മുടെ പാർട്ടിക്കാരനല്ല. മലബാറിൽനിന്ന് പോന്നതിൽപ്പിന്നെ ജീവിതത്തിൽ മാറ്റങ്ങൾ ഒരുപാടുണ്ടായി. പണം ഒരു സുന്ദരിയായ അഭിസാരികയെപ്പോലെ എന്നെയും കീഴടക്കി. അതുമാത്രം പറഞ്ഞാൽ എല്ലാമായി."

ഭുവനചന്ദ്രന്റെ നാവിൻ തുമ്പിൽ ഒരു ഞെട്ടലിന്റെ തണുപ്പ് അരിച്ചു നടന്നു. ഞാനെന്താണീ കേൾക്കുന്നത് എന്റെ വിഘ്നേശ്വരാ. ഭുവനചന്ദ്രൻ വിഘ്നേശ്വരനെ മനസ്സിൽ വിളിച്ചു വരുത്തി. സുഗതൻ മാഷ് സ്വയം പരിചയപ്പെടുത്തിക്കൊണ്ടിരിക്കുകയായിരുന്നു.

"എല്ലാവരും സോഷ്യലിസം പറയുകയും മുതലാളിത്തം ആചരിക്കുകയും ചെയ്യുന്ന ഒരു കാലം മുതലാളിത്ത സൃഷ്ടിതന്നെയാണ് ഭുവനാ.. അദ്ധ്വാനവർഗ്ഗത്തെ തള്ളിപ്പറയാൻ ആർക്കും ധൈര്യമില്ല. എല്ലാവരും തൊഴിലാളി വർഗ്ഗത്തിന്റെ ഉറ്റ ചങ്ങാതിമാരായി ഭംഗിയായി അഭിനയിക്കുന്നു. പക്ഷേ, എല്ലാമറിയുന്നവനെന്ന് സ്വയം അഹങ്കരിക്കുന്ന തൊഴിലാളിക്ക് മുതലാളിത്തത്തിന്റെ ഈ തന്ത്രം മാത്രം മനസ്സിലാകുന്നില്ല. അവൻ ഓരോ നിമിഷവും സ്വന്തം നെഞ്ചിൽത്തന്നെ കഠാരയിറക്കി ആത്മഹൂതി ചെയ്യാൻ പരിശീലിക്കുകയാണ്. എത്രകാലം ഇതിങ്ങനെ സഹിക്കും. പഴയ സുഗതൻ ഈ കേരളത്തിലെവിടെയോ ഉണ്ട്. അവനിപ്പോഴും കവലകളിലും ക്ലാസ്മുറിയിലും മഹാസമ്മേളനങ്ങളിലും വാതോരാതെ സോഷ്യലിസത്തിനുവേണ്ടി പ്രസംഗിച്ചുകൊണ്ടിരിക്കുന്നുമുണ്ട്. മറ്റൊരു സുഗതൻ ക്ഷേത്രം പ്രസിഡന്റായും സമുദായ സംഘടനാ നേതാവായും അൺഎയ്ഡഡ് സ്കൂൾ പ്രിൻസിപ്പലായും മുതലാളിത്തത്തിന്റെ അരിവെപ്പുകാരനായി കോട്ടും സൂട്ടുമിട്ട് നഗരത്തിൽ വിലസുന്നു. ഞാനിപ്പോൾ എന്റെ സമുദായ സംഘടനയുടെ സ്കൂളിൽ ഇംഗ്ലീഷ് അദ്ധ്യാപകനാണ് ഭുവനാ. മലയാളം എനിക്കിപ്പോൾ വർജ്ജ്യമാണ്."

"സാർ എങ്ങനെ ഇതൊക്കെ ഇങ്ങനെ?"

"മാറ്റം. അങ്ങനെയേ എനിക്ക് പറയാൻ കഴിയൂ. എന്റെ മക്കൾക്ക് അവരുടെ സമ്പന്നരായ സുഹൃത്തുക്കളുടെ ജീവിതശൈലി പകർത്തുകയേ വഴിയുള്ളൂവെന്ന് എന്നെയവർ ബോദ്ധ്യപ്പെടുത്തി. ഈ നഗരത്തിൽ

അവർക്കായി പ്രത്യേകിച്ചൊരു ജീവിതമില്ല. അവർ സാങ്കേതികവിദ്യകളുടേതായ പുതിയ യുഗത്തിന്റെ ഭൂതഗണങ്ങളാണ്. അല്ലെങ്കിലെന്തിന് അവരെ പഴിക്കണം? നമ്മുടെ പ്രസ്ഥാനം പോലും സാങ്കേതിക വിദ്യകളുടെ ആത്മാർത്ഥമായ ആരാധനയിലാണിപ്പോൾ. സാങ്കേതികവിദ്യ ഒരു തെരുവുവേശ്യയെപ്പോലെയാണെന്ന് പഴയ സുഗതനറിയാം. പക്ഷേ, പുതിയ സുഗതൻ അതറിയുന്നതായി നടിക്കില്ല. മുതലാളിത്ത യുഗത്തിൽ മുതലാളിത്തത്തിനുവേണ്ടിയും സോഷ്യലിസ്റ്റ് യുഗത്തിൽ സോഷ്യലിസത്തിനുവേണ്ടിയും അത് വിടുപണിചെയ്യും. കാരണം സാങ്കേതികവിദ്യക്ക് പ്രത്യയശാസ്ത്രപ്രതിബദ്ധതയില്ല ഭുവനാ. ഞങ്ങൾ മാതാപിതാക്കൾക്ക് പണം എവിടെനിന്നെങ്കിലും എങ്ങനെയെങ്കിലും കണ്ടെത്തിയേ പറ്റൂ. അല്ലെങ്കിൽ മക്കളെ ഞങ്ങൾക്ക് നഷ്ടപ്പെടും. മലബാറിൽനിന്ന് ഞാൻ ആർജ്ജിച്ചതെല്ലാം ഈ തിരുവിതാംകൂറിൽ വന്ന് മുതലാളിത്തത്തിന്റെ കാല്ക്കൽ സമർപ്പിച്ച് സന്തോഷകരമായ ഒരു ഭാവി ജീവിതം യാചിച്ചു. മക്കളാൽ കൊല്ലപ്പെടാതിരിക്കാൻ മാത്രം ഉള്ളുരുകി പ്രാർത്ഥിച്ചു. അതാണ് ഈ ജീവിതം. എന്റെ വഴി ശരിയല്ലെന്ന് മറ്റാരെക്കാളും എനിക്കറിയാം. അവസാനം ഞാൻ ശരിയായ വഴിയിൽ തിരിച്ചെത്തുമെന്നും എനിക്കു നല്ല നിശ്ചയമുണ്ട്. അതൊരു മഹാസ്ഫോടനമായിരിക്കും. ഈ കുത്തൊഴുക്കിലും എത്രയോ സഖാക്കൾ സ്വയം ബലികഴിക്കാതെ പിടിച്ചുനില്ക്കുന്നു. ഈ വഴിപിഴച്ചവൻ അവരെ മനസ്സുകൊണ്ട് അഭിവാദ്യം ചെയ്യുന്നു സഖാവെ." സുഗതൻമാഷ് സംസാരിച്ചുകൊണ്ടുതന്നെ പ്ലാറ്റ്ഫോമിലെ റെയിൽവേ കാന്റീനിലേക്ക് നടന്നുകയറി. ഒരു യന്ത്രപ്പാവയെപ്പോലെ എല്ലാം കേട്ടുകൊണ്ട് പിന്നാലെ ഭുവനചന്ദ്രനും.

"എത്രയോ കാലത്തിനിടയ്ക്കാണ് ഹൃദയത്തിൽത്തൊട്ടു ഞാനൊരാളെ സഖാവെ എന്നു വിളിച്ചത്. മനസ്സിന് വല്ലാത്ത സുഖം തോന്നുന്നു. അച്ചുതേട്ടന്റെ ബാർബർഷാപ്പ്, ഉണ്ണീരിയേട്ടന്റെ ചായപ്പീടിക. നാടൻ വാറ്റുന്ന ചാത്തുവേട്ടൻ, സ്വാതന്ത്ര്യം ചാപ്പൻനായർ ആരെക്കുറിച്ചും എനിക്കിപ്പോൾ ഒന്നും അറിയേണ്ട. എന്റെ ഇപ്പോഴത്തെ കൊടിയിലും അവിടവിടെയായി ചുവപ്പുണ്ട്. ഭുവനൻ ഇപ്പോൾ അതുമാത്രം അറിഞ്ഞാൽ മതി. അതുമാത്രമാണെനിക്കൊരു സമാധാനം."

"ചാപ്പൻനായർ അവശതയിലാണ്"

"നമ്മുടെ സ്വാതന്ത്ര്യത്തിന്റെയും അവസ്ഥയാണത്."

ആ വാക്കുകളുടെ മൂർച്ച ഒട്ടും കുറഞ്ഞിട്ടില്ലെന്നു ഭുവനചന്ദ്രൻ സമാധാനപ്പെട്ടു.

"ഇനിയും സംസാരിച്ചാൽ എനിക്കെന്റെ പാർസൽ കിട്ടാതെ വരും. വിദേശത്തുനിന്നു വരുന്ന ഇംഗ്ലീഷ് പുസ്തകങ്ങളാ. ലണ്ടൻ പ്രസിന്റെ പേരു കണ്ടാലേ മമ്മിമാർക്ക് മനസ്സമാധാനമുണ്ടാവൂ. പിന്നെക്കാണാം..... കാണണം......"

"മലയപ്പുലയനാ മാടത്തിൻ മുറ്റത്ത്..... ഒരു മൂളിപ്പാട്ടുപോലെ ചങ്ങ

മ്പുഴക്കവിത മൂളിക്കൊണ്ട് സുഗതൻ മാഷ് ആൾക്കൂട്ടത്തിലേക്ക് നടന്നുപോയി. ഭുവനചന്ദ്രൻ കുറച്ചുനേരം ആ നടത്തത്തിന്റെ ചന്തം ആസ്വദിച്ചുനിന്നു. ഏകലവ്യനെപ്പോലെ. നഷ്ടപ്പെട്ടു എന്നു കരുതിയ എന്തോ തിരിച്ചുകിട്ടിയപോലെ ഭുവനചന്ദ്രന്റെ മനസ്സ് സന്തോഷിക്കുകയായിരുന്നു.

ഏകാന്തമായ മടക്കയാത്രയിൽ ഭുവനചന്ദ്രന്റെ മനസ്സ് സുഗതൻ മാഷിനോട് തന്നെയാണ് സംസാരിച്ചുകൊണ്ടിരുന്നത്. സുഗതൻ മാഷ് പറഞ്ഞ പല കാര്യങ്ങളും അത്ഭുതകരമായി തോന്നി. മുതലാളിത്തത്തിന്റെ വലക്കണ്ണികളിൽ പെട്ടുപോയെങ്കിലും മാഷിന്റെ സാമൂഹ്യബോധം വഴിമാറിയിട്ടില്ല. ഒരു പിടഞ്ഞെണീക്കൽ ചിലപ്പോൾ അദ്ദേഹത്തിന് സാധിച്ചെന്നുവരും. പക്ഷേ, പാർട്ടി ഇനിയദ്ദേഹത്തെ വിശ്വസിക്കുമോ. അദ്ദേഹത്തിന്റെ ഇപ്പോഴത്തെ കൊടിയിലെ ചുവപ്പ്രാശി തൊഴിലാളിവർഗ്ഗത്തെ ചതിക്കാനുള്ള ചുവപ്പാണെന്ന് അദ്ദേഹത്തിനറിയാഞ്ഞിട്ടല്ല. ആ ചുവപ്പ് കാലം കഴിയുമ്പോൾ മാഞ്ഞുപോകുകയേയുള്ളൂവെന്നും മാഷിനറിയാമെന്നുവേണം കരുതാൻ. അതല്ല അതു കൊടിയാകെ പരന്ന് അദ്ദേഹത്തിനിഷ്ടപ്പെട്ട മറ്റേതെങ്കിലും നിറമാകുമെന്ന് അദ്ദേഹം കരുതുന്നുണ്ടാവുമോ? മുതലാളിത്തം അത്രയും വിഡ്ഢിത്തം അദ്ദേഹത്തിന്റെ മനസ്സിൽ കുത്തിനിറച്ചിട്ടുണ്ടാവുമോ? സ്കൂളിൽ അദ്ദേഹത്തിന്റെ ശിഷ്യന്മാരിൽ ഒരു പതിനായിരംപേരെങ്കിലും അദ്ദേഹത്തിന്റെ പിൻഗാമികളായി മലബാറിൽ കമ്യൂണിസ്റ്റുകാരായിട്ടുണ്ട്. അവസാനം കപ്പിത്താനെത്തന്നെ ആഗോള മുതലാളിത്തം തടവുകാരനായി പിടിച്ചിരിക്കുന്നു. കുടുംബം എന്ന ദൗർബല്യമാണ് സുഗതൻ മാഷിന്റെ തെറ്റായ ഗതി നിർണ്ണയിച്ചത് എന്നുവേണം കരുതാൻ. സംഭാഷണത്തിനിടയിൽ അദ്ദേഹം ഭാര്യയെക്കുറിച്ചും കുട്ടികളെക്കുറിച്ചും വലുതായൊന്നും വാചാലനായില്ല. സുഗതൻ മാഷെക്കുറിച്ച് ഇനി അറിയേണ്ടതു നിഷ്പക്ഷനായ മറ്റാരെങ്കിലും പറഞ്ഞിട്ടാണ്. തീവണ്ടി ചക്രങ്ങൾ ഏതോ പാലത്തിൽ കയറി വെറുതെ ബഹളം വെച്ചു. ബർത്തിൽ ഭുവനചന്ദ്രൻ ഉറക്കം ആശിച്ചുകൊണ്ട് കണ്ണടച്ചു കിടന്നു.

ദൈവംപോലും അറിയാത്ത ഉത്സവം

മഹാദേവന്റെ ഉത്സവം കൊടിയേറിയ ദിവസമാണ്. വലിയ ആൾത്തിരക്കില്ലാത്ത ഉത്സവമായതുകൊണ്ട് ഭക്തന്മാർക്ക് ദർശനത്തിന് പ്രയാസമില്ല. ശാരീരികമായി തീരെ വയ്യെങ്കിലും ചാപ്പൻനായർ ഉത്സവത്തിനെത്താതിരിക്കില്ലെന്ന് ഭുവനചന്ദ്രനറിയാം. അന്നേക്ക് ഒരു തരം പ്രത്യേക വേഷമാണ്. പതിവുള്ള തലേക്കെട്ടൊന്നും ഉത്സവദിവസങ്ങളിലുണ്ടാവില്ല. ഒറ്റത്തോർത്തുടുത്താണ് നടപ്പ്. മേൽമുണ്ടായി മറ്റൊരു അലക്കുതോർത്തും. ഭസ്മക്കുറിക്കു പകരം വിശാലമായ കളഭക്കുറി. ചെവിക്കുറ്റികളിൽ തുളസിയിലയും തെച്ചിപ്പൂവും. മൂർദ്ധാവിൽ തുളസിയില. ചകിരിപോലെയുള്ള നരച്ച മുടിയിഴകളിൽ അന്നുമാത്രം വല്ലാത്ത എണ്ണപ്പശിമ.

"അമ്മേന്റെ ഏട്ടത്തിയായി ഒരു മുത്താച്ചിയുണ്ടായിനും എനിക്ക്. അവരാ കുട്ടിക്കാലത്ത് എന്നെ അമ്പലത്തിൽ തൊഴാൻ കൊണ്ട് വരാറ്. അന്ന് തോർത്തല്ലാതെ കുട്ടികൾക്ക് വേറെ വേഷമൊന്നുല്ല. ആ മുത്താച്ചി എനിക്ക് ഉത്സവപ്പറമ്പിൽനിന്ന് അരിപ്പൊരീം തേങ്ങൊയലേം വാങ്ങിത്തരും. മഹാദേവന്റെ ഉത്സവദിവസാവുമ്പോ ഇപ്പഴും അതൊക്കെ ഓർമ്മ വരും." കഴിഞ്ഞതൊക്കെ നന്ദിയോടെ സ്മരിക്കാൻ ചാപ്പൻനായർക്ക് പ്രത്യേക ശ്രദ്ധതന്നെയുണ്ട്.

ഉത്സവത്തിന്റെ രണ്ടുദിവസങ്ങളിൽ പെരുമാളുകാട്ടിൽ അന്തരീക്ഷമാകെയങ്ങു മാറും. വാണിഭക്കാരും ആൾക്കൂട്ടവുമൊന്നും വലുതായിട്ടില്ലെങ്കിലും ക്ഷേത്ര കാര്യങ്ങൾ മുറപോലെ നടക്കും. വള്ളുവനാട്ടിലെ ഏതോ പുരാതനമായ ഇല്ലത്തെ തന്ത്രിയാണ് ക്ഷേത്ര പൂജകൾക്ക് നേതൃത്വം നല്കുന്നത്. ഉത്സവദിവസങ്ങളിൽ വലിയ ചെലവുവരുന്ന പൂജകളാണത്രെ നടക്കുന്നത്. എല്ലാറ്റിനും മുമ്പിൽ നില്ക്കാൻ കൈലാസ

നാഥൻ മുതലാളിയുണ്ടാവും. നഗരത്തിലെ വലിയ ബാങ്ക് നടത്തിപ്പുകാരനാണയാൾ എന്നാണ് നാട്ടുകാർ മനസ്സിലാക്കിയിട്ടുള്ളത്. ഉത്സവദിവസങ്ങളിൽ മൂന്നു നാലു ദിവസം മുതലാളി എവിടെയും പോകാതെ ക്ഷേത്രത്തിൽ തന്നെയുണ്ടാവും. 'മുതലാളി അവിടെയിരുന്നാമതി. കാര്യങ്ങളെല്ലാം മണിമണിപോലെ നടന്നുകൊള്ളും.' നാട്ടുകാരുടെ പൊതുവായ അഭിപ്രായമാണത്. കൈലാസനാഥനെ ചുറ്റിപ്പറ്റി ഒരൻപത് പേരെങ്കിലും ശിങ്കിടികളായുണ്ടാവും. എല്ലാവരും ഏതൊക്കെയോ നാട്ടുകാർ. നാട്ടിൽ പിരിവെടുത്ത് ഉത്സവം നടത്തുന്നതൊന്നും കൈലാസനാഥൻ മുതലാളിക്ക് ഇഷ്ടമല്ല.

"ദൈവത്തിനുവേണ്ടിയായാലും നാട്ടിൽ പിരിവെടുക്കാൻ എനിക്കിഷ്ടമല്ല. അങ്ങനെയൊരു കുടുംബ പാരമ്പര്യമില്ല." കമ്മിറ്റിയോഗങ്ങളിൽ കൈലാസനാഥൻ വികാരത്തോടെ അവസാനവാക്കു പറയും. എപ്പോഴാണ് കൈലാസനാഥൻ അമ്പലത്തിലെ ഉത്സവ നടത്തിപ്പ് ഏറ്റെടുത്തത് എന്നാർക്കുമറിയില്ല. കൈലാസനാഥന്റെ വരവ് ഒരു സ്വപ്നം പോലെ സംഭവിച്ചതായേ നാട്ടുകാർക്കെല്ലാം ഓർക്കാൻ കഴിയുന്നുള്ളൂ. നാടിന്റെ ചരിത്രത്തിന്റെ നാൾവഴികൾ മനഃപാഠമാക്കിയ ചാപ്പൻനായർക്കുപോലും അക്കാര്യം വ്യക്തമായി ഓർക്കാൻ കഴിയുന്നില്ല.

"ഏതോ ഒരു ദിവസം ഒരു നിയോഗം പോലെ കൈലാസനാഥൻ മുതലാളി വന്നു. മഹാദേവന്റെ കാര്യങ്ങൾ ഉപാധികളില്ലാതെ മുതലാളി ഏറ്റെടുത്തു. ചെലപ്പോ മഹാദേവന്റെ അരുളപ്പാട് കേട്ട് വന്നതായിരിക്കും." ചാപ്പൻനായരും കൈലാസനാഥൻ മുതലാളിയുടെ കാര്യം വരുമ്പോൾ പറയുന്നതങ്ങനെയാണ്. ഉത്സവദിവസങ്ങളിൽ അപരിചിതരായ പലരും ക്ഷേത്ര പരിസരങ്ങളിൽ ചുറ്റിക്കറങ്ങുന്നത് ഭുവനചന്ദ്രൻ ശ്രദ്ധിക്കാറുണ്ട്. പണക്കൊഴുപ്പ് ശരീരത്തിൽ മാംസള ഭാഗങ്ങളായി വേറിട്ടു നില്ക്കുന്നവർ. കൈലാസനാഥൻ മുതലാളിയുടെ നാട്ടിൽനിന്നും വന്ന ബന്ധുക്കളും സുഹൃത്തുക്കളുമൊക്കെയാണെന്നാണ് ചാപ്പൻനായരുടെ വിശദീകരണം. അതിനപ്പുറമുള്ള ഒരു വിശദീകരണം നാട്ടുകാരിലാർക്കും ആവശ്യവുമില്ല. കാലത്തും വൈകുന്നേരവും ഒരുപാട് അപരിചിതർ വന്നെത്തും. ചിലർ ഉച്ചനേരത്ത് കാറുകളിൽ വന്ന് അന്നദാനം കഴിഞ്ഞ് അപ്പോൾത്തന്നെ തിരിച്ചുപോവും. ബിസിനസ് രംഗത്തെ കൈലാസനാഥന്റെ സ്നേഹിതന്മാരാണവരെല്ലാം എന്നാണവർ സ്വയം പരിചയപ്പെടുത്തുന്നത്. ഉത്സവദിവസങ്ങളിൽ ഒരു കാര്യം ഭുവനചന്ദ്രൻ ശ്രദ്ധിക്കാറുണ്ട്. സാക്ഷാൽ മഹാദേവൻ പോലും അപ്രസക്തനായിപ്പോവുന്ന തരത്തിൽ കൈലാസനാഥൻ മുതലാളി ക്ഷേത്ര പരിസരത്ത് നിറഞ്ഞുനില്ക്കും. മഹാദേവനെ തൊഴുന്നതുപോലെതന്നെ നാട്ടുകാരിൽ പലരും മുതലാളിയെ തലകുമ്പിട്ട് വണങ്ങുന്നതും കാണാം. എല്ലാവരേയും കടാക്ഷിച്ചുകൊണ്ട് കൈലാസനാഥൻ ക്ഷേത്രമുറ്റത്തുതന്നെ നിറഞ്ഞു നില്ക്കും. ചന്ദനനിറമുള്ള കസവുമുണ്ടും മേൽമുണ്ടും ആ വെളുത്തുതടിച്ച ശരീരത്തിന് ഒരലങ്കാരം തന്നെയാണ്.

വിവേകൻ ഉത്സവദിവസങ്ങളിൽ ക്ഷേത്ര പരിസരങ്ങളിലൊന്നും വരാറില്ല. അവിടെ ദുരൂഹമായ പല കാര്യങ്ങളും നടക്കുന്നതായൊക്കെ അവൻ രഹസ്യമായി പറയാറുമുണ്ട്.

“ഈ കൈലാസനാഥൻ എങ്ങന്യാ പെട്ടെന്നൊരു ദിവസം ആരുമറിയാതെ മഹാദേവന്റെ കാര്യസ്ഥനായതെന്ന് നിങ്ങളാരെങ്കിലും എപ്പോഴെങ്കിലും ആലോചിച്ചിട്ടുണ്ടോ? അവന്റെ കൈലാസനാഥനെന്ന പേരുപോലും സംശയിക്കപ്പെടേണ്ടതാണ്. ഇപ്പോ നിങ്ങക്കതൊന്നും മനസ്സിലാവില്ല. നമ്മുടെ പെരുമാളുകാടിന്റെ സ്വന്തം മഹാദേവനെ ഒരു ദിവസം അവൻ നഗരത്തിലേക്ക് കടത്തും. നിങ്ങള് നോക്കിക്കോ” വിവേകൻ വിഡ്ഢികളായ ഒരു നാട്ടുകൂട്ടത്തെയാകെയാണ് പഴിക്കുന്നത്.

“അതൊക്കെ നിന്നിലെ പഴയ തീവ്രവാദക്കാരന്റെ തോന്നലാ വിവേകാ. ഉത്സവം നന്നായി നടക്കുന്നില്ലേ. ക്ഷേത്രത്തിനതല്ലേ വേണ്ടത്. നാട്ടുകാർക്കതല്ലേ വേണ്ടത്.” ചാപ്പൻനായർ അതുകേട്ട് പ്രകോപിതനായി എതിർവാദം പറയും. ഭുവനചന്ദ്രൻ രണ്ടുഭാഗവും കേട്ടിരിക്കുകയേയുള്ളൂ. കൂടുതൽ ആലോചിച്ചാൽ വിവേകൻ പറയുന്നതിലും കാര്യമുണ്ടെന്നു ചിലപ്പോൾ തോന്നും. ഏതോ നാട്ടിൽനിന്നും വന്ന് കൈയുംകണക്കുമില്ലാതെ വെറുതെയൊരാൾ ഇങ്ങനെ പണം ചെലവിടുന്നത് – അതും ഒരു കൊള്ളപ്പലിശക്കാരൻ – സംശയിക്കേണ്ടതുതന്നെയാണ്. ഉത്സവദിവസങ്ങളിൽ അപരിചിതർ വന്നടിയുന്നത് കാര്യങ്ങൾ കൂടുതൽ ദുരൂഹമാക്കുന്നു. മനസ്സിലേക്ക് ചില സംശയങ്ങൾ ഇഴഞ്ഞെത്താൻ തുടങ്ങിയത് ഭുവനചന്ദ്രൻ മറച്ചുവെച്ചില്ല.

“തന്ത്രിമാർക്കൊക്കെ കുശാലാ. ഒന്നാംതരം ദക്ഷിണയല്ലേ. ഒന്നാം തന്ത്രിക്ക് പതിനായിരത്തൊന്നാ മുതലാളിയുടെ വക ദക്ഷിണ.” ചാപ്പൻനായർ ക്ഷേത്രമതിലിനകത്തെ ചൂടുള്ള വാർത്തകൾ ആവേശത്തോടെ ഭുവനചന്ദ്രന് കൈമാറി. തനിക്ക് ഒരു നേരം കഞ്ഞികുടിക്കാൻ വകതരുന്ന മഹാദേവന് ശ്രേയസ്സുണ്ടാവണമെന്ന് മാത്രമേ ചാപ്പൻനായർക്ക് പ്രാർത്ഥനയുള്ളൂ. മഹാദേവനോടായാലും സ്വന്തം രാജ്യത്തോടായാലും ആ നാവിൽ ഇരട്ട ന്യായങ്ങളില്ല.

ഭുവനചന്ദ്രൻ എന്തുകൊണ്ടോ ഉത്സവപ്പറമ്പിലൂടെ ഒന്നു ചുറ്റിനടന്നതല്ലാതെ ക്ഷേത്രപരിസരത്തേക്കൊന്നും പോയില്ല. എന്തോ മഹാദേവനുമായി ചെറിയൊരു പിണക്കംപോലെ ഒരു തോന്നൽ. അത്രേയുള്ളൂ. വിവേകൻ പറയുന്നതിലും കാര്യമുണ്ടെന്നൊരു ശങ്ക മനസ്സിൽ ബലപ്പെട്ടിരിക്കുന്നു. ചാപ്പൻനായർ നിഷ്കളങ്കനായതുകൊണ്ട് കാര്യങ്ങളെ ഒളിഞ്ഞുനോക്കാനറിയില്ല. കൈലാസനാഥൻ മുതലാളി മഹദേവനേക്കാൾ വലുതാവുന്നത് നല്ലതല്ലെന്ന് മാത്രം ഭുവനചന്ദ്രൻ മനസ്സിലുറപ്പിച്ചു. ഭുവനചന്ദ്രൻ പിന്നെ അധികനേരം ഉത്സവപ്പറമ്പിൽ നിന്നില്ല. നേരെ വീട്ടിലേക്ക് പോന്നു. അല്ലെങ്കിലും രാത്രിയിലെ കലാപരിപാടികൾ കാണാനൊന്നും എത്രയോ കാലമായി അമ്പലത്തിൽ നില്ക്കാറില്ല. സുമിത്രയും മഹാദേവന്റെ ഉത്സവത്തിന് അധികനേരം ഉത്സവപ്പറമ്പിൽ നില്ക്കാറില്ല.

ഒരിക്കൽ തൊഴുതു മടങ്ങും. വീട്ടിൽനിന്നും അല്പമകലെയായതു കൊണ്ടു മാത്രമല്ല. കല്യാണം കഴിഞ്ഞതിൽപ്പിന്നെ അങ്ങനെയൊരു ശീലമില്ല. അല്ലെങ്കിലും സുമിത്ര വീട്ടിൽ തനിച്ചായതുകൊണ്ട് ഇപ്പോൾ ഭുവനചന്ദ്രനും രാത്രിയിൽ ഒരു കാര്യത്തിനും അധികം പുറത്ത് പോകാറില്ല. വായനശാലയും ക്ലബ്ബുമൊക്കെ നിർത്തിയതിനും അതൊരു കാരണമാണെന്നുതന്നെ പറയണം. അല്ലെങ്കിലും ചെറുപ്പക്കാർക്ക് ഒരു ലാപ്ടോപ്പും മൊബൈലും കിട്ടിയാൽപ്പിന്നെ മറ്റൊന്നുമില്ല. വായനയും പുസ്തകചർച്ചയുമൊക്കെ അവർക്ക് പരമപുച്ഛമാണ്. അവരെ കുറ്റംപറഞ്ഞിട്ട് കാര്യമില്ല. എല്ലാവരും കൂടി അവരെ പഠിപ്പിച്ചിട്ടുള്ളതതാണ്. ഇനി പുസ്തകങ്ങളുണ്ടാവില്ലെന്നും പേനയുണ്ടാവില്ലെന്നും എല്ലാം കമ്പ്യൂട്ടർ ബട്ടണുകളിൽ കുടികൊള്ളുമെന്നും സ്ഥലം മുടക്കികളായ മഹാഗ്രന്ഥങ്ങൾക്ക് കുഴിമാടങ്ങൾ കണ്ടെത്തേണ്ടിവരുമെന്നും അദൃശ്യരായ അദ്ധ്യാപകർ അവരെ നിരന്തരം പഠിപ്പിക്കുന്നു. എല്ലാം മുതലാളിത്തത്തിന്റെ ശിക്ഷണമാണ്. അതിനെതിരെയുള്ള പ്രതിരോധങ്ങൾ തീർക്കാൻ കമ്യൂണിസ്റ്റുകാർപോലും നില്ക്കക്കള്ളി കിട്ടാതെ വിഷമിക്കുന്നു. പരിഷ്കാരത്തിന്റെ ഒരു മലവെള്ളപ്പാച്ചിലിൽ കരകാണാതെ പകച്ചു നില്ക്കുകയാണ് എല്ലാ പ്രതിരോധങ്ങളും. ഭുവനചന്ദ്രൻ അതിരുകടക്കുന്ന ആധിയിലെന്നപോലെ നെടുവീർപ്പിട്ടു.

വീട്ടിലെത്തിയാൽ സുമിത്രയ്ക്ക് നേരം വൈകിയതിലുള്ള പരാതികളൊന്നുമുണ്ടാവില്ലെന്ന് ഭുവനചന്ദ്രനറിയാം. സ്വന്തം ശ്വാസം നിലച്ചാൽ പോലും അവൾ അറിഞ്ഞെന്നു വരില്ല. നാലുവർഷമായി മുടങ്ങാതെ കാണുന്ന സീരിയലിൽ മുങ്ങിക്കിടക്കുകയായിരിക്കും അവൾ. അതുകഴിയുന്നതുവരെ കണ്ണുകൾ ടി വി സ്ക്രീനിൽ പശയിട്ടതുപോലെ ഒട്ടിപ്പിടിച്ചുകിടക്കും. ചിലപ്പോൾ നിയന്ത്രണം വിട്ട് കരയും ചിരിക്കും പല്ലിറുമ്മും പുഞ്ചിരിക്കും. അവളുടെ നിത്യജീവിതത്തിലെ അവളുടേത് മാത്രമായ നിമിഷങ്ങളാണത്. സുമിത്രയെപ്പോലെ ആയിരങ്ങൾ. അവരെ ജീവിതയാഥാർത്ഥ്യവുമായി ബന്ധമില്ലാത്ത കഥകൾ പറഞ്ഞ് ഉറക്കിക്കിടത്തുന്ന മുതലാളിത്തമെന്ന പൂതന. ഉറങ്ങാൻ കൂട്ടാക്കാതെ ചെറുത്തുനില്ക്കുന്നവരുടെ എണ്ണം നാൾക്കുനാൾ കുറഞ്ഞുവരുന്നു. കോണിപ്പടികൾ കയറുമ്പോഴേ അകത്ത് ഫോൺ ബെല്ലടിക്കുന്നത് ഭുവനചന്ദ്രൻ കേട്ടു. വിപിനായിരിക്കുമെന്നുറപ്പാണ്. അമ്മയുടെ സീരിയൽ കഴിയുന്നതും കാത്തുനിന്നതാണവൻ. സീരിയലിനിടയിൽ അമ്മയെ വിളിച്ചിട്ടൊരു കാര്യവുമില്ലെന്നവനറിയാം. അറിയേണ്ട കാര്യമറിയില്ല. അമ്മ എന്തെങ്കിലും പിച്ചും പേയും പറയുന്നത് കേൾക്കേണ്ടിവരുമെന്നും അവനറിയാം. സുമിത്ര ഓടിച്ചെന്ന് ഫോണെടുക്കുന്നതു കണ്ടപ്പോൾ ആശ്വാസമായി. ഭുവനചന്ദ്രൻ കാൽ കഴുകി അകത്തേക്ക് ചെന്നു. അമ്മയും മകനും തമ്മിലുള്ള സംഭാഷണങ്ങൾകേട്ട് ശരിക്കും ചിരിവന്നു. എന്തിനും ഏതിനും തന്നോട് തട്ടിക്കയറാൻ വരുന്നവൾ മകന്റെ വാക്കുകൾക്ക് വിനയപുരസ്സരം ചെവികൊടുക്കുന്നു. അവൻ പറയുന്നത് അനുസരണയോടെ കേൾക്കുന്നു.

അച്ഛന് കൈമാറാനുള്ള നിർദ്ദേശങ്ങൾ അനുസരണയോടെ ഏറ്റെടുക്കുന്നു. ഫോൺ സംഭാഷണം ഒരു ഗദ്ഗദത്തിന്റെ പിന്നറ്റത്ത് മുറിഞ്ഞുവീഴുന്നു.

“നിങ്ങളവന് പണമയച്ചില്ലേ. അങ്ങ് മദിരാശിയില് ആ ചെക്കനെ പട്ടിണി കിടത്തീട്ട് നിങ്ങക്കെന്താ നേട്ടം. നാളെ എഞ്ചിനീയറാകേണ്ടോൻ വെശപ്പും സഹിച്ചാ ക്ലാസിലിരിക്കേണ്ടത്?” സുമിത്ര ഇനിയും പറയാൻ കുത്തുവാക്കുകൾ തിരഞ്ഞുകൊണ്ടിരിക്കുകയാണെന്നറിയാം.

“ഒരു യന്ത്രത്തകരാറെന്ന് കരുതി സമാധാനിക്കൂ മേഡം. നാളെ ബാങ്ക് തുറന്നാലുടൻ പണമയക്കാം. വീഴ്ചയുണ്ടാവില്ല.” ഭുവനചന്ദ്രന്റെ വാക്കുകളിലെ പരിഹാസസ്വരത്തിൽ അസഹിഷ്ണുവായി സുമിത്ര കൊഞ്ഞനംകുത്തിക്കാണിച്ചുകൊണ്ട് അടുക്കളയിലേക്ക് പോയി.

വിപിൻ എഞ്ചിനീയറിങ്ങിനു പഠിക്കുന്നത് വലിയ ആനക്കാര്യമാണെന്നാണ് സുമിത്രയുടെ ധാരണ. നാളെ തൊഴിലില്ലാത്ത എഞ്ചിനീയർമാരുടെ ഏതെങ്കിലും കമ്പനിക്കു മുന്നിലെ നീണ്ട നിരയുടെ പിന്നറ്റത്ത് അവനുണ്ടാവുമെന്ന് അവൾക്കറിയില്ല. വിദ്യാഭ്യാസ കാലത്ത് വീട്ടിൽ നിന്നും അയച്ചുകിട്ടുന്ന പണംകൊണ്ട് അവൻ സമ്പാദിക്കുന്ന പാഴ്ച്ചെലവുകളുടെയും പൊങ്ങച്ചച്ചെലവുകളുടേയും ഒരു വിഴുപ്പുഭാണ്ഡവുമായി അവൻ നാലുകൊല്ലം കഴിയുമ്പോൾ വീട്ടിലെത്തുമ്പോഴേ അവൾക്ക് കാര്യങ്ങൾ മനസ്സിലാവൂ. ലക്ഷങ്ങൾ കൊടുത്ത് മദ്രാസിലെ സ്വകാര്യ കോളേജിൽ ഒരു വാശിപോലെ സീറ്റ് നേടിയതിലെ പൊള്ളത്തരം അപ്പോൾ മാത്രമേ സുമിത്രയ്ക്ക് മനസ്സിലാവൂ. കോളേജിൽ ക്ലാസ് തുടങ്ങുന്ന ദിവസം കോട്ടും പാന്റുമിട്ട വിപിനെ കണ്ട് കോരിത്തരിച്ചതൊന്നും അപ്പോഴവൾക്ക് ഓർമ്മവരില്ല. ഭാവിയെക്കുറിച്ച് എല്ലാം അറിഞ്ഞുകൊണ്ടുതന്നെ ഇതെല്ലാം സഹിക്കുന്നതാണ് ഏറെ കഷ്ടം. പക്ഷേ, എന്തുകൊണ്ടോ തടയാൻ കഴിയുന്നില്ല. നാളെ ശിവദാസന്റെ മകളെപ്പോലെ വിപിനും ഊരും പേരുമറിയാത്ത ഒരു ഗേൾഫ്രണ്ടുമായി ഒരു രാത്രിയിൽ വീട്ടിൽ കയറിവന്നുകൂടെന്നുമില്ല. എല്ലാം സാദ്ധ്യതകളാണ്. ആരോ നിർദ്ദേശിക്കുന്നതുപോലെ യന്ത്രപ്പാവകളെപ്പോലെ ഒരു തലമുറയൊന്നാകെ ചെറുത്തുനില്പില്ലാതെ അനുസരിക്കുന്നു. മുതലാളിത്തം കെട്ടിക്കുന്ന എല്ലാ വിഡ്ഢിവേഷങ്ങൾക്കും സമൂഹത്തിൽ കലവറയില്ലാത്ത അംഗീകാരം ലഭിക്കുന്നു. തിരുത്താൻ ശ്രമിക്കുന്നവൻ പരിഹസിക്കപ്പെടുന്നു. അവസാനം അവനും ആൾക്കൂട്ടത്തിൽ ഒരാൾ മാത്രമായി ആയുധംവെച്ച് കീഴടങ്ങുന്നു. പിന്നെ ആരുമറിയാതെ അപ്രത്യക്ഷനാകുന്നു. സോഫയിൽ ചാരിക്കിടന്ന് മുറിവേറ്റ പടയാളിയെപ്പോലെ ഭുവനചന്ദ്രൻ ഞെട്ടിക്കുന്ന അനുഭവങ്ങൾ ഒന്നൊന്നായി ഓർക്കുകയായിരുന്നു.

പാപക്കറ

വല്ലാത്ത കുറ്റബോധത്തോടെയാണ് ഭുവനചന്ദ്രൻ പഴയവീട്ടിലെത്തിയത്. ഒരാഴ്ചയായി പഴയവീട് തുറന്നിട്ടുപോലുമില്ല. പല തിരക്കുകളിൽപ്പെട്ട് സാധിച്ചില്ലെന്നതാണ് സത്യം. താക്കോൽ പഴുതിലിട്ടപ്പോഴേ അകത്ത് എലിയുടെ കാൽപ്പെരുമാറ്റം കേൾക്കുന്നുണ്ടായിരുന്നു. അകത്ത് മുറിയിലാകെ ഓടിക്കളിക്കുന്നതുപോലയാണ് തോന്നിയത്. ആശങ്കകളോടെ വാതിൽ തുറന്നപ്പോൾ ഭുവനചന്ദ്രൻ അത്ഭുതപ്പെട്ടുപോയി. വിഘ്നേശ്വരന്റെ പ്രതിമയുടെ മുമ്പിൽ അലമാരയുടെ ഏറ്റവും മുകൾത്തട്ടിൽ തന്റെ വരവും കാത്തിരിക്കുന്നതുപോലെ എലി ഇരിക്കുന്നു. ഒരു പൂച്ചയോളം യജമാനഭക്തിയോടെയുള്ള ആ ഇരിപ്പിൽ അശേഷം കൃത്രിമത്വമില്ല. താനിപ്പോൾ ഈ വീട്ടുകാരനാണെന്നും നിങ്ങൾ എന്റെ യജമാനനാണെന്നും ആ എലിയുടെ കണ്ണുകൾ ഭുവനചന്ദ്രനോട് പറഞ്ഞുകൊണ്ടേയിരുന്നു. തീപ്പെട്ടിയുരച്ച് വിഘ്നേശ്വരനു മുമ്പിൽ വിളക്കു തെളിയിക്കുമ്പോഴും എലിക്ക് യാതൊരനക്കവുമില്ല. ഇതൊക്കെ താൻകൂടി ആഗ്രഹിക്കുന്ന കാര്യങ്ങളാണെന്ന നാട്യത്തിലായിരുന്നു ആരെയും കൂസാത്ത ആ ഇരിപ്പ്. എന്തുകൊണ്ടോ ഭുവനചന്ദ്രനും അതിനെ ആട്ടിപ്പായിക്കാൻ സാധിക്കുന്നില്ല. അന്നോളമില്ലാത്ത എന്തോ ഒരടുപ്പം ആ എലിയുമായുള്ളതായി ഒരു തോന്നൽ. വീടും ഓഫീസും നാട്ടുപ്രശ്നങ്ങളുമൊക്കെയായി വിമ്മിട്ടപ്പെടുന്ന തന്റെ വീട് കാക്കാനും താമസക്കാരനാകാനും ആ എലിയെങ്കിലും സന്നദ്ധമാവുന്നല്ലോ എന്നൊരു തോന്നൽ. സ്വന്തം ആരാധനാമൂർത്തിയായ വിഘ്നേശ്വരന്റെ പരിചാരകനായി ഒരു എലി. ആലോചിച്ചുവന്നപ്പോൾ വല്ലാത്ത അതിശയം തോന്നി. അപ്പോൾ മുറിയാകെ സാമ്പ്രാണി പുകച്ചതുപോലെ ഒരു ഗന്ധം പരന്നത് ഭുവനചന്ദ്രനെ കൂടുതൽ അത്ഭുതപ്പെടുത്തിക്കൊണ്ടിരുന്നു. ഭുവന

ചന്ദ്രൻ ഭക്ത്യാദരങ്ങളോടെ വിഘ്നേശ്വരനെ ഒരിക്കൽക്കൂടി തൊഴുതു നിന്നു. വിളക്കിലെ തിരിയണഞ്ഞപ്പോൾ വ്യക്തതയില്ലാത്ത എന്തൊക്കെയോ ആലോചിച്ചുകൊണ്ട് വാതിലടച്ച് പുറത്തുകടന്നു. സാമ്പ്രാണിപ്പുകയുടെ വശ്യമായ ഗന്ധം അപ്പോഴും മനസ്സിന്റെ കോണിലെവിടെയോ തങ്ങിനിന്നു. വീട്ടിലേക്കുള്ള മടക്കയാത്രയിൽ ആ എലിയെക്കുറിച്ചു മാത്രമേ ഭുവനചന്ദ്രന് ചിന്തിക്കാനായുള്ളൂ. എലി ഒന്നുകൂടി തടിച്ചുകൊഴുത്തിട്ടുണ്ട്. സ്വന്തം ജീവിതത്തിന് ഒരർത്ഥം കൈവന്നപോലെ അതിന്റെ കണ്ണുകളിൽ അസാധാരണമായ ഒരു തിളക്കം വന്നു ചേർന്നത് ശരിക്കും പ്രകടമായിരുന്നു. വീട്ടിൽ നാശനഷ്ടങ്ങളൊന്നും വരുത്താതെ വീടിനെ സ്നേഹിക്കുന്ന വിശ്വസ്തനായ ഒരന്തേവാസിയായി ആ എലി മാറിക്കൊണ്ടിരിക്കുകയാണെന്നുവേണം കരുതാൻ. ഒരർത്ഥത്തിൽ എലി തന്നേക്കാൾ തന്റെ പഴയ വീടിന്റെ കാര്യത്തിൽ താല്പര്യമെടുക്കുന്നുവെന്നു പറഞ്ഞാലും തെറ്റാവില്ലെന്നൊരു തോന്നൽ അപ്പോൾ ഭുവനചന്ദ്രനുണ്ടായി.

അന്നുരാത്രിയിൽ ഭുവനചന്ദ്രൻ കണ്ട സ്വപ്നം വിദഗ്ദ്ധനായ ഒരു സംവിധായകൻ ചിട്ടപ്പെടുത്തിയ ഒരു ബാലെ പോലെ ആകർഷകമായിരുന്നു. തന്റെ പഴയ വീട്ടിൽ രാവിലെ താൻ കാണുകയും നേരിട്ടനുഭവിക്കുകയും ചെയ്ത നേർക്കാഴ്ചകളുടെ ഒരു പുനരാവിഷ്കാരമാണ് ആ സ്വപ്നമെന്ന കാര്യത്തിൽ ഭുവനചന്ദ്രന് സംശയമേതുമില്ല. പക്ഷേ, എലിയുടെ പകരക്കാരനായി തന്റെ ആരാധനാമൂർത്തിയായ വിഘ്നേശ്വരനാണ് സ്വപ്നത്തിൽ നിറഞ്ഞുനിന്നത്. നീ കണ്ട കാഴ്ചകളിലെല്ലാം എന്റെ കൈയൊപ്പുണ്ട് ഭുവനാ എന്ന് വിഘ്നേശ്വരൻ നേരിൽ പറയുകയും ചെയ്തതായി ഭുവനചന്ദ്രൻ ഓർക്കുന്നുമുണ്ട്.

"ഞാൻ എലി എന്റെ വാഹനമാണെന്നൊക്കെ വെറുതെയങ്ങ് പറയുന്നതൊന്നുമല്ല. എനിക്ക് പ്രിയപ്പെട്ടവനായതുകൊണ്ടുതന്നെയാണ് ഞാനവനെ എന്റെ വാഹനമാക്കി വെച്ചിരിക്കുന്നത്. അതിനർത്ഥം എന്റെ യാത്രാവേളകളിൽ ഞാൻ എലിപ്പുറത്ത് കയറിയിരുന്ന് യാത്രചെയ്യുന്നുവെന്നല്ല. ഞാനും ജീവിക്കാൻ സമർത്ഥനായ ഒരു എലിയും തമ്മിലുള്ള നല്ല ബന്ധത്തെ ഞാനങ്ങനെ നിർവ്വചിക്കുന്നുവെന്നേയുള്ളൂ. അതുപോലെ നീയും എനിക്ക് പ്രിയപ്പെട്ടവൻ തന്നെ. നീ നെൻമണികളെയും അക്ഷരങ്ങളെയും നാണയങ്ങളെക്കാൾ സ്നേഹിക്കുന്നുണ്ടെന്ന് നന്നായി എനിക്കറിയാം. ഞാനും നെന്മണികളേയും അക്ഷരങ്ങളെയും ഒരുപോലെ സ്നേഹിക്കുന്നവനാണ്. വ്യാസമഹർഷിയാണ് എന്റെ അക്ഷരസ്നേഹത്തെ സാക്ഷാൽക്കരിച്ചത്. പാണ്ഡവരും കൗരവരുമെല്ലാം മരിച്ച് മണ്ണടിഞ്ഞിട്ടും വ്യാസൻ ജീവിച്ചിരിക്കുന്നത് അക്ഷരങ്ങളുടെ അനശ്വരമായ പ്രഭകൊണ്ടാണ്. സത്യത്തിൽ ഭീഷ്മപിതാമഹനല്ല, ചിരഞ്ജീവി. *മഹാഭാരത* കർത്താവായ വ്യാസനാണ്. നീ വയലുകളിൽ പണിയെടുക്കുമ്പോഴും അക്ഷരങ്ങളുമായി കിളിമാസുകളിക്കുമ്പോഴും ഞാൻ നിന്നോടൊപ്പം നടക്കാറുണ്ട്. നീ കാണാറില്ലെന്ന് മാത്രം. കാരണം

എനിക്ക് ആ കാഴ്ചകളെല്ലാം പ്രിയപ്പെട്ടതാണ്. നീ ഓഫീസിൽ ജോലി ചെയ്യുന്ന ദിവസങ്ങളിലൊന്നും ഞാൻ നിന്നെ ശ്രദ്ധിക്കാറേയില്ല. കാരണം അത് നീ വെറും നാണയങ്ങൾക്കുവേണ്ടിമാത്രം ചെയ്യുന്നകർമ്മമാണ്. അതു നിന്റെ ശാരീരിക കർമ്മം മാത്രമാണ്. മനസ്സിന് അതിലൊരു പങ്കുമില്ല. ഒരു എലി സ്വന്തം അന്നത്തിനുവേണ്ടി ഒരിക്കലും ആരോടും കൈനീട്ടി യാചിക്കുകയില്ല. തന്റെ അന്നന്നത്തെ അന്നം സ്വന്തം കഴിവുകളും സാമർത്ഥ്യവുമുപയോഗിച്ച് നേടിയെടുക്കുകതന്നെയാണ്. എങ്ങനെ നോക്കിയാലും അതൊരു മാന്യമായ കർമ്മമാണ്. അതിൽ മനുഷ്യന്മാർക്ക് വരുന്ന നഷ്ടങ്ങൾ കാരണമാണ് എലിയെ നിന്നെപ്പോലുള്ളവർ ശത്രുവായി കരുതുന്നത്. എലി ഒരു ലക്ഷണമൊത്ത വീട്ടുജീവിയാണെന്നറിയുമ്പോൾ നാമതൊക്കെ സഹിക്കും. നീ നിന്റെ സാമ്രാജ്യമെന്നു കരുതുന്ന അലമാരയിൽ എലി ദ്വാരമുണ്ടാക്കിയതും നിന്റെ ഭൂമിയുടെ ആധാരത്തിന്റെ കോണുകൾ കീറിക്കളഞ്ഞതുമൊക്കെ നീയോർക്കുന്നുണ്ടാവും. അവൻ അങ്ങനെ ചെയ്തത് ഞാൻ നിർദ്ദേശിച്ചിട്ടാണ്. കാരണം പവിത്രമെന്ന് നീ കരുതുന്ന നിന്റെ ആധാരം കുറച്ചൊക്കെ മലീമസമാണെന്ന് നീയറിയണം. ക്ഷയരോഗം വന്ന് ദീർഘകാലം കഷ്ടപ്പെട്ട് അവസാനം മരിച്ചുപോയ ഒരു കുഞ്ഞിന്റെ ചികിത്സയ്ക്ക് അതിന്റെ അമ്മ നിന്റെ മുതുമുത്തച്ഛന്മാരിലൊരാളോട് പണം കടം വാങ്ങിയതും പണം തിരിച്ചുകൊടുക്കാനാവാതെ വന്നപ്പോൾ നിന്റെ മുതുമുത്തച്ഛൻ ആ സാധു സ്ത്രീ കുടിപാർക്കുന്ന സ്ഥലം ആൾബലവും നിയമവുമുപയോഗിച്ച് ഒഴിപ്പിച്ചെടുത്ത് സ്വന്തമാക്കിയതും നിനക്കറിയില്ല. പക്ഷേ, ആ ദുഃഖസത്യങ്ങളെല്ലാം എനിക്കറിയാം. നിന്റെ ആ മുതുമുത്തച്ഛനെ അത്രയ്ക്കങ്ങ് കുറ്റം പറയാനൊന്നുമില്ല. അതായിരുന്നു അക്കാലത്തെ നാട്ടുനടപ്പും നിയമവും. എല്ലാറ്റിനുമുപരി സത്യം തിളങ്ങി നിന്ന കാലമായിരുന്നു അതെന്ന് പലരും പറയും. പക്ഷേ, സത്യമതല്ല. അന്യന്റെ കണ്ണീരിന് മനുഷ്യർ ഒരു വിലയും കല്പ്പിക്കാത്ത കാലമായിരുന്നു അത്. പക്ഷേ, നിന്റെ മുതുമുത്തച്ഛൻ ചെയ്ത ദുഷ്കർമ്മങ്ങൾക്ക് പരിഹാരം കാണാൻ എനിക്ക് വളരെക്കാലമൊന്നും വേണ്ടിവന്നില്ല. നാളത്തെ ആ ഭൂമിയുടെ അവകാശിയായി ഞാൻ നിശ്ചയിച്ചിരിക്കുന്നത് വർഷങ്ങൾക്ക് മുമ്പ് സ്വന്തംകുഞ്ഞിനെ ചികിത്സിക്കാൻ കിടപ്പാടം നഷ്ടപ്പെട്ട ആ സാധു സ്ത്രീയുടെ മൂന്നാം തലമുറയിൽപ്പെട്ട മറ്റൊരു പെണ്ണിനെത്തന്നെയാണ്. അത് നിന്റെ ഭാര്യ സുമിത്രയാണെന്നറിയുമ്പോൾ നിനക്ക് സന്തോഷം തോന്നുമെന്നും എനിക്കറിയാം. നിന്റെ മുതുമുത്തച്ഛന് സ്വന്തം കുഞ്ഞ് നഷ്ടപ്പെട്ട ആ പാവം സ്ത്രീയോട് തോന്നാത്ത അനുകമ്പ നിനക്ക് സുമിത്രയോടുണ്ടാക്കാൻ എനിക്ക് വലിയ പ്രയാസമൊന്നുമില്ല. നിന്റെ ഭൂമിയുടെ ആധാരത്തിൽ പറ്റിപ്പിടിച്ച മാലിന്യങ്ങൾ തൂത്തുകളയാനാണ് ഞാനെന്റെ വാഹനത്തെ നിയോഗിച്ചത്. എലിക്ക് നിന്റെ സാമ്രാജ്യത്തിന്റെ ബലിഷ്ഠമായ വാതിലുകൾ ഭേദിക്കാൻ വലിയ സമയമൊന്നുമാവശ്യമില്ല. നിന്റെ ചതിക്കെണിയിൽപ്പെട്ടുപോയ അവൻ മരണത്തെ മുഖാമുഖം

കണ്ടിരുന്നു. അപകടകരമായ ആ അവസ്ഥയിൽനിന്ന് അവനെ രക്ഷപ്പെടുത്താൻ എനിക്കുകഴിയില്ല. അതു ഞാൻ സമ്മതിക്കുന്നു. പക്ഷേ, എന്നേയും അവനെയും ഒരുപോലെ അത്ഭുതപ്പെടുത്തിക്കൊണ്ട് നീയവനെ നിരുപാധികം മോചിപ്പിച്ചു. അത് ജീവകാരുണ്യംകൊണ്ടാണോ എന്നോടുള്ള ആരാധനകൊണ്ടാണോ എന്ന കാര്യത്തിൽ നിന്റെ സ്നേഹിതന് സന്ദേഹങ്ങളുണ്ടാകാം. പക്ഷേ, എനിക്ക് യാതൊരു സന്ദേഹവുമില്ല. നിനക്ക് എന്നോടുള്ള ആരാധനയും സ്നേഹവുമാണതിന് കാരണമായതെന്ന് എനിക്കറിയാം. നിനക്ക് എന്നോടുള്ള സ്നേഹം, നിനക്ക് അക്ഷരങ്ങളോടുള്ള സ്നേഹം തന്നെയാണ്. നിനക്ക് നെന്മണികളോടുള്ള സ്നേഹവും അതിനു കാരണമാണ്. നിനക്ക് നാണയത്തോടുള്ള സ്നേഹം മാത്രമാണതിന് തടസ്സം നില്ക്കുന്നത്. അക്ഷരങ്ങളോടും നെന്മണികളോടുമുള്ള നിന്റെ സ്നേഹത്തിന്റെ നല്ല ഫലങ്ങൾ അനുഭവിക്കുന്നത് നീ മാത്രമായിരിക്കില്ല. അതനുഭവിക്കുന്നത് ഈ ഭൂമി ആകെയാണ്. എന്നാൽ നാണയത്തോടുള്ള നിന്റെ സ്നേഹത്തിന്റെ ഫലമനുഭവിക്കുന്നത് നീ മാത്രമായിരിക്കും. ചിലപ്പോൾ അത് നിനക്കെതിരായ മാരകമായ ആയുധമായിപ്പോലും എപ്പോഴെങ്കിലും ആർക്കെങ്കിലും ഉപയോഗപ്പെട്ടേക്കാം. പക്ഷേ, ഇതൊന്നും നിനക്കോ എനിക്കോ നിയന്ത്രിക്കാനാവുന്ന കാര്യങ്ങളല്ല. ഈ ലോകത്ത് ജീവിക്കുന്ന ജീവികൾക്കെല്ലാം ദൈവത്തോട് സ്നേഹവും വിദ്വേഷവും ഒരേ അളവിലുണ്ട്. ദൈവത്തെ പൂർണ്ണമായും വിശ്വസിക്കുന്നവനും പൂർണ്ണമായി വെറുക്കുന്നവനുമായി ആരുമില്ല. ദൈവവും മനുഷ്യനും തമ്മിലുള്ള ബന്ധം അനന്തമായ സ്നേഹബന്ധമായതുകൊണ്ടാണങ്ങനെ." വിഘ്നേശ്വരൻ പറഞ്ഞുകൊണ്ടിരിക്കുന്നതിനിടയിൽ ഒരു നാടകവേദിയിലെ തിരശ്ശീല കയററ്റ് വീഴുന്നതുപോലെ ആ സ്വപ്നം പൊടുന്നനെ അവസാനിച്ചത് കുറച്ചുനേരം ഭുവനചന്ദ്രനെ വല്ലാതെ അസ്വസ്ഥനാക്കി. പിന്നെ വിഘ്നേശ്വരൻ പറഞ്ഞതത്രയും മനസ്സിൽ ഓർമ്മിച്ചെടുക്കാൻ ശ്രമിച്ചുകൊണ്ടിരിക്കേ ഭുവനചന്ദ്രൻ വീണ്ടും ഉറക്കത്തിന്റെ കാണാക്കയത്തിലേക്ക് ആരോ വിളിച്ചിട്ടെന്നപോലെ ഒഴുകിപ്പോയി.

വായ്ത്തലയില്ലാത്ത വാൾ

നേരം പുലർന്നപ്പോൾ കഴിഞ്ഞ രാത്രിയിലെ സ്വപ്നത്തിന്റെ ബാക്കിപത്രമായി ഭുവനചന്ദ്രന്റെ മനസ്സിൽ യാതൊന്നും ശേഷിച്ചിരുന്നില്ല. പക്ഷേ, അല്പനേരം ഉണർന്നിരുന്നപ്പോൾ എല്ലാം വ്യക്തമായി തെളിഞ്ഞുകണ്ടു. ഒരു മനോഹരമായ കലാരൂപം കാണുന്നതുപോലെ താൻ കണ്ട സ്വപ്നം മനഃശാസ്ത്രപരമായി വിശകലനം ചെയ്യാനൊന്നും അപ്പോൾ മനസ്സ് സജ്ജമായിരുന്നില്ല. സ്വപ്നത്തെക്കുറിച്ച് നിശ്ചയമായും വിവേകനോട് സംസാരിക്കണമെന്നൊരു തോന്നൽ അപ്പോൾ മനസ്സിലുണ്ടായി. അവനപ്പോൾ ആധികാരികതയോടെ സംസാരിക്കുന്നത് ഫ്രോയിഡിന്റെ മനഃശാസ്ത്ര സിദ്ധാന്തങ്ങളെക്കുറിച്ചായിരിക്കുമെന്ന് ഭുവനചന്ദ്രനുറപ്പാണ്. കാരണം അവൻ ആ വഴിക്കുമാത്രമാണ് മനുഷ്യമനസ്സിനെ കാണുന്നത്. ഓരോ മനുഷ്യന്റേയും ജീവിതത്തിൽ അവർപോലുമറിയാതെ തെന്നിമറയുന്ന നിഴലുകളുടെ സ്വാധീനത്തെക്കുറിച്ച് ഫ്രോയിഡ് എന്തെങ്കിലും പറഞ്ഞിട്ടുണ്ടോ എന്നറിയില്ല. പക്ഷേ, അവ്യക്തമായ നിഴലുകൾ കാരണം ശിഥിലമായിപ്പോയ എത്രയോ കുടുബ ബന്ധങ്ങൾ ഉണ്ടെന്നത് ഒരു യാഥാർത്ഥ്യമാണ്. അത്തരം കുറേ യാഥാർത്ഥ്യങ്ങളുടെ ആകത്തുകയാണ് ഒരു മനുഷ്യന്റെ ജീവിതം. വിവേകന്റെ വഴി വിവേകനുപോലും ഇഷ്ടപ്പെട്ടതാവാത്തത് അതുകൊണ്ടാണ്. ഭുവനചന്ദ്രൻ ധൃതിപ്പെട്ട് ഓഫീസിലേക്ക് പോകാനുള്ള തയ്യാറെടുപ്പുകളിൽ മുഴുകി.

കാലത്തുമുതൽ വീട്ടിൽ സാധനങ്ങൾ തീർന്നതിനെപ്പറ്റിയും കറന്റ് ബില്ലടയ്ക്കാൻ താമസിച്ചതിനെക്കുറിച്ചുമൊക്കെ സുമിത്ര ഇടയ്ക്കിടയ്ക്ക് പറഞ്ഞുകൊണ്ടിരുന്നത് മൂളിക്കേൾക്കുകയല്ലാതെ മറുപടിയായി ഒന്നും പറഞ്ഞിരുന്നില്ല. അതിനേക്കാളൊക്കെ പ്രാധാന്യമുള്ള കാര്യങ്ങളാണ് താൻ രാവിലെ മുതൽ ചിന്തിച്ചുകൊണ്ടിരിക്കുന്നതെന്ന് വീടുവിട്ടിറങ്ങു

ന്നതുവരെ ഭുവനചന്ദ്രൻ സ്വന്തം ശരീരഭാഷകൊണ്ട് സൂചിപ്പിച്ചുകൊണ്ടിരുന്നു.

വിവേകൻ കാലത്ത് ബസ് സ്റ്റോപ്പിൽ ഭുവനചന്ദ്രനെ കാത്തുനില്ക്കുന്നുണ്ടായിരുന്നു. അവന്റെ കണ്ണുകളിൽ ഒരിക്കലും കാണാത്ത ഒരു മ്ലാനത മാറാലകെട്ടി നില്ക്കുന്നുണ്ട്. അവൻ കാര്യമായെന്തോ പറയാനാണ് വീട്ടിലേക്ക് വരാതെ ബസ് സ്റ്റോപ്പിൽ വന്നുനില്ക്കുന്നതെന്ന് ഭുവനചന്ദ്രന് അവനെ കണ്ടപാടേ മനസ്സിലായി. സുമിത്രയെപ്പോലും പഴയതുപോലെ അവനിപ്പോൾ വിശ്വാസത്തിലെടുക്കുന്നില്ല. അവന്റെ മനസ്സിൽ ശത്രുക്കളുടെ പട്ടികയ്ക്ക് ഓരോ ദിവസവും നീളം കൂടിക്കൂടി വരികയാണ്.

“ഇന്നലെ ഉത്സവപ്പറമ്പിൽ ചില്ലറ പ്രശ്നങ്ങളുണ്ടായി. ഉച്ചയ്ക്ക് അന്നദാനം നടക്കുകയായിരുന്നു. വിദ്യനും നജ്മയും ഒരു ഓട്ടോറിക്ഷയിൽ ഉത്സവപ്പറമ്പിനടുത്ത് റോഡിൽ വന്നിറങ്ങി. അവിടെ കൂടിനിന്ന ഒരുകൂട്ടം ചെറുപ്പക്കാർ അവരെ രണ്ടാളെയും കണ്ടതും ചുറ്റുംകൂടിനിന്ന് ഉറക്കെ കൂകി വിളിക്കാൻ തുടങ്ങീന്നാ വിദ്യൻ പറഞ്ഞത്. അവർ രണ്ടുപേരും പ്രതികരിക്കാതെ മാറിനിന്നെങ്കിലും ചെക്കൻമാർ പിന്നാലെ നടന്ന് കൂവിയത്രെ. അമ്പലത്തിൽ അന്നദാനം നടക്കുന്നേടത്തേക്ക് മാറിനില്ക്കാൻ നോക്കിയപ്പോ ആക്രോശം തുടങ്ങ്യത്രെ. അവര് രണ്ടാളും അമ്പലത്തിലെ അന്നദാനത്തിന് വന്നതാണെന്ന് തോന്ന്യപ്പം കൂടുതൽ പ്രശ്നായി. പിന്നെ രണ്ടാളും മറ്റൊരു ഓട്ടോറിക്ഷയിൽ കടയിലേക്കുതന്നെ തിരിച്ചുപോയി. അതുകൊണ്ട് പിന്നെ വല്യ പ്രശ്നങ്ങളുണ്ടായില്ല. നജ്മേന്റെ അകന്ന ബന്ധുക്കളും ആരൊക്ക്യോ ഒന്നു രണ്ടാള് അക്കൂട്ടത്തിലുണ്ടായിരുന്നൂന്നാ വിദ്യൻ പറഞ്ഞത്.”

വിവേകന്റെ വാക്കുകൾ വളരെ താണ ശ്രുതിയിൽ ഇഴയുകയായിരുന്നു. വയനാടൻ കാടുകളിൽ വസന്തത്തിന്റെ ഇടിമുഴക്കം കേട്ട് വിപ്ലവസ്വപ്നങ്ങളുമായി സായുധസമരത്തിലെ മുന്നണിപ്പോരാളിയായി വർഷങ്ങളോളം അലഞ്ഞുനടന്നവനാണവൻ. പക്ഷേ, ഇന്നവൻ വല്ലാതെ പതറിപ്പോയിരിക്കുന്നു. അവൻ സ്വന്തം സുരക്ഷയേക്കാളേറെ നാടിന്റെ സുരക്ഷയെക്കുറിച്ചായിരുന്നു അപ്പോൾ വ്യാകുലപ്പെട്ടതെന്ന് അവന് ചിലപ്പോൾ സ്വയം സാന്ത്വനപ്പെടാം. പ്രായപൂർത്തിയായ സ്വന്തം മകന്റെ സ്വാതന്ത്ര്യം, അനാഥയും പാവപ്പെട്ടവളുമായ ഒരു പെൺകുട്ടിയെ സംരക്ഷിക്കുന്നതിലുള്ള മാനവികത എല്ലാം ന്യായങ്ങളാണ്. പക്ഷേ, രമണിയെന്ന ഭാര്യ, രമണിയെന്ന അമ്മ. രണ്ടുപേരും ഒരേ സാക്ഷിപ്പട്ടികയിലാണുള്ളത്. വിവേകൻ എന്ന അച്ഛൻ, വിവേകനെന്ന കമ്യൂണിസ്റ്റുകാരൻ. അവർ മറ്റൊരു സാക്ഷിപ്പട്ടികയിലാണുള്ളത്. എല്ലാ തത്ത്വശാസ്ത്രങ്ങളും ഒരേ നേർരേഖയിൽ വന്നുനിന്ന് പരസ്പരം കണ്ണുരുട്ടുന്ന അപൂർവ്വം ജീവിതസന്ദർഭങ്ങളിലൊന്നാണിത്; മനുഷ്യനെന്ന സ്വാർത്ഥിയായ സാമൂഹ്യജീവി ശരിക്കും പരീക്ഷിക്കപ്പെടുന്ന മുഹൂർത്തങ്ങളിലൊന്ന്. മാനവികത, ജീവകാരുണ്യം. സമാധാനം, സ്വസ്ഥത, പുണ്യം, പാപം ഇവയിലേത് ആദ്യം സംരക്ഷിക്കപ്പെടണമെന്നതാണ് മൗലികമായ

ചോദ്യം. വിവേകനും രമണിയും വിദ്യനും നജ്മയും ഉത്തരം തേടുന്ന ജീവിതം മണക്കുന്ന ചോദ്യങ്ങളാണത്.

“നീ ഇക്കാര്യം ആളുകളോടൊന്നും ചർച്ചചെയ്യേണ്ട. ഉത്സവം കഴിയുന്നതുവരെ പ്രത്യേകിച്ചും. കാര്യങ്ങളൊന്നും നീയറിഞ്ഞതായി ഭാവിക്കണ്ടേ. ഒരു പണിയുമില്ലാതെ രാവുംപകലും ബസ് സ്റ്റോപ്പിലിരുന്ന് ചൊറികുത്തുന്നവർക്ക് വെറുതെ പണിയുണ്ടാക്കിക്കൊടുക്കണ്ട. ബാക്കി കാര്യങ്ങളൊക്കെ നമുക്ക് പിന്നീടാലോചിക്കാം.” ഭുവനചന്ദ്രന്റെ സാന്ത്വനം കേട്ടിട്ടും വിവേകന്റെ മുഖത്ത് അസ്വസ്ഥതയുടെ കരിപ്പാടുകൾ മാഞ്ഞുപോയില്ല.

“വേഗം പോണം. രമണി വല്ലാതെ ഭയപ്പെട്ട് നിക്വാ. എനിക്കൊരു കട്ടൻ ചായ കുടിക്കണം. വിവേകൻ അടുത്തുള്ള തട്ടുകടയിലേക്ക് ധൃതിയിൽ നടന്നുപോയി.

“ഇന്നലെയുണ്ടായ സംഭവം ചിലപ്പോ യാദൃച്ഛികമാവാം. പക്ഷേ, കുട്ടികൾക്കത് നാളെ വാശിക്ക് കാരണമാകുമോന്നാ എന്റെപേടി. ആ കൈലാസനാഥനറിഞ്ഞാൽ ചിലപ്പോ ഇതിന്റെ മേൽ കേറിപ്പിടിക്കും. അയാള് പെരുമാളുകാട്ടില് വെറുതെ ഉത്സവം കാണാൻ വന്നതല്ല. അമ്പലക്കാര്യങ്ങളിൽ ഒരു ബിസിനസിൽ മുതൽമുടക്കുന്ന ജാഗ്രതയോടെയാണ് അയാൾ പണം ചെലവഴിക്കുന്നത്. അയാളെക്കാണാൻ പലസ്ഥലത്തുനിന്നും ആളുകള് വരുന്നുണ്ടെന്നാ ചാപ്പൻനായര് പറഞ്ഞത്. ചാപ്പൻനായർക്ക് പോലും അയാൾ പല പ്രാവശ്യായി കണക്കുനോക്കാതെ കാശുകൊടുത്തൂന്നാ പറഞ്ഞത്. കൈലാസനാഥന്റെ മുകളിൽ മഹാദേവനുപോലും ഒന്നുംചെയ്യാൻ കഴിയാത്ത സ്ഥിതിയാണെന്നാ എനിക്കു തോന്നുന്നത്. അതല്ലെങ്കിലും ചിലപ്പോളങ്ങനെ സംഭവിക്കും. ലോകത്ത് ദൈവവും മനുഷ്യനും ശരിക്കും മത്സരിച്ചു കൊണ്ടിരിക്കുകതന്ന്യാ. ചിലപ്പോ മനുഷ്യൻ ജയിക്കും ചിലപ്പോ ദൈവം ജയിക്കും. ഒരു ഓട്ടമത്സരംപോലെയാ ആ കളി. ദൈവത്തെ ബന്ദിയാക്കുന്നവർ എല്ലാമതത്തിലുമുണ്ട്. ഇപ്പോ ജയിച്ചുകൊണ്ടിരിക്കുന്നത് മഹാദേവനല്ല. കൈലാസനാഥൻ മുതലാളിതന്നെയാ. അയാൾ ജയിക്കുന്നത് ശരിയായ ഈശ്വരവിശ്വാസിക്ക് വലിയ നിരാശയ്ക്ക് കാരണമാകും. എന്നാലും വിശ്വാസി ഒരിക്കലും മഹാദേവനിലുള്ള വിശ്വാസം ഉപേക്ഷിക്കില്ല. ഇനി ജയിക്കാനിരിക്കുന്നത് മഹാദേവനാണെന്ന് അയാൾ ആവർത്തിച്ച് പറഞ്ഞും സ്വയം വിശ്വസിപ്പിച്ചുംകൊണ്ടിരിക്കും. കൈലാസനാഥന്റെ വിജയത്തിൽ ആവേശംകൊള്ളുന്നവർ ശരിക്കു പറഞ്ഞാൽ അവിശ്വാസികളാണ്. അവർക്ക് മഹാദേവന്റെ വിജയം നിരാശയുണ്ടാക്കുന്ന വിഷയമാണ്. പക്ഷേ, ആരെന്തൊക്കെ വേഷംകെട്ടിയാലും കള്ളക്കളികൾ കളിച്ചാലും മഹാദേവൻ അവസാനമത്സരത്തിൽ ജയിക്കുകതന്നെ ചെയ്യും.” തന്റെ അകത്തിരിക്കുന്ന ഒരു സാത്വികന്റെ വികാരങ്ങൾ ഭുവനചന്ദ്രൻ മുഴുവനായും പുറത്തെടുത്തു. വിവേകന്റെ മുഖം എവിടെനിന്നോ അപ്രതീക്ഷിതമായി ഒരു വലിയ സഹായം ലഭിച്ചപോലെ പ്രസന്നമായി. അയാൾ മനസ്സിൽനിന്നും ഒരു വലിയ ഭാരമൊഴിഞ്ഞ സുഖമനുഭവിച്ചുകൊണ്ട് യാത്ര പറഞ്ഞു നടന്നുപോയി.

ഒരിക്കൽക്കൂടി ഒരു ജീവിതം

ഉത്സവം കഴിഞ്ഞതിന്റെ മൂന്നാം നാൾ നാട്ടിലാകെ ഒരു കൗതുക വാർത്ത പരന്നു. ചാപ്പൻനായരുടെ ഏകമകൻ നാട്ടിൽ തിരിച്ചെത്തിയ വാർത്ത ഒരു കുളിർമഴയത്തു നില്ക്കുന്ന സുഖത്തോടെയാണ് ഭുവന ചന്ദ്രൻ കേട്ടത്. പട്ടിണി അസഹ്യമായപ്പോൾ പത്തുവർഷം മുമ്പ് നാടു വിട്ടുപോയതാണ് തിലകൻ. കറുത്തുമെലിഞ്ഞ തിലകന്റെ പഴയ രൂപം ഒരു ആദ്യകാല സിനിമയിലെ കഥാപാത്രമായി ഭുവനചന്ദ്രന്റെ മനസ്സിൽ തെളിഞ്ഞു. ഇരുണ്ട നിറത്തിൽ എല്ലിച്ച ഒരു ചെറുപ്പക്കാരനെയാണ് മനസ്സ് വരച്ചുവെച്ചത്. അമ്മ മരിച്ചതിൽപ്പിന്നെ തിലകൻ അധികകാലം നാട്ടിൽ നിന്നിട്ടില്ല. ചാപ്പൻനായരുടെ മകൻ തിലകൻ നാടുവിട്ടുപോയി എന്നാണ് അന്നെല്ലാവരും പറഞ്ഞിരുന്നത്. ഒരു തുകൽ സഞ്ചിയിൽ കൈയിലുള്ള രണ്ട് ഷർട്ടും മുണ്ടും പൊതിഞ്ഞെടുത്ത് അവനെങ്ങോട്ടോ പോയി എന്നേ ആളുകൾ പറഞ്ഞുള്ളൂ. അവനെ അന്വേഷിച്ചുകണ്ടുപി ടിക്കേണ്ട ആവശ്യമൊന്നും അച്ഛൻ ചാപ്പൻനായർക്കുപോലും അക്കാ ലത്ത് ബോദ്ധ്യപ്പെട്ടിരുന്നില്ല. മദിരാശിയിലുണ്ടെന്ന് അറിയിച്ചുകൊണ്ടുള്ള ഒരു കാർഡ് വന്നിരുന്നു. അത്രയ്ക്കേ ചാപ്പൻനായർക്ക് തിലകനെക്കുറിച്ച് അറിയുമായിരുന്നുള്ളൂ. അല്ലെങ്കിലും നാട്ടിൽ ജീവിക്കാൻ വഴിമുട്ടുമ്പോൾ നാടുവിട്ട് എങ്ങോട്ടെങ്കിലും പോകുന്നത് അക്കാലത്ത് പതിവുള്ളതാണ്. അധികമാളുകളും മദിരാശി നഗരത്തിലേക്കാണ് കുടിയേറുക. ഹോട്ടൽ ജോലിയാണ് ലക്ഷ്യം. സത്യത്തിൽ വെറും വയറ്റുപ്പിഴപ്പിനുള്ള മാർഗ്ഗം തേടിയുള്ള യാത്രയാണത്. രണ്ടും കല്പിച്ചുള്ള യാത്ര. ഒന്നുകിൽ ജീവിതം, അല്ലെങ്കിൽ മരണം.

“എവിടെയെങ്കിലും പോയി നാഴിയരിക്ക് നയിച്ച് സുഖായി കഴി ഞ്ഞോട്ടെ. ബുദ്ധിമോശം ഒന്നും കാണിക്കാതിരുന്നാമതിയായിരുന്നു.”

ചാപ്പൻനായർ മകന്റെ തിരോധാനത്തിൽ അതിലപ്പുറമൊന്നും പ്രതികരിച്ചില്ല. അവൻ നാട്ടിലുണ്ടായിരുന്നപ്പോൾ നാടൻപണിയെടുത്ത് അച്ഛന്റെ കാര്യങ്ങൾ ശ്രദ്ധിച്ചിരുന്നു. കുട്ടിക്കാലത്ത് ഒരിക്കലും മൂന്നുനേരം സമൃദ്ധമായി അവൻ ഭക്ഷണം കഴിച്ചിട്ടില്ല. അവന് പത്ത് വയസ്സുള്ളപ്പോഴാണ് അവന്റെ അമ്മ മരിച്ചത്. ഒന്ന് രണ്ട് ജന്മിവീടുകളിൽ വീട്ട് ജോലിചെയ്താണ് അവർ കുടുംബകാര്യങ്ങൾ നടത്തിയിരുന്നത്. ഒരു വിഷപ്പനിയിൽ അവശയായി കുറച്ചുകാലം ജീവിച്ചു. പിന്നെ ഏതോ ആശുപത്രിയിൽക്കിടന്ന് മരിച്ചു. തിലകൻ പത്താംതരം വരെ എങ്ങനെയോ കഷ്ടപ്പെട്ട് പഠിച്ചു. സ്കൂളിനടുത്ത ചായപ്പീടികയിൽ ഗ്ലാസ് കഴുകിയും സ്കൂളിലെ മാഷന്മാർക്ക് ഊണും ബീഡിയുമൊക്കെ എത്തിച്ചുകൊടുത്തും അവൻ പത്താംതരം പരീക്ഷയെഴുതി. വലിയ മാർക്കില്ലാതെയാണ് പാസായത്. പാസായതുകൊണ്ട് വലിയ ഉദ്യോഗങ്ങളൊന്നും നേടാൻ പോവുന്നില്ലെന്നവനുമറിയാം. സാദ്ധ്യതകൾകൊണ്ട് പിന്നോക്കമാണെങ്കിലും ജാതികൊണ്ട് അവൻ മുന്നോക്കമാണ്. സർക്കാർ ജോലി കിട്ടാനുള്ള വഴികളിൽ തടസ്സങ്ങളേറെയാണ്. പതിവായി പട്ടിണി കിടക്കുന്നതും കുടികിടപ്പിൽ അന്തിയുറങ്ങുന്നതുമൊന്നും അവിടെ പറഞ്ഞിട്ട് കാര്യമില്ല. അച്ഛൻ സ്വാതന്ത്ര്യം ചാപ്പൻനായരാണെന്നറിഞ്ഞാൽ കടമ്പകളേറിവരും. തിലകൻ അക്കാര്യങ്ങളൊന്നുമോർത്ത് മനസ്സുപുണ്ണാക്കിയില്ല. ഒരു നാലഞ്ചുകൊല്ലം നാട്ടിൽ ചുറ്റിത്തിരിഞ്ഞ് മറ്റൊന്നും ചിന്തിക്കാതെ തൊഴിൽ തേടി മദിരാശിയിലേക്ക് വണ്ടി കയറി. അക്കാലത്ത് അനാഥരുടെ അഭയസ്ഥാനമായിരുന്നു മദിരാശി. മദിരാശിയിൽപ്പോയി എന്തെങ്കിലും തൊഴിലുകിട്ടാതെ ആരും നിരാശരായി മടങ്ങിവന്ന ചരിത്രമില്ല. സെൻട്രൽ റെയിൽവെ സ്റ്റേഷനു മുമ്പിലെ മുരുകൻ ഹോട്ടലിന്റെ കുശിനിയിലേക്കാണ് തിലകൻ തൊഴിൽ തേടി നേരെ ചെന്നു കയറിയത്. വണ്ടിയിറങ്ങിയ ഉടൻ ജനിച്ച നാടിനെയും നാട്ടാരെയും മനസ്സിൽ നിന്നും പറിച്ചെടുത്ത് ഓടയിലേക്കെറിഞ്ഞപ്പോൾ അവന് വല്ലാത്ത സുഖം തോന്നി. പിന്നെയങ്ങോട്ട് ഹോട്ടലിലെ പാതിരവരെ നീളുന്ന തിരക്കുകളിൽ സ്വയം സമർപ്പിച്ചുകൊണ്ടുള്ള സുഖജീവിതം. ഓർമ്മവെച്ച കാലം മുതൽ പട്ടിണികിടന്നവന് നാലുനേരം ഇഷ്ടമുള്ളത് കഴിക്കാനുള്ള സ്വാതന്ത്ര്യംതന്നെ ഏറ്റവും വലുത്. കുശിനിയിലെ പുകക്കാടുകളിൽ ഒരു വേട്ടക്കാരനെപ്പോലെ രാവുംപകലുമറിയാത്ത ജീവിതം. മടുപ്പെന്തെന്നറിയാത്ത രാപ്പകലുകൾ. മുരുകൻ ഹോട്ടലിലെ അരിയാട്ടുകാരി വള്ളിയമ്മാളിന്റെ മകൾ ശിങ്കാരിയെ തിലകന് കല്യാണമാലോചിച്ചത് വള്ളിയമ്മാൾ തന്നെയായിരുന്നു. അവരുടെ വീട്ടിൽച്ചെന്ന് എണ്ണക്കറുമ്പിയെ കണ്ടപ്പോൾ ഇഷ്ടമായി. അച്ഛനൊരു പൊള്ളാച്ചിക്കാരൻ റാവുത്തർ. പോത്തുവണ്ടിക്കാരനാണയാൾ. തിലകൻ അവരുടെ ജാതിയും മതവുമൊന്നും ചോദിച്ചില്ല. ജീവിക്കാൻ കഷ്ടപ്പെടുന്ന രണ്ടുപേർ എന്നുമാത്രം മനസ്സിൽ കരുതി. അവരുടെ ഏകമകൾ എണ്ണക്കറുമ്പി ശിങ്കാരി തനിക്ക് പൊണ്ടാട്ടിയാവട്ടെ. അത്രയേ ആലോചിക്കേണ്ടതുണ്ടായിരുന്നുള്ളൂ. അതി

നപ്പുറം സ്വന്തം ജീവിതത്തെക്കുറിച്ച് തിലകന് ആലോചിക്കാൻ ഒന്നുമുണ്ടായിരുന്നില്ല. നാലഞ്ചുകൊല്ലംകൊണ്ട് മുരുകൻ ഹോട്ടലിലെ സപ്ലൈയറായി. അധികം താമസിയാതെ സ്വന്തമായി വീടായി. രണ്ടു കുഞ്ഞുങ്ങളുണ്ടായി. തിലകന്റെ നേട്ടങ്ങളുടെ പട്ടിക നീണ്ടുപോയി. ശിങ്കാരിക്ക് തിലകണ്ണൻ കാണപ്പെട്ട ദൈവം. കുട്ടികൾ സ്കൂളിൽ നന്നായി പഠിക്കുന്നു. പളനിമുരുകൻ മാത്രം എപ്പോഴും രക്ഷകനായി അവരുടെയെല്ലാം മനസ്സിൽ നിറഞ്ഞുനിന്നു. ഒരു സ്വാതന്ത്ര്യദിനത്തിൽ നെഞ്ചിൽ ദേശീയ പതാകയും ചാർത്തി കുട്ടികൾ സ്കൂളിൽനിന്നു തിരിച്ചുവന്നപ്പോൾ തിലകന് സ്വന്തം അച്ഛനെ ഓർമ്മവന്നു.

"അച്ഛൻ ജീവിച്ചിരിപ്പുണ്ടോ എന്നുപോലുമറിയില്ല. ഒന്നു ചെന്നന്വേഷിക്കണമെന്നൊരു തോന്നൽ കുറച്ചുകാലമായുണ്ട്." പക്ഷേ, പല കാരണങ്ങൾകൊണ്ട് നടന്നില്ല. രാത്രി ഉറങ്ങാൻ കിടന്നപ്പോൾ ഒരു ഉൾവിളിയാലെന്നപോലെ തിലകൻ ശിങ്കാരിയോട് പറഞ്ഞു. മഞ്ഞളും നൂറും തൊട്ടതുപോലെ ശിങ്കാരി അണ്ണന്റെ ആശ ഏറ്റുപിടിച്ചു. നേരം വെളുത്തപ്പോൾ നാട്ടിൽ പോക്ക് തിലകന്റെ വീട്ടിലൊരു ചർച്ചാവിഷയമായി. അങ്ങനെയാണ് ഓണക്കാലത്ത് നാട്ടിൽ പോകാൻ തിലകനും ശിങ്കാരിയും തീരുമാനിച്ചത്. ഉത്രാടം നാൾ രാവിലെ തിലകനും ശിങ്കാരിയും രണ്ടുകുട്ടികളും പെരുമാളുകാട്ടിൽ വണ്ടിയിറങ്ങി. പച്ചനിറമുള്ള ഒരു ഇരുമ്പുപെട്ടിയുമായി തിലകൻ മുമ്പിൽ. പിന്നിൽ കടുംചുവപ്പ് സാരിയുടുത്ത എണ്ണക്കറുമ്പി. കൈയിൽ വണ്ടിയിൽനിന്നും വാങ്ങിയ ബലൂണും കളിപ്പാട്ടങ്ങളുമൊക്കെയായി കുട്ടികളും. പെരുമാളുകാട്ടിൽ നാട് നിറയെ തമിഴന്മാരൊന്നുമില്ല. എല്ലാക്കൊല്ലവും വൃശ്ചികമാസത്തിൽ വളക്കച്ചവടവുമായി തമിഴ്നാട്ടിൽനിന്നും വളചെട്ടിച്ചികൾ വരും. ഇടവഴികളിലൂടെ 'വള വള'യെന്ന് ഉറക്കെ വിളിച്ചുപറഞ്ഞുകൊണ്ട് കറുത്ത സുന്ദരികൾ അലഞ്ഞുനടക്കുന്ന കാലമാണത്. ഉത്സവകാലം കഴിഞ്ഞാൽ കൈനിറയെ പണവുമായി അവർ നാട്ടിലേക്ക് തന്നെ തിരിച്ചുപോകും. വളക്കച്ചവടത്തിന് മാത്രം ഒരു ഊന്നുവടിപോലെ തങ്ങൾക്കുവേണ്ടി മാത്രമായി ചെത്തിമിനുക്കിയെടുത്ത മലയാളം പറച്ചിലാണവരുടേത്. നാടുമുഴുവൻ അലഞ്ഞ് വളവില്ക്കാൻ അവർക്കത് ധാരാളം മതി. ഒരു നട്ടുച്ചനേരത്ത് പെരുമാളുകാട്ടിൽ തമിഴന്റെ വെപ്രാളം പിടിച്ച പേച്ചുകൾ കേട്ട് ഉച്ചവെയിലിൽ മുഖം കോട്ടിനിന്ന തീവണ്ടിയാപ്പീസിനടുത്തുള്ള അങ്ങാടി സംശയത്തോടെ തുറിച്ചു നോക്കി. ചുവന്ന പട്ടുസാരിയിൽ ഒരുക്കിയെടുത്ത എണ്ണക്കറുമ്പിയെ എല്ലാവരും പലവട്ടം നോക്കി. ഇവരെങ്ങോട്ടാണെന്ന് എല്ലാവരും നോട്ടംകൊണ്ട് പരസ്പരം അന്വേഷിച്ചുകൊണ്ടിരുന്നു. അവർ ചെന്നുകയറിയത് സ്വാതന്ത്ര്യം ചാപ്പൻനായരുടെ ഓലച്ചെറ്റയിലേക്കായിരുന്നു.

മുറ്റത്ത് ഒരു മുന്നറിയിപ്പുമില്ലാതെ വന്നുനിറഞ്ഞ തമിഴ്പ്പടയെ കണ്ടപ്പോൾ സന്തോഷംകൊണ്ട് താനിപ്പോൾ മരിച്ചുപോവുമോ എന്നുപോലും ചാപ്പൻനായർക്ക് തോന്നിപ്പോയി. എന്നെന്നേക്കുമായി നഷ്ടപ്പെട്ടുവെന്നു

കരുതിയ തന്റെ ഏക മകൻ തിലകൻ, പേരറിയാത്ത മരുമകൾ, പേരമക്കൾ. ഒരു നിധികുംഭം ആകാശത്തുനിന്നു പൊട്ടിവീണതുപോലെ സ്തംഭിച്ചുനിന്നുപോയി ചാപ്പൻനായർ. അവിടവിടെയായി വെള്ളിനൂലുകൾ വീണ തിലകന്റെ മുടിയിഴകളിൽ ചാപ്പൻനായർ ഗദ്ഗദത്തോടെ വിരലുകൾ പായിച്ചു. അവന്റെ കുഞ്ഞുങ്ങളെ അരികിൽ നിർത്തി നെറുകയിൽ ഉമ്മവെച്ചു. മരുമകളുടെ മൂർദ്ധാവിൽ മെലിഞ്ഞ കൈപ്പത്തികൊണ്ടനുഗ്രഹിച്ചു. "മോള് നന്നായിവരും."

"നമ്മുടെ അവകാശികളെത്തിയിരിക്കുന്നു. മഹാദേവന്റെ സമ്മാനം." ചാപ്പൻനായർ ഏതോ ഒരു അദൃശ്യരൂപത്തോട് സംസാരിക്കുന്നതാരും ശ്രദ്ധിച്ചില്ല. ആ കണ്ണുകൾ നിറഞ്ഞു. ഏറെക്കാലത്തിനിടയിൽ കൈയിൽ ഒരു വലിയ തുണിസഞ്ചിയുമായി ചാപ്പൻനായർ അങ്ങാടിയിലേക്ക് പോകുന്നതുകണ്ട് അയൽക്കാർ അമ്പരന്നുനിന്നു. സഞ്ചിനിറയെ വീട്ടാവശ്യത്തിനുള്ള സാധനങ്ങളും ഒരു നല്ല റാന്തൽ വിളക്കുമായി വേഗത്തിൽത്തന്നെ ചാപ്പൻനായർ തിരിച്ചുവന്നു. പുതുവെള്ളത്തിലെ പരൽമീനിനെപ്പോലെ ആ വൃദ്ധൻ സന്തോഷം കൊണ്ട് മതിമറക്കുന്നതുകണ്ട് അയൽക്കാർ മൂക്കത്ത് വിരൽവെച്ചുനിന്നു. ശിങ്കാരി നിമിഷങ്ങൾകൊണ്ട് ഭർത്തൃഗൃഹത്തിലെ അടുക്കളക്കാരിയായി. എത്രയോ കാലത്തിനിടെ ഇരുട്ടുനിറഞ്ഞ അടുക്കളയിൽ വെളിച്ചെണ്ണയിൽ കടുക് പൊട്ടുന്ന ശബ്ദം ചാപ്പൻനായർ കേട്ടു. ആ മനസ്സിന് അതൊരു വെടിക്കെട്ടുപോലെ ആസ്വാദ്യമായി. ചാപ്പൻനായരുടെ ഓലച്ചെറ്റയിൽ ജീവിതം വീണ്ടും വേരുകൾ മുളപ്പിക്കുന്നത് കണ്ട് അയൽക്കാരി മാത കുശുമ്പു പറഞ്ഞു "കമ്മളെ പിടിച്ചിറ്റ് കിട്ടുന്നില്ലാലോ എന്റെ മുത്തപ്പാ."

"ഇതെന്തൊരത്ഭുതം. അനാഥനായി മരിക്കാൻ തയ്യാറെടുക്കുന്ന ഒരാൾ ഇനിയുമെത്രയും ജീവിക്കണമെന്ന് ആഗ്രഹിച്ചുപോവുന്നത് അത്ഭുതമെന്നല്ലാതെന്തു പറയാൻ." സന്തോഷംകൊണ്ട് ഭുവനചന്ദ്രൻ സുമിത്രയോട് എന്തൊക്കെയോ അങ്ങ് പറഞ്ഞുവെന്നേയുള്ളൂ.

"പോയിക്കാണണം തിലകനെയും അവന്റെ പെണ്ണിനെയുമൊക്കെ." സുമിത്രയ്ക്കും അകംനിറഞ്ഞ സന്തോഷം.

ഒരു ദിവസം കൊപ്രക്കച്ചവടക്കാരൻ വീരാനാജി തന്നെവന്നുകണ്ട കാര്യം അപ്പോൾ ഭുവനചന്ദ്രൻ ഓർത്തു.

"നായരെ, നിങ്ങള് ഞമ്മക്കൊരു ഉപകാരം ചെയ്യണം. നിങ്ങളും വിവേകനും വിചാരിച്ചാലെ ആ സഹായം ഞമ്മക്ക് ചെയ്തുതരാൻ കഴിയൂ. അല്ലാണ്ട് കലട്ര് വിചാരിച്ചാൽക്കൂടി കഴിയൂലാ. നിങ്ങള് ചെയ്യാന്ന് പറഞ്ഞാ കാര്യം ഞമ്മള് പറയും. ഇല്ലേങ്കിപ്പിന്നെ വേറെ വയിനോക്കണം." ഹാജിയാരുടെ വാക്കുകളിലെ ദുരൂഹത ഭുവനചന്ദ്രനെ കുഴക്കി.

"ഹാജിയാര് കാര്യം പറയ്. എന്നിട്ട് എന്റെ മറുപടി പറയാ."

"നമ്മളെ 'സ്വാതന്ത്ര്യം' നായര് മരിച്ചാല് നമ്മക്ക് പഞ്ചായത്ത് ശ്മശാനത്തില് കബറടക്കണം. മൂപ്പര് ഒരു രാജ്യസ്നേഹോള്ള സ്വാതന്ത്ര്യക്കാരനായിനല്ലോ. ഗവർമ്മെണ്ട് സലത്താ മൂപ്പര്ക്ക് ഖബറ് ഉത്തമം.

അയാള്ടെ അഞ്ചുസെന്റ് ഞമ്മള് കൊടുത്ത കുടികെടപ്പാ. ബാക്കിസ്ഥലം ഒരേക്ര ഇപ്പളും ഞമ്മളതാ. ഞമ്മളെ പറമ്പൊരു ശ്മശാനാക്കാണ്ട് കിട്ട്യാ നന്നേനും. പിന്നെ സ്വാതന്ത്ര്യത്തിന്റെ അഞ്ച് സെന്റിന് അവകാശ്യേളാരും ഇല്ലാലോ." വീരാനാജി കുറേദിവസമായി മനഃപാഠമായി പഠിച്ചുവെച്ചതു പറയുമ്പോലെ പറഞ്ഞവസാനിപ്പിച്ചപ്പോൾ അതിലെ ശരിയും തെറ്റും വേർതിരിക്കാൻ പെട്ടെന്ന് ഭുവനചന്ദ്രന് കഴിഞ്ഞില്ല. കേൾക്കുമ്പോൾ അയാൾ പറഞ്ഞതിൽ തെറ്റുകളില്ല. എന്നാലും എന്തോ പന്തികേടുണ്ട്.

പക്ഷേ, ഇപ്പോൾ എല്ലാം കീഴ്മേൽ മറിഞ്ഞിരിക്കുന്നു. 'സ്വാതന്ത്ര്യത്തിന്' അവകാശികളുണ്ടായിരിക്കുന്നു. ശിങ്കാരിക്ക് തിലകന്റെ നാട് നന്നായി പിടിച്ചു. കുട്ടികൾക്ക് മൺപ്രതിമപോലുള്ള തങ്ങളുടെ വല്യച്ഛനെ പിരിയാനിഷ്ടമില്ലായിരുന്നു. നാലയലത്തുള്ളവർ വിചിത്ര ജീവികളെ നോക്കുന്നതുപോലെയാണ് ശിങ്കാരിയേയും കുടുംബത്തേയും നോക്കിയത്. വന്ന ദിവസം വൈകുന്നേരം തിലകനും ശിങ്കാരിയും മഹാദേവനെ തൊഴാൻപോയിരുന്നു. തിലകൻ അടുത്തുള്ള പാടത്തിറങ്ങി വയൽവരമ്പിലൂടെ കുറേനേരം നടന്നു. പഴയ പരിചയക്കാരെ കണ്ട് പരിചയം പുതുക്കി. ഇനി ഇടയ്ക്കിടയ്ക്ക് വരാമെന്ന ഉറപ്പിന്മേൽ ഹോട്ടലിലെ തിരക്കുപറഞ്ഞ് രണ്ടുദിവസം കഴിഞ്ഞപ്പോൾ തിലകനും കുടുംബവും മദിരാശിക്ക് വണ്ടികയറി. അവർ പോയിക്കഴിഞ്ഞപ്പോൾ നൂറ് നൂറ് ചോദ്യങ്ങൾ തേനീച്ചകളെപ്പോലെ ചാപ്പൻനായരുടെ ഓലച്ചെറ്റപ്പുരയെ പൊതിഞ്ഞു.

"ശിങ്കാരി ഏതു ജാതിയിൽപ്പെട്ടവളാന്നാരുകണ്ടു?"

"അവള് നമ്മളെ മതം തന്ന്യാണെന്നെന്താ ഒറപ്പ്?"

"തമിഴമ്മാരെ കൂട്ടത്തില് കള്ളമ്മാര് കൂടുതലാ. തിരുട്ട് ഗ്രാമം തന്നെയുണ്ട്. തിലകൻ അവ്ടെയെവിടെയെങ്കിലുമാണോ താമസം?"

"തിലകനിനിയും നാട്ടിൽ വരുന്ന് എന്താ ഒറപ്പ്?"

പരിസരത്തെ ആണുങ്ങൾ തങ്ങളുടെ ചോദ്യങ്ങളും സംശയങ്ങളും ഒരു ചോദ്യക്കടലാസിന്റെ രൂപത്തിൽ അവതരിപ്പിച്ചപ്പോഴെല്ലാം ചാപ്പൻനായർ വെറുതെ ചിരിച്ചതേയുള്ളൂ.

"ആ ശിങ്കാരി ഒരു മാപ്പളച്ച്യാന്നാ എനക്ക് തോന്നുന്നത്."

"അലിക്കത്ത് ഊരിക്കളഞ്ഞ കാതുപോലെണ്ട് ഓളെ കാത്."

"ഓൻ മതം മാറ്യോന്നാരിക്കറിയാ."

പെണ്ണുങ്ങൾ അവരുടെ ചോദ്യാവലി ശ്രദ്ധാപൂർവ്വം തയ്യാറാക്കി തങ്ങളുടെ ഭർത്താക്കൻമാരെ ഏല്പിച്ചു.

ചാപ്പൻനായർ എല്ലാം കേട്ട് ശരിവെക്കുന്നതുപോലെ ചിരിക്കുക മാത്രം ചെയ്തു.

പട്ടിണികിടന്നും പരാശ്രയമില്ലാതെയും നാട്ടിലലഞ്ഞുനടന്നപ്പോൾ തിലകന്റെ ജാതിയും മതവും ആരുമന്വേഷിച്ചില്ല. ഇപ്പോഴെല്ലാവർക്കും എല്ലാമറിയണം. തിലകൻ ശിക്ഷിക്കപ്പെടണമെന്ന ആഗ്രഹമാണ് കുശുമ്പുകാരെ അലട്ടിക്കൊണ്ടിരുന്നത്.

ഭുവനചന്ദ്രന് തിലകനെയും കുടുംബത്തെയും കാണാൻ കഴിഞ്ഞിരുന്നില്ല. അവർ ഇത്രപെട്ടെന്ന് തിരിച്ചുപോകുമെന്ന് കരുതിയില്ല. രണ്ടു ദിവസം ഓഫീസ് തിരക്കുകളിൽ കുടുങ്ങിപ്പോയതുകൊണ്ട് സംഭവിച്ച നഷ്ടം. അവർ പോയതിന്റെ മൂന്നാം ദിവസം ചാപ്പൻനായരെ കാണാൻ വീട്ടിലേക്ക് ചെന്നപ്പോൾ കണ്ട കാഴ്ചകൾ ഏറെ രസകരമായിരുന്നു. ചാപ്പൻനായർ തന്റെ ഓലച്ചെറ്റയ്ക്കുമുമ്പിൽ ചെറിയ പൂച്ചെടികൾ നടുന്ന കാഴ്ച ഭുവനചന്ദ്രനെ ശരിക്കും വിസ്മയിപ്പിച്ചു.

"ഇനി പഴയതുപോലൊന്നും പോരല്ലോ. അടുത്ത പ്രാവശ്യം കുട്ടികള് വരുമ്പോ പറിക്കാൻ പൂവും തിന്നാൻ കായും ഉണ്ടാവണം."

പടന്നകൊണ്ട് കിളയ്ക്കുന്നതിനിടെ കിതപ്പോടെ ചാപ്പൻനായർ ഗൗരവമായിത്തന്നെ തന്റെ ആശ പറഞ്ഞു. തനിക്കിനിയങ്ങോട്ട് പഴയതുപോലെയല്ലെന്നും എല്ലാവരേയുംപോലെ കുടുംബപരമായ പലപല തിരക്കുകൾ വരാനിടയുണ്ടെന്നുമൊക്കെ ചാപ്പൻനായരുടെ ശരീര ചലനങ്ങളും ഭാവങ്ങളും പറയാതെ പറയുന്നുണ്ടായിരുന്നു. അല്പം കഴിഞ്ഞപ്പോൾ വിവേകനുമെത്തി. മൂന്നുപേരും ഉമ്മറക്കോലായിലിരുന്ന് കുറേ നേരം സംസാരിച്ചു. എല്ലാ പ്രതീക്ഷകളും അസ്തമിച്ച ഒരു ജീവിതത്തിന്റെ തെഴുപ്പ് കണ്ട് രണ്ടുപേരും വല്ലാതെ അതിശയിച്ചുനിന്നു.

"ഇനി എന്റെ മോൻ വരുമ്പോ ഞാൻ ഓനോടൊപ്പം മദിരാശിക്കു പോകും. കുറച്ച് ദെവസം അവിടെ താമസിക്കാലോ. ഒന്നു പളനിക്കും പോകണം. പറ്റേങ്കിൽ മധുരയ്ക്കും. ശിങ്കാരി നല്ല സ്നേഹോള്ള കുട്ട്യാ." ചാപ്പൻനായരുടെ വാക്കുകളിൽ ഇനിയും ജീവിച്ചു തീർക്കാനുള്ള ജീവിതത്തെക്കുറിച്ച് വലിയ പ്രതീക്ഷകളുള്ളതായി രണ്ടുപേർക്കും തോന്നി.

"മഹാദേവന്റെ ഓരോ തീരുമാനങ്ങള്. നമ്മള് അനുഭവിക്കാൻ നിന്നുകൊടുക്കല്ലാതെന്തുചെയ്യാൻ." തനിക്കു തിരിച്ചുകിട്ടിയ ഈ ജീവിതം മഹാദേവന്റെ സംഭാവനയാണെന്ന് പറയുമ്പോൾ ആ കണ്ണുകളിൽക്കണ്ട പ്രകാശം വിവേകനെ വല്ലാതെ അത്ഭുതപ്പെടുത്തി.

"പച്ചപിടിക്കുമെന്ന പ്രത്യാശയോടെ ജീവിതത്തെ വരവേല്ക്കുമ്പോഴാണ് ഒരു സാധാരണ മനുഷ്യന് ദൈവം സഹായിയും സഹയാത്രികനുമാവുന്നത്. അല്ലാത്തവൻ ദൈവത്തെ ഓർക്കുകപോലുമില്ല." വിവേകന്റെ വാക്കുകളിലെ ദൈവത്തെക്കുറിച്ചുള്ള സൂചനകൾ ഭുവനചന്ദ്രനെ ശരിക്കും അത്ഭുതപ്പെടുത്തുന്നുണ്ടായിരുന്നു.

ഞാറ്റടിക്കനവ്

ഞാറ് പറിച്ചുനടാൻ സമയമാകുമ്പോൾ പണ്ടൊക്കെ വലിയ ആഹ്ലാദമായിരുന്നു. എന്നാലിപ്പോൾ കൃഷിയുമായി ബന്ധപ്പെടുന്ന ആർക്കും മനസ്സ് അസ്വസ്ഥമാവുന്ന ദിവസങ്ങളാണത്. വിചാരിച്ചപോലെ പണിക്ക് ആളെ കിട്ടില്ല. തൊഴിലെടുക്കുന്നവർക്കെല്ലാം കോൺക്രീറ്റ് പണിയിലാണ് താല്പര്യം. നല്ല കൂലി. ഉടമസ്ഥന്മാർ ഗൾഫുകാരാവുമ്പോൾ മറ്റു പല പാരിതോഷികങ്ങളും. രാജകീയ ഭക്ഷണം. ഉടമ അടിമയുടെ അടവുകൾ അഭ്യസിക്കുന്ന രീതിയാണവിടെ. ചളിയിൽ വിത്തുവിതച്ച്, വിളവുകൊയ്ത് പത്തായം നിറയ്ക്കേണ്ട ആവശ്യമാർക്കുമില്ല. കാറിൽ റേഷനരി വാങ്ങാൻപോകുന്നവർവരെ പെരുമാളുകാട്ടിലുണ്ട്. അരി ഒരു പ്രശ്നവിഷയമേയല്ല. ആർക്കും അത്താഴമില്ലാതെ അന്തിയുറങ്ങേണ്ട അവസ്ഥയില്ല. ചാപ്പൻനായർ പഴയ പട്ടിണിക്കാലം പാടിക്കേൾപ്പിച്ചതോർമ്മയുണ്ട്. "ഉദയാസ്തമയം പീടികമുമ്പിൽനിന്നു കരഞ്ഞാലും ഉരിയരിപോലും കിട്ടാനില്ല പൊന്നുകൊടുത്താലും" എന്നായിരുന്നു ആ പാട്ട്. കതിരണിഞ്ഞ പാടത്തിന് രാത്രിയിൽ കാവൽ നില്ക്കുന്ന കാലം. പട്ടിണിക്കാരൻ പാത്തും പതുങ്ങിയും വന്ന് വയലിൽനിന്നും കതിരുകൾ കട്ടുകൊണ്ടുപോയി മൺകലത്തിൽ വറുത്തെടുത്ത് ഉരലിലിട്ട് ഉമിയും തവിടും കളഞ്ഞ് കുഞ്ഞുങ്ങൾക്ക് കഞ്ഞിവെച്ചുകൊടുത്ത കൊടുംപട്ടിണിക്കാലം ഇപ്പോൾ ഓർമ്മയിൽ മാത്രമേയുള്ളൂ. കള്ളനെ കൈയോടെ പിടിച്ച് തെങ്ങിൽ പിടിച്ചുകെട്ടാൻ ജന്മിമാരുടെ സിൽബന്ധികൾ രാത്രി വിളഞ്ഞുനില്ക്കുന്ന വയലിലൂടെ റോന്തുചുറ്റാറുണ്ടായിരുന്നുവത്രെ. ഒറോന്തക്കാർ എന്നാണത്രെ നാട്ടുകാർ അവരെ വിളിക്കാറ്. അവർക്കൊരു വിനോദം. പുനത്തിൽ തറവാട്ടിലെ കളത്തിൽ കാവല്ക്കാരന്റെ പണിയായിരുന്നത്രെ കുട്ടിക്കാലത്ത് ചാപ്പൻ

നായർക്ക്. പുനത്തിലെ ഉരക്കുഴിയിൽ നെല്ലുകുത്താൻ ഊഴവും കാത്തിരിക്കുന്ന പെണ്ണുങ്ങൾ, ഒച്ചതാഴ്ത്തി വടക്കൻ പാട്ടുകൾപാടി മത്സരിച്ച് നെല്ലുകുത്തുന്ന കാഴ്ചയെക്കുറിച്ച് ചാപ്പൻ നായർ അഭിനയത്തോടെ പറഞ്ഞപ്പോൾ ഉരക്കുഴി കൺമുമ്പിൽ കാണുന്നതുപോലെ തോന്നിയിരുന്നു. തവിടുതിന്ന് ഉൾക്കരുത്തുനേടിയ പെണ്ണുങ്ങൾ അഞ്ചും എട്ടും പെറ്റിട്ടും ഒരു വാട്ടവുമില്ലാതെ പണിയെടുത്ത് ജീവിതത്തോട് പൊരുതി ജയിച്ച കാലമായിരുന്നു അത്. എല്ലാം കേട്ടുകേൾവികൾ മാത്രം. ഇപ്പോഴവരുടെ പിൻതലമുറക്കാർ ഞാറെന്നു കേട്ടാൽ മുഖംചുളിച്ച് അകന്നുമാറിക്കളയും. പണിയെടുക്കുന്നവർക്കുപോലും കൃഷി ഒരു തൊഴിൽമേഖലയേയല്ല. നാട് വളർത്തുദോഷംകൊണ്ട് ചീത്തയായിപ്പോയ മക്കളെപ്പോലെയായിരിക്കുന്നു. തനിക്ക് ഓരോ പുഞ്ചക്കാലത്തും കരുതിവെച്ച വിത്ത് വിതയ്ക്കാതിരിക്കാൻ കഴിയാത്തതെന്തുകൊണ്ടാണ്? സമയമാവുമ്പോൾ ആരാണ് തന്നെയീ ചേറ്റുകണ്ടത്തിലേക്ക് മാടിവിളിക്കുന്നത്. എത്ര അടുത്തുചെന്നാലും തന്നെക്കണ്ട് ഭയപ്പെട്ട് വെള്ളക്കൊച്ചകൾ ഒച്ചവെച്ച് പറന്നകലാത്തതെന്തുകൊണ്ടാണ്? പായലും കുളവാഴയും തിങ്ങിനിറഞ്ഞ പുഞ്ചക്കണ്ടത്തിൽ കാലെടുത്തുവെക്കുമ്പോൾ മനസ്സ് കൊടുംമഞ്ഞിലെന്നതുപോലെ തണുക്കുന്നതിന്റെ ജീവശാസ്ത്രരഹസ്യമെന്താണ്? നെൽച്ചെടികൾ ഗർഭവതികളാവുമ്പോൾ ഒരു കർഷകന് ഒരമ്മയുടെ മനസ്സ് കൈവരുന്നതും പ്രതീക്ഷകൾകൊണ്ട് മനസ്സുനിറയുന്നതും ഏതു മുജ്ജന്മസുകൃതത്താലാണ്? കൊയ്ത്തുകാലത്ത് കതിർമണികൾ കൂട്ടിയുരഞ്ഞ് ശരീരം നീറുമ്പോൾ എന്തോ വിലപ്പെട്ടത് നേടിയതിന്റെ നിർവൃതിപ്പൂക്കളായി ആ നീറ്റൽ അനുഭവപ്പെടുന്നതിലെ രഹസ്യമെന്താണ്? മനസ്സിൽ വന്നുനിറയുന്ന നെല്ലിൻ പൂവിന്റെ നറുമണം പെയ്യുന്നതെവിടെനിന്നാണ്? ആർക്കും ഉത്തരം തരാൻ കഴിയാത്ത ചോദ്യങ്ങളാണതൊക്കെ. അടുത്ത ഞായറാഴ്ചയിലേക്ക് നാട്ടിപ്പണിക്കാരെ ശട്ടംകെട്ടി മാധവിയുടെ വീട്ടിൽനിന്ന് തിരിച്ചു പോരുമ്പോൾ, ഭുവനചന്ദ്രന്റെ മനസ്സു തണുത്തു. ഈ ജീവിതത്തിൽ ഒരിക്കൽക്കൂടി ഞാറുപറിക്കലും നാട്ടി നടലും വെള്ളം തേക്കും കൊയ്ത്തും അനുവദിച്ചു കിട്ടിയിരിക്കുന്ന ഒരു കർഷകന്റെ മനസ്സിലെ സന്തോഷമാണത്.

"ചിലപ്പോൾ ഇക്കുറിയത്തെ പുഞ്ചക്കൊയ്ത്ത് ഈ ജീവിതത്തിലെ അവസാനത്തേതായിരിക്കും. ഇങ്ങനെ നടാനും കൊയ്യാനും ആളെകിട്ടാതെ വന്നാൽ അതല്ലാതെ വഴിയില്ല. പാരമ്പര്യ സ്വത്തായി കിട്ടിയ നിലങ്ങൾ വിലയ്ക്ക് വാങ്ങാനാളില്ല. ഉണ്ടായാൽത്തന്നെ വില്ക്കാൻ മനസ്സ് സമ്മതിക്കുന്നില്ല. പിന്നെ നമ്മക്കെന്താ മാധവ്യേ ചെയ്യാൻ കഴിയ്വാ?"

"പട്ടിണിക്കാലത്ത് പള്ളനിറച്ച് കഞ്ഞിതന്ന തമ്പിരാക്കമ്മാരുടെ പേരമക്കളല്ലേ. എനിക്ക് നടുപൊന്തുന്നതുവരെ ഞാനുണ്ടാകും. നമ്മക്ക് നാഴി വെതച്ച് ഇരുന്നാഴി കൊയ്ത് പുത്തരികഴിക്കാ. പേടിച്ചും മടിച്ചും കൃഷീന്ന് വയ്യോട്ട് പോകര്ത് നമ്മള്. രണ്ടു ഫുള്ള്കിട്ട്യാ കുന്നുകോരിക്കൊണ്ടരാൻ ആയിരം ആളുണ്ട് നാട്ടില്. കൂലിക്ക് ചെറേലെറങ്ങി നെല്ലുണ്ടാ

ക്കാൻ ഒരു നായൂല്ല. കല്ല്യാണോം ചാവും കൊയ്ത്തും മെതിയും എല്ലാം ഫുള്ളിന്റെ കളിയായില്ലേ." മാധവിയുടെ വാക്കുകൾ ഒരു നല്ല പ്രസംഗം പോലെ മധുരിക്കുന്നതായി ഭുവനചന്ദ്രന് തോന്നി. വയൽ വരമ്പിൽനിന്ന് ഇടവഴിയിലേക്കു കയറുമ്പോൾ മനസ്സിനു നല്ല സുഖംതോന്നി. മാധവിയുള്ള കാലം വിത്തുവിതയ്ക്കും. കതിരുകൊയ്യും. അത് തീർച്ചയാണ്. പണക്കാരിയോ പത്രാസുകാരിയോ അല്ലെങ്കിലും മാധവിയുടെ വാക്കുകൾക്ക് അരുളപ്പാടിന്റെ ഗാംഭീര്യമുണ്ടായിരുന്നു, ചിന്തയിലാകെ പുന്നെല്ലിന്റെ ഗന്ധം വീശിയടിക്കുന്നു. മനസ്സിലിട്ട നാക്കിലയിൽ വിഘ്നേശ്വരനുള്ള മലർ നിവേദ്യം പൂക്കിലപ്പെയ്ത്താകുന്നു. മറ്റെവിടെയും കിട്ടാത്ത മനസ്സുഖം.

"നിനക്കിത്തിരി പ്രാന്തുതന്ന്യാ – റേഷൻ പീട്യേല് കാർഡിന് മുപ്പത്തിയഞ്ച് കിലോ അരികിട്ടുന്ന ഇക്കാലത്ത് നടാനും കൊയ്യാനും നിനക്കാരെക്കിട്ടാനാ? എന്നിട്ടും നീയിങ്ങനെ? നിന്റെ ബിരുദാനന്തര ബിരുദം നിനക്കിതൊന്നും പറഞ്ഞുതന്നില്ലേ?"

വഴിയിൽ കാത്തുനിന്നിരുന്ന വിവേകന്റെ വാക്കുകളിൽ പതിവില്ലാത്ത സങ്കടവും പരിഹാസവും.

"എന്റേത് ഒരു ചികിത്സയുമില്ലാത്ത പ്രാന്ത് തന്ന്യാ വിവേകാ. ഒരു സർക്കാരുദ്യോഗസ്ഥന് ഉണ്ടാവാൻ പാടില്ലാത്ത രോഗം. എനിക്കതറിയാഞ്ഞിട്ടല്ല. ഞാനതറിഞ്ഞതുകൊണ്ട് ഒരു കാര്യവുമില്ലെന്ന് മാത്രം എനിക്കറിയാം. ആളെയൊക്കെ കിട്ടും. കൂലിക്ക് പകരം ഫുള്ള് കൊടുക്കണം. അതിന് മനസ്സനുവദിക്കുന്നില്ല അതാണ് പ്രശ്നം." ഭുവനചന്ദ്രൻ കൃഷിയിൽനിന്ന് പിന്മാറാനാവാത്ത തന്റെ നിസ്സഹായത സ്നേഹിതന്റെ മുമ്പിൽ പ്രകടിപ്പിക്കുകയായിരുന്നു.

"സർക്കാറിന്റെ ഗോഡൗണുകളിൽ അരി കെട്ട് നശിക്ക്യാന്നാ പത്രത്തിൽ കണ്ടത്. പിന്നെ ഇനിയും എന്തിനാ കൃഷിയെന്നാ ചിലരുടെ ചോദ്യം." വിവേകൻ അശ്രദ്ധമായി അതുകൂടി പറഞ്ഞു.

"പാടം പഴയതുപോലെ കാടാവുമ്പോ എല്ലാവർക്കും മനസ്സിലായിക്കൊള്ളും. പട്ടിണിക്കാലം വീണ്ടും വരും."

ഭുവനചന്ദ്രന്റെ വാക്കുകളിൽ മനസ്സറിഞ്ഞ ശാപത്തിന്റെ ഗന്ധമുണ്ടായിരുന്നു.

കൂട്ടക്കൂറുമാറ്റം

ഓഫീസിലെത്തിയപ്പോൾ മനസ്സിൽ സംശയങ്ങളുടെ ഒരു വേലിയേറ്റംതന്നെയുണ്ടായി. എല്ലാവരും ഏതൊക്കെയോ പുതിയ വാർത്തകളുടെ പുറകെയാണെന്നുറപ്പായിരുന്നു. ഓരോ മേശയും കേന്ദ്രീകരിച്ച് നാലും അഞ്ചും പേർ കൂട്ടംകൂടി നിന്ന് എന്തൊക്കെയോ പറഞ്ഞുകൊണ്ടിരിക്കുന്നു. പലരും വിസ്മയഭാവവും ദുഃഖഭാവവും കൃത്രിമമായി അഭിനയിച്ച് രംഗം കൊഴുപ്പിച്ചുകൊണ്ടിരിക്കുകയായിരുന്നു. ആർക്കെങ്കിലും എന്തെങ്കിലും ദുരന്താനുഭവങ്ങളുണ്ടാവുമ്പോൾ ഓഫീസ് ഇങ്ങനെയാണ്. കൃത്രിമമായ ദുഃഖഭാവത്തിന്റെ പരിശീലനക്കളരിയായി ഓഫീസ് മാറും. ഇന്നെന്താണെന്നറിയാനുള്ള ജിജ്ഞാസയോടെ ഭുവനചന്ദ്രൻ സീറ്റിലിരുന്നതേയുള്ളു. ടൈപ്പിസ്റ്റ് രാധേടത്തി ഓടിക്കിതച്ചെത്തി ചൂടുള്ള വാർത്തയുടെ കെട്ടഴിച്ചു.

"ശിവദാസൻ ആസ്പത്രീലായത് സാററിഞ്ഞില്ലേ. ഇപ്പോ കോളേജിലാ. കുടിച്ച് ബോധമില്ലാതെ അൻസാരി പാർക്കിലെ സിമന്റ് ബെഞ്ചില് കെടക്വായിരുന്നത്രേ. ഒരു ശ്വാസം മാത്രേ ബാക്കിണ്ടായിരുന്നുള്ളൂ. ശരീരം മരവിച്ച് മരക്കൊള്ളിപോലായിരുന്നൂന്നാ കണ്ടവര് പറേന്നത്. രണ്ട് ദിവസായി ജലപാനം കഴിച്ചിട്ടില്ലെന്നാ പറേന്നത്. മുഹമ്മദലി എവ്ടന്നോ വിവരറിഞ്ഞ് അപ്പോത്തന്നെ കോളേജിലെത്തിച്ചെന്നാ കേട്ടത്. ആരും പോയിറ്റ് കാര്യോല്ല. ഐ സി യുവിലാവുമ്പോ കാണാനൊന്നും പറ്റില്ലല്ലോ. അല്ലെങ്കിലും സാറ് പോയി കാണണം എന്നൊന്നൂല്ല. ബോധം വന്നാൽ ഓനതിഷ്ടാവൂല. സാറിനെ അവന് കണ്ണിന് കണ്ടൂടാ. അരച്ചു കൊടുത്താ കലക്കിക്കുടിക്കും. സാറൊന്നും ചെയ്തിട്ടില്ലെന്ന് എല്ലാർക്കും അറിയാ. പിന്നെ ശിവദാസനെ വെറുപ്പിക്കണ്ടാന്ന് കരുതി ആരും അത് പൊറത്ത് പറേന്നില്ലെന്നേയുള്ളൂ. അല്ലെങ്കിലും ശിവദാസന്റേത് ഇത്തിരി

കൂടുതല് തന്ന്യാ. കുടുംബം ശ്രദ്ധിക്കായിറ്റല്ലേ ഒരു മോളുള്ളത് ഓരോ ദിവസോം ഓരോരുത്തന്റെകൂടെ കറങ്ങി നടക്ക്ന്നത്. കൈക്കൂലിപ്പണം കൊണ്ട് പോറ്റിയതുകൊണ്ടാ മോളിങ്ങനെ നായിക്കോലായിപ്പോയത്. ഓന്റെ ഓളും അത്ര ശരിയല്ലെന്നാ ഇപ്പം ആൾക്കാര് പറേന്നത്." രാധേടത്തി തുടർച്ചയായ സംസാരംകൊണ്ട് തളർന്നുപോയിരുന്നു. ആ വാക്കുകളിലെ ചുവടുമാറ്റം കണ്ട് ഭുവനചന്ദ്രൻ അന്ധാളിച്ചുപോയി. ഇന്നലെ വരെ ശിവദാസന്റെ അനുചരവൃന്ദത്തിലെ മുഖ്യകണ്ണിയായിരുന്ന രാധേടത്തി ഒരു ദിവസംകൊണ്ട് ഇങ്ങനെ മാറിപ്പോയത് വിശ്വസിക്കാൻ കഴിയുന്നില്ല. ശിവദാസൻ ഇനി സാധാരണ ജീവിതത്തിലേക്ക് തിരിച്ചുവരില്ലെന്ന് ഉറപ്പിച്ച മട്ടിലായിരുന്നു അവരുടെ വാക്കുകൾ. ഇവരൊക്കെക്കൂടിയാണ് എല്ലാ തിന്മകൾക്കും ശിവദാസനെ പ്രേരിപ്പിച്ച് വഷളാക്കിയത്. ഒരു പരീക്ഷപോലുമെഴുതാതെ അച്ഛൻ മരിച്ച ആനുകൂല്യത്തിൽ പതിനെട്ട് വയസ്സിൽ സർവ്വീസിൽ കയറിയവനാണ് ശിവദാസൻ. ശരിക്കും കൊല്ലിനും കൊലയ്ക്കും മനസ്സുള്ള ഒരു മുഴുവൻ സമയ രാഷ്ട്രീയപ്രവർത്തകനാവേണ്ടവനായിരുന്നു അവൻ. വഴിമാറിയെത്തിയതുകൊണ്ടാവാം മനസ്സ് ഓഫീസ് ജീവിതവുമായി ഇണങ്ങിയില്ല. അതിന്റെ ദുരന്തഫലമാണ് ഇന്നത്തെ ഐ സി യുവിലെ ഈ കിടപ്പ്. ശിവദാസന്റെ വിഷയത്തിൽ നീ ദുഃഖിക്കേണ്ടവനല്ലെന്ന് മനസ്സിലാരോ പറഞ്ഞുകൊണ്ടിരിക്കുന്നതായി ഭുവനചന്ദ്രന് തോന്നി. നിമിഷനേരം കൊണ്ട് വിഘ്നേശ്വരന്റെ രൂപം ഒരു മിന്നൽപ്പിണരുപോലെ മനസ്സിലെത്തി മാഞ്ഞു. ശിവദാസന്റെ കാര്യങ്ങളറിയാനെന്ന ഭാവത്തിൽ മെഡിക്കൽകോളേജിലേക്ക് പോകാൻ ഒരുകൂട്ടർ ഓഫീസ് വിട്ടിറങ്ങാൻ തയ്യാറായി നില്ക്കുന്നുണ്ടായിരുന്നു. മുഹമ്മദലിയുടെ ശിങ്കിടികളാണ് ശിവദാസന്റെ ക്ഷേമാന്വേഷണം പറഞ്ഞ് നേരത്തെ പോകാനൊരുങ്ങി നില്ക്കുന്നത്. ബാറിൽ കയറി ഒന്നു മിനുങ്ങിയ ശേഷം ടൗണിൽ അലഞ്ഞു നടക്കുകയേ അവർക്ക് ലക്ഷ്യമുള്ളൂ. കാശൊക്കെ മുഹമ്മദലി ചെലവാക്കിക്കൊള്ളും. എന്നാലും അവനൊരു തുള്ളികുടിക്കില്ല. എന്തു തിരക്കിൽപ്പെട്ടാലും ഉച്ചസമയത്തെ നിസ്കാരത്തിന് പള്ളിയിലുണ്ടാവും. അതിനൊന്നും മുഹമ്മദലി വീഴ്ച വരുത്തില്ല.

സമയം പന്ത്രണ്ട് മണിയായിട്ടും ആരും ഓഫീസിൽ ജോലിക്കാര്യം ചിന്തിച്ചിട്ടില്ല. വളഞ്ഞ വഴിയിലൂടെ കാര്യങ്ങൾ നേടിയെടുക്കാനുള്ള ശിവദാസന്റെ കഴിവുകളെക്കുറിച്ചാണ് പലരും ആവേശത്തോടെ സംസാരിച്ചുകൊണ്ടിരിക്കുന്നത്.

"ശിവദാസന് വേണ്ടി പത്താംതരം പരീക്ഷയെഴുതിയതുപോലും മറ്റാരോ ആണെന്നൊക്കെ ചിലര് പറേണ് ണ്ട്. ചെലപ്പോ വീമ്പ് പറേന്നതായിരിക്കും. എന്തായാലും വളഞ്ഞ റൂട്ടിലാ ചങ്ങായിക്ക് പെർമിറ്റ്." പ്യൂൺ ദയാനന്ദനും രാധേടത്തിയെപ്പോലെ ശിവദാസനിൽനിന്നും അകലുകയാണെന്നുറപ്പായി. ശിവദാസൻ രോഗം മാറി വന്നാൽ പഴയതുപോലെ എല്ലാവരും വീണ്ടും അവനുചുറ്റും അടിഞ്ഞുകൂടും. സർക്കാർ

ശമ്പളക്കാരെന്ന വിചിത്രജീവിവർഗ്ഗത്തിന്റെ ജനിതക സ്വഭാവങ്ങളിലൊന്നാണത്. ഭുവനചന്ദ്രൻ വെറുതെ ഓഫീസിനകത്തുകൂടെ ഒരു വട്ടം കറങ്ങി നടന്നു. ശിവദാസന്റെ മരണവാർത്ത കേൾക്കാൻപോലും തയ്യാറെടുത്തു നില്ക്കുന്ന ആൾക്കൂട്ടങ്ങളെയാണ് എവിടെയും കണ്ടത്. അവന്റെ ശവസംസ്കാരം വരെ ഭാവനയിൽ കാണുന്നവരുമുണ്ടാകും അക്കൂട്ടത്തിൽ. സർക്കാർ ഓഫീസ് എന്ന വിചിത്ര ലോകത്തിലെ പ്രത്യേകതകളാണതൊക്കെ. എവിടെയും എപ്പോഴും ഏതുകാലത്തും അതങ്ങനെതന്നെയാണ്.

ഉച്ചയായപ്പോൾ മുഹമ്മദലി എവിടെനിന്നോ ഓടിക്കിതച്ചെത്തിയപ്പോൾ എല്ലാവരും പുതിയ വാർത്തകൾക്കുവേണ്ടി പോർച്ചിൽവെച്ചു തന്നെ അവനുചുറ്റും കൂടി.

"ഇപ്പോ കുഴപ്പം ഒന്നൂല്ല. എന്നോട് ഒന്നുരണ്ടു വാക്കുകൾ സംസാരിച്ച്. മോളെ കാണണം എന്നാ പറേന്നത്. ഞാനെവിടെനിന്ന് കൊണ്ടുക്കൊടുക്കാനാ." മുഹമ്മദലിയുടെ വാക്കുകൾ കേട്ട് എല്ലാവരും വിസ്മയത്തോടെ പരസ്പരം നോക്കുകയായിരുന്നു.

"ഇനി ഒരു തുള്ളി കുടിച്ചാ പിന്നെ നോക്കെണ്ടെന്നാ ഡോക്ടർമാര് പറേന്നത്. എന്നാലും ശിവദാസേട്ടന്റെ വലിപ്പം കാണണേങ്കില് ആസ്പത്രീച്ചെല്ലണം. വി ഐ പി ട്രീറ്റ്മെന്റെല്ലേ പഹയന്. ഇപ്പോ ഞാൻ വരുമ്പോ രണ്ട് എം എൽ എമാര് അവിടേണ്ട്. ഏത് കീരിക്കണ്ണിലെ പൊടിയും നിഷ്പ്രയാസം എടുക്ക്ന്ന പഹേനല്ലേ. ഇപ്പോ നമ്മളെ രത്നാകരനും ആസ്പത്രീലുണ്ട്."

മുഹമ്മദലി സംസാരിച്ചുകൊണ്ടിരിക്കുമ്പോൾ ഫോൺ വന്നു. വിളിച്ചത് അവന്റെ സിൽബന്ധികളിലാരോ ആണെന്ന് ആ മുഖം കണ്ടാലറിയാം. എല്ലാം മൂളിക്കേട്ട് കൊണ്ട് മുഹമ്മദലി പറഞ്ഞു

"ശിവദാസേട്ടന്റെ മോളും ആ സിക്കുകാരനും കൂടി ആസ്പത്രീല് ചെന്നൂന്നാ രത്നാകരൻ വിളിച്ചു പറഞ്ഞത്. ഒരു പത്ത് മിനിറ്റ് ഐ സി യുവിനടുത്ത് ചുറ്റിപ്പറ്റിനിന്ന് പിന്നെ എങ്ങോട്ടോ പോയത്രെ." മുഹമ്മദലിയുടെ മുഖത്ത് കാര്യങ്ങൾ കൂടുതലറിയാനുള്ള ആകാംക്ഷയുണ്ടായിരുന്നു.

"സ്വന്തം മകള് അന്യസമുദായക്കാരനെയും കൂട്ടി രാജ്യംമുഴുവൻ കറങ്ങി നടക്കുന്നു. കുടുംബക്കാർക്കല്ലാതെ അന്യന്മാർക്ക് എപ്പോഴും ആസ്പത്രിയിൽ കുറ്റിയടിച്ച് കിടക്കാനാവ്വോ. ഓരോരുത്തർക്കും അവരുടെ സ്വന്തം വീടും കുടീം നോക്കണ്ടെ."

മുഹമ്മദലിയും ശിവദാസനുമായുള്ള ദീർഘകാല ചങ്ങാത്തത്തിന്റെ കണ്ണികൾ ഓരോന്നായി അറുത്തുമുറിക്കാൻ തുടങ്ങുകയാണെന്ന് അവന്റെ വാക്കുകൾ കേട്ടാലറിയാം. ശിവദാസൻ കാലൊടിഞ്ഞ പന്തയക്കുതിരയാണെന്ന് മുഹമ്മദലിക്കറിയാം. അതിന്റെ ജീവൻ നിലനിർത്തുന്നത് ലാഭകരമല്ലെന്നേ ഏതു പന്തയക്കാരനും പറയൂ. അതിനെ അകറ്റിനിർത്താനുള്ള കൗശലങ്ങൾ ഒരു പന്തയക്കാരനെ ആരും പഠിപ്പിക്കേ

ണ്ടതുമില്ല. മുഹമ്മദലി ശിവദാസനെ തള്ളിപ്പറയാൻ ന്യായങ്ങൾ കണ്ടുപിടിക്കാൻ ശ്രമം തുടങ്ങിക്കഴിഞ്ഞിരിക്കുന്നു. ഭുവനചന്ദ്രന് ഇതൊന്നും പുതിയ അനുഭവങ്ങളല്ല. അന്നു വൈകുന്നേരം വരെ എല്ലാവരും ആവർത്തിച്ചാവർത്തിച്ച് പറഞ്ഞുകൊണ്ടിരുന്നത് വഴിമാറി നടക്കുന്ന ശിവദാസന്റെ മകളെക്കുറിച്ചാണ്. അവന്റെ ഭാര്യ ആശുപത്രിയിൽത്തന്നെയുണ്ടെന്ന് അതിനിടയിലാരോ പറയുന്നത് കേട്ടു. കിട്ടുന്ന കാശൊക്കെ കൈയും കണക്കും നോക്കാതെ മകൾ ആവശ്യപ്പെടുമ്പോഴൊക്കെ ശിവദാസൻ കൊടുക്കാറുണ്ടെന്ന് എല്ലാവർക്കുമറിയാം. ധനലക്ഷ്മിയെന്നാണവൾക്ക് പേരിട്ടതുതന്നെ. പഠിപ്പിലൊന്നും വലിയ മിടുക്കിയല്ലെങ്കിലും നല്ല ഫീസ് കൊടുത്ത് ശിവദാസൻ അവളെ എഞ്ചിനീയറിങ് കോളേജിൽ ചേർത്തത് സ്വന്തക്കാർക്കും സുഹൃത്തുക്കൾക്കുമിടയിൽ സ്വയം തോല്ക്കാതിരിക്കാനായിരുന്നു. വായാടിയായ ധനലക്ഷ്മി ഏതാണിനെ കണ്ടാലും അങ്ങോട്ടുകയറി പരിചയപ്പെടും. പിന്നെ വിട്ടുപിരിയാനാവാത്ത ചങ്ങാതിയാവാൻ ഒരു തടസ്സവുമില്ല. കുട്ടിക്കാലത്ത് അതൊരു നല്ലശീലമായി ഓഫീസിൽ പലരും പ്രകീർത്തിക്കുന്നതും കേൾക്കാറുണ്ടായിരുന്നു. മുടി ക്രോപ്പ്ചെയ്ത് ആൺകുട്ടികളുടെ ഷർട്ടും പാന്റുമിട്ടാണ് ചെറുപ്പം മുതൽ നടപ്പ്. അവളുടെ വ്യത്യസ്തത ശിവദാസനും അഭിമാനത്തോടെ ആഘോഷിച്ചിരുന്നു.

"ഓൾക്കാരുടേയും കാവലു വേണ്ട. അതെങ്ങനെയാ അങ്ങനെയല്ലാണ്ടാവുന്നത്? പായുന്നതിന്റെ കുട്ടി പറക്കുന്നല്ലെ പ്രമാണം." ശിവദാസൻ കേൾക്കാൻ പാകത്തിൽ രാധേടത്തി അങ്ങനെയേ പറയൂ. അത് ശിവദാസനെ സുഖിപ്പിക്കാനാണെന്നെല്ലാവർക്കുമറിയാം. എന്നാൽ ശിവദാസൻ മാറിക്കഴിഞ്ഞാൽ രാധേടത്തി സ്റ്റേഷൻ മാറ്റും.

"വീട്ടിലടങ്ങാത്ത ആൺകോലം. അല്ലാതെന്താ പറയാൻ? അച്ഛനും അടങ്ങൂല അമ്മയ്ക്കും അടങ്ങൂല. വയസ്സ് ഇത്തിരിക്കൂടി കഴിയട്ടെ. നമുക്ക് കാണാം. പുന്നാരമോള് കാണിക്ക്ന്ന പേക്കൂത്ത്." രാധേടത്തി പ്രവചനസ്വഭാവത്തോടെ പറഞ്ഞത് ഇപ്പോൾ അക്ഷരംപ്രതി സത്യമായിരിക്കുന്നു. എ ടി എം തോറും കയറിയിറങ്ങി ആവശ്യത്തിനും അനാവശ്യത്തിനും പണമെടുത്ത് ആ കുട്ടി എവിടെയൊക്കെയോ കറങ്ങിനടക്കുന്നു. എ ടി എം നിറയാതിരിക്കുമ്പോൾ അച്ഛനെയും അമ്മയെയും പലതും പറഞ്ഞ് ഭീഷണിപ്പെടുത്തിയും ശാസിച്ചും കാര്യം നേടുന്നു. അപമാനം ഭയന്ന് ശിവദാസൻ ഇതൊന്നും ആരോടും പറയുന്നില്ലെന്നേയുള്ളൂ. ധനനഷ്ടവും മാനഹാനിയും ഒരുപോലെ അനുഭവിക്കേണ്ടതില്ലെന്ന ചിന്തയിൽ എത്രയോ കാലമായി അവൻ ഇതെല്ലാം നിശ്ശബ്ദമായി സഹിക്കുന്നതാണെന്ന് പലർക്കുമറിയില്ല.

ഒരിക്കൽ രാത്രി വീട്ടിൽ ഇന്റർനെറ്റ് കിട്ടാത്തതിന് ശിവദാസനുമായി വാക്കേറ്റമുണ്ടായതും അർദ്ധരാത്രിയിൽ അവൾ വീടുവിട്ടിറങ്ങി കോളേജിലേക്ക് തിരിച്ചുപോയതുമെല്ലാം രാധേടത്തിയുടെ നാവിലൂടെ അന്നാദ്യമായി ഓഫീസിലുള്ളവർ മൂക്കത്ത് വിരൽവെച്ച് നിന്ന് കേൾക്കുകയാ

യിരുന്നു.

"ആ സിക്കുകാരൻ ചെക്കന്റെ കാര്യം കട്ടപ്പൊകതന്നെ. ഒരു ദിവസം അവൻ തലപ്പാവ് വലിച്ചെറിഞ്ഞു കിട്ടിയ വണ്ടിക്ക് പഞ്ചാബിലേക്കു വണ്ടികയറി രക്ഷപ്പെടുമെന്നുറപ്പാ." രാധേടത്തി വരാനിരിക്കുന്ന ദുരന്ത നാൾ കൂടി മുൻകൂട്ടി പ്രവചിക്കുകയാണ്. ഒരു പാൽപ്പായസം കൂട്ടിയു ള്ള സദ്യ കഴിഞ്ഞ സംതൃപ്തിയോടെയാണ് അന്ന് ഓഫീസിലെ കുശുമ്പു സംഘക്കാർ വൈകുന്നേരം ഓഫീസ് വിട്ടിറങ്ങിയത്. ഭുവനച ന്ദ്രൻ അന്ന് വളരെ വൈകിയാണ് ഓഫീസ് വിട്ടിറങ്ങിയത്. എത്രതന്നെ അർഹിക്കുന്നതായാലും ശിവദാസനുള്ള ശിക്ഷകൂടിപ്പോയെന്ന് മനസ്സി ലൊരു തോന്നൽ. അപ്പോഴും വിഘ്നേശ്വരൻ മനസ്സിൽ തെളിഞ്ഞു ഉടനെ മറയുകയും ചെയ്തു. 'നീ അഭിപ്രായം പറയേണ്ടെന്ന' ഒരു ശാസന പോലെയുണ്ടായിരുന്നു ആ മിന്നലാട്ടം..

തിരഞ്ഞെടുപ്പുത്സവം

നാട്ടിലാകെ ഒരു പഞ്ചായത്ത് തിരഞ്ഞെടുപ്പിന്റെ ഗന്ധം വീശിയടിക്കാൻ തുടങ്ങിയിരിക്കുന്നു. പഞ്ചായത്ത് തിരഞ്ഞെടുപ്പ് കാലം സാധാരണക്കാർക്ക് ശരിക്കും ഒരു ഉത്സവകാലമാണ്. എല്ലാ പാർട്ടിക്കാരുടേയും സ്ഥാനാർത്ഥികൾ ചുറ്റുവട്ടക്കാരോ അയൽക്കാരോ ഒക്കെ ആകുന്നത് തന്നെ കാരണം. ചിലപ്പോൾ നേർസഹോദരന്മാരും, സഹോദരിമാരുമൊക്കെ ഓരോരോ പാർട്ടിക്കും വേണ്ടി പരസ്പരം പോരടിച്ചുവെന്നും വരാം. അതൊക്കെ രംഗം കൂടുതൽ കൊഴുപ്പിക്കുന്ന കാര്യങ്ങളാണ്. ഓരോരുത്തരും അവരവരുടെ ചുമരെഴുത്തിന്റെ സ്ഥാനമുറപ്പിച്ചാണ് പ്രചരണത്തിന്റെ തുടക്കം. ആ സമയത്താണ് ചില്ലറ കശപിശകൾക്ക് സാദ്ധ്യതകളുള്ളത്. വെല്ലുവിളികളും കൂക്കിവിളികളുമൊക്കെ ഈ പ്രാരംഭഘട്ടത്തിന്റെ ലക്ഷണങ്ങളാണ്. തിരഞ്ഞെടുപ്പ് ഡ്യൂട്ടിക്ക് നിയോഗിക്കപ്പെട്ടാൽ രണ്ടുദിവസം ഒരു ജലദോഷപ്പനിക്കാരനെപ്പോലെ പരുങ്ങും. ഉറക്കമൊഴിക്കലും ദിനചര്യകൾ താളംതെറ്റുമ്പോഴുള്ള അസ്വസ്ഥതകളുമായി അതുമങ്ങ് കഴിയും. കുട്ടിക്കാലത്ത് കോളറയ്ക്കുള്ള കുത്തിവെപ്പിന് നിന്നുകൊടുക്കുന്നതുപോലെ നിന്നുകൊടുക്കാതെ മറ്റുവഴികളൊന്നുമില്ല. എങ്കിലും തിരഞ്ഞെടുപ്പ് കാലം എല്ലാവർക്കും ഒരു ഉത്സവലഹരിതന്നെയാണ്. ആദ്യത്തെ പഞ്ചായത്ത് തിരഞ്ഞെടുപ്പിന്റെ ഓർമ്മകൾ മായാതെ മനസ്സിലുണ്ട്. ഒരു പത്തുവയസ്സ് പ്രായം. നല്ല രസമായിരുന്നു. കുട്ടികൾപോലും തപ്പുകൊട്ടിയും സ്ഥാനാർത്ഥിക്ക് ജയ് വിളിച്ചും തിരഞ്ഞെടുപ്പ് പ്രചരണം നടത്തിയതോർമ്മയുണ്ട്. ചില കുട്ടികൾക്ക് വോട്ടുപിടുത്തം ആർക്കാണെന്നൊന്നുമില്ല. കാപ്പിയും കിഴങ്ങും ആരാണോ വാങ്ങിക്കൊടുക്കുന്നത് അവർക്കുവേണ്ടി പ്രചരണം. ഇന്നൊരാൾക്കാണെങ്കിൽ നാളെ മറ്റൊരാൾക്ക്. അതാണതിന്റെ ഒരു രീതി. കമ്യൂണിസ്റ്റുകാ

രുടെ സ്ഥാനാർത്ഥിയായി രണ്ടാം വാർഡിൽ മത്സരിച്ച കോരേട്ടനുവേണ്ടി കുട്ടികളുടെ ജാഥനടത്തിയത് ഓർമ്മയുണ്ട്. ജയിച്ചാൽ കോരേട്ടൻ മന്ത്രിയാകുമെന്നൊക്കെ അന്നാരോ പറഞ്ഞിരുന്നു. അതൊക്കെയങ്ങ് വെള്ളം തൊടാതെ വിഴുങ്ങുകയും ചെയ്തിരുന്നു. നാട്ടിലെ പടന്നപ്പണിക്കാരൻ കോരേട്ടൻ കൊടിവെച്ച കാറിൽ പോവുന്നതൊക്കെ ഉറക്കത്തിൽ സ്വപ്നം കണ്ടിരുന്നു. കോരേട്ടൻ നൂറുവോട്ടിന് തോറ്റതിൽപ്പിന്നെ അക്കാര്യങ്ങളെല്ലാം മറന്നു. എങ്ങനെ തോല്ക്കാതിരിക്കും. കമ്യൂണിസ്റ്റുകാർ അമ്മയും പെങ്ങളുമെന്ന വകതിരിവില്ലാത്തവരും വയസ്സായാൽ അച്ഛനെയും അമ്മയെയും വെടിവെച്ചു കൊല്ലുന്നവരുമാണെന്നല്ലേ കോൺഗ്രസുകാരുടെ ഒളിഞ്ഞും തെളിഞ്ഞുമുള്ള പ്രചരണം. എത്രയോ ആളുകളോട് പൊരുതാൻ ഒരു കുഞ്ഞാമദ് മാഷും കോരേട്ടനും മാത്രം. പെൻഷനായ അധികാരി കൃഷ്ണനൻ അടിയോടിയും ശിങ്കിടികളും വീടായവീടെല്ലാം കയറിയിറങ്ങും ഒരു കുട്ടിച്ചാക്കു നിറയെ നാണ്യങ്ങളുമായി. ഈരായി ഗോപാലൻ പുറകെയുണ്ടാവും. ആടുന്ന വോട്ടുള്ള വീടുകളിൽ കയറി വോട്ടുറപ്പിക്കാൻ കൃഷ്ണനടിയോടി മഹാദേവനെ കൂട്ടുപിടിക്കാറുണ്ടെന്ന് പറഞ്ഞുകേട്ടിട്ടുണ്ട്. വ്യക്തമായി രാഷ്ട്രീയമില്ലാത്തവരെ തെരഞ്ഞുപിടിച്ച് രാത്രി വീട്ടിൽച്ചെന്ന് നിലവിളക്ക് കത്തിച്ചുവെച്ച് സത്യം ചെയ്യിക്കും. അപ്പോൾ ഈരായി ഗോപാലൻ വീട്ടിലെ ആളെണ്ണി രണ്ടുറുപ്പികവെച്ച് ഗൃഹനാഥന്റെ കൈയിൽവെച്ച്കൊടുക്കും. അങ്ങനെയുമുണ്ടായിരുന്നു നമുക്കൊരു ജനാധിപത്യം. രണ്ടു ദിവസം കഞ്ഞികുടിക്കാൻ കാശുകിട്ടിയാൽ സാധുക്കൾക്ക് ആരു ജയിച്ചാലും ഒരുപോലെ. കോരേട്ടൻ പറയുന്ന റഷ്യയും ചൈനയുമെല്ലാം അവർക്ക് കേട്ടുകേൾവി മാത്രം. നേരിൽക്കണ്ടതുപോലും വിശ്വസിക്കാൻ ഭയപ്പെടുന്ന പാവപ്പെട്ടവർക്ക് ആ പട്ടിണിക്കാലത്ത് മറ്റൊരു മാർഗ്ഗമില്ല.

"ഇനി കുഞ്ഞിക്കേളുവിന്റെ വീട്ടിലെ വോട്ട് ആനകുത്തിയാലും എളകില്ല" കൃഷ്ണൻ അടിയോടി നോട്ടുപുസ്തകത്തിൽ മറിച്ച വോട്ടിന്റെ കൂട്ടത്തിൽ കുഞ്ഞിക്കേളുവിന്റെ പേരുകൂടി ചേർത്തെഴുതിവെക്കും. "അരിവാങ്ങാൻ കാശില്ലാത്ത കമ്യൂണിസ്റ്റുകാരെങ്ങനെ അത്താഴപ്പഷ്ണിക്കാർക്ക് വോട്ടിന് പണം കൊടുക്കാൻ?" പണംകൊണ്ട് വോട്ട് മറിച്ചുകഴിഞ്ഞാൽ കൃഷ്ണനടിയോടി കമ്യൂണിസ്റ്റുകാരെ പരിഹസിക്കുന്നതങ്ങനെയാണ്. എങ്കിലും വോട്ടെണ്ണിക്കഴിഞ്ഞപ്പോൾ നാട്ടുകാർ മൂക്കത്ത് വിരൽവെച്ചു നിന്നുപോയി. രണ്ടാം വാർഡിലെ കമ്യൂണിസ്റ്റ് സ്ഥാനാർത്ഥി കോരേട്ടന് നാല്പത്തിയാറ് വോട്ടുകിട്ടിയിരിക്കുന്നു. അധികാരിയായി പെൻഷൻ പറ്റിയ ജന്മിയും നാടുവാഴിയുമാണ് പാറക്കൽ കൃഷ്ണനടിയോടി. പെരുമാളുകാട്ടിൽ അയാൾക്കെതിരുപറയാൻ നാല്പത്തിയാറ് ആളുകളുണ്ടെന്ന സത്യം കൃഷ്ണനടിയോടിയെ ശരിക്കും ഞെട്ടിച്ചുകളഞ്ഞിരുന്നു. ശരിക്കുപറഞ്ഞാൽ നൂറുകൊണ്ട് ചുമരിൽ വെള്ളവീശുന്ന കോരനോട് മത്സരിച്ച് ജയിച്ചിട്ടും തോറ്റതിനേക്കാൾ മനഃപ്രയാസം. പരോപകാരിയായ സഖാവ് കോരനെ നാട്ടിൽ ചിലരെങ്കിലും അംഗീകരിച്ചു

തുടങ്ങിയിരിക്കുന്നുവെന്നാണതിനർത്ഥം. കൃഷ്ണൻ അടിയോടിയുടെ കണക്കിൽ വിള്ളലുണ്ടാക്കിയത് ശങ്കരൻ മാഷാണെന്ന് കൃഷ്ണനടിയോടിക്കറിയാം. അയാൾ ജന്മികുടുംബത്തിൽ നിന്നുള്ള കമ്യൂണിസ്റ്റുകാരനാണ്. കോരേട്ടന്റെ കാണപ്പെട്ട ദൈവം.

"ഞാൻ തോറ്റെങ്കിലും എന്റെ പാർട്ടി ജയിച്ച്. അടിയോടി അധികാരി ജയിച്ച് കോങ്രസ് തോറ്റ്." വോട്ടെണ്ണിക്കഴിഞ്ഞപ്പോൾ കോരനെന്ന കമ്യൂണിസ്റ്റുകാരൻ പറഞ്ഞതങ്ങനെയാണ്. തിരഞ്ഞെടുപ്പ് കാലത്ത് കിളച്ചകൊള്ളിന്മേലും മരത്തിന്മേലും തൊട്ടിയിൽ നൂറുകലക്കി, കൈതത്തണ്ട് ചതച്ച് ബ്രഷുണ്ടാക്കി, അരിവാൾ ചുറ്റിക ചിഹ്നം വരയ്ക്കുന്ന കോരേട്ടൻ വൈകുന്നേരമാവുമ്പോഴേക്കും ഒരു വെള്ളക്കൊച്ചയെപ്പോലെ നൂറിൽ മുങ്ങിക്കുളിക്കും. നാട്ടിലെ ചുമരെല്ലാം പണക്കാരുടേതായതുകൊണ്ട് കമ്യൂണിസ്റ്റുകാർക്ക് ചുമരെഴുത്തില്ല. എന്നാലും ആകാവുന്നേടത്തെല്ലാം പാർട്ടി ചിഹ്നം വരച്ച് ചിഹ്നം ജനങ്ങളിലെത്തിക്കാൻ തന്നാലാവുന്നതെല്ലാം കോരേട്ടൻ ചെയ്യും. നാട്ടിലെ ഏതു ജനകീയ പ്രശ്നത്തിന്റെ മുമ്പിലും ന്യായത്തിന്റെ ഭാഗത്ത് കോരേട്ടനുണ്ടാവും. എതിരാളി പ്രമാണിയാണോ പണക്കാരനോ അധികാരിയാണോ എന്നൊന്നും കോരേട്ടന് നോട്ടമില്ല. ആ മുഖത്തുനോക്കി സഖാവെ എന്നാരെങ്കിലും വിളിക്കുമ്പോൾ ആ കണ്ണുകളിലെ തിളക്കം ഒന്നു കാണേണ്ടതുതന്നെയാണ്. എല്ലാം ഭുവനചന്ദ്രൻ എത്രയോതവണ നേരിട്ടനുഭവിച്ചതാണ്.

വീട്ടിൽ അച്ഛനും അമ്മയുമൊക്കെ കോരേട്ടനെക്കുറിച്ച് നല്ലതു പറയുമ്പോൾ വലിയ ആവേശം തോന്നിയിരുന്നു. കാച്ചിയാൽ കറുക്കാത്ത കോൺഗ്രസ്കാരനായിരുന്ന അച്ഛനും മെല്ലെമെല്ലെ കമ്യൂണിസ്റ്റായിത്തുടങ്ങുകയായിരുന്നു. അതൊക്കെ ഓർക്കുമ്പോൾ ഇപ്പോൾ ഭുവനചന്ദ്രന് വലിയ അത്ഭുതം തോന്നുകയാണ്. മനുഷ്യമനസ്സിൽ മാറ്റങ്ങൾ സംഭവിക്കുന്നതിന്റെ രീതി അത്ഭുതകരമാണെന്നറിഞ്ഞ നാളുകൾ.

ഇപ്പോൾ കാര്യങ്ങളെല്ലാം തകിടം മറഞ്ഞിരിക്കുന്നു. തിരഞ്ഞെടുപ്പു പ്രചരണങ്ങളെല്ലാം ഫോണിലും ചാനലിലുമൊക്കെയാണ്. ചുണ്ണാമ്പിന്റെ സ്ഥാനം ഡിജിറ്റൽ പ്രിന്റിങ് ഏറ്റെടുത്തിരിക്കുന്നു. വോട്ടുചോദിക്കാൻ കോരേട്ടനില്ല. കോരേട്ടന്റെ പാർട്ടി എവിടെയാണെങ്കിലും തോല്ക്കുന്നതൊരു വലിയ വാർത്തയാണ്.

"ഞാനീപ്രാവശ്യം വോട്ടുചെയ്യും." ജീവിതത്തിൽ ഒരിക്കൽപ്പോലും വോട്ടുചെയ്യാത്ത വിവേകൻ ജനാധിപത്യപാത സ്വീകരിക്കുന്ന വാർത്തയും ഭുവനചന്ദ്രനെ അത്ഭുതപ്പെടുത്തി.

"എന്തേ ഇപ്പോഴിങ്ങനെ ഒരു പുതിയ പൂതി തോന്നാൻ?" അതൊരു കളിയാക്കലാണെന്ന് വിവേകനറിയാം.

തിരഞ്ഞെടുപ്പുദിവസം വൈകുന്നേരംവരെ വീട്ടിൽ നിന്നിറങ്ങാതെ പ്രതിഷേധിക്കാറുണ്ടായിരുന്നവനാണ് വിവേകൻ. പാർലമെന്ററി ജനാധിപത്യം ബൂർഷ്വാസിയുടെ ചതിക്കുഴിയാണെന്നാണെപ്പോഴും തീവ്രവാദി കമ്യൂണിസ്റ്റിന്റെ ന്യായം. രമണിയും വോട്ടുചെയ്യാറില്ല. അവൾ സ്വതവേ

മടിച്ചിയായതുകൊണ്ടാണ് വോട്ടുചെയ്യാത്തതെന്നാണ് വിവേകൻ പറയാറുള്ളത്. എവിടെയും വരിനില്ക്കാനവൾക്ക് ഇഷ്ടമല്ലത്രെ.

ഭുവനചന്ദ്രന്റെ ചോദ്യം തീരെ രുചിച്ചില്ലെങ്കിലും വിവേകൻ ഗൗരവമായിത്തന്നെ ഉത്തരം പറഞ്ഞു.

"ഇപ്രാവശ്യം ഞാൻ വോട്ടുചെയ്യുന്നത് നീ വിചാരിക്കുന്നതുപോലെ ആരെയെങ്കിലും ജയിപ്പിക്കാനല്ല. ജനവിരുദ്ധരായ ചിലരെ തോല്പ്പിക്കാനാണ്."

ഭുവനചന്ദ്രന് വിവേകന്റെ മറുപടിയിൽ വലിയ അത്ഭുതമൊന്നും തോന്നിയില്ല. കാരണം അവന്റെ പാർട്ടിക്കാർ എക്കാലത്തും പറഞ്ഞിട്ടുള്ളത് അങ്ങനെയൊക്കെയാണ്. വിലക്കയറ്റത്തിനെതിരെ സമരം ചെയ്യാൻ പോകുന്നവൻ വിലകയറിയ സാധനങ്ങൾ വാങ്ങരുതെന്നും തൊഴിലുള്ളവൻ തൊഴിലില്ലായ്മയെക്കുറിച്ചൊരു വാക്കുപോലും പ്രതിഷേധം പറയരുതെന്നും ഒരുകാലത്ത് അവൻ പറയാറുണ്ടായിരുന്നു. ഇപ്പോൾ അവന്റെ പാർട്ടിയിൽ എല്ലാമൊന്നു തളർന്നു കിടക്കുകയാണ്. ബാലറ്റുപെട്ടിയോട് അവർക്കാർക്കും പഴയതുപോലെ വലിയ എതിർപ്പൊന്നുമില്ല. ഏതായാലും വിവേകൻ വോട്ടുചെയ്യുമെന്ന് പറഞ്ഞതിൽ ഭുവനചന്ദ്രന് സന്തോഷം തോന്നി. ഒന്നുമില്ലെങ്കിലും പതിവായുള്ള നടത്തത്തിനിടയിൽ പഴയ തർക്കുത്തരങ്ങളൊന്നും കേൾക്കേണ്ടല്ലോ എന്നാണ് ഭുവനചന്ദ്രൻ ആശ്വസിക്കുന്നത്.

പ്രണയസ്മരണ

വളരെ ദിവസങ്ങൾക്കുശേഷമാണ് വിവേകനുമൊത്ത് കടപ്പുറത്ത് വൈകുന്നേര നടത്തത്തിന് പോയത്. മനസ്സിൽ അനിഷ്ടങ്ങൾ അടിഞ്ഞു കൂടുമ്പോൾ അതിറക്കിവെക്കാനാണ് കടപ്പുറത്തെത്തുന്നത്. കുട്ടിക്കാലം മുതൽ അതൊരു ശീലമാണ്. മനസ്സിലെ മൂടൽ മഞ്ഞ് കടൽത്തിരയിൽ അലിഞ്ഞില്ലാതാവുന്നത് സങ്കല്പിച്ച് കാലുകൾ ഉപ്പുവെള്ളത്തിൽ കഴുകി വെറുതെയൊരു തെക്ക് വടക്ക് നടത്തം. കടൽത്തിരമാലകളുടെ ശാശ്വതമായ ഭാവമെന്താണെന്ന് ആ നടത്തത്തിന്നിടയിൽ പലപ്പോഴും ഭുവനചന്ദ്രൻ ചിന്തിച്ചിട്ടുണ്ട്.

"കടൽത്തിരകൾക്ക് എപ്പോഴും ഒരു ഭാവമാണോ?" വിവേകൻ സ്വന്തം അഭിപ്രായം പറയട്ടെയെന്ന് കരുതി ചോദിച്ചതാണ്.

"കടലിന് മനുഷ്യപ്രകൃതിതന്നെയാണെന്നാ എനിക്ക് തോന്നീട്ടുള്ളത്. സന്തോഷവും ദുഃഖവും നിസ്സംഗതയും പ്രതികാരവുമൊക്കെ മാറി മാറി."

"അങ്ങനെയാണെങ്കിൽ ആ ഭാവമാറ്റങ്ങൾക്ക് അപ്പപ്പോൾ നാം കാരണംകൂടി കണ്ടുപിടിക്കേണ്ടി വരില്ലേ?"

"അതൊന്നും ഒരു സാധാരണ മനുഷ്യൻ ശ്രദ്ധിക്കേണ്ട കാര്യങ്ങളാണെന്നെനിക്ക് തോന്നിയിട്ടില്ല." അവരുടെ സംഭാഷണത്തിനിടെ കടൽ പെട്ടെന്ന് രൗദ്രഭാവം അഭിനയിച്ചു കാണിച്ചു.

"ഇപ്പോഴത്തെ ഒരു ഭാവമാറ്റം കണ്ടില്ലേ." വിവേകനും അതു ശ്രദ്ധിച്ചിരുന്നു.

"ഞാനൊരു കാര്യം ചോദിക്കട്ടെ. എത്രയോ കാലമായി ചോദിക്കണമെന്ന് വിചാരിക്കുന്നു. പ്രണയിനിയായി ഒരു സുഹാസിനിയുണ്ടായിരുന്നല്ലോ ഹൈസ്കൂളിൽ. ഇപ്പോ കാണാറുണ്ടോ?"

വിവേകൻ സംഭാഷണത്തിൽനിന്നും കടലിനെ കുടഞ്ഞുകളയാൻ മാത്രം പറഞ്ഞതായിരുന്നില്ല അതെന്ന് കുറച്ച് കഴിഞ്ഞപ്പോൾ ഭുവനചന്ദ്രന് മനസ്സിലായി. താനൊരിക്കലും വിശദമായി പറയാത്ത കൗമാരത്തിലെ പ്രണയകഥയിലേക്ക് പെട്ടെന്ന് വിവേകൻ വഴുതിമാറിയത് സ്വന്തം മനസ്സിന്റെ ഭാരം കുറയ്ക്കാനാണെന്നും ഭുവനചന്ദ്രന് മനസ്സിലായി. പിന്നെയൊരു ഓർമ്മപ്പെടുത്തലും.

"ഇപ്പോൾ കണ്ടാൽ മനസ്സിലാവുന്ന് തന്നെ ഉറപ്പിച്ചു പറയാനാവില്ല. നിനക്കൊരു കൗമാര പ്രണയകഥ കേൾക്കാൻ നിർബ്ബന്ധമാണെങ്കിൽ പറയാം. ശരിയായ പ്രണയത്തിന്റെ ചൂടും ചൂരും ഒന്നും ഈ കഥയിൽ കാണില്ല. ഒരു കർക്കടകപ്പേമാരിയിൽ നനഞ്ഞു കുതിർന്ന ഖദറിന്റെ പാവാടയും ജമ്പറുമിട്ട് കാലത്ത് ക്ലാസിലെത്തിയ ഒരു മെലിഞ്ഞ പെൺകുട്ടിയെ ഇഷ്ടപ്പെട്ടുവെന്നു പറഞ്ഞാൽ അതൊരു കൗമാര പ്രണയമാവുമെങ്കിൽ സുഹാസിനിയോടുണ്ടായിരുന്നത് പ്രണയം തന്നെ. അന്നുവരെ ആരോടും തോന്നാത്ത എന്തോ ഒരു വാത്സല്യം ആ പെൺകുട്ടിയോടുണ്ടായിയെന്നത് സത്യം. അന്നൊക്കെ പ്രേമമെന്ന വാക്കുപോലും കുറ്റകൃത്യങ്ങളുടെ പട്ടികയിലാണ്. പ്രേമം കൗമാരക്കാർക്ക് വിലക്കപ്പെട്ടതാണ് എന്നൊരു തോന്നൽ. എങ്കിലും സുഹാസിനിയെ പിന്നീട് കാണുമ്പോഴൊക്കെ നാക്കിൻ തുമ്പത്ത് ഒരു തരിപ്പ് തോന്നാറുണ്ടായിരുന്നു. പ്രണയതരംഗമെന്ന് ഇന്നെനിക്കതിനെ നിർവ്വചിക്കാം. സമ്പന്നരായ കുട്ടികൾ സിൽക്ക് പാവാടയും ജമ്പറുമിടുമ്പോൾ സ്ഥിരമായി വിലകുറഞ്ഞ ഖാദിത്തുണികൊണ്ട് ഉടുപ്പുതുന്നുന്നവളെ ശ്രദ്ധിക്കാതിരിക്കാൻ പറ്റുമായിരുന്നില്ല. ഖാദിത്തുണിയായതിനാൽ രാവിലെ നനഞ്ഞെത്തിയാൽ വൈകുന്നേരം സ്കൂൾ വിടുമ്പോഴേക്കും ഉണങ്ങിയാൽത്തന്നെ ഭാഗ്യം.

"സുഹാസിനിക്ക് കുടയില്ലേ?"

"മഴ നനയുന്നതാണിഷ്ടമെങ്കിലോ."

"മനസ്സിൽ ദേശീയബോധം കലശലായാൽ ഇങ്ങനെ ദിവസം മുഴുവൻ തണുത്ത് വിറയ്ക്കാം."

"ഇൻസ്റ്റാൾമെന്റിന്റെ ചൂടുകൊണ്ട് അതങ്ങുണങ്ങും."

അവളുമായി സല്ലപിക്കാൻ ധൈര്യമില്ലാത്തതിനാൽ എല്ലാ ചോദ്യങ്ങളും മനസ്സിൽ ഒളിപ്പിച്ചു. താക്കോലൊളിക്കളിയിൽ പൂഴിയിലൊളിപ്പിച്ച ഒരു താക്കോലായി സുഹാസിനിയുടെ മുഖം മനസ്സിൽ കയറിയൊളിച്ചത് ആദ്യകാഴ്ചയിൽ തന്നെയായിരുന്നു. എണ്ണിച്ചുട്ട അപ്പംകൊണ്ട് കുടുംബം പുലർത്തുന്ന ഒരു നാട്ടുമ്പുറത്തുകാരൻ സ്കൂൾ മാഷിന്റെ മകൾ. സ്കൂളിലെ എല്ലാ ബഹളങ്ങൾക്കിടയിലും ദിവസത്തിൽ നാലോ അഞ്ചോ സംഭാഷണങ്ങൾ ഉറപ്പാക്കിയ മൂന്നു വർഷങ്ങളെയാണ് പ്രണയകാലമായി ആഘോഷിച്ചത്. സ്കൂൾ മാസികയിലെ അവളുടെ കവിത കണ്ടപ്പോൾ നാക്കിൻ തുമ്പിലുണ്ടായ തരിപ്പ് ഇപ്പോഴും മാഞ്ഞിട്ടില്ലെന്ന് തോന്നുന്നു. ആ വെള്ളിപ്പാദസരങ്ങളുടെ കിലുക്കം ചിലപ്പോൾ ഉറക്കത്തിൽപ്പോലും മനസ്സിൽ വന്നുവിളിച്ചു. കാതുകളിലെ അരിപ്പൂകമ്മലു

കൾ വജ്രനക്ഷത്രങ്ങളായി എപ്പോഴും കണ്ണിൽത്തിളങ്ങി നിന്നു.

മാസികയിൽ കവിത അച്ചടിച്ച് വരുന്നതിന് മുമ്പേ കൃഷ്ണൻകുട്ടി മാഷ് പോകുന്ന ക്ലാസിലെല്ലാം എട്ടാം ക്ലാസിലെ കവയിത്രിയെക്കുറിച്ച് ആഹ്ലാദത്തോടെ വാതോരാതെ പറഞ്ഞുകൊണ്ടിരുന്നു. അതുകേൾക്കുമ്പോഴുള്ള അസൂയകൊണ്ടായിരുന്നു ആദ്യത്തെ കവിതയെഴുതിയത്. കവിയാകാനുള്ള മോഹത്തേക്കാളേറെ കവയിത്രിയോടുള്ള സ്നേഹം കലർന്ന അസൂയതന്നെയായിരുന്നു പ്രചോദനം. മാസികയുടെ പ്രകാശനച്ചടങ്ങിൽ കൃഷ്ണൻകുട്ടി മാഷ് കവിയേയും കവയത്രിയേയും ഒരുപോലെ പുകഴ്ത്തി. മാഷ് പറഞ്ഞവസാനിപ്പിച്ചപ്പോൾ ക്ലാസിലെ അസൂയാലുക്കളെല്ലാവരും പരസ്പരം കണ്ണിറുക്കി അസഹിഷ്ണുത കാണിച്ചു. കുത്തുനോട്ടംകൊണ്ട് കൂർപ്പിച്ച കുത്തുവാക്കുകൾ അസഹ്യമായിരുന്നു.

“ആരെക്കുറിച്ചാ കവിതയെഴുതിയത്?”

“ഒരു പൂച്ച സന്ന്യാസിയെക്കുറിച്ച്.”

ആ വാക്കുകൾ കരളിന്റെ ഉള്ളിലെവിടെയോ ചെന്ന് തറച്ച് സ്വയം മുനയൊടിച്ചു. നാക്കിൻ തുമ്പു വല്ലാതെ തരിച്ചു. അന്നു രാത്രി പുസ്തകം തുറന്നുവെച്ചതല്ലാതെ ഒരക്ഷരം വായിക്കാൻ കഴിഞ്ഞില്ല. കൺമുമ്പിൽ ഒരുമുഖം മാത്രം തെളിഞ്ഞുനിന്നു. ഖാദിപ്പാവാടയുടുത്ത പെൺകുട്ടിയുടെ മുഖം.

പത്താംതരം പരീക്ഷയടുക്കാറായപ്പോൾത്തന്നെ സുഹാസിനിയുടെ വരാനിരിക്കുന്ന ഉന്നത വിജയത്തിന്റെ അവകാശത്തർക്കം ടീച്ചേഴ്സ് റൂമിൽ തുടങ്ങിക്കഴിഞ്ഞിരുന്നു. എല്ലാവരും ഒരുപോലെയുറപ്പിക്കുന്ന ഫസ്റ്റ് ക്ലാസ് വിജയം സുഹാസിനിക്കുമാത്രമാണ്. മാർച്ച് മാസം പത്താംതരക്കാർക്ക് ഓട്ടോഗ്രാഫ് മാസമാണ്. വീട്ടിലെ ചുറ്റുപാടുകൾക്കനുസരിച്ച് പലനിറത്തിലുള്ള ഓട്ടോഗ്രാഫുകൾ. പരസ്പരം ആശംസകൾ നേരാനായി ആൺകുട്ടികളും പെൺകുട്ടികളും മത്സരിക്കുമ്പോൾ ചില ചെറുപ്പക്കാരായ മാഷന്മാരും ആവേശത്തോടെ കൂടെച്ചേരും. വില്ലന്മാർ അശ്ലീലച്ചുവയുള്ള ആശംസകൾ നേർന്ന് ഇളിഭ്യരായി ചിരിക്കും. അദ്ധ്യാപകരിൽ ആശംസകൾ നേരുന്നതിലധികവും ട്രെയിനിങ് കഴിഞ്ഞ് കന്നിയങ്കത്തിനെത്തിയ അദ്ധ്യാപകരാവും. വർഷാവസാനങ്ങളിൽ ഒരാചാരം പോലെ ഓട്ടോഗ്രാഫിന് സ്കൂളിൽ അംഗീകാരമുണ്ടായിരുന്ന കാലം. വേർപിരിയലിന്റെ വേദനയെന്നൊക്കെയാവും ഒട്ടുമിക്കവരുടേയും പ്രയോഗം. ഒരു ഓട്ടോഗ്രാഫ് വാങ്ങാൻ എന്തുകൊണ്ടോ മനസ്സു മടിച്ചുനിന്നു. തനിക്ക് ആശംസകൾ നേരാനാരുമുണ്ടാവില്ലെന്ന് മനസ്സെപ്പോഴും പറഞ്ഞുകൊണ്ടിരുന്നു. ചിലപ്പോൾ സുഹാസിനി? മനസ്സ് ആ ചോദ്യം മാത്രം ബാക്കിവെച്ചു. വിചാരിച്ചതുപോലെതന്നെയാണ് സംഭവിച്ചത്. മോഡൽ പരീക്ഷ തുടങ്ങിയ ദിവസം പരീക്ഷാഹാളിന്റെ വരാന്തയിൽ എന്തോ വായിച്ചുകൊണ്ട് തൂണുചാരിയിരിക്കുകയായിരുന്നു സുഹാസിനി. പനിത്തളർച്ച ഇഴയുന്ന കണ്ണുകൾ മിഴിക്കാൻതന്നെ പാടുപെട്ടുള്ള നോട്ടം. എണ്ണമയമില്ലാത്ത മുടിയിഴകൾ കാറ്റിൽ പാറിക്കളിച്ചു.

"എന്തുപറ്റി?"

"പനി"

"പരീക്ഷപ്പനിയാ?" അവൾ വെറുതെ ചിരിച്ചു.

"മഹാകവി ഒരാശംസ എഴുതിത്തരണം."

സുഹാസിനി പേജുകൾ ബാക്കിയായ നോട്ടുപുസ്തകം തപ്പിയെടുത്ത് മുമ്പിൽ തുറന്ന് വെച്ചു. മഹാകവിയെന്നത് എപ്പോഴോ സുഹാസിനിയിട്ട ചെല്ലപ്പേരാണ്. നിഷ്കപടമായ വാക്കുകളിൽ അറിയാതെ കലർന്നുപോകാനിടയുള്ള പ്രണയത്തിന്റെ തരികൾ അരിച്ചെടുത്തുവേണം അവൾക്ക് ആശംസകൾ നേരാൻ. അങ്ങനെയെഴുതാൻ മനസ്സ് പാകപ്പെടുത്തുമ്പോഴും ഉള്ളിലൊരു ഭയം. ലോകത്ത് ഏതുകാലത്തും എന്തിനും ഏതിനും ക്രൂശിക്കപ്പെടുന്നവരുടെ ഒരു വംശാവലിതന്നെയുണ്ട്. താനും ആ വംശാവലിയിൽ കണ്ണിചേർക്കപ്പെടാനിടയുള്ളവനാണെന്നൊരു തോന്നൽ എപ്പോഴും മനസ്സിലുള്ളതാണ്. സുഹാസിനിയുടെ അച്ഛൻ, അമ്മ, അദ്ധ്യാപകർ ഇവരിലാരെങ്കിലും അതു കാണാനിടയായാൽ ആശംസയുടെ അർത്ഥം ദുർവ്യാഖ്യാനം ചെയ്യപ്പെട്ടാൽ...... അത് ചിന്തിക്കാനേ വയ്യ. ആർക്കുമുമ്പിലും കുനിയാത്ത ഒരു തലയെങ്കിലും ഈ ജീവിതംകൊണ്ട് നേടാനാവണം. അതുമാത്രമാണ് ഈ ജീവിതത്തിൽ ഭുവനചന്ദ്രന്റെ അതിമോഹം.

"എന്തേ മഹാകവിക്ക് മനസ്സിൽ കവിത വിരിയുന്നില്ലേ?" ക്ഷീണം കൊണ്ട് ഇഴയുന്ന സുഹാസിനിയുടെ വാക്കുകൾ.

"കവിത കവയിത്രിയുടെ പരിഹാസംകേട്ട് മാറിനിന്നതാവും" ആ കവിളുകളിൽ ചെഞ്ചായം വീഴുന്നത് വ്യക്തമായും കണ്ടു. കണ്ണുകളിൽ ഒരു നുറുങ്ങുവെട്ടവും.

"പൂമ്പാറ്റേ, സ്വന്തം ചിറകുകൾ കണ്ണീരുകൊണ്ട് നനയാതെ സ്വയം കാക്കുക" വാക്കുകൾ പേനത്തുമ്പിൽനിന്നും നോട്ട് ബുക്കിലെ പിൻപേജിലേക്ക് ഇറങ്ങിവന്നു.

"ആ നോട്ടുപുസ്തകം താ......" അവൾ കൈനീട്ടി.

"ലോകമറിയുന്ന മഹാകവിയാകണം." അവളുടെ ആശംസ വായിച്ചുതീരും മുമ്പേ അവൾ എഴുന്നേറ്റ് പോയി.

"നിന്റെ കാര്യത്തിൽ അവളുടെ ആശംസ ഫലിച്ചില്ലേ? അവളിപ്പോൾ ഏതെങ്കിലും പട്ടാളക്കാരന്റെ വൈഫായി ചിറകുനനയാതെ പറക്കുന്നുണ്ടാവും." വിവേകൻ അതുവരെ അറിയാത്ത, സ്നേഹിതന്റെ ഒരു നല്ല പ്രണയകഥ ആസ്വദിച്ചതിന്റെ സുഖം പങ്കിട്ടുകൊണ്ട് ഭുവനചന്ദ്രന്റെ തോളിൽ കൈയിട്ടു. പിന്നെ ഇളം നിലാവുവീണുകിടക്കുന്ന കടപ്പുറത്തെ പുഴിമണ്ണിലൂടെ കാലടിപ്പാടുകൾ വരച്ചിട്ട ഊടുവഴിയിലേക്ക് രണ്ടുപേരും നടക്കാൻ തുടങ്ങി. "എഴുത്തുകാരനായ ഭുവനചന്ദ്രനെ ആർക്കറിയാം? നീ കാസ്ട്രോയും ഞാൻ മാർക്കോസുമെന്ന നമ്മുടെ ഉദാരമായ വിചാരത്തിൽ നമുക്കു രണ്ടുപേർക്കും ആഹ്ലാദിക്കാമെന്നുമാത്രം. പൊയ്ക്കാലുകളിൽ നടക്കാനാണ് ഒരെഴുത്തുകാരൻ ആദ്യം പഠിക്കേണ്ടത്. അതെ

നിക്കറിയില്ല. എഴുത്തിന് എനിക്കൊരു പണിപ്പുരപോലുമില്ല, വിവേകാ. ഞാൻ നോവലെഴുതുന്നുവെന്നറിഞ്ഞാൽ മനസ്സമാധാനം നഷ്ടപ്പെടുന്ന സ്നേഹിതന്മാരുണ്ടെനിക്ക്. അവരെങ്ങനെ ഞാനെഴുതിയത് വായിക്കും? അവരെ ഞാൻ കുറ്റം പറയില്ല. കാരണം അത് അവരറിഞ്ഞു സംഭവിക്കുന്നതല്ല."

"ഓട്ടോഗ്രാഫിന്റെ ഒരു തമാശക്കഥകൂടിയുണ്ട് പറയാൻ. വർഷങ്ങളെത്രയോ കഴിഞ്ഞിട്ടും മനസ്സിൽ നിന്നിറങ്ങിപ്പോകാത്ത ഒരു കഥ. സുഹാസിനി പരീക്ഷാഹാളിലേക്ക് കയറിപ്പോവുമ്പോൾ ടീച്ചേഴ്സ് റൂമിൽ വലിയ വാദകോലാഹലങ്ങൾ നടക്കുന്നുണ്ടായിരുന്നു. കത്തിബാബുവെന്ന, എട്ടിലും ഒമ്പതിലും മൂന്നും നാലും കൊല്ലം സർവ്വീസ് പൂർത്തിയാക്കിയവനാണ് കഥയിലെ വില്ലൻ. ബാബു സ്കൂളിൽ സമരദിവസങ്ങളിൽ കത്തികൊണ്ടുവരാറുണ്ടെന്നൊരു കുശുകുശുപ്പ് കുട്ടികളുടെ ഇടയിലുണ്ട്. അതാണവനെ കത്തിബാബു എന്ന് കുട്ടികൾ വിളിക്കുന്നത്. ബാബുവിന്റെ ക്ലാസിലെ സുലോചനയ്ക്ക് ബാബു ആശംസയെഴുതിയതാണ് പ്രശ്നമായത്. 'മണിയറയിൽ നമുക്ക് വീണ്ടും കാണാം' എന്നാണ് ബാബു സുലോചനയുടെ ഓട്ടോഗ്രാഫിലെഴുതിയത്. ആശംസ അശ്ലീലമാണെന്നാണ് യുവാക്കളായ അദ്ധ്യാപകരുടെയെല്ലാം ഏകകണ്ഠമായ അഭിപ്രായം. സുലോചന കാണാൻ കൊള്ളാവുന്നവളായതുകൊണ്ട് കത്തിബാബുവിന്റെ ആശംസയിൽ അശ്ലീലമുണ്ടെന്നാണ് മുഹമ്മദ് മാഷ് വലിയ ആവേശത്തോടെ പറയുന്നത്. തന്റെ ആശംസയിൽ എവിടെയാണ് അശ്ലീലമെന്നാണ് ബാബുവിന്റെ മറുചോദ്യം. മലയാളം വിദ്വാൻ ശങ്കരപ്പിള്ള സാറ് ഓട്ടോഗ്രാഫ് വായിച്ചുനോക്കി വിധി പറയട്ടെ എന്നായി മറ്റുചിലർ. സാറ് വായിച്ചുനോക്കി വിധിപറഞ്ഞതിങ്ങനെ:

"വാചകത്തിൽ കർമ്മവും ക്രിയയുമുണ്ടെങ്കിലും കർത്താവില്ലാത്തതിനാൽ ആശംസ കുറ്റകരമാവുന്നില്ല. മണിയറ ഒരു അശ്ലീല പദമാണെന്ന് പണ്ഡിതൻമാർ ഇന്നോളം വിധിച്ചിട്ടുമില്ല."

"കൃഷ്ണൻകുട്ടി മാഷ് രാഷ്ട്രീയവിരോധം വെച്ചാ എന്നോടിങ്ങനെ." ബഹളത്തിനിടയിൽ കത്തിബാബു അത്രയും കൂടി പറഞ്ഞുവെങ്കിലും അതാരും കേട്ടില്ല. പ്രശ്നത്തിന് ശാശ്വത പരിഹാരം കണ്ടെത്തിയത് ശിപായി ആണ്ടിയേട്ടനാണ്. ആണ്ടിയേട്ടൻ സ്കൂളിന് വെറുമൊരു ശിപായി മാത്രമല്ല. സ്കൂളിലെ ഒരു കാരണവർ കൂടിയാണ്. തോളിൽ ഫ്ളാപ്പുവെച്ച കാക്കി ഷർട്ട് ആണ്ടിയേട്ടൻ സ്വയം നിർണ്ണയിച്ച യൂണിഫോമാണ്. ചിലപ്പോൾ തലയിലൊരു കാക്കി നിറമുള്ള തൊപ്പിയുമുണ്ടാകും. അത് കാലാവസ്ഥയ്ക്കനുസരിച്ചാണ്. ആണിക്കാലേന്തിയുള്ള ആണ്ടിയേട്ടന്റെ നടത്തത്തിന് ഒരു പകുതി ഓട്ടത്തിന്റെ വേഗതയുണ്ടാകും. വലനെയ്യുന്ന ചിലന്തിയെപ്പോലെ പ്രവൃത്തി ദിവസങ്ങളിൽ ആണ്ടിയേട്ടൻ സ്കൂൾ വളപ്പിലാകെ നെടുകെയും കുറുകെയും ഓടിക്കൊണ്ടിരിക്കും.

"ഓട്ടോഗ്രാഫിന്റെ ഒന്നാം പേജിൽ ബാബുവിന്റെ പേര് വെട്ടി

കൃഷ്ണൻകുട്ടി മാഷിന്റെ പാർട്ടിക്കാരൻ സ്റ്റാലിൻ കുമാരന്റെ പേരെഴുതിയാൽ കാര്യം കഴിഞ്ഞില്ലേ മാഷമ്മാരെ." ആണ്ടിയേട്ടന്റെ സമാധാന നിർദ്ദേശം എല്ലാവരേയും ഞെട്ടിച്ചുകളഞ്ഞു. മനസ്സില്ലാമനസ്സോടെയാണെങ്കിലും കത്തിബാബുവിനും ആണ്ടിയേട്ടന്റെ നിർദ്ദേശം സ്വീകാര്യമായി. തല്ക്കാലം പ്രശ്നം അവസാനിപ്പിക്കണമെന്നേ അവനുള്ളൂ. കത്തിബാബു ഒരു പ്രശ്നവും അധികകാലം കൊണ്ടുനടക്കുന്നവനല്ല.

"ആണ്ടിയേട്ടൻ എന്റെ അമ്മാവനെപ്പോലെയാ. കാരണോമ്മാര് പറയുമ്പം......" കത്തിബാബു പ്രതിസന്ധിയിൽനിന്നും രക്ഷപ്പെടാൻ പഴുതുതേടുന്നതു കണ്ടപ്പോൾ എല്ലാവരും പൊട്ടിച്ചിരിച്ചു. അപ്പോഴാണ് സുലോചനയുടെ രംഗപ്രവേശം. ഒരു മണവാട്ടിയുടെ നാണം കൃത്രിമമായി അഭിനയിച്ചുകൊണ്ട് സുലോചന ടീച്ചേഴ്സ് റൂമിലേക്ക് കടന്നു വന്നപ്പോൾ കത്തിബാബു അന്ധാളിച്ചു നിന്നു. ഈശ്വരാ...... ഇനി ഞാനിവളെ മറ്റെന്തെങ്കിലും ചെയ്തെന്ന് പറയാനാണോ ഈ വരവ്? സുലോചനയ്ക്ക് നാക്കിന് ലൈസൻസില്ല. അത്രനേരവും കത്തിനിന്ന കൃഷ്ണൻകുട്ടി മാഷ് സംശയാലുവായി നെറ്റി ചുളിച്ചു. മുഹമ്മദ് മാഷ് ഭയന്നിട്ടെന്നപോലെ കണ്ണുതുറിച്ചു. മറ്റുള്ളവർ സുലോചനയ്ക്ക് പറയാനുള്ളത് കേൾക്കാൻ കാതുകൂർപ്പിച്ചു.

"ഒന്നും വേണ്ട ആണ്ടിയേട്ടാ. അതങ്ങനെത്തന്നെ കിടക്കട്ടെ. ചെലപ്പൊ ബാബേട്ടൻ ഗൾഫിലൊക്കെപ്പോയി ആളങ്ങ് നന്നായാലോ."

സുലോചനയുടെ നടുക്കുന്ന പ്രസ്താവന കേട്ട കൃഷ്ണൻകുട്ടി മാഷ് എങ്ങോട്ടാണ് പോയതെന്ന് ആരും കണ്ടില്ല." ഭുവനചന്ദ്രന്റെ വീട്ടിന് മുമ്പിലെത്തിയപ്പോൾ ഓട്ടോഗ്രാഫ് കഥ അവസാനിച്ചിരുന്നു. ഊറിച്ചിരിച്ചുകൊണ്ട് വിവേകൻ ഇരുട്ടും നിലാവും ചിതറി വീണുകിടന്ന ഇടവഴിയിലേക്കിറങ്ങി വീട്ടിലേക്ക് നടന്നു.

നിഴൽപ്രണയം

ഏറെക്കാലം അകന്നുനിന്ന മകൻ വന്ന സന്തോഷത്തിൽ നേരം വെളുക്കുന്നതിന് മുമ്പേയുള്ള എണ്ണതേച്ചു കുളിയും വെയിലുകൊള്ളലുമൊക്കെയായപ്പോൾ ചാപ്പൻനായരെ പനികയറിപ്പിടിച്ചു. "ഒന്നു രണ്ടു ദിവസം അടങ്ങിയിരിക്കാൻ ഞാൻ സ്വയം ആജ്ഞാപിച്ചു; രാവിലത്തെ കുളിയും ക്ഷേത്ര ദർശനവുമൊക്കെ മുടങ്ങി. കുരുമുളകും തുളസിയുമിട്ട് തിളപ്പിച്ച വെള്ളത്തിന്റെ ആവിപിടിച്ചാൽ അടക്കംകൊള്ളാത്ത പനിയൊന്നും ഈ എല്ലിൻകൂടിനകത്തേക്ക് കടക്കില്ല. കുരുമുളക് കഷായവും കുടിച്ച് ഒര് കമ്പിളി പുതച്ച് നാലു പിച്ചുംപേയും പറഞ്ഞാൽ ചാപ്പന്റെ പനി പമ്പകടക്കും." സ്വന്തം ആരോഗ്യത്തെക്കുറിച്ചുള്ള ഒരു ചെറിയ അഹങ്കാരം ആ വാക്കുകളിൽ ഒളിഞ്ഞിരിക്കുന്നുണ്ടായിരുന്നു.

"പണ്ടൊക്കെ പനിവന്നാൽ തലനിറയെ എള്ളെണ്ണ തേച്ച് ഒരു കുളിയുണ്ട്. അതുകഴിഞ്ഞാൽ അമ്പലക്കുളത്തിലെറങ്ങി മൂക്കും പിടിച്ച് മൂന്ന് മുങ്ങൽ. പിന്നെ 'o' വട്ടത്തിലൊരു നീന്തൽ. പനി പാഞ്ഞുപോകുന്നത് കണ്ണുകൊണ്ട് കാണാ." ഇതൊക്കെ ഒരെൺപതുകാരന്റെ അതിരുകവിഞ്ഞ അവകാശവാദങ്ങളാണെന്ന് പറഞ്ഞാൽ പെരുമാളുകാട്ടിൽ ആരുമത് സമ്മതിച്ചുതരില്ല.

ഭുവനചന്ദ്രൻ ചാപ്പൻനായരുടെ വീട്ടിൽ ചെല്ലുമ്പോൾ പുറത്താരുമില്ല. അകത്തുനിന്നും അഞ്ചാം ജോർജ്ജിന്റെ അച്ഛനെപ്പറയുന്നതും കേട്ടാണ് മുറ്റത്തെത്തിയത്.

"ഇന്ത്യ ഓന്റെ അമ്മേന്റെ നായരെ ജമ്മപ്പറമ്പാ? കൈയടക്കി തേങ്ങ പറിക്കാൻ. ഒറ്റച്ചവിട്ടിന് നാലുകണ്ടപ്പാട് ദൂരെ തെറിപ്പിക്കാൻ ചാപ്പനറിയാഞ്ഞിറ്റല്ല. കളി ചാപ്പനോട് വേണ്ട. വേഗത്തില് സ്വാതന്ത്ര്യോംതന്ന് തിരിഞ്ഞ് നോക്കാതെ സ്ഥലം വിട്ടോളണം. അല്ലെങ്കില് മണാട്ടിലെ

കുഞ്ഞ്യാനന്തൻ നായരെ വിളിച്ചുകൊണ്ടുവന്ന് ചവിട്ടിപ്പായിക്കും. കുഞ്ഞ്യാനന്തൻ നായരോടാ മോനേ കളി." മൂപ്പരുടെ മനസ്സ് ഇപ്പോഴും സ്വാതന്ത്ര്യസമര കലാത്തുതന്നെയാണ്. പനി കൂടുതലുണ്ടെന്നുറപ്പാണ്. അല്ലാതെ മനസ്സ് ഇത്രയും പിറകോട്ടേക്ക് ഓടിപ്പോകില്ല. ഇപ്പോൾ വിളിച്ചുണർത്തിയാൽ രസച്ചരട് പൊട്ടും. കുറച്ച് നേരം കേട്ടിരിക്കാം. ഒരു ചെറിയ ക്രൂരവിനോദം കൂടിയേ കഴിയൂ. ഭുവനചന്ദ്രൻ ഒച്ചയനക്കമില്ലാതെ കോലായിലെ പനയോലത്തടുക്കിൽ ഇരുന്നു.

"ക്ഷത്രിയൻ ഞാനിവൻ വൈശ്യനിവൻ ശൂദ്രൻ ഇത്യാദി ജാതി ഭ്രമം. കുട്ടമത്തിന്റെ *സ്യമന്തകം* പോലൊരു നാടകം ഇനിണ്ടാവ്വാ കുട്ട്യാരാണാ. ഹായ്...... കുഞ്ഞനന്തൻ നായരെ സത്രാജിത്ത് ചെറിയക്കൻ കിടാവിന്റെ പ്രസേനൻ. ഓർമ്മേണ്ടോ നെനക്ക്. എനിക്കോർമ്മിക്കാനാവുന്നില്ല. എന്റെ ഗണപതീ." പിച്ചും പേയും സ്വന്തം ഗ്രാമത്തിന്റെ ചരിത്രത്തിലേക്ക് നൂണ്ടിറങ്ങുകയാണ്. എല്ലാം ഈ നാവിൽനിന്നുതന്നെ പലവട്ടം കേട്ടിട്ടുള്ളതാണ്. ഗാന്ധി – ഇർവിൻ സന്ധിയെ തുടർന്ന് മരവിച്ചുപോയ പെരുമാളുകാട്ടിലെ യുവത്വത്തെ ഉണർത്താൻ കേളപ്പജി കണ്ടുപിടിച്ച മാർഗ്ഗം നാടകമായിരുന്നു. മണാട്ടിൽ കുഞ്ഞനന്തൻ നായരുടെ നേതൃത്വത്തിൽ ഭഗവതി വിലാസം നാടകക്കമ്പനി നാടകാവതരണം തുടങ്ങിയതങ്ങനെയാണ്. മഹാകവി കുട്ടമത്തിന്റെ *സ്യമന്തകം* മലബാറിൽ തന്നെ ഏറ്റവും പ്രശസ്തമായ നാടകമായി. അങ്ങനെ നാടകങ്ങൾ ഒന്നിനുപുറകെ ഒന്നായി അവതരിക്കപ്പെടണമെന്ന വാശിയിലായിരുന്നു ചെറുപ്പക്കാർ. പക്ഷേ, സായിപ്പിന്റെ കഴുകൻ കണ്ണുകൾ നാടകത്തെയും ആക്രമിച്ചു. ബ്രിട്ടീഷ് വിരുദ്ധമെന്ന് മുദ്രകുത്തി ബ്രിട്ടീഷ് സർക്കാർ *സ്യമന്തകം* നാടകം നിരോധിച്ചു. ചിങ്ങപുരത്ത് നാടകം കളിച്ചുകൊണ്ടിരിക്കേ നാടക കൊട്ടക എം എസ് പിക്കാർ വളഞ്ഞു. മൂന്നു ദിവസം കഴിഞ്ഞ് കേളപ്പജി നിരോധനം പിൻവലിപ്പിച്ച് നാടകം കളിച്ചു. ഒരു ചരിത്ര പുസ്തകത്തിലും വായിക്കാത്ത ഈ കഥകളത്രയും പറഞ്ഞുതന്ന അതേ നാവു തന്നെയാണ് ഓലച്ചെറ്റയ്ക്കകത്ത് കയറ്റു കട്ടിലിൽക്കിടന്ന് പെരുമാളുകാടിന്റെ ചരിത്രം പിച്ചുംപേയും പറയുന്നത്.

"മ്മളെ സ്വാതന്ത്ര്യത്തിന് നല്ല പന്യാണല്ലോ." വടക്കേ മുറ്റത്ത് കൂടെ കടന്ന് വന്നത് മാതയായിരുന്നു. അയലത്തെ എൺപതുകാരി. കൈയിലൊരു മൺകലത്തിൽ കുരുമുളക് കഷായവുമായാണ് ചാപ്പൻനായരുടെ കൂട്ടുകാരിയുടെ വരവ്. വന്നപാടെ ഭുവനചന്ദ്രന്റെ അടുത്ത് തന്നെ നിലത്തിരുന്നു.

"ങ്ങള് വന്നിറ്റ് കൊറച്ച് നേരായോ കമ്മളേ." ആ വാക്കുകളിൽ കൊരുത്തിട്ടതിൽപ്പരം ഔപചാരികതകളൊന്നും ആ നാട്ടിൻപുറത്തുകാരിക്കറിയില്ല. നല്ല തടി. മടക്കുമടക്കായി എട്ടുപെറ്റ വയർ. വെള്ളിത്തലപ്പാവുപോലെ മിന്നുന്ന നരച്ചു ചെമ്പിച്ച മുടി. ചൂടി മാലിൽ കുടുക്കിയിട്ടതുപോലെ മാറത്ത് എട്ടു മക്കൾ ഇഷ്ടാനുസരണം കുടിച്ച് വലുതായ വലിയ മുലകൾ. ദുർമേദസ്സുകാരണം പ്രാഞ്ചിപ്രാഞ്ചിയുള്ള നടപ്പ്. ചാപ്പൻനായ

രുമായി കുരുത്തക്കേട് പറയാൻ വന്നതാണ്. അത് എന്നും പതിവുള്ള താണ്. പിന്നെ കുരുത്തമില്ലാത്ത സ്വന്തം ചങ്ങാതിക്ക് കുരുമുളക് കഷാ യവും കൊടുക്കണം.

"കോലാലേക്ക് കീഞ്ഞ് വാ ചങ്ങായ്യേ. സ്വാതന്ത്ര്യ ചരിത്രോക്കെ പനിമാറീറ്റ് പറയാ." മാതയുടെ അഭ്യർത്ഥനയ്ക്ക് ഞരക്കവും മൂളലും മാത്രമായിരുന്നു മറുപടി.

"ഞാനങ്ങോട്ട് അകത്തേക്ക് വന്നാല് കൊയപ്പാനേ. നാട്വാർ അതും ഇതും പറയും. മ്മളെ രണ്ടാളേം കല്ല്യാണം മൊടങ്ങും. പിന്നെ മാത കല്ല്യാണം മൊടക്കീന്നൊന്നും പറേണ്ട." അത്രയും പറഞ്ഞ് വലിയ പള്ള കുലുക്കി ഒരു പൊട്ടിച്ചിരി. പൊട്ടിച്ചിരിയിൽ കൂട്ടിക്കെട്ടിയ ബ്ലൗസിന്റെ കെട്ടഴിഞ്ഞ് മുലകൾ പുറത്തുചാടുന്നു. ഒരു ചെറിയ പരിഭ്രമത്തോടെ എല്ലാം വാരിക്കൂട്ടി വീണ്ടും കെട്ടിവെക്കുന്നു. സിനിമയിലെ ഹാസ്യരംഗം കാണുന്ന കൗതുകത്തോടെ ഭുവനചന്ദ്രൻ എല്ലാം കണ്ടുനിന്നു.

"ഞാമ്പോവ്വാ. പനി മാറണേ മരുന്നു കുടിച്ചോ. ഉച്ചയ്ക്ക് വന്നു ദാരപ്പൻചെട്ട്യാറ് മന്ത്രിച്ച ചരട് കെട്ടിത്തര്ന്ന്ണ്ട്. അന്നേരം പൊടിയരി ക്കഞ്ഞീം കുടിക്കാ." മാത പ്രാഞ്ചിപ്രാഞ്ചി സ്വന്തം വീട്ടിലേക്ക് നടന്നു പോയി. നടത്തത്തിനിടെ എൺപതിലും എണ്ണമയം വിടാത്ത സമൃദ്ധ മായ മുടി അഴിച്ചു കുടഞ്ഞ് വീണ്ടും കെട്ടിവെച്ചു.

കുറച്ചുകഴിഞ്ഞപ്പോൾ ചാപ്പൻനായർ ക്ഷീണിതനായി പുറത്തു വന്നു. "ആ പഹച്ചി പോയോ. ഇപ്പഴും പതിനാറാന്നാ ഓളെ വിചാരം." ആ വാക്കുകളിൽ തളിരിട്ടുനിന്ന വികാരം വായിച്ചെടുക്കാൻ ഭുവനചന്ദ്രന് വളരെയൊന്നും പണിപ്പെടേണ്ടി വന്നില്ല.

"ഞങ്ങള് തമ്മില് പ്രേമാന്നാ അവ്ടത്തെ പൊടിമക്കള് പറേന്നത്. മാതേന്റെ മോന്റെ മക്കളാ. ഞങ്ങക്ക് രണ്ടാക്കും അതുകേക്കാനൊരു രസാ. എന്താന്ന് പറഞ്ഞറീക്കാനാവാത്ത ഒരു സുഖം." ചാപ്പൻനായ രുടെ വാക്കുകൾ കേട്ട് ഭുവനചന്ദ്രൻ പൊട്ടിച്ചിരിച്ചുപോയി.

"നീ വിവേകന്റെ മോനേം ആ ഉമ്മച്ചിക്കുട്ടിനേം കാണണം. രണ്ടി നോടും ശ്രദ്ധിക്കാൻ പറേണം. ആ കൈലാസനാഥൻ എന്തോക്കെയോ പണി തൊടങ്ങീറ്റുണ്ട്. എന്നോട് ഇനി അമ്പലത്തില് ചെല്ലണ്ടാന്ന് പറഞ്ഞു. ഇനി മഹാദേവനെ തൊഴാനല്ലാതെ കാവല്ക്കാരനായി അങ്ങോട്ട് ചെല്ലണ്ടാന്നാ പറഞ്ഞത്. ഇനി മുതല് അവിടെ അന്യനാ ട്ട്കാരാത്രെ കാവല്ക്കാര്. എന്തോക്ക്യോ പട്ടാള വേഷം കെട്ട്യ ആൾക്കാ രാത്രേ കാവല്ക്കാര്. കൈലാസനാഥൻ ഭരണം ഏറ്റെടുത്തതിൽപ്പിന്നെ അമ്പലത്തില് മഹാദേവന് വല്യ സ്ഥാനോന്നുല്ല. സന്ധ്യവെളക്കിനും നേദ്യത്തിനുമൊന്നും യാതൊരു മൊടക്കോല്ല. എന്നാലും ആകെക്കൂടി എന്തൊക്ക്യോ ചെല വ്യത്യാസങ്ങള്. ഞാനിപ്പോ അങ്ങോട്ട് പോവാറില്ല. അമ്പലത്തില് ശ്രീകോവിലിലെ വിളക്കിനൊരു പ്രകാശം കുറഞ്ഞ പോലെ ഒരു തോന്നല്. എല്ലാം മഹാദേവനറിയാലോ. വരുമ്പോലെ വരട്ടെ."

"വിദ്യാധരനെ ഗുണദോഷിക്കാൻ എന്താണുള്ളത്. അവനെന്തു കുറ്റാ ചെയ്തത്. കൂടെ ഒരേ കടയിൽ പണിയെടുക്ക്ന്ന മനുഷ്യപ്പറ്റുള്ള ഒരു പാവത്തിനെ ആത്മാർത്ഥമായി സ്നേഹിക്കുന്നു. അവൾ അന്യസമുദായക്കാരിയായത് അതിനു തടസ്സമാവണോ? അതിന്റെ ദാരിദ്ര്യം പിടിച്ച വീട്ടിൽ പ്രയാസങ്ങളുണ്ടാകുമ്പോ അവനാൽ കഴിയുന്നത് സഹായിക്കുന്നു. നിത്യരോഗിയായ അതിന്റെ ഉമ്മയെ ആശുപത്രിയിൽ ഡോക്ടറെ കാണിക്കാൻ കൂടെപ്പോകുന്നു. ചിലപ്പോ കൂടെയാരുമില്ലാത്ത ആ പെൺകുട്ടിക്ക് ആശുപത്രിയില് കൂട്ടിരിക്ക്ന്നു. ഏതു മതഗ്രന്ഥത്തിലാ ഇതൊക്കെ പാപങ്ങളായി പറഞ്ഞുവെച്ചിറ്റുള്ളത്. എല്ലാ മതത്തിലും പുണ്യകർമ്മങ്ങളല്ലേ ഇപ്പറഞ്ഞതെല്ലാം?" രോഷംകൊണ്ട് കണ്ഠമിടറുന്നുവെന്ന് തോന്നിയപ്പോൾ ഭുവനചന്ദ്രൻ വാക്കുകൾക്ക് തടയിട്ടു.

"ഒക്കെ ശരിയാ മോനെ. നീ പറഞ്ഞതത്രയും ശരിയാ. എന്നാലും എന്തോ ഒന്ന് ബാക്കീണ്ട്. രണ്ട് മതത്തിൽപ്പെട്ടോരാകുമ്പോ ഒരകല്ച്ച. ഞാൻ വിശ്വസിക്കുന്നതേ നീയും വിശ്വസിക്കാവൂന്ന് ചിലർക്ക് ഒരു വാശി. എല്ലാർക്കുല്ല. എങ്കിലും ആയിരത്തിൽ ഒന്നിനുണ്ടായാൽ മതി. ഈ നാടു കത്തിക്കാൻ. അത്തരക്കാർക്ക് നാട്ടിൽ കലാപംണ്ടാവ്ന്നത് ഉത്സവം ഉണ്ടാവ്ന്നത് പോല്യാ. വീടിന് തീപിടിച്ച് സർവ്വോം കത്തി നശിക്കുന്നത് കാണുമ്പോ ഉത്സവം കാണുന്ന സന്തോഷം അനുഭവിക്കുന്നോലുണ്ടാവും. അവര് ഏതു നാട്ടിലായാലും ഊറിക്കൂടും. അതേതു മതത്തിലും ജാതീലുണ്ട്. അവര് അപ്പണി എപ്പളും ചെയ്തോണ്ടിരിക്കും. ശരിക്കുപറഞ്ഞാ മനോരോഗികളാ. മരുന്നു കഴിക്കാൻ കൂട്ടാക്കാത്ത മനോരോഗികള്. അതുകൊണ്ട് നല്ലത് ഇല്ലാതായിപ്പോവൂന്നുല്ല. നന്മയ്ക്ക് നിത്യം പച്ചയാ. ആ ഉമ്മ മരിക്കുന്നത് വരേങ്കിലും നാട് കത്ത്ന്ന തരത്തിലൊന്നുണ്ടാവര്ത്. മോനത് അവരോട് രണ്ടാളോടും പറയണം. അത്രേ വേണ്ടു. മനുഷമ്മാര് പക്ഷ്യേളെപ്പോലെ ഇഷ്ടോള്ള കൊമ്പില് കൂടുകൂട്ടുന്ന കാലം വരും. മനസ്സില് ഇരുട്ട് നിറഞ്ഞോരൊക്കെ ചത്ത് മണ്ണടിയും. അതെനിക്കൊറപ്പാ. ഇന്നല്ലെങ്കില് നാളെ. ഇപ്പോ കാണുന്ന ഈ കോപ്പിരാട്ടികൾക്കൊക്കെ കാരണം വെള്ളക്കാരാ. വെള്ളക്കാര് പോകുന്ന പോക്കില് വാരിയെറിഞ്ഞ് പോയ വെഷവിത്ത്കളാ ഇപ്പോ പൊടിച്ച് പടരാൻ നോക്ക്ന്നത്. നമ്മളെ മണ്ണ് കത്തര്ത്. അതിന് കാവല് നില്ക്കണ്ടോല് നിന്നേം വിവേകനേം പോലത്തോലാ. അതോർമ്മിച്ചാ മതി." പതിഞ്ഞ ശബ്ദത്തിൽ അധികം സംസാരിച്ചപ്പോൾ ചാപ്പൻനായർ നന്നായി വിയർത്തു. പിന്നെ നാവുകുഴഞ്ഞു. ക്ഷീണം തോന്നിയപ്പോൾ ഉമ്മറത്ത് വെറും നിലത്ത് ചെറ്റയും ചാരിയിരുന്ന് പതുക്കെ പാളകൊണ്ട് വീശി വിയർപ്പാറ്റി.

അപ്പുറത്ത് മാതയുടെ വരവിന്റെ സൂചനകൾ കേട്ടപ്പോൾ വേഗത്തിൽ തൊട്ടപ്പുറത്തുണ്ടായിരുന്ന കുരുമുളക് കഷായം മോന്തിക്കുടിച്ച് മുഖം തുടച്ച് എരിവ് കടിച്ചമർത്തി അനങ്ങാതിരുന്നു.

"ഇത് കുടിച്ചില്ലേപ്പിന്നെ ആ പഹച്ചിക്കത് മതി. കഞ്ഞികൊണ്ടബര്ന്നു

ണ്ടാവും. എനിക്കാണേ വായ് കയ്ക്കുന്നു. വായ് മുഴുവൻ പനിതൂറീറ്റുണ്ട്. ഇപ്പോ കേക്കാ മാതേന്റെ കഥാപ്രസംഗം.”

കൈയിൽ ഒരു സ്റ്റീലിന്റെ തൂക്കുപാത്രവുമായി മാതവന്നു. വന്ന പാടെ കഷായപ്പാത്രം കഴുകിവെച്ചു. ഒരനുഷ്ടാനംപോലെ ചെമ്പിച്ച നീളൻമുടി കുടഞ്ഞു കെട്ടി. കൈയിലുള്ള മുറുക്കാൻ മുടിക്കെട്ടിൽ തിരുകിവെച്ചു. ഭുവനചന്ദ്രൻ അടുത്തുള്ളതൊന്നും അത്രയ്ക്ക് ഗൗനിക്കാതെയാണ് ഓരോന്നും ചെയ്തുകൊണ്ടിരുന്നത്.

“ആ......സ്വാതന്ത്ര്യക്കതപറഞ്ഞ് നാക്ക് കൊയക്കണ്ട. ഇക്കഞ്ഞ്യങ്ങ് കുടിച്ചോ. കതപറയാൻ നാവ് പൊങ്ങണ്ടേ.” മാത കഞ്ഞിപ്പാത്രം ചാപ്പൻ നായരുടെ മുമ്പിലേക്ക് നീക്കിവെച്ച് പിന്നെ പ്രാഞ്ചിപ്രാഞ്ചി നടന്നുപോയി. അല്പനേരം നടന്നപ്പോൾ ഒരിക്കൽ തിരിഞ്ഞുനോക്കി. ചങ്ങാതി കഞ്ഞി കുടിക്കുന്നുണ്ടെന്ന് ഉറപ്പുവരുത്തി.

“ഓള് സ്നേഹോള്ളോളാ. എന്റെ ചീരു മരിച്ചതിൽപ്പിന്നെ എനിക്ക് ഒരു പെൺസഹായം” ചാപ്പൻനായരുടെ വാക്കുകൾ ഗദ്ഗദംകൊണ്ട് മുറിഞ്ഞു.

“വീട്ടിൽ പെൺകൂറ്റ് കേൾക്കാത്ത ആണിന്റെ കഥ അനുഭവിച്ചോർക്കേ അറിയൂ. ശരീരത്തിന്റെ വെറും ഒരൊറ്റ കാര്യത്തിനല്ല ആണിന് പെണ്ണെന്ന് എന്നെപ്പോലെ ഇണ നഷ്ടപ്പെട്ട ജീവിതം അനുഭവിച്ചോർക്കറിയാ. രാവും പകലും തമ്മില് തല്ല്കൂട്യാലും പെണ്ണ് ആണിന് ആശ്രയാ. നല്ല കുടുംബത്തില് പെണ്ണാ വീടിന്റെ വിളക്ക്. പെണ്ണിന്റെ പിന്തുണ ഇല്ലാത്ത ആണ് കായ്ണ്ടാവാത്ത കറമൂസപോല്യാ. പോളിച്ച് ഇങ്ങനെ നിക്കുന്നത് കാണാന്ന് മാത്രം.” അനുഭവിച്ചറിഞ്ഞ ജീവിതസത്യങ്ങൾ പറയുമ്പോഴുണ്ടാവാറുള്ള തിളക്കം ചാപ്പൻനായരുടെ കണ്ണുകളിൽ അപ്പോൾ ഭുവനചന്ദ്രൻ കണ്ടു.

“അതുപോട്ടെ. രണ്ടാളും തമ്മില് പ്രേമോന്നും ഇല്ലല്ലോ?” ഭുവനചന്ദ്രന്റെ കുസൃതിച്ചോദ്യം ചാപ്പൻനായർ പ്രതീക്ഷിച്ചിരുന്നതാണെന്ന് ഉറപ്പായിരുന്നു.

“പ്രേമല്ലാണ്ട് പിന്നെ ഇപ്പൊകണ്ടതൊക്കെ വൈരാഗ്യാ? എന്നും നാളത്തെ സൂര്യനെക്കൂടി കാണണംന്ന് ഏതൊരാളും ആഗ്രഹിക്കുന്നത് ഈ ലോകത്താരെങ്കിലും അയാളെ ശ്രദ്ധിക്കാനുണ്ടാവുമ്പഴാ ഭുവനാ. ആരാലും ശ്രദ്ധിക്കപ്പെടാതെ പോവുമ്പോഴാ ആള്കള് സ്വന്തം ജീവിതം അവസാനിപ്പിക്കാൻ ഒരു കഷണം കയറന്വേഷിക്കുന്നത്. അല്ലെങ്കില് കുറ്റവാളികളാവ്ന്നത്. എനിക്ക് വല്യ വിവരോന്നുല്ലെങ്കിലും ജീവിതത്തില് കണ്ടതൊക്കെ എനിക്കാവുംവിധം ഞാൻ പഠിച്ച് വെച്ചിറ്റുണ്ട്. അയലത്ത് ഈ മാതയില്ലെങ്കില് ചെലപ്പോ ഞാനെപ്പോളോ മരിച്ച് പോയിറ്റുണ്ടാവായിരുന്നു. മാതേന്റെ കാര്യോം ഏതാണ്ടങ്ങനെയൊക്ക്തന്ന്യാ.” കഞ്ഞിപ്പാത്രം തുറക്കുമ്പോൾ ആ മുഖത്ത് കണ്ട വെളിച്ചം ഭുവനചന്ദ്രനെ അത്ഭുതപ്പെടുത്തി. പഴുത്ത പ്ലാവിലയിൽ പൊതിഞ്ഞുവെച്ച ഇഞ്ചിച്ചമ്മന്തി. ഒരു പ്രേമലേഖനം തുറക്കുന്ന ഇക്കിളിയോടെ ചാപ്പൻനായർ തുറ

ന്നുനോക്കിയതും ഭുവനചന്ദ്രന്റെ മുമ്പിൽ പ്രണയത്തിന്റെ പുതിയ പാഠങ്ങൾ തുറന്നുവെച്ചു. അപ്പോൾ ആ നരച്ച കണ്ണുകളിൽ മിന്നിമറഞ്ഞ മിന്നാമിനുങ്ങിന്റെ നുറുങ്ങുവെട്ടം തന്നെയാണ് എന്നും കാലത്ത് പുലർവെട്ടമായി കിഴക്കുണരുന്നതെന്നും അപ്പോൾ ഭുവനചന്ദ്രന്റെ മനസ്സിലാരോ പറഞ്ഞു.

നേരം വെളുത്താൽ എന്തെങ്കിലുമൊരു കുരുത്തംകെട്ട കുശലം. അതു കേൾക്കുന്ന മാതയുടെ പേരക്കുട്ടികളുടെ ഒരു കളിയാക്കൽ. കുശുമ്പുകാരായ അയൽക്കാരുടെ ഒരു കുത്തുവാക്ക്. പനിപ്പായയിൽ തളർന്നു കിടക്കുമ്പോൾ എന്തൊക്കയോ വികാരങ്ങൾ കലർന്ന ഒരു നീട്ടി വിളി. സ്വാതന്ത്ര്യം കമ്മളേ കഞ്ഞികുടിക്കണ്ടേന്ന്? ഒരു മൊന്തയിൽ നല്ല പൊടിയരിക്കഞ്ഞി. പഴുത്ത് നിലത്തുവീണ ഒരു പ്ലാവിലയിൽ പൊതിഞ്ഞ ഇഞ്ചിച്ചമ്മന്തി, രാവിലെ മഹാദേവനെ തൊഴുതുവരുമ്പോൾ കൈയിൽ കരുതുന്ന, ഒരാൾക്ക് ഒരിക്കൽ തൊടാനുള്ള കളഭവും തുളസിയിലയും. നട്ടുച്ചയ്ക്ക് കുളികഴിഞ്ഞ് മുടിചിക്കറുത്ത് നെറ്റിയിൽ കളഭക്കുറി തൊടുന്ന മാതയെ മനസ്സിന്റെ ഏതു കോണിലാണ് പ്രതിഷ്ഠിച്ചിരുന്നതെന്ന് ചാപ്പൻനായർക്കുപോലുമറിയില്ലായിരുന്നു. മനസ്സിന്റെ ഉള്ളറകളിലെവിടെയോ ഒരു കളഭക്കുറിപോലെ അതുണ്ടായിരുന്നുവെന്നുറപ്പാണ്. ജീവിതത്തിലെ എല്ലാ ഒറ്റപ്പെടലുകളെയും വെല്ലുവിളിക്കാൻ കരുത്തു നല്കിയ പ്രത്യാശയുടെ ഒരുമന്ത്രം.

വിഘ്നേശ്വരന്റെ മുമ്പിലെ കുഞ്ഞു നിലവിളക്കിൽ എണ്ണ തീർന്നിട്ടുണ്ടാകുമെന്നുറപ്പായിരുന്നു. ഓരോരോ പ്രശ്നങ്ങൾ കാരണം ചിലപ്പോൾ പഴയവീടിനെ തീർത്തുമങ്ങ് മറന്നുപോവുന്നതുപോലെ. അല്ലെങ്കിലും അതൊരു പ്രപഞ്ചസത്യമാണ്. കൂടുതൽ സുഖങ്ങൾ കൈവരുമ്പോൾ ഇല്ലായ്മകളുടെ ഭൂതകാലത്തെ ആരായാലും മറക്കും. വാതിൽ തുറന്ന് അകത്തു കടന്നപ്പോൾ ഭുവനചന്ദ്രൻ അത്ഭുതപ്പെട്ടുപോയി. ഒരു എലിയുടെ സഞ്ചാരത്തിലെ നിയതമായ ചടുലതകളൊന്നുമില്ലാതെ ആ വീട്ടിലെ സ്ഥിരതാമസക്കാരനായ എലി കോണിപ്പടികളിലൂടെ ഒരു വീട്ടുകാരനെപ്പോലെ മുകളിലേക്ക് കയറിപ്പോവുന്ന കാഴ്ച ഒരിക്കലും പ്രതീക്ഷിച്ചതായിരുന്നില്ല. ഒരിക്കലൊന്ന് തിരിഞ്ഞുനോക്കിയതല്ലാതെ പെട്ടെന്ന് കൺമുമ്പിൽ തന്നെ കണ്ടതിലുള്ള വെപ്രാളമോ പകപ്പോ അപ്പോൾ ആ എലിക്കുണ്ടായിരുന്നില്ലെന്നും ഭുവനചന്ദ്രന് ബോദ്ധ്യമായി. ആ എലി തന്റെ പഴയ വീടുമായി വല്ലാത്തൊരു ആത്മബന്ധത്തിലെത്തിയിരിക്കുന്നുവെന്നുറപ്പാണ്. കോണിപ്പടികൾ കയറുന്നതിനിടയിലെ ആ തിരിഞ്ഞുനോട്ടം "ഓ.... നീ വന്നോ" എന്ന കുത്തുചോദ്യത്തിന്റെ ദൃശ്യാവിഷ്കാരം പോലെ പൂർണ്ണമായിരുന്നു. വിഘ്നേശ്വരന്റെ മുമ്പിലെ വിളക്കിൽ നേരത്തെ കരുതിയതു പോലെതന്നെ എണ്ണ പാടെ വറ്റിപ്പോയിരുന്നു. വിളക്കിൽ അവശേഷിച്ച ഒരു കരിന്തിരിക്കഷണം കുറച്ചുകാലമായി തന്റെ മനസ്സിലുള്ള അസ്വസ്ഥതകൾ പോലെ കറുത്തു കിടക്കുന്നു. കരിന്തിരിക്കഷണം വിരലുകൊണ്ട് തുടച്ചെടുത്ത് ചെറിയവിളക്കിൽ തിരിയിട്ട് എണ്ണ

യൊഴിച്ചപ്പോൾ മനസ്സിലും ശാന്തി ഒരു പ്രവാഹമായി വന്നുനിറയുന്നതുപോലെ ഭുവനചന്ദ്രന് തോന്നി. വിളക്ക് പ്രഭയോടെ തെളിഞ്ഞപ്പോൾ മനസ്സ് നന്നായി തണുത്തു.

വീടിന്റെ അകമാകെ ആരോ പട്ടച്ചൂലുകൊണ്ട് അടിച്ചുവാരി വൃത്തിയാക്കിയതുപോലെ വൃത്തിയായി കണ്ടപ്പോൾ ഭുവനചന്ദ്രനത് പെട്ടെന്നു വിശ്വസിക്കാനായില്ല. നേരത്തെയുണ്ടായിരുന്ന പലതിന്റെയും അവശിഷ്ടങ്ങളും അപ്രത്യക്ഷമായതുപോലെ ഒരു തോന്നൽ. താനല്ലാതെ മറ്റാരും തുറക്കാത്ത ഒരു വീടിനകം ഇത്രയേറെ ശുദ്ധമായിരിക്കുന്നതിൽ താനല്ലാത്ത മറ്റൊരാളുടെ പങ്കാളിത്തം ചിന്തിക്കുന്നതുപോലും യുക്തിരഹിതമാണ് എന്ന് ഭുവനചന്ദ്രനറിയാം. താൻ തന്നെ എപ്പോഴെങ്കിലും ഉപബോധമനസ്സിന്റെ പ്രേരണയാൽ ആ വീടിനകം അടിച്ചുവാരി വൃത്തിയാക്കിയതായിരിക്കുമെന്ന് വിശ്വസിച്ച് മറ്റൊന്നിനും അടിസ്ഥാനമില്ലാത്ത ആ തോന്നൽ അവസാനിപ്പിക്കേണ്ടതാണെന്നും ഭുവനചന്ദ്രനറിയാം. എങ്കിലും എവിടെയോ ഒരു കൈത്തെറ്റുപോലെ ഒരു സംശയം ബാക്കി നില്ക്കുന്നു. അതെങ്ങനെ?

വിളക്കിലെ തിരിയുടെ വെളിച്ചത്തിൽ വീടിനകമാകെ ഒരിക്കൽക്കൂടി സൂക്ഷ്മതയോടെ പരിശോധിച്ചപ്പോൾ ആ സംശയം ബലപ്പെടുന്നതായാണ് ഭുവനചന്ദ്രന് തോന്നിയത്. ആരു ചെയ്താലും വീടിനകമാകെ ഇപ്പോൾ നല്ല വൃത്തിയായിരിക്കുന്നു എന്ന തോന്നൽ അയാൾ പതുക്കെ അംഗീകരിക്കുകയായിരുന്നു. തന്റെ അലമാരയ്ക്കു പിന്നിൽ പതിവായി കാണാറുള്ള ഉറകുത്തിയ പൊടിപോലും അവിടെ കാണാനില്ല. ഒന്നുകിൽ അതൊക്കെ ആരോ അടിച്ചുവാരി വൃത്തിയാക്കിയിട്ടുണ്ടാവണം. അല്ലെങ്കിൽ തന്റെ അലമാരയിൽ ഇപ്പോൾ ഉറകുത്തിപ്പൊടിയുണ്ടാകുന്നില്ല. ഇതിലേതെങ്കിലുമൊന്ന് സത്യമാണ്. പെട്ടെന്ന് മുകളിലെ തട്ടിൻപുറത്തുനിന്ന് അമ്മയെക്കണ്ടിട്ടെന്നപോലെ എലിക്കുഞ്ഞുങ്ങൾ കൂട്ടത്തോടെ കരയാൻ തുടങ്ങിയത് ഭുവനചന്ദ്രനെ ഒട്ടൊന്നുമല്ല അത്ഭുതപ്പെടുത്തിയത്. തട്ടിൻ പുറത്ത് ഒരു എലി കുടുംബം താമസിക്കുന്നുണ്ടെന്ന സത്യം ലവലേശം മനഃക്ലേശമില്ലാതെ ഗ്രഹിക്കാൻ ഭുവനചന്ദ്രന് അപ്പോൾ ഒരു പ്രയാസവുമുണ്ടായിരുന്നില്ല. താൻ സൗകര്യങ്ങൾ പോരാത്തതുകൊണ്ട് ഉപേക്ഷിച്ചുപോയ വീട്ടിൽ ആരുടേയും അനുവാദമില്ലാതെ ഒരു എലികുടുംബം താമസമാക്കിയതിൽ പ്രകൃതിനിയമത്തിന്റെ കണ്ണിലൂടെ നോക്കിയാൽ അസ്വാഭാവികത ഒന്നുമില്ല. തനിക്കു വേണമെങ്കിൽ ആ എലികുടുംബത്തെ അരമണിക്കൂറികം വീട്ടിൽനിന്നും അടിച്ചിറക്കി വീട്ടിലെ തന്റെ പരമാധികാരം പ്രഖ്യാപിക്കാവുന്നതേയുള്ളൂവെന്ന് ഭുവനചന്ദ്രനറിയാം. പക്ഷേ, അയാളതു ചെയ്യുന്നില്ല. കാരണം എലി തന്റെ ഇഷ്ടമൂർത്തിയായ വിഘ്നേശ്വരന്റെ വാഹനമാണെന്നയാൾക്കറിയാം. എലി താമസിക്കേണ്ടത് വിഘ്നേശ്വരനൊപ്പം തന്നെയാണ്. അതാണ് എവിടെയും ആർക്കും അംഗീകരിക്കാവുന്ന ന്യായം. അങ്ങനെ ചിന്തിച്ചപ്പോൾ താൻ പുലർന്നുകാണാനാഗ്രഹിക്കുന്ന കുറേ ആഗ്രഹങ്ങളും ഭുവ

നചന്ദ്രൻ ഓർത്തു. യുക്തിചിന്തകളെയെല്ലാം അവഗണിച്ചുകൊണ്ട് അങ്ങനെ വിശ്വസിക്കാൻ അപ്പോൾ ഭുവനചന്ദ്രന്റെ മനസ്സ് കളിപ്പാട്ടങ്ങൾ കണ്ട ഒരു കൊച്ചുകുഞ്ഞിനെപ്പോലെ ശാഠ്യം പിടിച്ചുകൊണ്ടിരുന്നു. എഴുത്തുകാരനും, കൃഷിക്കാരനും, ഉദ്യോഗസ്ഥനുമൊക്കെയായ തന്റെ ഇഷ്ട മൂർത്തിയായ വിഘ്നേശ്വരൻ ഒരു കുടുംബാംഗത്തെപ്പോലെ തന്റെ കൂടെ ജീവിക്കുന്നുവെന്നത് തന്റെ തൊപ്പിയിലെ ഒരു തൂവൽ കൂടിയാണെന്ന് ഒട്ടൊരഹങ്കാരത്തോടെയായിരുന്നു ഭുവനചന്ദ്രൻ ഓർത്തത്. തന്റെ ചിന്തകളിലെ ആ അഹങ്കാരത്തിന്റെ യുക്തി തെളിയിക്കാൻ തന്നെ ഒരു യുക്തിവാദിയും, നിരീശ്വരവാദിയും വെല്ലുവിളിക്കേണ്ടതില്ലെന്നും തന്റെ വിശ്വാസം തനിക്കുമാത്രമുള്ളതാണെന്നും അതാരെയും ഒരിക്കലും ശല്യംചെയ്യില്ലെന്നും സ്വന്തം കുടുംബാംഗങ്ങൾക്കുപോലും അതിൽ പങ്കാളിത്തമില്ലെന്നും പ്രഖ്യാപിച്ചുകൊണ്ട് ഭുവനചന്ദ്രൻ വിളക്കണച്ചു. തട്ടിൻപുറത്തെ എലിക്കുഞ്ഞുങ്ങൾ അമ്മയുടെ ചൂടേറ്റ് മുലകുടിച്ചുറങ്ങുകയാണെന്ന് സന്തോഷത്തോടെ അപ്പോൾ അയാൾ മനസ്സിൽ സങ്കല്പിച്ചു.

കുറുക്കുവഴികൾ

ഓഫീസിന്റെ മുൻവശത്തെ പോർച്ചിൽ രാവിലെ പത്തുമണിവരെ കുറച്ചാളുകൾ കൂടിനില്ക്കുന്നത് പതിവുള്ളതാണ്. പക്ഷേ, പതിവിലേറെ ആളുകൾ കൂടിനില്ക്കുന്നതുകണ്ടപ്പോൾ ഭുവനചന്ദ്രന് അറിയാതെ ഒരു ഞെട്ടലുണ്ടായി. ആർക്കോ എന്തോ അസ്വാഭാവികമായത് സംഭവിച്ചിരിക്കുന്നുവെന്നുറപ്പാണ്. നടത്തത്തിന് വേഗതകൂട്ടിയപ്പോൾ വല്ലാതെ കിതച്ചു. ഓഫീസിൽ സംഭവിക്കുന്നതെല്ലാം സ്വന്തം വീട്ടിൽ സംഭവിക്കുന്നതുപോലെതന്നെയാണ് അനുഭവപ്പെടാറുള്ളത്. ഒരു ഓട്ടോറിക്ഷയിൽ നിന്ന് ശിവദാസൻ വളരെ പ്രയാസപ്പെട്ട് ഇറങ്ങിവരുന്നതു കണ്ടപ്പോൾ കൗതുകം ഉൽക്കണ്ഠയ്ക്ക് വഴിമാറി. സന്തതസഹചാരികൾ എല്ലാവരുമുണ്ട്. ആദ്യമിറങ്ങിയത് ശിവദാസന്റെ ഭാര്യയാണ്. അവൾ വല്ലാതെ മെലിഞ്ഞ് അവശയായിരിക്കുന്നു. നേരത്തെ വെളുത്ത് സുന്ദരിയായിരുന്നു. ടൗണിലുള്ള പണക്കാരനായ ഒരു കോൺട്രാക്ടറുടെ മകളാണ്. ശിവദാസൻ ഗരുഡനായിരുന്ന കാലത്ത് നടന്ന വിവാഹമാണ്. അവളെ വിവാഹം കഴിക്കുന്നതിനായി വക്കീലന്മാരും ഡോക്ടർമാരുമൊക്കെ മത്സരിച്ചതും അവസാനം ഒരു സർക്കാർ ഉദ്യോഗസ്ഥനായ ശിവദാസന് നറുക്ക് വീണതുമൊക്കെ നല്ല കാലത്ത് ഉച്ചയൂണ് കഴിഞ്ഞുള്ള നുണസദസ്സുകളിൽ ശിവദാസൻ അഹങ്കാരത്തോടെ പറയാറുള്ളത് മനസ്സിൽ തികട്ടിയെത്തി.

“അസ്ഥിക്കൂടം പോലുള്ള ഡോക്ടറും ചിതയിലെ കരിങ്കൊള്ളി പോലുള്ള എഞ്ചിനീയറുമൊക്കെ എന്തു വിചാരിച്ചാ ശിവദാസനുവെച്ച പെണ്ണിനെ കാണാൻ ചെന്നതെന്നാ എന്റെ സംശയം.” അഹങ്കാരത്തിന്റെ ഫണം വിടർത്തി ശിവദാസൻ അനുചരന്മാരോട് ചോദിക്കും. എല്ലാവരും ഉറക്കെ ചിരിക്കും. അവന്റെ അഹന്തയെ ശരിവെക്കും.

“ഞാനന്ന് കുതിരക്കുട്ടിയല്ലേ മക്കളേ. പാർട്ടി ഓഫീസിൽ വെച്ചാ നീലകണ്ഠൻ കോൺട്രാക്ടറ് എന്നെ കണ്ടത്. പിന്നെ രണ്ടുവട്ടമാലോചിച്ചില്ലെന്ന് എനിക്കറിയാ.” ശിവദാസൻ തന്റെ സ്വയംവരകഥ വിവരിക്കുന്നതങ്ങനെയായിരുന്നു. ഇപ്പോൾ രുഗ്മിണിയെ കണ്ടാൽ വല്ലാത്ത സങ്കടം തോന്നും. ആഭരണങ്ങൾ ശരീരത്തിൽ തീരെയില്ലെന്നു തന്നെ പറയാം. ശരീരം വിളറിവെളുത്തിരിക്കുന്നു. അത്രയ്ക്ക് പ്രായമായില്ലെങ്കിലും മുടിയിഴകൾ നരച്ചു തുടങ്ങിയിരിക്കുന്നു. കഴുത്തിലും ചെന്നിയിലും പച്ചഞരമ്പുകൾ എഴുന്നു നില്ക്കുന്നു. ശിവദാസനെ ഓഫീസിലേക്ക് നടക്കാൻ സഹായിച്ചുകൊണ്ട് അവൾ മുൻപേ നടന്നു. ആരും ഒന്നും പറയുന്നില്ല. ആശുപത്രിയിൽനിന്നും നേരിട്ടുള്ള വരവാണെന്നുറപ്പാണ്. കുറച്ച് ബാഗുകളും തുണിസഞ്ചികളും ഫ്ളാസ്കുമൊക്കെയുണ്ട് വണ്ടിയിൽ. ലീവവസാനിപ്പിച്ച് ജോലിയിൽ പ്രവേശിക്കാനെത്തിയതായിരിക്കും. ശിവദാസൻ നടക്കാൻപോലും പ്രയാസപ്പെടുന്നുണ്ടായിരുന്നു. എല്ലാവരേയും മാറിമാറി നോക്കുന്നതുകണ്ടപ്പോൾ സങ്കടം തോന്നി. മാനേജരുടെ മുമ്പിലെത്തി ഒപ്പിട്ട് അപ്പോൾത്തന്നെ രണ്ടുപേരും തിരിച്ചുപോയി.

ആൾക്കൂട്ടം പിരിഞ്ഞു. പിന്നെ ഓരോരോ ടേബിളിനേയും കേന്ദ്രീകരിച്ചുള്ള പൊതു ചർച്ചയാണ്. ഇന്നിനി ഓഫീസിൽ വലുതായി പണിയൊന്നും നടക്കില്ല. കേട്ടതും കേൾക്കാനിരിക്കുന്നതുമായ എത്രയോ കഥകൾ ഓരോ ആൾക്കും പറയാനുണ്ടാവും. രാധേടത്തിയും ദയാനന്ദനുമൊക്കെയാണ് ശിവദാസന്റെ കഥകൾ കൂടുതൽ അറിയുന്നവർ. ശിവദാസൻ ഫാൻസിന്റെ ആദ്യകാല അമരക്കാരാണവർ. ഇപ്പോൾ സംഘടനയില്ല. അതുകൊണ്ട് മനസ്സിനിണങ്ങിയത് പറയാം. ശിവദാസന്റെ നിയന്ത്രണം ഭയക്കാനില്ല. ചത്ത പാമ്പിന്റെ ഫണം ചവുട്ടിയരയ്ക്കാം.

“ആ നീലകണ്ഠൻ കോൺട്രാക്ടറുടെ ഒരു തലവിധി. വേലീക്കെടന്ന പാമ്പിനെ എടുത്ത് കഴുത്തിലിട്ടതല്ലേ അയാൾ. ഇതൊന്നും കാണാൻ അയാള് ഉയിരോടെയില്ലാത്തത് ഭാഗ്യം.” ദയാനന്ദൻ ചർച്ച തുടങ്ങിയതങ്ങനെയാണ്.

“സ്വർണ്ണക്കട്ടപോലുള്ള ഒരു മോള് ഇങ്ങനെ കരിക്കട്ടയായിപ്പോയല്ലോ എന്റെ കൃഷ്ണാ.....” രാധേടത്തി തുടങ്ങിയത് കൃത്രിമമായ സഹാനുഭൂതിയിലാണ്. പിന്നെ ശിവദാസന്റെ കുടുംബത്തെക്കുറിച്ചുള്ള കഥകളുടെ പെരുമഴയാണ്. പുണർതം ഞാറ്റുവേലക്കാലത്ത് മേൽക്കൂരയിലെ ഓടിൻ പുറത്ത് മഴ വീഴുന്നതുപോലെ പലരും അവർക്കറിയാവുന്നതൊക്കെ വാരിയെറിയുകയായിരുന്നു.

“കൈക്കൂലി വാങ്ങ്യാലും കള്ളുകുടിച്ചാലും ശിവദാസൻ ആളൊരു പരോപകാരിയാ.” ദയാനന്ദന്റെ ആ പ്രസ്താവനയുടെ അർത്ഥം എത്ര ആലോചിച്ചിട്ടും ഭുവനചന്ദ്രന് മനസ്സിലായില്ല. അത്തരം യുക്തികളാണ് എവിടെയും എക്കാലത്തും ഒരു സർക്കാരാഫീസിനെ ഭരിക്കുന്നത്. അതല്ലാത്തതൊന്നും സർക്കാരാഫീസിൽ സ്വീകാര്യമായ യുക്തിയല്ല. ഒരു

സർക്കാരുദ്യോഗസ്ഥൻ കൈക്കൂലി വാങ്ങാത്തതും കള്ളുകുടിക്കാത്ത തുമല്ലേ പരോപകാരമെന്ന് ആരെങ്കിലും ചോദിച്ചുപോയാൽ ചോദിച്ചവന്റെ തലതെറിച്ചതുതന്നെ.

“അങ്ങനെ എല്ലാവരും ഹരിശ്ചന്ദ്രനും ഗാന്ധിജിയുമൊക്കെ ആയി പ്പോയാൽ നാടങ്ങ് വല്ലാതെ നന്നായിപ്പോവൂലെ. ഏതൊരു നാട്ടിലും കുറച്ച് മോശക്കാരും വേണ്ടേ?” ഇതാണ് പൊതുവായ അഭിപ്രായം.

“ഭരണം പോയതാ ശിവദാസന് പ്രയാസായത്. അല്ലായിരുന്നെങ്കിൽ ഒരൊറ്റ ദിവസം മൂപ്പര് ലീവെടുക്കേണ്ടി വരൂലായിനും. എല്ലാം ആസ്പത്രീ കെടന്നാലും ഓൻ ശരിയാക്കും” അതുവരെ ഒന്നും പറയാതെ കുമ്പിട്ടി രുന്ന മുഹമ്മദലിയാണത് പറഞ്ഞത്. ഭരണം പോയതിൽപ്പിന്നെ മുഹ മ്മദലി ശിവദാസനുമായി വലുതായി അടുക്കാറില്ല. “വാങ്ങിക്കൊടുക്കുന്ന കള്ളിന് കാര്യാണ്ടാവണ്ടേ. ഭരണേല്ലേങ്കില് ശിവദാസൻ വെറും മരക്കൊള്ള്യാ” മുഹമ്മദലി രഹസ്യമായി ആരോടോ അങ്ങനെ പറഞ്ഞ തായി ഓഫീസിൽ സംസാരമുണ്ടായിരുന്നു. ഇത്രക്ഷണം അഭിപ്രായ ങ്ങൾ മാറുന്ന മനുഷ്യരെക്കുറിച്ചാണ് അപ്പോൾ ഭുവനചന്ദ്രൻ ഓർത്ത ത്. അപ്പോൾ *ബൈബിളി*നെക്കുറിച്ചും യേശുവിനെക്കുറിച്ചുമൊക്കെ വെറു തെയങ്ങ് ഓർത്തുപോയി.

“ആ പെണ്ണ് മഹാ അഹങ്കാര്യാ. രണ്ടുമാസം കൂടുമ്പോളൊരിക്കൽ അമ്മയെക്കാണാൻ വരുമത്രെ. ഇപ്പോ കൂടെ സിക്കുകാരനല്ല വേറൊരു ത്തനാന്നൊക്കെ ആരോ പറേന്നത് കേട്ടു.” രാധേടത്തി വീണ്ടും വാചാ ലയായി.

“ഒന്നാണെങ്കില് ഒലക്കകൊണ്ട് തച്ച് പടിപ്പിക്കണംന്നാ കാരണോ മ്മാര് പറഞ്ഞത്. മുട്ടേന്നെണീക്കുന്നതിന് മുമ്പേ കയറൂരി വിട്ടതല്ലേ. ഒന്നാം നമ്പറൊരു ഫോണും വാങ്ങിക്കൊട്ത്ത്. ആവശ്യാനുസരണം പണം കിട്ടാനൊരു എ ടി എം കാർഡും. ഇപ്പോ ടൗണില് വന്നാല് അമ്മേനെ താമസിക്കുന്ന ഹോട്ടലിലേക്ക് വിളിപ്പിക്യാത്രേ പതിവ്. വീട്ടില് നെറ്റിന് റെയ്ഞ്ച് കൊറവായതുകൊണ്ട് വീട്ടിലേക്ക് വരില്ലാത്രേ. ഇനി ശിവദാസന്റെ സേവയൊന്നും ഓൾക്ക് വേണ്ട. പണം സമ്പാദിക്കാൻ ഓൾക്ക് തന്ന്യറിയാ.” രാധേടത്തിയുടെ വാക്കുകളിലെ കോമ്പല്ലുകൾ തട്ടി ഭുവനചന്ദ്രന്റെ മനസ്സ് നീറി. എത്ര വേഗത്തിൽ ഇവർക്കൊക്കെ ഇങ്ങനെ കൂറുമാറാൻ കഴിയുന്നുവെന്നോർത്തപ്പോൾ വല്ലാത്ത സങ്കടം തോന്നി. അവർ പറഞ്ഞത് പലതും സത്യങ്ങളാണ്. അതെല്ലാവർക്കുമ റിയാം. നാളെ ആർക്കും ഇതൊക്കെ സംഭവിക്കാവുന്നതേയുള്ളൂ. ജീവി തത്തിന്റെ മലവെള്ളപ്പാച്ചിലിൽ ആധുനിക സൗകര്യങ്ങൾ നിഷേധിക്കുന്ന ഒരച്ഛൻ മക്കൾക്കുമുമ്പിൽ വെറുക്കപ്പെട്ടവനും ഒന്നിനും കൊള്ളാത്തവ നുമാവുന്ന കാലമാണിത്. പുതുമകളെ വാരിപ്പുണരാൻ മടിച്ചുനില്ക്കു ന്നവൻ പുതിയ തലമുറയ്ക്ക് പ്രാകൃതൻ തന്നെ. ഒരു കൈക്കുഞ്ഞിന് ഡൈനിങ് ടേബിളിൽ ഇലയിട്ട് ഊണുകൊടുക്കുന്നതുപോലെയാണ് എവിടെയും കാര്യങ്ങൾ നടക്കുന്നത്. വാരിത്തിന്നാൻ ശീലിച്ചിട്ടില്ലാത്ത

കുഞ്ഞ് വാരിത്തിന്നുമ്പോൾ അപകടസാദ്ധ്യതകളേറെയാണെന്ന് ആരും ആലോചിക്കുന്നില്ല. പണക്കൊഴുപ്പിന്റെ അടയാളങ്ങൾ കൈയിൽ കരുതാത്തവൻ സമൂഹത്തിൽ ശ്രദ്ധിക്കപ്പെടുകയില്ലെന്ന ആശങ്ക എല്ലാവരേയും അലട്ടുന്നു. അച്ഛനമ്മമാർ മക്കൾക്കുവേണ്ടി മാത്രം ജീവിക്കുന്നു. അവർ ജീവിതംകൊണ്ട് നേടിയ സർവ്വവും എന്തിനെന്ന ചോദ്യമില്ലാതെ വാരിക്കോരി നല്കുന്നു. പക്ഷേ, സ്വന്തം മക്കളെ നാളെ നന്നായി ജീവിക്കുന്നതെങ്ങനെയെന്ന് മാത്രം ആരും പഠിപ്പിക്കുന്നില്ല. ശിവദാസനെക്കുറിച്ചുള്ള ചിന്തകളാൽ അലങ്കോലപ്പെട്ട മനസ്സുമായാണ് ഭുവനചന്ദ്രൻ ബസ്സിറങ്ങി വീട്ടിലേക്ക് നടന്നത്. ഒരു സിനിമയിൽ കാണുന്നതുപോലെയാണ് ഓഫീസിലെ കാര്യങ്ങൾ. സ്വാഭാവികതയും അസ്വാഭാവികതയും കൂടിക്കലർന്ന രംഗങ്ങൾ. വീട്ടിലെത്തിയപ്പോൾ സുമിത്ര എന്തോ വിശേഷം പറയാനെന്നതുപോലെ ഉമ്മറത്തുതന്നെ കാത്തുനില്ക്കുന്നുണ്ടായിരുന്നു.

"രണ്ടാളും വിളിച്ചിരുന്നു. രണ്ടാൾക്കും അക്കൗണ്ടിൽ പൈസ തീർന്നിരിക്കുന്നുവത്രേ. നാളെത്തന്നെ പണമിടാൻ പറഞ്ഞു." മൗനം അനുസരണയുടെ ലക്ഷണംകൂടിയാണല്ലോയെന്ന് അപ്പോൾ ഭുവനചന്ദ്രൻ ഓർത്തു.

വിടപറയുംമുമ്പേ

ഒരു പൊട്ടിക്കരച്ചിൽ കൊണ്ടവസാനിച്ച ആ വിലാപം പ്രദേശത്തെയാകെ നടുക്കിക്കളഞ്ഞിരുന്നു. മാതയുടെ അസ്വാഭാവികമായ നിലവിളി കേട്ടാണ് പരിസരത്തുള്ളവർ ഓരോരുത്തരായി ചാപ്പൻനായരുടെ വീട്ടിലേക്കോടിക്കൂടിയത്. മാത പതിവുപോലെ കാലത്ത് കളിതമാശകൾ പുലമ്പിക്കൊണ്ട് പൊടിയരിക്കഞ്ഞിയുമായെത്തിയതായിരുന്നു. അപ്പോൾ ചാണകം മെഴുകിയ വെറും നിലത്ത് ഒരു മുണ്ട് വിരിച്ച് മലർന്നു കിടക്കുകയായിരുന്നുവത്രെ ചാപ്പൻനായർ. ഒരു ഉറക്കത്തിൽക്കവിഞ്ഞ ഭാവവ്യത്യാസങ്ങൾ അപ്പോൾ ആ മുഖത്ത് കാണാതിരുന്നതുകൊണ്ട് അല്പം അശ്ലീലം കലർത്തിയ തമാശയും പറഞ്ഞ് കഞ്ഞിപ്പാത്രം താഴെ കോലായിൽ വെച്ച് തിരിച്ചുപോകാനാഞ്ഞതാണ് മാത. പെട്ടെന്ന് ആരോ തടഞ്ഞതുപോലെ ആ മുഖത്തേക്കൊന്നു സൂക്ഷിച്ചുനോക്കിയപ്പോൾ മാത ഞെട്ടി. മുഖത്ത് ഉറുമ്പുകൾ അരിച്ചു നടക്കുന്നു. എല്ലാം കഴിഞ്ഞിരുന്നു. ചാപ്പൻനായരുടെ മരണവാർത്ത എന്തുകൊണ്ടോ അന്നോളമില്ലാത്ത ഒരു നടുക്കത്തോടെയായിരുന്നു എല്ലാവരും കേട്ടത്. തൊണ്ണൂറിനോടടുത്ത മെലിഞ്ഞുണങ്ങിയ ആ ദേഹത്തിൽ മഹാരോഗങ്ങൾക്ക് കയറിക്കളിക്കാൻ ഇടമുണ്ടായിരുന്നില്ല. ഭുവനചന്ദ്രൻ എത്തുമ്പോഴേക്കും പ്രമുഖരായ പലരും അവിടെ എത്തിക്കഴിഞ്ഞിരുന്നു. ഇനിയൊരു ശവസംസ്കാരം മാത്രമേ ആ ജീവിതത്തിൽ ബാക്കിയുള്ളൂ. നിന്നുതിരിയാനിടമില്ലാത്ത ചെറ്റ വരാന്തയിലാണ് മൃതദേഹം പായവിരിച്ച് കിടത്തിയത്. വേനലവധിക്കാലത്ത് കുട്ടികൾ കെട്ടിയുണ്ടാക്കുന്ന കളിപ്പന്തലിനോട് ഏറെ സാമ്യതകളുള്ള ആ വീട് ഒന്നും നേടാത്ത ഒരു സ്വാതന്ത്ര്യസമരപ്പോരാളിയുടെ ജീവിതം പോലെ തുറന്ന് കിടക്കുകയായിരുന്നു. ഈ ലോകത്തെ പരിഹാസപൂർവ്വം നോക്കിക്കൊണ്ടിരുന്ന ആ കണ്ണു

കൾ ആരോ സാവകാശം എന്നന്നേക്കുമായി അടച്ചു.

ഉമ്മറത്തെ പനമ്പു ചെറ്റയിൽ രണ്ടു കലണ്ടറുകൾ തൂങ്ങിക്കിടന്നിരുന്നു. ഒന്നിൽ ഗാന്ധിജിയുടെ ചിത്രം. മറ്റേതിൽ ശിവപാർവ്വതിമാരുടെ ചിത്രം. ഗാന്ധിജിയുടെ ചിത്രമുള്ള കലണ്ടർ മൂപ്പരുടെ ഡയറികൂടിയാണെന്ന് അതിലെ മുക്കിലും മൂലയിലുമൊക്കെ എഴുതിയ കുറിപ്പുകൾ സൂചിപ്പിച്ചു. ആ കലണ്ടറിൽ ഒരു വെള്ളക്കടലാസിൽ എന്തൊക്കെയോ എഴുതി തൂക്കിയിട്ടിരിക്കുന്നത് കൂടിനിന്നവരിൽ ഭുവനചന്ദ്രൻ തന്നെയാണ് ആദ്യം കണ്ടത്. വെള്ളക്കടലാസ് ഒരു മൊട്ടുസൂചിയിൽ കൊളുത്തിയിട്ടിരിക്കുകയായിരുന്നു. ഭുവനചന്ദ്രൻ കടലാസിന്റെ കാര്യം എല്ലാവരുടേയും ശ്രദ്ധയിൽപ്പെടുത്തി. വാർദ്ധക്യം തളർത്തിയ സ്വന്തം കൈപ്പടയിൽ ചാപ്പൻനായർ എപ്പോഴോ എഴുതിവെച്ച ഒരു മരണപത്രമായിരുന്നു അത്. സ്വന്തംജീവിതംപോലെ തീർത്തും മങ്ങിയ ഒരു കടലാസിൽ. എല്ലാവർക്കും വേണ്ടി ഭുവനചന്ദ്രൻ ആ കുറിപ്പ് വായിച്ചു.

"എനിക്ക് മഹാദേവന്റെ ഈ മണ്ണിൽനിന്നും പോകാനിഷ്ടമുണ്ടായിട്ടല്ല. എങ്കിലും പോകാതെ പറ്റില്ലല്ലോ. ഞാൻ മരിച്ചാൽ വിവരം എത്രയും വേഗം എന്റെ മോനെ അറിയിക്കണം. വൈകരുത്. മരണാനന്തര ക്രിയകൾ ചെയ്യാൻ അവനെത്തണമെന്ന് ആശിച്ചിട്ടല്ല. വെറുതെ ഒന്നറിയിക്കാൻ. അവനാവിവരം അറിയാൻ മാത്രം. അവൻ അന്യനാട്ടിൽക്കിടന്ന് ആരും നോക്കാനില്ലാത്ത അച്ഛനെക്കുറിച്ച് വെറുതെ വെഷമിക്കേണ്ടല്ലോ. അച്ഛന്റെ മരണവാർത്ത അവന് സന്തോഷമായിരിക്കും. അവന്റെ കുട്ടികൾക്ക് അവരുടെ കൂട്ടുകാരോട് മത്സരിച്ച് പറയാൻ ഒരു വല്യച്ഛൻ ഉണ്ടായിരുന്നാൽ മതി. എന്റെ ചെറ്റക്കുടിൽ നില്ക്കുന്ന സ്ഥലം എന്റേതല്ല. അത് ഭൂപരിഷ്കരണ നിയമപ്രകാരം വീരാനാജി എനിക്ക് കുടികിടപ്പവകാശം തന്നതാ. സ്ഥലം വീരാനാജിക്ക്തന്നെ തിരിച്ചുകൊടുക്കാൻ തിലകനോട് പറയണം. അവൻ എന്റെ മോനാ. അന്യന്റെ ഒന്നും അവന് വേണ്ട. അച്ഛന്റെ ആഗ്രഹമറിഞ്ഞാൽ അവൻ തീർച്ചയായും തിരിച്ചുകൊടുക്കും. ഞാൻ മരിച്ചാൽ എന്റെ ശരീരം പൊതുശ്മശാനത്തിൽ മറവുചെയ്യണം. ഈ ഭൂമിയിൽ എനിക്ക് ശരിക്കും അവകാശപ്പെട്ടത് പൊതുശ്മശാനം മാത്രം. ഏതു ശ്മശാനത്തിലെന്ന് നിങ്ങൾ നാട്ടുകാർ തീരുമാനിച്ചാൽ മതി. അക്കാര്യത്തിനെങ്കിലും നിങ്ങൾ ഒറ്റക്കെട്ടായി നില്ക്കണം. അതിന് വേണ്ടി നാട്ടിൽ കലാപമുണ്ടാക്കരുത്. ഈ ഭൂമിയിൽ എനിക്കർഹതപ്പെട്ടതായി ഒരുപിടി മണ്ണ് പൊതുശ്മശാനത്തിലെങ്കിലും ഇല്ലാതിരിക്കുമോ. കേറിക്കിടക്കാൻ കുടികിടപ്പുതന്ന വീരാനാജിക്ക് ഒരു ബുദ്ധിമുട്ടും ഉണ്ടാവരുത്. മാതയോട് ഞാൻ ഒന്നും പറയുന്നില്ല. എല്ലാം അവൾക്കറിയാം." അതിനുചുവടെ മദിരാശിയിലെ തിലകന്റെ മേൽവിലാസവും ഫോൺ നമ്പറും കൂടി എഴുതിയിരുന്നു. എല്ലാം വായിച്ചുകഴിഞ്ഞപ്പോൾ ഒരിക്കൽക്കൂടി ഭുവനചന്ദ്രൻ ആ മുഖത്തേക്ക് നോക്കി. പരിഹാസവും വെല്ലുവിളിയും പുച്ഛവും സഹതാപവും കൂടിക്കലർന്ന ഒരു പ്രത്യേക ഭാവം അപ്പോൾ ആ മുഖത്തുണ്ടായിരുന്നു.

സ്വാതന്ത്ര്യം എന്ന വാക്ക് ആൾക്കൂട്ടത്തിൽനിന്നും പലകോണുകളിൽ നിന്നായി ഉയർന്നു കേൾക്കുന്നുണ്ടായിരുന്നു. വിവേകൻ സങ്കടത്തോടെ ഒറ്റപ്പെട്ട് ഒരു കോണിൽ ആൾക്കൂട്ടത്തിൽ നിന്നൊഴിഞ്ഞ് നില്ക്കുന്നതു കണ്ട് ഭുവനചന്ദ്രൻ അങ്ങോട്ട് ചെന്നു.

“നമ്മളെന്താ ചെയ്യേണ്ടത്.” ഭുവനചന്ദ്രൻ ശബ്ദം താഴ്ത്തി ചോദിച്ചു.

“ഞാനും അതാ ആലോചിക്കുന്നത്. ആർക്കും ഒന്നും ചെയ്യാനില്ലാത്ത ഇങ്ങനെയൊരു അവസ്ഥ ഞാനിതുവരെ ഒരു മരണവീട്ടിലും കണ്ടിട്ടില്ല.” വിവേകന്റെ മുഖത്ത് നഷ്ടബോധത്തിന്റെ അടയാളങ്ങൾ വടുകെട്ടിക്കിടക്കുന്നുണ്ടായിരുന്നു. ചാപ്പൻനായരുടെ വേർപാട് സമപ്രായക്കാരനായ ഒരു സ്നേഹിതന്റെ വേർപാടിനേക്കാൾ വേദനാകരമായി തോന്നുന്നുണ്ടായിരുന്നു രണ്ടുപേർക്കും.

ആൾക്കൂട്ടത്തിൽ ശവദാഹത്തെക്കുറിച്ചും ശ്മശാനത്തെക്കുറിച്ചുമൊക്കെയുള്ള ചർച്ചകൾ പലകോണുകളിലായി നടക്കുന്നുണ്ടായിരുന്നു. പഞ്ചായത്ത് പ്രസിഡന്റും മെമ്പർമാരുമൊക്കെയുണ്ട്. ഒരു നാടിന്റെ കണക്കുപുസ്തകമാണ് പെട്ടെന്ന് ഒഴുക്കിൽപ്പെട്ട് നഷ്ടമാവുന്നത്. രണ്ടുകാലഘട്ടങ്ങളെ കൂട്ടിയോജിപ്പിച്ച് നിർത്തിയ ദുർബ്ബലമായ ഒരു പാലം തകർന്നുവീണിരിക്കുന്നു. ഉരകല്ലിൽ ഉരസിനോക്കാത്തതുകൊണ്ട് മാറ്റ് മനസ്സിലാവാതെപോയ തനി തങ്കം. അടുത്ത വീട്ടിൽനിന്നും മാതയുടെ ഏങ്ങലടി ഇടയ്ക്കൊക്കെ ഉയർന്നു കേൾക്കുന്നുണ്ടായിരുന്നു. മനസ്സിൽ എന്തെല്ലാമോ ഓർമ്മകൾ പതഞ്ഞുപൊങ്ങുമ്പോൾ അത് ഏങ്ങലടിയായി പുറത്തുവരുന്നതുപോലെ.

കുറച്ച് കഴിഞ്ഞപ്പോൾ തിലകനെ ഫോണിൽ കിട്ടിയെന്നും ഹോട്ടലിൽ പൊങ്കലിന്റെ തിരക്കായതിനാൽ ശവദാഹത്തിനു മുമ്പേ വരാൻ പറ്റില്ലെന്നറിയിച്ചുവെന്നുമൊക്കെ ആരോ പറയുന്നതുകേട്ടു. വരാന്തയിൽ മതാചാരപ്രകാരമുള്ള കർമ്മങ്ങളെല്ലാം ആരൊക്കെയോ അവർക്കറിയും വിധം തിരക്കിട്ട് നടത്തുന്നുണ്ടായിരുന്നു. അപ്പോഴേക്കും ആംബുലൻസ് വന്നു. ചെറുപ്പക്കാർ മൃതദേഹം ആംബുലൻസിലേക്കെടുത്തുവെച്ചതും ഒരു നിമിഷനേരംകൊണ്ട് ആൾക്കൂട്ടം പലവഴിക്കായി പിരിഞ്ഞു. മുറ്റത്തിട്ട നാലഞ്ചു കസേരകളിൽ ചിലർ മാത്രം ബാക്കിയായി. സത്യത്തിൽ പരിസരക്കാർക്കൊന്നും ചാപ്പൻനായരുടെ ബന്ധുക്കളെ അറിയില്ലായിരുന്നു. അവരാരെങ്കിലും എപ്പോഴെങ്കിലും അദ്ദേഹത്തെ കാണാനെത്തിയതായി അവർക്കാർക്കും ഓർമ്മയില്ല. മദിരാശിയിലുള്ള മകനല്ലാതെ മറ്റാരെങ്കിലും ബന്ധുക്കളായുണ്ടോ എന്ന കാര്യം അവരൊന്നും അതുവരെ അന്വേഷിച്ചിട്ടുമില്ല. സ്വന്തം കുടുംബബന്ധങ്ങൾ വിശദീകരിച്ച് പറയാൻ അദ്ദേഹത്തിനും വലിയ താല്പര്യമുണ്ടായിരുന്നില്ലല്ലോ.

“മൂന്നുദിവസം ഞങ്ങൾ ചാവിലിരിക്കാം. അനന്ത്രോമ്മാരുള്ളപ്പോ, അന്ത്യകർമ്മങ്ങൾ ചെറുതായെങ്കിലും ചെയ്യാതിരിക്കുന്നത് ശര്യല്ലല്ലോ. പൊതുശ്മശാനത്തില് അതൊന്നും ശര്യാവില്ല. മൂപ്പര് സ്വാതന്ത്ര്യസമരക്കാരനല്ലേ. രാജ്യസ്നേഹംകൊണ്ടാ ശവദാഹം പൊതുശ്മശാനത്തിലാ

വണമെന്ന് എഴുതിവെച്ചത്. ഗാന്ധിജീന്ന് പറഞ്ഞാ ദൈവത്തിന് സമാമൂപ്പര്ക്ക്." കൂട്ടത്തിൽ പ്രായംചെന്ന ഒരു ഖദർ വസ്ത്രധാരി ആരോടെന്നില്ലാതെ പറയുന്നത് ഭുവനചന്ദ്രൻ കേട്ടു. എല്ലാവരും പോയിക്കഴിഞ്ഞിട്ടും വീരാനാജി അവിടെത്തന്നെ ചുറ്റിപ്പറ്റിനിന്ന് ചാപ്പൻനായരുടെ ബന്ധുവേഷം കെട്ടി നില്ക്കുന്നവരോട് കുശലം ചോദിക്കുന്നതും കണ്ടു. ചാപ്പൻനായരുടെ അന്ത്യയാത്ര പാതിവഴി എത്തുമ്പോഴേക്കും അദ്ദേഹം അവശേഷിപ്പിച്ചുപോയ കുടികിടപ്പ് ഭൂമിയെക്കുറിച്ചുള്ള ചിന്തകൾ വീരാനാജിയേയും ബന്ധുവേഷക്കാരെയും അസ്വസ്ഥരാക്കുന്നുണ്ടെന്ന കാര്യം ഉറപ്പാണ്. തിലകന്റെ നാട്ടിലേക്കുള്ള വരവുവരെ മാത്രമേ നിയമപരമായി അത്തരം ചിന്തകൾക്ക് ആയുസ്സുള്ളൂവെന്നറിയാത്തവരല്ല അവരാരും. തിലകൻ വരുന്നില്ലെങ്കിലോ എന്ന ഒരു നേരിയ പ്രതീക്ഷയിൽ കുടുങ്ങിക്കിടക്കുകയാണവരെല്ലാം.

"ഈ കോണിപ്പടികൾ എന്നെന്നേക്കുമായി നമുക്ക് അന്യമാവുന്നു." പടികളിറങ്ങുമ്പോൾ ഗദ്ഗദം തടഞ്ഞ വാക്കുകളിൽ വിവേകൻ ഭുവനചന്ദ്രനോട് പറഞ്ഞു.

"ഇന്ന് സൂര്യനസ്തമിച്ചുകഴിഞ്ഞാൽ ചാപ്പൻനായർ ജീവിക്കുന്നത് മൂന്നുപേരുടെ ഓർമ്മകളിൽ മാത്രമായിരിക്കും. എന്റെയും നിന്റെയും അയൽക്കാരി മാതേടത്തിയുടെയും ഓർമ്മകളിൽ മാത്രം. ഈ പെരുമാളുകാട്ടിൽ സ്വാതന്ത്ര്യത്തെക്കുറിച്ച് എപ്പോഴും വാതോരാതെ പറഞ്ഞുകൊണ്ടിരുന്ന ഒരാൾ. മക്കൾക്ക് പനിവരാതിരിക്കാൻ പനിയെക്കുറിച്ച് എപ്പോഴും പേടിപ്പിച്ചു പറഞ്ഞുകൊണ്ടിരിക്കുന്ന ഒരമ്മയെപ്പോലെ, ഇനി നഷ്ടപ്പെട്ടുകൊണ്ടിരിക്കുന്ന സ്വാതന്ത്ര്യത്തെക്കുറിച്ച് നമ്മോട് പറയാൻ നമുക്കാരുമില്ല. മാതേടത്തിക്ക് നേരിട്ട നഷ്ടത്തെക്കുറിച്ച് അവർക്കല്ലാതെ ഈ ലോകത്ത് മറ്റാർക്കും മനസ്സിലാവില്ല. ഇനിയങ്ങോട്ടുള്ള ഓരോ ദിവസവും രാജ്യങ്ങൾ പരസ്പരം യുദ്ധം ചെയ്ത് കീഴടക്കുന്നതുപോലെ ചിതലുകൾ ചാപ്പൻനായരുടെ ചെറ്റക്കുടിൽ ആക്രമിച്ചുകീഴടക്കും. അവസാനം യുദ്ധത്തിൽ തലയറ്റുപോയ ഒരു പോരാളിയെപ്പോലെ ഒരു പാതിരാപ്പേമാരിയിൽ അത് എന്നെന്നേക്കുമായി നിലംപൊത്തും. അതോടെ ചാപ്പൻനായരെക്കുറിച്ചുള്ള ഓർമ്മകൾ പോലും പെരുമാളുകാട്ടിൽ അവസാനിക്കും." തീഷ്ണമായ ജീവിതാനുഭവങ്ങളാണ് ഒരാളെ ആത്മഹത്യക്ക് പ്രേരിപ്പിക്കുന്നതെങ്കിൽ ചാപ്പൻനായർ എന്നോ ആത്മഹത്യചെയ്യേണ്ടതാണ്. പക്ഷേ, ഒരു പൂർണ്ണവിരാമ ചിഹ്നത്തേക്കാൾ അദ്ദേഹം ഇഷ്ടപ്പെട്ടത് വികൃതമാക്കപ്പെട്ട സ്വന്തം ജീവിതമെന്ന വട്ടപൂജ്യത്തെ തന്നെയായിരുന്നുവെന്നുവേണം കരുതാൻ.

വിവേകന്റെ സങ്കടത്തിൽ കുതിർന്ന വാക്കുകൾ മനസ്സുനിറയെ നീറ്റലോടെ പെറുക്കിയെടുത്തുകൊണ്ട് ഭുവനചന്ദ്രൻ പുറകെ നടന്നു.

"സർക്കാർ കണക്കിൽ ഈ നാട്ടിൽത്തന്നെ ഒരുപാട് സമരസേനാനികളുണ്ട്. അവർക്കാർക്കും ചാപ്പൻനായരെ അറിയില്ല. കാരണം ശക്തിമന്ദിരത്തിലെ അരിവെപ്പുകാരനായാണ് അയാൾ അറിയപ്പെട്ടിരുന്നത്.

ദേശീയ സ്വാതന്ത്ര്യ സമരം ഒരു നനഞ്ഞ വിറകായിരുന്ന കാലത്ത് ശക്തി മന്ദിരത്തിലെ സമരകേന്ദ്രത്തിൽ അടുപ്പൂതി കണ്ണുകലങ്ങിയവരൊന്നും സർക്കാറിന്റെ കണക്കിലില്ല. സ്വന്തം ശരീരം നന്നാക്കാൻ ശക്തിമന്ദിര ത്തിലെ പയറ്റുകളരിയിൽ മെഴുക്കിട്ട് കച്ചകെട്ടിയവർ മാത്രമേ ആ കണ ക്കിലുള്ളൂ." ഭുവനചന്ദ്രൻ ഒരിക്കൽക്കൂടി ചരിത്രത്തിലേക്ക് തിരിഞ്ഞു നോക്കി.

"പുനത്തിൽ തറവാട്ടിലെ കൃഷി കാര്യസ്ഥന്മാരിലൊരാളായിരുന്ന ചാപ്പൻനായർ ശക്തിമന്ദിരത്തിലെ വാളണ്ടിയർ ക്യാപ്റ്റൻ കുഞ്ഞനന്തൻ നായരോടുള്ള അതിരുകവിഞ്ഞ ആരാധനകൊണ്ടാണ് സമരകേന്ദ്രമായ ശക്തിമന്ദിരത്തിലെത്തിയതെന്ന് അദ്ദേഹം തന്നെ പലപ്പോഴും പറഞ്ഞി ട്ടുണ്ട്. പിന്നെ സ്വാതന്ത്ര്യം കിട്ടുന്നതുവരെ എങ്ങോട്ടും പോയില്ല. ജന്മി യോട് ധിക്കാരം കാണിച്ചതിന് പുനത്തിലെ അധികാരി നേരത്തേ ചാർ ത്തിക്കൊടുത്ത ഒരേക്ര പറമ്പ് കൈയൂക്കുകൊണ്ട് ഒഴിപ്പിച്ചെടുത്തതാ ണത്രെ. അതുകൊണ്ടാണ് വീരാനാജിയുടെ കുടികെടപ്പിൽ കിടന്ന് മരി ക്കേണ്ടി വന്നതും. ഒന്നിലും ആ സമരസേനാനിക്ക് പശ്ചാത്താപമുണ്ടാ യില്ലെന്നതാണ് ഏറെ അത്ഭുതം. ക്രൂരനായ അധികാരിയെ പ്രാകിയി ല്ല. മറവിരോഗം ബാധിച്ച ജനാധിപത്യ സർക്കാരിനെ ഒരിക്കലും കുറ്റം പറഞ്ഞില്ല. എല്ലാം അനുഭവിച്ചു തീർത്തു. രാജ്യത്തിനുവേണ്ടി ചെയ്ത കാര്യങ്ങളിൽ അഭിമാനത്തോടെ. അവസാനം തനിക്ക് പറയാനുള്ളത് തനിക്ക് ദൈവതുല്യനായ ഗാന്ധിജിയുടെ മുമ്പിൽ എഴുതിവെച്ച് പെരു മാളുകാടിനോട് വിടപറഞ്ഞു." വിവേകൻ പറഞ്ഞതെല്ലാം കേട്ടുകൊണ്ട് നിറകണ്ണുകളോടെ ഭുവനചന്ദ്രൻ പുറകെ നടന്നു.

മതമില്ലാത്ത ആന

നേരം വെളുക്കുകയാണ്. തുറന്നിട്ട ജാലകത്തിലൂടെ പടിഞ്ഞാറാകാശത്തിൽ വിളറിയ ചന്ദ്രക്കല കണ്ടപ്പോൾ ഭുവനചന്ദ്രന്റെ മനസ്സ് ഒന്നുകൂടി നീറി. വിളറിയ ചന്ദ്രക്കല ദുഃഖ കാരണമാണ്. ഇന്നലെ ഒരുപോള കണ്ണടച്ചിട്ടില്ല. രാത്രി മുഴുവൻ മനസ്സ് മരവിച്ചുകിടന്നു. ഇടയ്ക്കിടെയുള്ള ദീർഘനിശ്വാസം കേട്ട് സുമിത്ര ഉണരുന്നുണ്ടായിരുന്നു. മനസ്സുനിറയെ ശമനമില്ലാത്ത കുറ്റബോധം ഒരു വ്രണംപോലെ പൊട്ടിയൊലിച്ചു കിടന്നു. ഒരു പാവയെപ്പോലെ വിവേകനോടൊപ്പം ചാപ്പൻനായരുടെ വീട്ടിൽനിന്നുമിറങ്ങുമ്പോഴില്ലാതിരുന്ന ഒരു കുറ്റബോധം മനസ്സിന്റെ ഭാരം കൂട്ടിയിരിക്കുന്നു. വീട്ടിലെത്തിയ ഉടനെ സുമിത്രയിൽനിന്നുണ്ടായ അന്വേഷണങ്ങൾ മനസ്സിൽ കൊഴുത്തുകെട്ടിക്കിടക്കുകയാണ്. ചാപ്പൻനായരുമായുള്ള ഗാഢബന്ധം ഏതാനും വർഷങ്ങൾകൊണ്ട് അവൾ കൃത്യമായും മനസ്സിൽ അളന്നുവെച്ചിരിക്കുന്നുവെന്നാണ് മുൻകൂട്ടി തയ്യാറാക്കിവെച്ചിരിക്കുന്നതുപോലെയുള്ള അവളുടെ അന്വേഷണങ്ങൾ സൂചിപ്പിക്കുന്നത്. നിശ്ശബ്ദമായി ചോദ്യംചെയ്യപ്പെടുന്ന ഒരു കുറ്റവാളിയാണ് ഇപ്പോൾ താനെന്ന് ഭുവനചന്ദ്രന് തോന്നി. കനംതൂങ്ങിയ മനസ്സുമായി ചാപ്പൻനായരുടെ വീട്ടിൽനിന്നും തിരിച്ചെത്തിയപ്പോൾ സുമിത്ര വിവരങ്ങളറിയാനുള്ള ആകാംക്ഷയോടെ ഗേറ്റിൽ തന്നെ കാത്തുനില്ക്കുന്നുണ്ടായിരുന്നു.

"ഇത്രവേഗം എല്ലാം കഴിഞ്ഞോ?"

കണ്ടപാടെയുള്ള അവളുടെ കത്തുന്ന ചോദ്യം ശരിക്കും ഞെട്ടിക്കുന്നതായിരുന്നു. അപ്പോൾ മാത്രമാണ് താനടക്കം ചാപ്പൻനായരുടെ കൂരയ്ക്കു മുമ്പിൽ തടിച്ചുകൂടിയവരെല്ലാം ആ ശവദാഹത്തിനുവേണ്ടി കാണിച്ച കുറ്റകരമായ ധൃതിയെക്കുറിച്ച് ഒരു ഞെട്ടലോടെ ഭുവനചന്ദ്രൻ ബോധവാനായത്. ഒരു ആത്മസുഹൃത്തിനെപ്പോലെ വർഷങ്ങളായി

തന്നോടൊപ്പം ജീവിച്ച ഒരാളുടെ മൃതശരീരത്തെ ശ്മശാനംവരെയെങ്കിലും അനുഗമിക്കാതിരുന്നതിലെ തെറ്റ് ഒരു വാൾമുനപോലെ മനസ്സിൽ വന്നുവീണു. എന്തുകൊണ്ട് വിവേകനും അക്കാര്യം സൂചിപ്പിച്ചില്ലെന്നായി പിന്നെ ചിന്ത. താൻ സൂചിപ്പിച്ചിരുന്നുവെങ്കിൽ അവൻ ശ്മശാനത്തിലേക്ക് കൂടെ വരുമായിരുന്നു.

"അവിടത്തന്ന്യാ അടക്ക്യത്?" സുമിത്രയ്ക്കറിയേണ്ടത് അതായിരുന്നു.

"അല്ല, പഞ്ചായത്ത് ശ്മശാനത്തില്. ഒരു കടലാസിൽ ആഗ്രഹങ്ങളെല്ലാം എഴുതിവെച്ചിരുന്നു. ശവദാഹം ശ്മശാനത്തിൽ വേണമെന്നും ആ എഴുത്തിലുണ്ടായിരുന്നു.

"എന്തേ ശ്മശാനം വരെ പോവാതിരുന്നത്?"

"എന്തോ, എനിക്കറിയില്ല, വിവേകനും പോയില്ല."

സത്യത്തിൽ മൃതദേഹത്തിനൊപ്പം ശ്മശാനത്തിലേക്ക് ആരൊക്കെ പോയി എന്നുപോലും ശ്രദ്ധിച്ചിരുന്നില്ല.

സുമിത്രയോട് മറുപടി പറയുമ്പോൾ സ്വന്തം നെഞ്ചിടിപ്പ് ഭുവനചന്ദ്രൻ വ്യക്തമായും കേൾക്കുന്നുണ്ടായിരുന്നു. മനസ്സുനിറയെ അഹിതചിന്തകൾ മിന്നൽപ്പിണരുകളായി തലങ്ങും വിലങ്ങും വീശിക്കൊണ്ടിരുന്നത് ഭുവനചന്ദ്രനെ വല്ലാതെ അസ്വസ്ഥനാക്കി. ഇപ്പോൾ എല്ലാവർക്കും അത്രേയുള്ളൂ. എത്ര പ്രിയപ്പെട്ടവനായാലും ഒരാൾ എന്നന്നേക്കുമായി കണ്ണടയ്ക്കുന്നതോടെ അയാളുടെ ഭൗതികശരീരവും ഈ ഭൂമിയിൽ നിന്നും അപ്രത്യക്ഷമാവുന്നുവെന്നുവേണം കരുതാൻ. വെറും തോന്നലല്ല. അതാണ് സത്യം. പെരുമാളുകാട്ടിലെ വലിയവരൊന്നും നിസ്വനായ ചാപ്പൻനായരുടെ അന്ത്യയാത്രയ്ക്ക് കൂട്ടുപോയിട്ടുണ്ടാവില്ല. അത് തീർച്ചയാണ്. ശവം കുളിപ്പിക്കാനെടുത്തപ്പോൾത്തന്നെ ആ അങ്കലാപ്പ് പ്രകടമായിരുന്നു. അവസാനം തനിക്ക് അപരിചിതരായ നാലഞ്ചു ചെറുപ്പക്കാരാണ് മൃതദേഹം കുളിപ്പിച്ചത്. പെരുമാളുകാട്ടിലെ പാവപ്പെട്ട കൂലിപ്പണിക്കാരാരെങ്കിലുമാവും കുഴിവെട്ടാൻ ആംബുലൻസിൽ ശ്മശാനത്തിലേക്ക് പോയത്. അവർ അതൊരു കടമയായി കരുതുന്നവരാണ്. പുതിയകാലത്ത് പണമാണ് മനുഷ്യനിലെ മനുഷ്യത്വത്തെ അർബുദംപോലെ കാർന്നു തിന്നുന്നത്. ദുരഭിമാനവും അസൂയയും പണത്തിന്റെ വളർത്തുമക്കളാണ്. അതിലൊക്കെ ഒരാളായി ഇപ്പോൾ താനും. ഭുവനചന്ദ്രൻ ആത്മനിന്ദയോടെ സ്വയം ചോദ്യം ചെയ്തുകൊണ്ട് സ്വയം ശിക്ഷിക്കുകയായിരുന്നു.

വിവേകന് ഇപ്പോൾ അസ്വസ്ഥമായ സ്വന്തം ജീവിതത്തെക്കുറിച്ചല്ലാതെ മറ്റൊരു ചിന്തയുമില്ല. സ്വന്തം കുടുംബത്തിന്റെ അസ്ഥിവാരമിളകുന്നതിനെക്കുറിച്ചുള്ള ആശങ്കകൾ മാത്രമേ ഇപ്പോൾ അവന്റെ മനസ്സിലുള്ളൂ. വഴിതെറ്റിപ്പോകുന്ന തന്റെ ചങ്ങാതിമാരെ നോക്കി പരിഹാസപൂർവ്വം ചിരിക്കുന്ന ചാപ്പൻനായരുടെ മുഖം അപ്പോൾ മനസ്സിൽ തെളിഞ്ഞു. ചാപ്പൻനായരെ പോലെ സ്വന്തം തട്ടകത്തിന്റെ പുരാവൃത്ത

ങ്ങൾ നാൾവഴിക്കണക്കുകളായി മനസ്സിൽ സൂക്ഷിക്കുന്ന മറ്റൊരാൾ പെരുമാളുകാട്ടിൽ ഇന്നോളം ജീവിച്ചിരുന്നിട്ടില്ല. ഏതു പ്രതിസന്ധിക്കിടയിലും സാന്ത്വനമായി ചരിത്രത്തിലെ സമാനമായ ഒരു കഥ പറയാനുണ്ടാവും ആ നാവിന്. ജാതിയും മതവും വേർതിരിച്ചു നിർത്തിയിരിക്കുന്ന ഇന്നത്തെ പെരുമാളുകാടിന്റെ ഗതകാലചരിത്രം ആവേശത്തോടെ പറഞ്ഞുകൊണ്ടിരുന്ന ഒരു സന്ധ്യാനേരത്ത് അദ്ദേഹം പറഞ്ഞ ഒരു കഥ മനസ്സിൽ തികട്ടിയെത്തി. കഥപറയുമ്പോൾ തെളിഞ്ഞുകത്തുന്ന ആ കണ്ണുകളിലെ അസ്വാഭാവികമായ തിളക്കവും മുമ്പിലുദിച്ചു. ശുഭചിന്തകളുടെ മീനസൂര്യൻ ഉദിച്ചുനില്ക്കുന്ന കണ്ണുകൾ.

"പൊനത്തില് ഭൂസ്വത്ത് കടലിൽ കഴുക്കോലെത്തുന്നതുവരെയാണെങ്കിലും അന്യനാട്ടില് നാലാളറിയുന്ന പണക്കാരൻ പുതിയോട്ടിലെ കുട്ട്യാലി സായിവാ. കൊമ്പനും പിടിയുമായി പതിനാലാന. മൂരാട് കടോത്ത് ഒരൊന്നാന്തരം മരമില്ല്. അക്കരേം ഇക്കരേയുമായി ഏക്രകണക്കിന് പറമ്പും വയലും. വീടറ് ഉപ്പാത്തുമ്മയുടേതായി വേറെയുമുണ്ട് ഭൂസ്വത്തുക്കൾ. വെളുത്ത കോറത്തുണികൊണ്ടുണ്ടാക്കിയ കഞ്ഞിപ്രാക്കും ഈൗള് കരേള്ള കൈലിമുണ്ടും. തോളിലൊരു അലക്ക് തോർത്ത്. ഇതാ വേഷം. ചേറുപിടിച്ച് കറുത്തുപോയ പച്ചഅരപ്പട്ടയില് നൂറിന്റെ നോട്ടുകൾ പരസ്പരം കെട്ടിപ്പിടിച്ച് കിടക്കുന്നുണ്ടാവും. എന്നാലും കാഴ്ച്ചേല് കുട്ട്യാലി സായ്വ് ഒരു പട്ടിണിക്കാരനാ. തെകഞ്ഞ ആനക്കമ്പക്കാരൻ. ആനാന്ന് പറഞ്ഞാ ജീവന് തുല്യം. ആന മർമ്മോം ചികിത്സേം ഒക്കെ മനപ്പാഠം. എവിടെയെങ്കിലും ആനലേലമുണ്ടെന്നറിഞ്ഞാൽ മുമ്പും പിമ്പും നോക്കാണ്ട് മൂപ്പര് മടിശ്ശീല നെറയെ പണവുമായി അങ്ങോട്ട് വെച്ചുപിടിക്കും. *മാതൃഭൂമീല്* ആനലേലപ്പരസ്യം കണ്ടാൽ നാട്ടുകാർ വിവരം സായ്വിനോട് പറയും. നിത്യവും ആരെക്കൊണ്ടെങ്കിലും സായിവ് ആനലേല പരസ്യം നോക്കിക്കുകയും ചെയ്യും. അത് ശീലാ. ഇത്രയൊക്കെ ഉണ്ടായിറ്റും സായ്വ് കാഴ്ചേലൊരു പട്ടിണിക്കാരനാ. അന്യനാട്ടില് അരപ്പട്ടനെറയെ പണവുമായി നടുനിരത്തിൽ കിടന്നുറങ്ങിയാലും ഒരു കള്ളനും തിരിഞ്ഞുനോക്കാത്ത കോലം. ആനക്കാരൻ കുട്ട്യാലി സായ്വ്ന്ന് പറഞ്ഞാല് കുറുമ്പ്രനാട്ടില് അറിയാത്തവരായി ആരൂല്ല. നമ്പ്യാരും, നായരും കള്ളാടിം കരിമ്പാലനുമൊക്കെയായി പാപ്പാന്മാരും ശിങ്കിടികളും ഒരു പത്തിരുപതെണ്ണം എപ്പോളും പുതിയോട്ടില് വീട്ടിലുണ്ടാവും. ആനക്കാര്യത്തില് സായ്വിന് ജാതീം മതോം ഒന്നൂല്ല. മനുഷമ്മാര് മനുഷമ്മാര്, മൃഗങ്ങള് മൃഗങ്ങള് എന്നു മാത്രം. ഒരിക്കൽ തെരുത്ത് കടോത്തെ ജമ്മി പള്ളീലെക്കിടാവിന്റെ ഒരാനേനെ സായ്വ് കച്ചോടാക്കി. ആനേന്റെ പേര് ഗോപാലൻകുട്ടി. ആനേന്റെ ചന്തംകണ്ട് മതിമറന്ന സായിവ് വെലപേശലൊന്നൂല്ലാതെ ഗോപാലങ്കുട്ടീനെ കച്ചോടാക്കി മുദ്രക്കലാസില് വില്പനക്കരാറെഴുതി കച്ചോടം പൂർത്ത്യാക്കി ഒരു മണിക്കൂറുകൊണ്ട് സായ്വും കൂട്ടരും നാട്ടിലേക്ക് മടങ്ങി. പെരുമാളുകാട്ടിലെത്താൻ പത്തിരുപത് നാഴിക നടക്കണം. മുമ്പില് സായ്വ്. പിന്നെ ഗോപാ

ലൻകുട്ടീം രണ്ടു പാപ്പാൻമാരും. വഴീല് നെറയെ കുട്ട്യാലി സായ്‌വിന്റെ ചങ്ങായിമാര് ആനയ്ക്ക് കദളീം ശർക്കരേം ഒക്കെ കൊടുത്ത് സീകരിക്കുന്നത് കണ്ട് പാപ്പാമ്മാര് മൂക്കത്ത് വെരല്‌വെച്ച് നിന്നുപോയി. നാടു നെറച്ചും അത്രയ്ക്കും ചങ്ങായിമാർണ്ട് കുട്ട്യാലി സായ്‌വിന്. ആനയ്ക്ക് നാട്ടിലെത്തുന്നതിന് മുമ്പേ വയറ് നെറഞ്ഞു. പുതിയ യജമാനനെ ഗോപാലൻകുട്ടിക്ക് നന്നായി പിടിച്ചു. പിറ്റേന്ന് സന്ധ്യയോടെ സായ്‌വും ഗോപാലൻകുട്ടീം പരിവാരങ്ങളും പെരുമാളുകാട്ടിലെത്തി. സ്വന്തം നാട്ടിലേക്കുള്ള ആ നീണ്ട നടത്തത്തിനിടയിലാണ് സായ്‌വ് ആനയോടടുക്കുന്നത്. പിന്നെ പാപ്പാനോടിടഞ്ഞാലും ആന സായിവിനോടിടയില്ല. അതാ സായിവിന്റെ കഴിവ്. അത് പാപ്പാമ്മാർക്കും നന്നായറിയാ.

ഗോപാലൻകുട്ടീം സംഘവും പുതിയോട്ടിലെത്തിയപ്പോൾ പുതിയ ആനയെ കാണാൻ പരിസരക്കാരെല്ലാം വീട്ടുമുറ്റത്ത് ഒത്തുകൂടിയിരുന്നു. കദളിപ്പഴോം വെല്ലോം കൊടുത്ത് സായിവിന്റെ വീടറ് ഉപ്പാത്തുമ്മ ഗോപാലൻ കുട്ടിയെ ഉപചാരത്തോടെ സ്വീകരിച്ചു. പിന്നെ ഗോപാലൻകുട്ട്യേന്ന് മൂന്നു പ്രാവശ്യം നീട്ടി വിളിച്ചു. പെട്ടെന്ന് ഉപ്പാത്തുമ്മായ്ക്കൊരു സംശയം. ആനേന്റെ ഗോപാലൻകുട്ടീന്ന്ള്ള പേര് മാറ്റണ്ടേന്ന്. ഉപ്പാത്തുമ്മ സായിവിനെ അകത്തേക്ക് വിളിച്ച് ആരും കേൾക്കാതെ ചെവിയില് കാര്യം പറഞ്ഞു. ഉപ്പാത്തുമ്മേന്റെ മുഖത്ത് പെട്ടെന്നുണ്ടായ ഭാവമാറ്റം പാപ്പാമ്മാര് ശ്രദ്ധിച്ചിരുന്നു. ഓല്ക്കാർക്കും കാര്യം മനസ്സിലായില്ലാന്ന് മാത്രം. എന്തോ പന്തികേടുണ്ടെന്ന് പാപ്പാൻമ്മാരക്ക് രണ്ടാൾക്കും തോന്നി. എന്തോ അശുഭം സംഭവിക്കാൻപോകുന്നതുപോലെ ഒരു ഭയം രണ്ടു പേർക്കുമുണ്ടായി. കാരണം ഉപ്പാത്തുമ്മയുടെ തീരുമാനങ്ങൾക്കപ്പുറം കുട്ട്യാലി സായിവ് ഒരടിവെക്കില്ല. ആനെക്കെന്തേലും ലക്ഷണക്കേട് കണ്ടിട്ടാണോ വീടറ്ക്ക് മുഖം കറുത്തതെന്നായി പിന്നെ പാപ്പാന്മാരുടെ സംശയം. അകത്തുനിന്നും മോന്തായം പൊളിക്കുന്ന കുട്ട്യാലി സായിവിന്റെ പൊട്ടിച്ചിരി കേട്ടപ്പളേ രണ്ടാൾക്കും ശ്വാസം നേരെവിണുള്ളൂ.

"ഗോപാലൻകുട്ടീന്റെ പേര് മാറ്റാൻ ഓന്റെ സമ്മതോം കൂടിവേണ്ടേ ഉപ്പാത്ത്വോ. എന്നാ ഓനോട് ഇഞ്ഞതിങ്ങ് വാങ്ങിക്കോ. ഓനതാ നിക്ക്ന്ന്." സായിവിന്റെ മക്കാറ് വർത്താനം കേട്ട് കൂടിനിന്നോരെല്ലാം ഉറക്കെ ചിരിച്ചുപോയി.

"ഗോപാലൻകുട്ടിക്ക് ഗണപതിഭഗവാന്റെ മുഖോള്ളതോണ്ട് ഓന്റെ മുഖോം മാറ്റേണ്ടി വര്വോ ഉപ്പാത്ത്വോ." കേട്ടുനിന്നവരെല്ലാം പിന്നെയും പിന്നെയും ചിരിച്ചു.

"ഗോപാലൻകുട്ടിക്ക് പള്ളീലെക്കെടാവും പുതിയോട്ടിലെ കുട്ട്യാലീം ഒരുപോല്യാ ഉപ്പാത്ത്വോ. ഉരുളേം പട്ടേം കൊടുക്കുന്നോൻ മൊതലാളി. തൊട്ടുഴീന്നോനും ഉരുള ഉരുട്ടിക്കൊടുക്കുന്നോനും പാപ്പാൻ. അത്രേ അതിനുള്ളൂ. ഇന്നലെ വരെ ഗോപാലൻകുട്ടീന്ന് വിളിച്ചോനെ ഇന്ന് ഹസ്സൻകുട്ടീന്ന് വിളിക്കാൻ കുട്ട്യാലിക്കാവൂല ഉപ്പാത്ത്വോ." സായിവിന്റെ മക്കാറ് കേട്ട് കരഞ്ഞുപോയ ഉപ്പാത്തു പോയവഴി കണ്ടിറ്റില്ല.

"ദേവന്റെ തെടമ്പായാലും പള്ളീലെ ചന്ദനക്കൂടായാലും കുരിശു പള്ളീലെ പള്ളിക്കുരിശായാലും ഗോപാലൻകുട്ടിക്ക് ഒരുപോല്യാ. നമ്മള് മനുഷപ്പിശാശുകളാ ഓരോന്നും പറഞ്ഞ് തമ്മാമ്മില് പള്ളയ്ക്ക് കത്തി കേറ്റുന്നത്. ഇല്ലേ ഗോപാലങ്കുട്ട്യേ." സായിവ് ഗോപാലങ്കുട്ടീനെ സ്നേഹത്തോടെ തൊട്ടുഴിഞ്ഞു.

ഗോപാലൻകുട്ടിയുടെ കൊമ്പിൽ തലോടി നില്ക്കുന്ന കുട്ട്യാലി സായിവിന്റെ ചിത്രം വാക്കുകളിലൂടെ വരച്ചുവെക്കുമ്പോൾ ചാപ്പൻനായരുടെ മുഖത്ത് തെളിഞ്ഞ പ്രകാശം ഭുവനചന്ദ്രൻ കൃത്യമായും ഓർത്തെടുക്കുകയായിരുന്നു. സ്വന്തം തട്ടകത്തിന്റെ മിന്നുന്ന പുരാവൃത്തങ്ങൾ പറഞ്ഞുതരാൻ പെരുമാളുകാട്ടിലെ നാട്ടുകൂട്ടത്തിന് ഇനിയാരുമില്ലെന്നോർത്തപ്പോൾ ഭുവനചന്ദ്രന്റെ മനസ്സ് പിടഞ്ഞു.

കുറച്ചുദിവസങ്ങളായി മനസ്സ് നിറയെ കറുത്ത പുകകെട്ടിക്കിടക്കുകയാണ്. വിവേകന്റെ മാനസിക പ്രശ്നങ്ങൾ, ചാപ്പൻനായരുടെ ആകസ്മികമായ മരണം, ഓഫീസിൽ സഹപ്രവർത്തകരുമായുള്ള അകൽച്ച. എല്ലാം ദുഃഖ കാരണങ്ങളാണ്. വീട്ടുകാര്യങ്ങളിൽ പതിവുപോലെ ശ്രദ്ധിക്കാനാവുന്നില്ല. വിഘ്നേശ്വരനു മുമ്പിൽ വിളക്ക് തെളിയിക്കാൻ മറന്നുപോവുന്നു. സുമിത്രയോട് കുശലം പറയാൻപോലും സമയം കണ്ടെത്താനാവുന്നില്ല. മക്കളുടെ വിദ്യാഭ്യാസം സംബന്ധിച്ച കാര്യങ്ങൾ കുറച്ചുദിവസങ്ങളായി ഒരു വിഷയമായി മനസ്സിൽ കടന്നുവരാറേയില്ല. അതിപ്പോൾ അവർമാത്രം നിയന്ത്രിക്കുന്ന കാര്യങ്ങളാണ്. അവർക്ക് വഴിതെറ്റില്ലെന്ന് ഏതോ ഒരദൃശ്യശക്തി തന്നെ സാന്ത്വനപ്പെടുത്താറുണ്ട്. അത് തന്റെ വിഘ്നേശ്വരനാണെന്ന് വിശ്വസിക്കാനാണ് ഭുവനചന്ദ്രനിഷ്ടം.

"കുട്ട്യേൾക്ക് കാശയക്കാൻ ഇന്നെങ്കിലും മറക്കണ്ട. ആരാന്റെ മലേൽ കത്തുന്നതൊക്കെ തന്റെ തലേൽ കത്തിച്ചേ അടങ്ങൂ എന്നൊരാൾ വാശിപിടിച്ചാൽ വിവരോം വിദ്യാഭ്യാസോം ഇല്ലാത്ത ഒന്നിനും കൊള്ളാത്ത വീട്ടിലിരിക്കുന്ന സാധുക്കൾക്ക് എന്തു ചെയ്യാനാവും."

അടുക്കളയിൽനിന്നും സുമിത്രയുടെ അന്ത്യശാസനം വല്ലാതെ മടുപ്പിക്കുന്നതായിരുന്നു. അവളിപ്പോൾ പറഞ്ഞതത്രയും അവൾക്ക് നല്ല ഭാഷയിൽ പറയാവുന്നതേയുള്ളൂ. "ഇന്ന് കുട്ട്യോൾക്ക് പണമയക്കണം. ഇന്നലെ രണ്ട് പേരും രണ്ടു പ്രാവശ്യം വിളിച്ചിരുന്നു. വെറുതെ അന്യന്റെ മലേൽ കത്തുന്നത് അവനവന്റെ തലേൽ കത്തിക്കേണ്ട" ഇങ്ങനെയായിരുന്നു അവൾ പറഞ്ഞിരുന്നതെങ്കിൽ മനസ്സിന് ഏറെ ആശ്വാസമുണ്ടാവുമായിരുന്നു. പക്ഷേ, അങ്ങനെയല്ല സംഭവിച്ചത്. വാക്കുകൾകൊണ്ടും ശരീരഭാഷകൊണ്ടും അവൾ വല്ലാതെ കുത്തിനോവിച്ചപ്പോൾ ഭുവനചന്ദ്രന് ശരിക്കും സങ്കടം തോന്നിയിരുന്നു. എങ്കിലും അവളെ കുറ്റപ്പെടുത്താൻ തോന്നിയില്ല. കുടുംബത്തിൽ അവളിപ്പോൾ സമർത്ഥയായ ഒരു ഇടനിലക്കാരിയാണ്. മക്കൾക്കും അച്ഛനുമിടയിലെ ഇടനിലക്കാരി. ഒരു ദ്വിഭാഷിയെപ്പോലെയാണ് അവൾ ജീവിക്കുന്നത്. മക്കൾക്ക് പറയാനുള്ളതെല്ലാം അമ്മയെന്ന ദ്വിഭാഷിയിലൂടെയാണ് അച്ഛൻ അറിയുന്നത്.

മക്കൾ നേരിട്ടൊന്നും പറയാറില്ല. അച്ഛനുമായി ഒരു സംഭാഷണത്തിനു പോലും അവരുടെ മനസ്സ് പാകപ്പെടുന്നില്ല. അച്ഛനിലേക്കെത്താൻ അവർ അമ്മയിലൂടെ ഒരു എളുപ്പവഴി കണ്ടുപിടിച്ചിരിക്കുന്നു. രക്ഷിതാക്കളിൽ നിന്നകന്നുപോയി സ്വന്തം സ്വാതന്ത്ര്യം പ്രഖ്യാപിക്കാൻ കൊതിക്കുന്ന കുട്ടികളാണ് എല്ലാം നിശ്ചയിക്കുന്നത്. ഒരു കുടുംബം ശിഥിലമാകാൻ ഇന്ന് പഴയതുപോലെ വലിയ കാരണങ്ങളൊന്നുമാവശ്യമില്ല. ബന്ധങ്ങളെല്ലാം പിരിയാൻ വെമ്പി നില്ക്കുന്നതുപോലെയാണ് കാര്യങ്ങളുടെ കിടപ്പ്. വളർച്ചയുടെ ഘട്ടത്തിൽ അവരെക്കുറിച്ചുള്ള അമിത പ്രതീക്ഷകൾകൊണ്ട് സ്വന്തം മക്കളെ അറിഞ്ഞും അറിയാതെയും വഴിതെറ്റിക്കുന്ന രക്ഷിതാക്കളാണ് ഇന്നേറെയും. അങ്ങനെ ചെയ്യാതിരിക്കുന്നതുതന്നെ വലിയ ഭാഗ്യം.

നാട്ടിൽ മഹാൻമാർ പൊരുതിത്തോല്പിച്ച അന്ധവിശ്വാസങ്ങളെല്ലാം കോമ്പല്ലുകാട്ടി അലറിക്കൊണ്ട് തിരിച്ചുവരുന്ന കാഴ്ചകളാണെവിടെയും. മനുഷ്യരക്തത്തിൽ കുളിച്ചാൽ മഹാരാജാവാകുമെന്ന് ഏതെങ്കിലും ദിവ്യൻ പറഞ്ഞാൽ ഉറങ്ങിക്കിടക്കുന്ന കൂടപ്പിറപ്പിനെ കൊല്ലാൻ പോലും മനസ്സ് പാകപ്പെട്ടവർ എത്രയോ ഉണ്ട് ചുറ്റുപാടും. ഗുരുക്കന്മാരെ ബഹുമാനിക്കണമെന്നതും വാർദ്ധക്യകാലത്ത് അച്ഛനമ്മമാരെ ശുശ്രൂഷിക്കണമെന്നതും പുതിയ കാലത്ത് അന്ധവിശ്വാസങ്ങളാണ്. അങ്ങനെ പറയുന്നവർ അപഹസിക്കപ്പെടുന്ന കാലം. മാതാപിതാക്കളുടെ ആയുസ്സിനുപോലും പരിധി നിശ്ചയിക്കുമെന്ന് എപ്പോഴെങ്കിലും ആരുടെയെങ്കിലും തിരഞ്ഞെടുപ്പു വാഗ്ദാനമായി പ്രത്യക്ഷപ്പെട്ടുകൂടെന്നില്ല. എല്ലാം പണംകൊണ്ടു മാത്രം നിയന്ത്രിക്കപ്പെടുന്ന ഒരു കാലത്തിന്റെ കെടുതികൾ എന്ന് സ്വയം സാന്ത്വനിച്ച് അടങ്ങിയിരിക്കാനാണെല്ലാവർക്കുമിഷ്ടം. സമൂഹമാകെ ഒരുതരം മയക്കത്തിലെന്നപോലെ നിഷ്ക്രിയം. അതിനുള്ള മയക്കുഗുളികകൾ പണംതന്നെ സൃഷ്ടിച്ച് കൃത്യമായി വിതരണം ചെയ്യുന്നുമുണ്ട്. വിവേകൻ ഇപ്പോൾ അനുഭവിക്കുന്നത് ദുഃഖമോ ഭയമോ അരക്ഷിതാവസ്ഥയോ എന്നൊന്നും നിർവ്വചിക്കാനാവുന്നില്ല. നീറുന്ന അച്ഛനമ്മമാർക്കുവേണ്ടിയെങ്കിലും സ്വന്തം തീരുമാനത്തിൽ അയവു വരുത്താൻ വിദ്യനും തയ്യാറാവുന്നില്ല. നജ്മയ്ക്ക് ഒന്നിനും സ്വന്തം തീരുമാനങ്ങളില്ല. ആനക്കാരൻ കുട്ട്യാലി സായിവും സ്വാതന്ത്ര്യം ചാപ്പൻ നായരും നൂറ്റാണ്ടുകളോളം പെരുമാളുകാട്ടിൽ ജീവിച്ചിരുന്നെങ്കിലെന്ന് ആശിച്ചുപോവുന്നതതുകൊണ്ടാണ്.

പ്രതീക്ഷയുടെ തുരുത്തുകൾ ഓരോന്നോരോന്നായി സർവ്വനാശത്തിന്റെ കടലെടുത്തുകൊണ്ടിരിക്കുകയാണ്. നന്മയുടെ കഥകൾ മാത്രം പറഞ്ഞുനടന്ന സ്വാതന്ത്ര്യം ചാപ്പൻനായരും പെരുമാളുകാടിനോട് യാത്ര പറഞ്ഞുപോയി. ആർത്തി മൂത്ത് അസുരവേഷമണിയുന്നവരുടെ ലോകത്തിനു മുമ്പിൽ പഴയ കലണ്ടറിൽ തൂക്കിയിട്ട കനൽക്കട്ടത്തിളക്കമുള്ള ആ കുറിപ്പ് ഒരു ചോദ്യചിഹ്നമാണ്. ആ ചോദ്യചിഹ്നത്തിൽ നിന്നുവേണം ഇനി പെരുമാളുകാട്ടിൽ നന്മയുടെ വിത്തുകൾക്ക് മുളപൊട്ടാൻ. അതു

ണ്ടാവാതിരിക്കില്ലെന്ന് മനസ്സിലാരോ ആണയിടുന്നു. കുഴച്ചിട്ട ചിന്തകളിൽക്കുരുങ്ങി ഭുവനചന്ദ്രന്റെ മനസ്സ് വല്ലാതെ പിടയുന്നു. ഉണരാനുള്ള പതിവു സമയം കഴിഞ്ഞിട്ടും ഭുവനചന്ദ്രന് കിടക്കയിൽ നിന്നെഴുന്നേല്ക്കാൻ കഴിഞ്ഞില്ല. ഉണർച്ചയില്ലാത്ത ഒരു പ്രഭാതം രാവിനും പകലിനും ഇടയിൽക്കിടന്ന് പിടയുന്നു. മനസ്സ് നിറയെ അശാന്തി തളംകെട്ടി കിടക്കുകയാണ്. ഒരു രക്ഷകൻ അവതരിക്കാതിരിക്കില്ലെന്ന് അപ്പോഴും മനസ്സ് ആണയിടുന്നു. അതെപ്പോൾ? എങ്ങനെ? മനസ്സ് ഉത്തരത്തിനുവേണ്ടി അലക്ഷ്യമായി ഓടി നടക്കുകയാണ്.

വിവേകൻ വന്ന് വിളിച്ചില്ലായിരുന്നെങ്കിൽ ചുട്ടുപഴുത്ത ചിന്തകളിൽ കുരുങ്ങി ഭുവനചന്ദ്രൻ എത്രയോ നേരം കിടക്കയിൽത്തന്നെ കിടക്കുമായിരുന്നു. വെളുത്ത മച്ചിൽ കണ്ണുടക്കിയുള്ള ആ കിടപ്പ് ഒരാശ്വാസമായി ഭുവനചന്ദ്രന് തോന്നുന്നുണ്ടായിരുന്നു. ഭുവനചന്ദ്രൻ എഴുന്നേറ്റില്ലെന്നറിഞ്ഞപ്പോൾ വിവേകൻ നേരെ ബെഡ്റൂമിലേക്ക് ചെന്ന് കട്ടിലിൽ ഇരുന്നു. സ്വന്തം മനസ്സിലെ വ്യഥകൾ അലിയിച്ചുകളയാനുള്ള ഒരിടമായി തന്റെ സാന്നിദ്ധ്യം വിവേകൻ അനുഭവിക്കുന്നുണ്ടെന്നുറപ്പാണ്. കണ്ണുകളിലേക്കുള്ള ആ ഉറ്റുനോട്ടം സൂചിപ്പിക്കുന്നത് മറ്റൊന്നുമല്ല. രമണിയും വിദ്യനും കഴിഞ്ഞാൽ തന്നോടും സുമിത്രയോടുമല്ലാതെ മറ്റാരോടും അവൻ സ്വന്തം വേവലാതികൾ പങ്കുവെക്കാറില്ല. എങ്കിലും സുമിത്ര ഇപ്പോൾ പഴയതുപോലെ വിവേകന്റെ കുടുംബപ്രശ്നങ്ങളിൽ താല്പര്യത്തോടെ ഇടപെടാറില്ല. അത് വിവേകനും നന്നായറിയാം. വരാനിരിക്കുന്ന ആപത്തുകളെക്കുറിച്ചുള്ള ഭയവും ആശങ്കയും അവളേയും പിടികൂടിക്കഴിഞ്ഞിരിക്കുന്നു. സുമിത്ര പുറകുവശത്ത് ഉമ്മറത്ത് നടക്കുന്നതൊന്നും അറിയുന്നില്ലെന്ന മട്ടിൽ അലക്കിക്കൊണ്ടിരിക്കുകയാണ്. കാലത്തെയുള്ള ഈ അലക്ക് പതിവില്ലാത്തതാണ്. ശരിക്കുപറഞ്ഞാൽ അവൾ വിവേകന്റെ വ്യഥകളിൽനിന്നും സ്വയം രക്ഷപ്പെടുകയാണ്. അന്യന്റെ ദുഃഖങ്ങൾ സ്വന്തം ദുഃഖമായി ഏറ്റെടുക്കുന്നവന് കാലം സമ്മാനിച്ചത് കുരിശ്ശാണെന്നവൾക്കറിയാം. കുരിശ് എന്ന വാക്കിന്റെ അർത്ഥം തന്നെ ഇപ്പോൾ വിഷമസന്ധിയെന്നാണ്. ലോകത്തെ എല്ലാ ഭാഷകളിലും ഒരു ശൈലിയോളം വളർന്ന വാക്കാണത്. ആ വാക്കുതന്നെയാണ് യേശുദേവനുള്ള ഏറ്റവും വലിയ സ്മാരകവും. ചിന്തകൾ ഭുവനചന്ദ്രന്റെ മനസ്സിലേക്ക് ഓടിക്കയറി വന്നുകൊണ്ടിരുന്നു.

"ഇന്നലെ ശ്മശാനം വരെയെങ്കിലും കൂടെപ്പോവാതിരുന്നത് വലിയ തെറ്റായിപ്പോയി എന്നൊരു തോന്നൽ." വിവേകൻ സംഭാഷണമാരംഭിച്ചത് അങ്ങനെയാണ്.

"ഞാനും ഇങ്ങനെ കിടന്ന കിടപ്പിൽ ആലോചിച്ചുകൊണ്ടിരിക്കുന്നതും അതുതന്നെയാണ്. പ്രായശ്ചിത്തമില്ലാത്ത കുറ്റമായിപ്പോയി അതെന്നൊരു തോന്നൽ. സ്വന്തം അശ്രദ്ധകൊണ്ട് അഗാധമായ കൊക്കയിൽ നഷ്ടപ്പെട്ടുപോയ ഒരു കൈക്കുഞ്ഞിനെക്കുറിച്ചുള്ള ഓർമ്മകൾ പോലെ ആ ചിന്ത എന്നെ വല്ലാതെ വേട്ടയാടുന്നു." ഭുവനചന്ദ്രൻ കിട

ക്കയിൽ എഴുന്നേറ്റിരുന്നു.

"ശ്മശാനത്തിൽ എവിടെയാണ് ശവം മറവുചെയ്തതെന്നുപോലു മറിയില്ല. ശ്മശാനത്തിൽ എപ്പോഴെങ്കിലുമൊരിക്കൽ സംഭവിക്കുന്ന ഒരു ശവദാഹമാണിന്നലെത്തേത്. അനാഥന്റെ ശവദാഹം. വെറും കാഴ്ചക്കാരായി എല്ലാവരേയും പോലെ നമ്മളും." അതു പറയുമ്പോൾ വിവേകന്റെ കണ്ണുകൾ നനഞ്ഞിരുന്നു.

"സുമിത്രയാണാദ്യം ആ തെറ്റ് ചൂണ്ടിക്കാണിച്ചത്. അവളുടെ വാക്കുകൾ മനസ്സിലൊരു മുള്ളായിക്കിടക്കുന്നുണ്ടിപ്പോഴും." ഭുവനചന്ദ്രന്റെ വാക്കുകൾ അടിയേറ്റ പാമ്പിനെപ്പോലെ ഇഴഞ്ഞു.

"എവിടെയാണെന്നറിഞ്ഞിരുന്നുവെങ്കിൽ ആ സാന്നിദ്ധ്യം എന്നെന്നേക്കുമായി നഷ്ടപ്പെട്ടിട്ടില്ലെന്നൊരു തോന്നലെങ്കിലും മനസ്സിലുണ്ടാകുമായിരുന്നു. ഇപ്പോൾ ഈ പ്രപഞ്ചത്തിലെവിടെയോ അദൃശ്യമായ ഒരു ബിന്ദു എന്ന ഒരുവെറും തോന്നൽ മാത്രം. ഇക്കാര്യത്തിൽ നമ്മള് ചെയ്തത് തീർത്തും തെറ്റുതന്ന്യാ." വിവേകൻ പോകാൻ എഴുന്നേറ്റു.

''നമുക്ക് വൈകുന്നേരം പഞ്ചായത്ത് ശ്മശാനംവരെ ഒന്നു പോകണം. ഒന്നുമില്ലെങ്കിൽ എവിടെയാണെന്നെങ്കിലും അറിയാമല്ലൊ. എന്തുതന്നെയായാലും നമ്മെ സംബന്ധിച്ചെടുത്തോളം അത് ഈ ഭൂമിയിലെ വ്യത്യസ്തമായ ഒരു സ്ഥലം തന്നെ."

ഭുവനചന്ദ്രൻ സംസാരിച്ചുകൊണ്ട് വിവേകന്റെ കൂടെ ഉമ്മറത്തേക്ക് പോന്നു. അതിനു മറുപടിയൊന്നും പറയാതെ വിവേകൻ ഇറങ്ങി നടന്നു.

കറുത്ത സൂര്യൻ

കടപ്പുറത്തേക്കുള്ള ഒഴിവു ദിവസങ്ങളിലെ നടത്തം ഒരിക്കലും നേരത്തെ നിശ്ചയിക്കപ്പെടാറുള്ളതല്ല. അതൊരു നിയോഗം പോലെ അപ്പപ്പോൾ സംഭവിക്കുന്നതാണ്. നിത്യജീവിതത്തിലെ സങ്കടങ്ങളും വിപരീതാനുഭവങ്ങളും കഴുകിക്കളയാൻ മനസ്സ് കണ്ടുപിടിക്കുന്ന ഒരു പോംവഴി. ആദ്യം ചെറുതായി കേട്ടുതുടങ്ങുന്ന കടലിരമ്പം. പിന്നെ പരന്നുകിടക്കുന്ന നീലക്കടൽക്കാഴ്ച. മനുഷ്യജന്മംപോലെ സകലഭാവങ്ങളും നവരസങ്ങളും ആവാഹിച്ചെടുത്ത ഒരു മുഖംപോലെ തോന്നിക്കും വൈകുന്നേരങ്ങളിലെ കടൽ. കാലാകാലമായി കണ്ടതും അനുഭവിച്ചതും എല്ലാം ആ വാൽക്കണ്ണാടിയിലുണ്ട്. ഉഷ്ണം വറ്റിത്തുടങ്ങിയ പൂഴി മണൽ തട്ടിത്തെറിപ്പിച്ചുകൊണ്ട് ഭുവനചന്ദ്രനും വിവേകനും നടന്നു. ചുവന്ന് തിടംവെച്ചു തുടങ്ങുന്ന സൂര്യന്റെ മുഖത്ത് പകൽമുഴുവൻ നീണ്ട യാത്രാക്ഷീണം. ചിലപ്പോൾ ഭൂമിയിലെ പകൽക്കാഴ്ചകൾ കണ്ടുണ്ടായ ദുഃഖവുമാവാമതെന്ന് ഭുവനചന്ദ്രന് തോന്നി.

"മനസ്സ് തണുക്കുകയെന്നൊക്കെ പറയുന്നത് വെറുതെ പറയുന്നതല്ല. അതൊക്കെ അനുഭവിച്ചറിഞ്ഞവർ പറഞ്ഞു പറഞ്ഞുറച്ചുപോയ പ്രയോഗങ്ങളാണ്. മനുഷ്യന്റെ അനുഭവങ്ങൾ അവന്റെ നിത്യഭാഷയിലേക്കുപോലും ചേക്കേറുന്നതിന്റെ ഉത്തമോദാഹരണം." വിവേകൻ ആരോടെന്നില്ലാതെ പറഞ്ഞു. കടൽത്തിരകൾ നനച്ചിട്ട മണ്ണിലൂടെ കടലിന് സമാന്തരമായി അലക്ഷ്യമായി നടക്കുകയായിരുന്നു രണ്ടുപേരും. അല്പമകലെ നാലഞ്ചുപേർ ഒന്നിച്ച് നടന്നുപോകുന്നത് കണ്ട് രണ്ടുപേരും ശ്രദ്ധിച്ചു. അവർ പൊലീസുകാരാണെന്ന് വേഷത്തിലെ സമാനത കണ്ടപ്പോൾ ഒരൊറ്റനോട്ടത്തിൽത്തന്നെ മനസ്സിലായി.

"എന്താ ഇന്ന് നൂറ്റാണ്ടുകൾക്ക് മുമ്പ് നടന്ന ഏതെങ്കിലും കലാപ

ത്തിന്റെ വാർഷികഘോഷമുണ്ടോ?" ഭുവനചന്ദ്രന്റെ ചോദ്യത്തിലെ ആശങ്ക വിവേകനും പങ്കുവെച്ചു.

"ആരൊക്കെയോ എവിടേയ്യാക്കെയോ എല്ലാ ദുരന്തസ്മരണകളേയും നാൾവഴി കണക്കായി എഴുതിവെച്ച് ഓരോ കൊല്ലവും ആഘോഷമാക്കാൻ കണ്ണിലെണ്ണയൊഴിച്ച് കാത്തിരിക്കുന്നുണ്ടെന്നുറപ്പാണ്. ആർക്കുമതിൽ വേവലാതിയില്ല. ഇപ്പറയുന്ന നമ്മൾ പോലും പഠിച്ചുവെച്ചത് ഉരുവിടുന്നുവെന്നേയുള്ളൂ."

സൂര്യനസ്തമിച്ചു. കടപ്പുറത്ത് നാട്ടുവെളിച്ചം മാത്രമേയുള്ളൂ. അകലെനിന്ന് പൊലീസുകാർ നാലുഭാഗത്തേക്കും ടോർച്ചടിക്കുന്നത് കണ്ടപ്പോൾ വിവേകൻ പറഞ്ഞു

"കടലിനെപ്പോലും അവർ വിശ്വസിക്കുന്നില്ല. ഒരു നാടിനാകെ ഉറക്കം നഷ്ടപ്പെടുന്ന ദിവസങ്ങളെ അവരും വല്ലാതെ ഭയപ്പെടുന്നുണ്ട്." പെട്ടെന്ന് മുമ്പിലൊരാൾ ഇരുളിൽനിന്ന് പ്രത്യക്ഷപ്പെട്ടപ്പോൾ രണ്ടുപേരും ഒരുപോലെ ഞെട്ടി. "ഇനിയും വടക്കോട്ട് നടക്കണ്ട. അഞ്ചാറ് പൊലീസുകാരുണ്ടവ്ടെ. എന്നോട് വേഗത്തില് സ്ഥലം വിട്ടോളാൻ പറഞ്ഞു. ഇവിടെ ഈ കടപ്പുറത്ത് ജനിച്ചുവളർന്ന ഞാനെവിടെപ്പോകാനാ." വന്നയാൾ നിസ്സാരമായി പറഞ്ഞപ്പോൾ രണ്ടുപേർക്കും ഒരു പുതിയ ധൈര്യം കൈവന്നപോലെ തോന്നി.

"എന്താ പ്രശ്നം?"

"എന്തു പ്രശ്നം. പണ്ടെപ്പഴോ ഈ ദിവസം കടപ്പുറത്ത് ഒരു കലാപം പൊട്ടിപ്പുറപ്പെട്ടിരുന്നത്രേ. അതിന്റെ പേരും പറഞ്ഞ് രണ്ടുകൂട്ടരും ഇപ്പോഴും ഈ ദിവസം എന്തെങ്കിലും അവിടേം ഇവിടേം കടലാസില് എഴുതിവെക്കും. അതുതന്നെ പ്രശ്നം." അയാൾ അതുംപറഞ്ഞ് ധൃതിയിൽ പൂഴിമണ്ണ് ചവുട്ടിമെതിച്ച് തെക്കോട്ട് നടന്നുപോയി. ആരോടോ ഉള്ള ദേഷ്യം തീർക്കുന്നതുപോലെ.

"വെറുതെ പൊല്ലാപ്പിനൊന്നും പോകണ്ട. നമുക്ക് തിരിച്ചുപോകാം."

രണ്ടുപേരും തിരിച്ചു നടക്കാൻ തുടങ്ങിയപ്പോൾ ഭുവനചന്ദ്രൻ പറഞ്ഞു. വഴിയിൽ അവർ കഥകളൊന്നും പറഞ്ഞില്ല. നേരെ അവരവരുടെ വീടുകളിലേക്ക് നടന്നു. ഭുവനചന്ദ്രനന്ന് നേരത്തെ ഉറങ്ങി. മനസ്സും ശരീരവും ഒരുപോലെ തളർന്നതിന്റെ ഉറക്കം.

നേരം നന്നായി വെളുക്കുന്നതിന് മുമ്പേ വിവേകൻ കോണിപ്പടികൾ കയറി വരുന്നതുകണ്ടപ്പോൾ ഭുവനചന്ദ്രന് അല്പം പരിഭ്രമമുണ്ടായി. എന്തെങ്കിലും ഗൗരവപ്പെട്ട കാര്യമില്ലാതെ ആ സമയത്ത് അവൻ വരില്ലെന്നുറപ്പാണ്.

"എന്തേ ഇത്ര രാവിലെ?"

"എന്റെ വീടിന് മുമ്പിലും ചില പോസ്റ്ററുകൾ ഒട്ടിച്ചിട്ടുണ്ട്. വ്യക്തമായൊന്നുമില്ല. എങ്കിലും ചില ദുസ്സൂചനകളുണ്ട്. വിദ്യനേയും നജ്മയേയും സൂചിപ്പിക്കുന്ന ചിലത്. ഭീഷണികളുണ്ട്."

"വിദ്യൻ കണ്ടോ?"

“അവനാ ആദ്യം കണ്ടത്. അങ്ങാടിയിലും ചില സ്ഥലങ്ങളിൽ ഇന്നലെ നോട്ടീസുണ്ടായീന്നാ പറേന്നത്. ആദ്യം ഒരു കൂട്ടർ. കൊറച്ച് കഴിഞ്ഞ് മറ്റേകൂട്ടർ. കൈലാസനാഥന്റെ കാറിൽ നിന്നാത്രേ ആദ്യം നോട്ടീസിട്ടത്. പിന്നെ വീരാനാജീന്റെ മോൻ സിറാജിന്റെ വണ്ടീന്ന്.”

വിവേകന്റെ വാക്കുകളിൽ കത്തിനിന്ന ആശങ്ക ഭുവനചന്ദ്രനെ വല്ലാതെ ഭയപ്പെടുത്തി.

“ഒരുകൂട്ടം ചെറുപ്പക്കാര് അപ്പപ്പോൾ തന്നെ എല്ലാ പോസ്റ്ററുകളും നോട്ടീസും കീറി നശിപ്പിച്ചൂന്ന് വിദ്യൻ പറഞ്ഞു.”

“ഇന്നൊരു ദിവസത്തെ ആവേശാന്ന് കരുത്യാമതി. വിദ്യനോട് സൂക്ഷിക്കാൻ പറയണം. വെറുതെ തർക്കത്തിനൊന്നും പോകണ്ട.”

അവനൊരു കൂസലുല്ല. ചെറുപ്പത്തിന്റെ ആവേശാ. അതാ എനിക്ക് പേടി.”

വിവേകൻ ശരിക്കും സ്വാർത്ഥമതിയായ ഒരച്ഛൻ മാത്രമായി മാറിക്കൊണ്ടിരിക്കുന്നത് കണ്ട് ഭുവനചന്ദ്രൻ അത്ഭുതപ്പെട്ടു. ഓരോ മനുഷ്യനും സ്വന്തം കാര്യം വരുമ്പോൾ തന്നിലേക്ക് മാത്രം ചുരുങ്ങുന്നത് അത്ഭുതകരം തന്നെയാണെന്ന് ഭുവനചന്ദ്രൻ അപ്പോൾ മനസ്സിൽ പറഞ്ഞു. വിദ്യന്റേയും നജ്മയുടേയും പ്രണയവിഷയം ഒരു നാടിന്റെ സമാധാന ജീവിതം അലങ്കോലപ്പെടുത്തുന്നത് തടയേണ്ടതുതന്നെയാണെന്നാണ് മനസ്സുപറയുന്നത്. രണ്ട് മനുഷ്യർക്ക് പരസ്പരം സ്നേഹിച്ച് ഒന്നിച്ചു ജീവിക്കാനുള്ള അവകാശം ഒരു പീറക്കടലാസിനു മുമ്പിൽ അടിയറവെക്കുന്നതും മനസ്സ് അംഗീകരിക്കുന്നില്ല. പക്ഷേ, എല്ലാം തുറന്ന് പറയാൻ എന്തോ ഒരു തടസ്സം. സ്വന്തം ശരീരത്തിനകത്ത് രണ്ട് മനസ്സുകൾ വിഭിന്ന ദിശകളിൽ പ്രയാണം നടത്തുന്നത് അന്നാദ്യമായാണ് ഭുവനചന്ദ്രന് അനുഭവപ്പെടുന്നത്. അത് വളരെ വിചിത്രമായി തോന്നിയപ്പോൾ അക്കാര്യം വിവേകനുമായി പങ്കുവെക്കേണ്ടതില്ലെന്നും തോന്നി. വിവേകനിൽനിന്നും ഒരു കാര്യവും മറച്ചുവെക്കാറില്ല. പക്ഷേ, ഇപ്പോൾ ആദ്യമായി അങ്ങനെയൊരു മറച്ചുവെക്കൽ അനിവാര്യമായി വന്നിരിക്കുന്നു. വിവേകൻ യാത്രപറഞ്ഞ് ഇറങ്ങിപ്പോയതൊന്നും കുലംകുത്തിയൊഴുകുന്ന ആലോചനകൾക്കിടയിൽ ഭുവനചന്ദ്രൻ ശ്രദ്ധിക്കുന്നുണ്ടായിരുന്നില്ല. അപ്പോഴും സ്വന്തം മനസ്സിന്റെ കൂറുമാറ്റം അസത്യമായി തോന്നി.

ഓഫീസിലേക്ക് പുറപ്പെടുമ്പോൾ സുമിത്ര എന്തോ ഗൗരവമുള്ളത് പറയാനുള്ളതുപോലെ ഉമ്മറത്ത് ചുറ്റിപ്പറ്റി നില്ക്കുന്നത് ഭുവനചന്ദ്രൻ ആദ്യം ശ്രദ്ധിച്ചിരുന്നില്ല. അത് പതിവില്ലാത്തതാണ്. മുമ്പിൽ വന്ന് നിന്ന് കാര്യങ്ങൾ നേരിട്ട് പറയുന്നത് അവൾക്ക് ശീലമില്ല. വൈകുന്നേരം കടയിൽനിന്നും വാങ്ങേണ്ട സാധനങ്ങളുടെ ലിസ്റ്റ്, തുന്നൽക്കടയിൽ കൊടുക്കാൻ വല്ലതുമുണ്ടെങ്കിൽ ഒരു പൊതിക്കെട്ട്. ഇതൊക്കെ നേരത്തെതന്നെ ഏല്പിക്കുന്നതാണ് പതിവ്. പക്ഷേ, ഇന്നത്തെ നില്പിൽ എന്തോ പ്രത്യേകതയുണ്ട്.

“ഞാൻ നേരത്തേ പറയണമെന്ന് കരുത്യതാ. വൈകുന്നേരത്തെ

വിവേകനേം കൂട്ടിയുള്ള നടത്തം കുറച്ച് ദിവസത്തേക്കെങ്കിലും നിർത്തുന്നതാ നല്ലത്. വിദ്യന്റെ കാര്യത്തിൽ നാട്ടിലാകെ കുശുകുശുപ്പ്ണ്ടെന്നാ പലരും പറേന്നത്. കടപ്പുറത്തൊക്കെ ആളുകള് ഇതുതന്ന്യാത്രെ പറേന്നത്. സംഭവിച്ചിട്ട് പറഞ്ഞിട്ട് കാര്യമില്ല. നമ്മള് കരുതേണ്ടത് കരുതുകതന്നെ വേണം. ആരാന്റെ മലേൽ കത്ത്ന്നത് അവനവന്റെ തലേൽ കത്തിക്കേണ്ട. ആ ചാപ്പൻനായര് കൂടി പോയതിൽപ്പിന്നെ എനിക്കെന്തോ ഒരു പേടിപോലെ. വൈകുന്നേരം കഴീന്നതും നേരത്തെ വരണം." അത്രയും പറഞ്ഞ് തലയിൽനിന്നും ഒരു ഭാരമിറക്കിവെച്ച ആശ്വാസത്തോടെ സുമിത്ര അകത്തേക്കുപോയി. ഭുവനചന്ദ്രൻ എല്ലാം കേട്ടുനിന്നതേയുള്ളൂ. പിന്നെ ഒന്നും പറയാതെ ഓഫീസിലേക്കിറങ്ങി.

പകൽ മുഴുവൻ സുമിത്രയുടെ വാക്കുകൾ മനസ്സിൽക്കിടന്ന് പുളഞ്ഞു. അവളുടെ വാക്കുകൾ പണ്ടായിരുന്നെങ്കിൽ ഒറ്റയടിക്ക് ഒരു ശാസനയോടെ തള്ളിക്കളയേണ്ടതാണ്. പക്ഷേ, ഇപ്പോൾ ഏവിടെയോ ഒരു ആശങ്ക. കലാപങ്ങൾ ഉത്സവ ലഹരിയോടെ ആഘോഷിക്കുന്ന മനോരോഗികൾ എല്ലാ കൂട്ടത്തിലുമുണ്ട്. രണ്ടുപേർ തർക്കിക്കുന്നതും കലഹിക്കുന്നതുമൊക്കെ അവർക്ക് ലഹരിയാണ്. അത്തരക്കാരാണ് എല്ലാ കലാപങ്ങൾക്കും വഴിമരുന്നിടുന്നതും പെരുക്കി വലുതാക്കുന്നതും. സ്വന്തം ഭർത്താവിന്റെ സുരക്ഷയും ശ്രേയസ്സും മാത്രമാഗ്രഹിക്കുന്ന സ്വാർത്ഥയായ ഒരു വീട്ടമ്മ മാത്രമാണ് സുമിത്ര. താൻ അനാഥയായിപ്പോകുന്ന സാഹചര്യങ്ങളെ അവൾ നന്നായി ഭയക്കുന്നുണ്ട്. അങ്ങനെ നോക്കിയാൽ അവളുടെ താക്കീതുകൾ ശരിയുമാണ്. പക്ഷേ, വിവേകൻ ആരാണ്? ഒരു ദിവസം വൈകുന്നേരം കൊണ്ട് പറിച്ചെറിയാവുന്ന ബന്ധമാണോ അവനുമായുള്ളത്? അവൻ വെറും വായാടിയല്ല. വാക്കിലും പ്രവൃത്തിയിലും അവൻ വിപ്ലവകാരിയായിരുന്നു. ഒരു കാലത്ത് സമൂഹത്തിനുവേണ്ടി എല്ലാം ത്യജിച്ചവൻ. സാമാന്യവിദ്യാഭ്യാസമുണ്ടായിട്ടും കരിങ്കൽ തൊഴിലാളിയായി ജീവിതം കരുപ്പിടിപ്പിച്ചവൻ. സ്വന്തം ജീവിതത്തെ സ്വയം വ്യാഖ്യാനിച്ചവൻ. സ്കൂളിൽ പഠിച്ചതിനേക്കാൾ ചുറ്റുപാടുകളിൽനിന്ന് സ്വയം പഠിച്ചവൻ. തനിക്ക് ഏതു വിഷമ സന്ധിയിലും താങ്ങായി നിന്നവൻ. അവനൊരു പ്രതിസന്ധിയെ മുഖത്തോട് മുഖം കാണുമ്പോൾ മുഖം തിരിഞ്ഞു മാറിക്കളയാനാവുമോ? ഏതെങ്കിലും മനോരോഗിയുടെ നാലു കൈയെഴുത്ത് പോസ്റ്ററുകൾ ഒരു സമൂഹത്തെയാകെ നിയന്ത്രിക്കുന്ന അവസ്ഥ അംഗീകരിക്കാനെങ്ങനെ കഴിയും?. ഭുവനചന്ദ്രൻ എഴുത്തുകാരനും ഉദ്യോഗസ്ഥനും കൃഷിക്കാരനും പൊതുപ്രവർത്തകനുമാണെന്ന് സ്വയം അഭിമാനിക്കുന്നവനാണ്. കുടുംബജീവിതത്തിന്റെ സുരക്ഷിതമായ മാളങ്ങൾ അവന് അഭയകേന്ദ്രങ്ങളാവരുത്. വിദ്യനേയും നജ്മയേയും കാര്യങ്ങൾ പറഞ്ഞ് മനസ്സിലാക്കണം. സ്വന്തം ജീവിതത്തേക്കാളേറെ ഒരു നാടിന്റെ ജീവിതമാണ് നമുക്ക് മുഖ്യമാവേണ്ടതെന്ന് അവരെ ബോദ്ധ്യപ്പെടുത്തണം. സുമിത്രയുടെ മനസ്സിനെ കീഴടക്കിയ കേവലമായ ഭയാശങ്കകളിൽനിന്നും അവളെ മോചിപ്പിക്കണം.

വിവേകന്റെ ഉറ്റ സ്നേഹിതനായി സാധിക്കുന്ന കാലം വരെ കടപ്പുറത്ത് കറങ്ങി നടക്കണം. മീനച്ചൂടിൽ വേവുന്ന പുഞ്ചച്ചിറയിൽ ഗർഭംധരിച്ചു കൊണ്ടിരിക്കുന്ന നെൽച്ചെടികൾക്ക് വെള്ളമെത്തിക്കണം. എഴുതിക്കൊണ്ടിരിക്കുന്ന നോവൽ പൂർത്തീകരിക്കണം. ചാപ്പൻ നായരുടെ സ്മരണ നിലനിർത്താൻ പെരുമാളുകാട്ടിൽ എന്തെങ്കിലും ചെയ്യണം. ഇതെല്ലാം ഈ ഭൂമിയിൽ ഒരു ഭുവനചന്ദ്രന് മാത്രം ചെയ്യാനാവുന്ന കാര്യങ്ങളാണ്. നാളെ പഴയ വീട്ടിൽച്ചെന്ന് വിഘ്നേശ്വരന് മുന്നിൽ വിളക്ക് തെളിയിക്കണം. എഴുതിത്തീരാറായ നോവലിന്റെ അവസാന ഭാഗത്തെക്കുറിച്ച് വിഘ്നേശ്വരനോട് തന്നെ ചോദിക്കണം. വ്യാസന്റെ മനസ്സിലെ ഭാവനകൾക്ക് അക്ഷര രൂപം ശാശ്വതമായി പകർന്നു നല്കിയ വിഘ്നേശ്വരന് അതൊക്കെ നിസ്സാര കാര്യങ്ങളാണ്. ഇന്നോളം സ്വന്തം ജീവിതത്തിൽ അങ്ങനെയൊക്കെ എത്രയോ തവണ സംഭവിച്ചിട്ടുള്ളതാണ്. ഭുവനചന്ദ്രന്റെ മനസ്സിൽ ചിന്തകൾ കുമിഞ്ഞു. ഓഫീസിൽ കാര്യമായി ജോലിയൊന്നും ചെയ്യാനായില്ലെങ്കിലും മനസ്സിന് എവിടെനിന്നോ വന്നുചേർന്ന ഒരു ശാന്തിയുടെ തണുപ്പും ധൈര്യവും ഭുവനചന്ദ്രൻ ശരിക്കും ആസ്വദിക്കുകയായിരുന്നു. മനസ്സിൽ തളംകെട്ടി നില്ക്കുന്ന കലക്കുവെള്ളം ഒന്നാകെ എങ്ങോട്ടോ ഒഴുകിപ്പോയതുപോലെ. പകരം എവിടെനിന്നോ മനസ്സമാധാനത്തിന്റെ തെളിനീർ വന്നുനിറഞ്ഞുകൊണ്ടിരിക്കുന്നു. കാതുകളിൽ ശാന്തിയുടെ സംഗീതം ഒഴുകിയെത്തുന്നതുപോലെ. മനസ്സിൽ വിഘ്നേശ്വരൻ കൊള്ളിയാൻപോലെ ഒരു നിമിഷം തെളിഞ്ഞു. പിന്നെ മാഞ്ഞു.

വിഗ്രഹരൂപമില്ലാത്ത രക്ഷകൻ

നേരം നന്നായി വെളുക്കുന്നതിനു മുമ്പേ തന്നെ ഭുവനചന്ദ്രൻ വിഘ്നേശ്വരന് മുമ്പിൽ വിളക്ക് തെളിയിക്കുന്നതിനായി പഴയ വീട്ടിലെത്തി. വാതിൽ തുറന്നപ്പോഴേക്കും എവിടെനിന്നോ വീശിയെത്തിയ ഒരു കാറ്റിൽ അന്നോളം അനുഭവിച്ചിട്ടില്ലാത്ത ഒരു സുഗന്ധം ഭുവനചന്ദ്രനെ ശരിക്കും അത്ഭുതപ്പെടുത്തി. ശാന്തിയുടെ ചന്ദനഗന്ധം. അതൊരു വെറും തോന്നലാവാനേ സാദ്ധ്യതയുള്ളൂവെന്ന് ഭുവനചന്ദ്രന് നന്നായറിയാമായിരുന്നു. വീടിന്റെ തെക്കെ മുറിയിൽ കടന്ന് വിഘ്നേശ്വരനു മുന്നിൽ വിളക്ക് തെളിയിക്കുമ്പോൾ ആ കാറ്റ് ഒരിക്കൽക്കൂടി തന്നെ വലംവെച്ചതായി അയാൾക്ക് തോന്നി. വിഘ്നേശ്വരനെ തൊഴുതു നില്ക്കുമ്പോൾപോലും മനസ്സിൽ താൻ എഴുതിക്കൊണ്ടിരിക്കുന്ന നോവലിന്റെ അവസാനഭാഗത്തെക്കുറിച്ചുള്ള ആശങ്കകൾ ഭുവനചന്ദ്രനെ ചെറുതായി അസ്വസ്ഥനാക്കിക്കൊണ്ടിരുന്നു. അപ്പോഴയാൾ വേദവ്യാസനെക്കുറിച്ചും *മഹാഭാരത*ത്തെക്കുറിച്ചുമൊക്കെ ഒരിക്കൽക്കൂടി ഓർത്തുപോയി. ഒരു മൊട്ടക്കുന്ന് ഹിമാലയത്തെക്കുറിച്ചോർത്തുപോവുന്നതുപോലെയാണാ ഓർമ്മയെന്ന് ഭുവനചന്ദ്രൻ ഉള്ളറിഞ്ഞ് സ്വയം പരിഹസിച്ചു.

“നീ ചരിത്രകാരനല്ല. അതുകൊണ്ടുതന്നെ നോവലിൽ നീ പരിപൂർണ്ണമായി സത്യസന്ധത പുലർത്തേണ്ട ആവശ്യവുമില്ല. നിന്റെ നോവൽ നിന്റേയോ മറ്റാരുടെയെങ്കിലുമോ ജീവിതാനുഭവങ്ങളുടെ നാൾവഴിക്കണക്കുമല്ല. നിനക്കു ചുറ്റുമുള്ളവരുടെ ജീവിതാനുഭവങ്ങളുടെ ആകത്തുകയാവണം നോവൽ എന്ന അമിത പ്രത്യാശയിലാണ് നീ അതെഴുതിക്കൊണ്ടിരിക്കുന്നത്. അതുകൊണ്ട് ആ നോവലിന്റെ അവസാന ഭാഗം വെറും ഒരു സാധാരണ മനുഷ്യനായ നിന്റെ സങ്കുചിതമായ വിധിതീർപ്പുകളാവാൻ സാദ്ധ്യത ഏറെയുണ്ട്. അതൊരിക്കലും സംഭവിക്കരുത്. നീ അധിവസിക്കുന്ന ഭൂമിയെക്കുറിച്ചുള്ള നിന്റെ സുന്ദര സ്വപ്നങ്ങളായിരി

ക്കണമത്." ഒരു അശരീരിപോലെ വിഘ്നേശ്വരന്റെ വാക്കുകൾ ഭുവനചന്ദ്രൻ വ്യക്തമായി കേട്ടു. അതിൽപ്പരമൊന്നും നോവലിന്റെ കാര്യത്തിൽ തനിക്കാവശ്യമില്ലെന്ന വിശ്വാസത്തോടെ ഒരിക്കൽക്കൂടി ഉള്ളുനിറഞ്ഞ ഭക്തിയോടെ ഭുവനചന്ദ്രൻ വിഘ്നേശ്വരനെ തൊഴുത് വിളക്കണച്ചു. പിന്തിരിഞ്ഞപ്പോൾ കണ്ട കാഴ്ച ഭുവനചന്ദ്രനെ ഒട്ടും അത്ഭുതപ്പെടുത്തിയില്ല. താൻ ഒരു മൂലയിൽ ഒതുക്കിവെച്ച എലിപ്പത്തായത്തിനു മുകളിൽ തന്റെ എലി സുഖമായി കണ്ണടച്ച് ഉറങ്ങുന്നുണ്ടായിരുന്നു. അതു താൻ ആഗ്രഹിച്ചിരുന്ന നല്ല കാഴ്ചയായി ആസ്വദിച്ചുകൊണ്ട് ഭുവനചന്ദ്രൻ സന്തോഷത്തോടെ വീടു പൂട്ടി പുറത്തിറങ്ങി. എലി തന്റെ പഴയ വീട്ടിൽ പരിധിയില്ലാത്ത സ്വാതന്ത്ര്യമനുഭവിക്കുന്നത് ഭുവനചന്ദ്രന്റെ മനസ്സ് തണുപ്പിച്ചു.

ഓഫീസിൽ പോകാനുള്ള ധൃതിയോടെ വീട്ടിൽ തിരിച്ചെത്തിയപ്പോൾ വിവേകൻ വരാന്തയിൽ കാത്തിരിക്കുന്നുണ്ടായിരുന്നു. അവന്റെ മനസ്സിൽ തന്നെ അറിയിക്കാനുള്ള എന്തോ പ്രധാനപ്പെട്ട വാർത്തകളാണുള്ളതെന്ന് ആ മുഖം വിളിച്ചുപറയുന്നുണ്ടെന്ന് ഭുവനചന്ദ്രന് തോന്നി.

"എന്തെങ്കിലും വിശേഷമുണ്ടോ വിവേകാ?" ഭുവനചന്ദ്രന്റെ ചോദ്യം പ്രതീക്ഷിച്ചിരുന്നതുപോലെ വിവേകൻ വാചാലനായി.

"വല്യവിശേഷം തന്നെ. നീയറിഞ്ഞില്ല അല്ലേ? ആ കൈലാസനാഥനെ ഇന്നലെ അർദ്ധരാത്രി പൊലീസുകാര് കൂട്ടിക്കൊണ്ടുപോയീന്നാ പറഞ്ഞു കേൾക്കുന്നത്. എന്തോ കുഴപ്പംപിടിച്ച കാര്യാണെന്ന് ഉറപ്പാ. അത്രയ്ക്ക് പൊലീസ് സന്നാഹമുണ്ടായിരുന്നത്രെ. കാര്യം എന്താണെന്ന് വ്യക്തമായി ആർക്കും അറിയില്ല. ആ വീരാനാജിയുടെ മോനും കൈലാസനാഥനും ടൗണില് ബിസിനസ് പാർട്ണർമാരാണത്രേ. അയാളെയും ഇന്നലെ മുതൽ എവിടേയും കാണാനില്ലത്രേ. ഇന്നലെവരെ പെരുമാളുകാട്ടിൽ പരസ്പരം കണ്ടാൽ അവർ വഴിയിൽക്കണ്ട പരിചയംപോലും നടിക്കാറില്ലത്രെ. ഇന്നലെവരെ ഇതൊന്നും ആരും അറിഞ്ഞിരുന്നില്ല. കൈലാസനാഥന്റെ സിൽബന്തികളായി നടന്നവര് തന്ന്യാ ഇപ്പോഴിതൊക്കെ പറേന്നത്. വ്യക്തമായി ആരും ഒന്നും പറയുന്നില്ല. എന്തൊക്കെയോ ദുരൂഹതകളുണ്ടെന്നുറപ്പാണ്. എവിടെനിന്നോ കുറേ ആയുധങ്ങളും പൊലീസ് കണ്ടെടുത്തു എന്നും കേൾക്കുന്നു. എല്ലാം കൂടി കൂട്ടിവായിക്കുമ്പോ ഇതൊക്കെ നാട്ടിൽ കലാപം ഉണ്ടാക്കാനുള്ള കളികള് തന്നെ. ഏതായാലും നമ്മുടെ മഹാദേവൻ രക്ഷപ്പെട്ടു." ദീർഘകാലമായി താൻ അകപ്പെട്ടുപോയ ഒരു ഇരുട്ടറയിൽനിന്നും യാദൃച്ഛികമായി രക്ഷപ്പെട്ടവനെപ്പോലെ സംസാരിക്കുമ്പോൾ വിവേകൻ ചെറുതായി കിതയ്ക്കുന്നുണ്ടായിരുന്നു. മനസ്സിൽ കെട്ടിക്കിടന്ന ഭയാശങ്കകൾ എങ്ങോട്ടോ ഒഴുകിപ്പോകുമ്പോഴുള്ള ശാന്തിയും മന:സുഖവും അവൻ ശരിക്കും അനുഭവിക്കുന്നതായി ഭുവനചന്ദ്രന് തോന്നി. എല്ലാം വിശദമായി വൈകുന്നേരം പറയാമെന്ന ഉറപ്പോടെ വിവേകൻ ധൃതിയിൽ കോണിപ്പടികളിറങ്ങി നടന്നു. കാര്യങ്ങൾ വിശദമായി അറിയാനുള്ള വ്യഗ്രത വിവേകന്റെ നടത്ത

ത്തിലുണ്ടായിരുന്നു.

വിവേകന്റെ വാക്കുകൾ ഭുവനചന്ദ്രനെ വല്ലാതെ അത്ഭുതപ്പെടുത്തി. മഹാദേവനെക്കുറിച്ചുപോലും ഇന്നലെവരെ അവന് വ്യാകുലതയുണ്ടായിരുന്നുവെന്നതാണ് അവന്റെ വാക്കുകൾ സൂചിപ്പിക്കുന്നത്. പെരുമാളുകാട്ടിൽ ചതിക്കപ്പെടുന്ന എല്ലാവരോടുമുള്ള സഹാനുഭൂതിയാണ് അവനെക്കൊണ്ടത് പറയിപ്പിച്ചത്. അതവനെക്കൊണ്ട് പറയിപ്പിക്കുന്നത് അവനിലെ യഥാർത്ഥ വിപ്ലവകാരിയാണ്. ചതിക്കപ്പെടുന്ന പെരുമാളുകാട്ടിലെ നാട്ടുകൂട്ടത്തിനോടൊപ്പം അവരിലൊരാളായി മഹാദേവനേയും ഇപ്പോൾ അവൻ കാണുന്നു. ഇന്നലെവരെ നിഷേധിച്ച മഹാദേവന്റെ അസ്ഥിത്വം പോലും ഇപ്പോൾ അവൻ ഉപാധികളില്ലാതെ അംഗീകരിക്കുന്നു. ചതിക്കപ്പെടുന്ന എല്ലാവരോടുമുള്ള ഈ സഹാനുഭൂതി തന്നെയാണ് ഒരു വിപ്ലവകാരിയുടെ അടയാള വാക്യം.

അന്നു രാത്രി വളരെ വൈകുന്നതുവരെ ഭുവനചന്ദ്രന് ഉറക്കം വന്നില്ല. ആ രാത്രിക്കപ്പുറം തന്റെ എഴുതിക്കൊണ്ടിരിക്കുന്ന നോവൽ അവസാനിപ്പിക്കാതെ നിർത്താൻ അയാൾക്കാവുമായിരുന്നില്ല. ക്ഷോഭിച്ചു മറിയുന്ന ഒരു കടലിൽ കരയ്ക്കടുക്കാൻ സാധിക്കാതെ ഉഴലുന്ന ഒരു തോണിക്കാരനെപ്പോലെ അയാളുടെ മനസ്സ് അലയാൻ തുടങ്ങിയിട്ട് ദിവസങ്ങളെത്രയോ ആയി. ഒമ്പതാം ക്ലാസിൽ മലയാളം പഠിപ്പിച്ച മാവേലിക്കരക്കാരൻ ശങ്കരപ്പിള്ള മാഷ് ഒരു നോവലിനെക്കുറിച്ച് പറഞ്ഞുതന്നതത്രയും ഇപ്പോഴും മായാതെ അയാളുടെ മനസ്സിലുണ്ട്. ഒരു നോവലിന്റെ പരിണാമഗുപ്തിയെക്കുറിച്ച് ആദ്യം പറഞ്ഞുതന്നത് അദ്ദേഹമാണ്. പരിണാമഗുപ്തിയില്ലാതെ ഏതു രചനയും അസാദ്ധ്യമാണെന്ന ബോധം അന്നു മുതൽ ഭുവനചന്ദ്രന്റെ മനസ്സിലുണ്ട്. പക്ഷേ, ഭുവനചന്ദ്രൻ ഇന്നത് തിരുത്തുകയാണ്. പ്രകൃതിയുടെ സൃഷ്ടിയായ മനുഷ്യന്റെ ജീവിതത്തിനും അവൻ ജീവിക്കുന്ന സമൂഹത്തിന്റെ പൊതുവായ ജീവിതത്തിനും നേരത്തെ നിശ്ചയിക്കപ്പെട്ട ഒരു അവസാനം ഇല്ലാത്തതുകൊണ്ട് ഒരെഴുത്തുകാരന്റെ ഭാവനയുടെ ആവിഷ്കാരം മാത്രമായ ഒരു നോവലിന് അത് നിർബ്ബന്ധമില്ലെന്ന് ഇന്നയാൾക്ക് ബോദ്ധ്യമായിരിക്കുന്നു. അയാളുടെ ആരാധനാ മൂർത്തിയായ വിഘ്നേശ്വരനും ആത്മസുഹൃത്തായ വിവേകനും സഹധർമ്മിണിയായ സുമിത്രയും ഗുരുസ്ഥാനീയനായിരുന്ന ചാപ്പൻനായരും പ്രിയങ്കരനായ പഴയ വീട്ടിലെ എലിയും അയാളുടെ സ്വപ്നങ്ങളിൽ അയാളോട് അതുതന്നെയാണ് പറയുന്നത്. ഒരു നാല്പത് കൊല്ലം മുമ്പാണെങ്കിൽ വിദ്യനേയും നജ്മയേയും ഒരു സമൂഹവിവാഹ മണ്ഡപത്തിൽ ഒരുമിപ്പിച്ച് ഭുവനചന്ദ്രന് തന്റെ പുതിയ നോവൽ അവസാനിപ്പിക്കാമായിരുന്നു. പക്ഷേ, ഇന്ന് അയാൾക്കതിന് ധൈര്യമില്ല. കാരണം, ആ വിവാഹമണ്ഡപത്തിന്റെ കെട്ടുംമട്ടും എങ്ങനെയായിരിക്കണമെന്ന് മനസ്സിൽ സങ്കല്പിക്കാൻപോലും അയാൾക്ക് ധൈര്യമില്ല. ഇനി അങ്ങനെ അവർ വിവാഹിതരായാലും ഒരു വർഷം കഴിഞ്ഞ് അവർ രണ്ടു പേരും അവർപോലുമറിയാതെ വിവാഹമോചനത്തിന് ആഗ്രഹിച്ചുകൂടെ

ന്നുമില്ല. കൈലാസനാഥനെ പൊലീസ് അറസ്റ്റുചെയ്ത മുഹൂർത്തവും പണ്ടാണെങ്കിൽ വളരെ യോജിച്ച മുഹൂർത്തമാണ്. പക്ഷേ, അയാൾ പിറ്റേന്ന് കാലത്ത് വിജയശ്രീലാളിതനായി പൊലീസ് അകമ്പടിയോടെ പെരുമാളുകാട്ടിൽ തിരിച്ചുവരില്ലെന്നുറപ്പിച്ചു പറയാൻ ഇപ്പോൾ അയാൾക്ക് കഴിയുന്നില്ല. ശിവദാസന്റെയും മകളുടെയും ശിഷ്ടജീവിതം സഹതാപത്തോടെ വായനക്കാരെ അറിയിക്കാൻ അയാൾക്ക് താല്പര്യമില്ലാഞ്ഞിട്ടല്ല. പക്ഷേ, അതു പ്രവചിക്കാൻ അയാൾക്ക് അശ്ശേഷം കരുത്തില്ല. സ്വന്തം മക്കളെ ഓർമ്മിക്കുമ്പോൾ പ്രത്യേകിച്ചും. അതുകൊണ്ടൊക്കെത്തന്നെയാണ് തന്റെ നോവലിന് നേരത്തെ നിശ്ചയിക്കപ്പെട്ട ഒരവസാനം ആവശ്യമില്ലെന്ന് അയാൾ തീരുമാനമെടുത്തത്. ജീവിതത്തിന്റെ ആദിമദ്ധ്യാന്തങ്ങളെക്കുറിച്ച് ഒട്ടും ഗൗനിക്കാതെ അനുവദിക്കപ്പെട്ട ജീവിതം യാന്ത്രികമായി ജീവിച്ചുതീർക്കുന്ന കുറേ സാധാരണ മനുഷ്യരുടെ കഥ പറയാനേ അയാൾക്ക് സാധിക്കൂ എന്നയാൾ മനസ്സിലുറപ്പിച്ചു കഴിഞ്ഞു. തന്റെ കൃഷിയിടത്തിൽ കതിരു കൊയ്തെടുത്ത നെല്ച്ചെടി വീണ്ടും പൊടിച്ചു വളർന്ന് കതിരിടുന്നത് ഇപ്പോഴയാൾ അത്ഭുതത്തോടെ നോക്കുന്നില്ല. കാരണം ഭൂമിയിൽ പിറന്നുവീണ എല്ലാറ്റിന്റേയും പുനർജ്ജന്മമോഹമാണതെന്ന് ഇപ്പോൾ അയാൾക്ക് നന്നായറിയാം. ഭൂമിയോടുള്ള ജീവന്റെ അതിരില്ലാത്ത സ്നേഹം മാത്രമാണതിനു കാരണം. എത്ര സ്നേഹത്തോടെ ഇടപഴകിയാലും ജീവിത പങ്കാളികൾ ചില നിമിഷങ്ങളിൽ പരസ്പരം ശത്രുക്കളെപ്പോലെ പെരുമാറുന്നതും ഒരെഴുത്തുകാരൻ തന്റെ സൃഷ്ടിയുടെ വിജയകരമായ പര്യവസാനം തേടി വ്യാകുലമനസ്സുമായി അലയേണ്ടി വരുന്നതും തന്നെപ്പോലെ സമൂഹത്തിൽ സത്യസന്ധനും നീതിമാനുമാവാൻ മനസ്സുകൊണ്ട് ശപഥമെടുത്ത ഒരു ഉദ്യോഗസ്ഥൻ ചിലരാലെങ്കിലും വെറുക്കപ്പെടുന്നതും ശത്രുക്കളാൽ വേട്ടയാടപ്പെടുന്നതും അയാൾക്കിപ്പോൾ ഒരു തരിപോലും സങ്കടം നല്കുന്നില്ല. തന്റെ പഴയ വീട്ടിലെ എലി അയാൾക്കിപ്പോൾ ഒരു കുടുംബാംഗത്തോളം പ്രിയങ്കരനായ വളർത്തുജീവിയാണ്. ആ എലി തന്റെ ഇഷ്ടദേവനായ വിഘ്നേശ്വരന്റെ വാഹനമായതുകൊണ്ട് മാത്രമല്ല അത്. നാം പരിചയപ്പെടുന്ന എല്ലാ ജീവജാലങ്ങളുടേയും ഉള്ളിൽ നേർക്കാഴ്ചയ്ക്കപ്പുറം നേരെ വിപരീത സ്വഭാവമുള്ള മറ്റൊരാൾ ഒളിഞ്ഞിരിക്കുന്നുണ്ട് എന്ന് ഇപ്പോൾ ഭുവനചന്ദ്രന് ബോദ്ധ്യമായിരിക്കുന്നു. എന്നാൽ അതയാളുടെ ഒരു പുതിയ കണ്ടുപിടുത്തമായി ആഘോഷിക്കാൻ അയാൾക്ക് ഒട്ടും താല്പര്യമില്ല. നേർക്കാഴ്ചയ്ക്കപ്പുറത്തെ ആ അപരനാണ് ഒരാളുടെ ജീവിതത്തെ ചിലപ്പോൾ സമൂഹത്തിന് കൊള്ളാവുന്നതും ചിലപ്പോൾ കൊള്ളരുതാത്തതുമാക്കുന്നത്. ആ അപരനാണ് സ്വന്തം ചുറ്റുപാടുകളിൽ അയാളെ ചിലപ്പോൾ സമൂഹത്തിന്റെ ശത്രുവും ചിലപ്പോൾ മിത്രവുമാക്കുന്നത്. അയാൾ മരിച്ചുകഴിഞ്ഞാലും അയാളിലെ അപരൻ ജീവിക്കും. ചിലപ്പോൾ നൂറ്റാണ്ടുകളോളം.

നോവലിന്റെ കൈയെഴുത്തുപ്രതി ആദ്യവായന കഴിഞ്ഞ് തിരി

ച്ചേല്പിക്കുമ്പോൾ വിവേകന്റെ മുഖം പ്രസന്നമായിരുന്നെങ്കിലും എന്തുകൊണ്ടോ അവൻ തീർത്തും മൗനിയായിരുന്നു. ആത്മമിത്രത്തിന്റെ ആ അർത്ഥഗർഭമായ മൗനത്തിൽ കഞ്ഞിപ്പാടപോലെ പൊങ്ങിക്കിടന്ന മ്ലാനതയുടെ കാരണം ഇഴപിരിച്ചെടുക്കാനാവാതെ ഭുവനചന്ദ്രൻ വല്ലാതെ കുഴങ്ങി. കുറേനേരം വിവേകിന്റെ ഒരു വാക്കിനുവേണ്ടി കൊതിച്ചു നിന്നപ്പോൾ ഒരു നിയോഗം പോലെ വിവേകൻ പറഞ്ഞുതുടങ്ങി. "നിഷ്കളങ്കനും നിരക്ഷരനുമായ ഒരു വായനക്കാരനായി മാത്രം ഇപ്പോൾ നീ എന്നെ പരിഗണിച്ചാൽ മതി. ഈ നോവലിലെ കഥാപാത്രങ്ങളും സ്ഥലനാമങ്ങളും സംഭവങ്ങളും തികച്ചും സാങ്കല്പികവും എഴുത്തുകാരന്റെ ഭാവനാ സൃഷ്ടിയും മാത്രമാണെന്ന അടിക്കുറിപ്പോടെ നോവലുകൾപോലും പുറത്തിറങ്ങുന്ന കാലമാണ് വരാനിരിക്കുന്നത്. എഴുത്തുകാരന്റെ ധർമ്മസങ്കടങ്ങളും അസ്വാതന്ത്ര്യവും കൂടി ഓരോ നോവലിന്റെയും ഭാഗമാകുന്ന അവസ്ഥയാണത്. അത്തരം അടിക്കുറിപ്പുകൾ എഴുത്തുകാരന്റെ കീഴടങ്ങലായും ഭീരുത്വമായും വ്യാഖ്യാനിക്കുന്നവരുണ്ടാവാം. പക്ഷേ, സത്യസന്ധതയും ധീരതയും ഒരു നോവലെഴുത്തുകാരന്റെ അനിവാര്യമായ യോഗ്യതയായി കാണാത്ത എന്നെപ്പോലൊരു സാധാരണ വായനക്കാരന് അത്തരം അടിക്കുറിപ്പുകൾ നല്കുന്നത് ആഹ്ലാദം മാത്രമാണ്. ചരിത്രരചന ഒരു നോവലെഴുത്തുകാരന്റെ കടമയോ ബാദ്ധ്യതയോ ആണെന്ന് ഞാൻ കരുതുന്നില്ല. അതൊക്കെ ചരിത്രകാരന്മാർക്ക് വിട്ടുനല്കുന്നതാണ് നല്ലത്. ജീവിതകാലം മുഴുവൻ പുസ്തകങ്ങളുമായി തീണ്ടാപ്പാടകലം സൂക്ഷിക്കുന്നവർപോലും ദുഷ്ട ലക്ഷ്യങ്ങളോടെ ചിലപ്പോൾ പുസ്തകങ്ങളുടെ നിരൂപകരായി വേഷം കെട്ടിയാടുന്ന കാഴ്ചയ്ക്ക് ഇന്ന് പുതുമയില്ല. അവർക്കാർക്കും സ്വന്തം നാടിന്റെ സ്വൈര്യജീവിതത്തിലും എഴുത്തുകാരന്റെ സംതൃപ്തമായ ഭാവിജീവിതത്തിലും താല്പര്യമില്ലെന്ന് എഴുത്തുകാരൻ തിരിച്ചറിഞ്ഞേ പറ്റൂ. വികൃതമായ സ്വന്തം മുഖം പ്രതിഫലിപ്പിക്കുന്നവനെ വ്യക്തിയും സമൂഹവും അഭിനന്ദിക്കണമെന്ന എഴുത്തുകാരന്റെ ആഗ്രഹം വെറും ദുരാഗ്രഹമാണ്. എഴുത്തുകാരന്റെ ഭാവനയാണ് ഒരു രചനയുടെ ജീവനെന്ന് ദൃഢമായി വിശ്വസിക്കുന്ന എന്നെപ്പോലൊരു ശരാശരി വായനക്കാരന് എഴുത്തുകാരന്റെ വ്യക്തിജീവിതത്തോടും പ്രതിബദ്ധത ഉണ്ടായേ പറ്റൂ എന്നാണ് എന്റെ വിശ്വാസം. ആ കടമയാണ് വെറുമൊരു ഏഴാംതരക്കാരൻ കരിങ്കൽ തൊഴിലാളി മാത്രമായ നിന്റെ സ്നേഹിതൻ ഇപ്പോൾ നിറവേറ്റുന്നത്. എന്തിനെന്നുപോലും അറിയാതെയും അന്വേഷിക്കാതെയും ചേരിതിരിയാൻ പരസ്പരം കാര്യകാരണമില്ലാതെ പോരടിക്കാനും കൊതിക്കുന്ന ഒരു മനസ്സ് പെരുമാളുകാടിനും കൈവന്നിട്ടുണ്ടെന്ന തോന്നൽ എന്നെ വല്ലാതെ ഭയപ്പെടുത്തുന്നു." വിവേകൻ പറഞ്ഞവസാനിപ്പിച്ചത് അങ്ങനെയാണ്.

അന്നു വൈകുന്നേരത്തെ കടപ്പുറത്തേക്കുള്ള നടത്തത്തിനിടയിലും വിവേകൻ മുഖവുരയില്ലാതെ പറഞ്ഞു തുടങ്ങിയത് ഭുവനചന്ദ്രന്റെ പുതിയ നോവലിനെക്കുറിച്ച് തന്നെയായിരുന്നു. കാലുഷ്യവും കാപട്യ

ങ്ങളുമില്ലാത്ത നിർമ്മല സ്നേഹത്തിന്റെ വസന്തകാലം പെരുമാളുകാടിനും വന്നു ചേരുമെന്ന ദൃഢമായ പ്രത്യാശയാണ് എഴുത്തുകാരനായ ഭുവനചന്ദ്രനും വായനക്കാരനായ വിവേകനും ഒരുപോലെ മനസ്സിൽ സൂക്ഷിക്കുന്നത്. ആ പ്രത്യാശയാണ് പെരുമാളുകാടിനെ നാളെ മുന്നോട്ടു നയിക്കേണ്ടതെന്ന്. എഴുത്തുകാരനും വായനക്കാരനും ഒരുപോലെ ആശിച്ചുപോകുന്ന സുന്ദരമായ മുഹൂർത്തമാണിത്.

പരസ്പരം കൈവിരലുകൾ കോർത്ത് രണ്ടുപേരും കടലിന്റെ അരികുപറ്റി കുറേനേരം അലക്ഷ്യമായി നടന്നു. ചുവന്നു തുടുത്ത അസ്തമയ സൂര്യന്റെ സന്നിധിയിൽ ശുഭപ്രതീക്ഷകളോടെ കറുത്ത തോണികൾ തലങ്ങും വിലങ്ങും അലയുന്നത് ഒരു പുതിയ കാഴ്ച കാണുന്നതുപോലെ അന്നാദ്യമായി അവർ കൗതുകത്തോടെ നോക്കിനിന്നു. വിവേകന്റെ അർത്ഥവത്തായ ഓരോ വാക്കും ഭുവനചന്ദ്രന്റെ മനസ്സിനെ വല്ലാതെ ത്രസിപ്പിച്ചുകൊണ്ടിരുന്നു. വിവേകന്റെ വാക്കുകൾകൂടി തന്റെ നോവലിന്റെ ഭാഗമാവണമെന്ന് ഭുവനചന്ദ്രന്റെ മനസ്സിലുറച്ചു. തന്റെ നോവലിന്റെ സൃഷ്ടിയിൽ തനിക്കേറെ പ്രിയപ്പെട്ട ഒരു വായനക്കാരൻകൂടി പങ്കാളിയാവുന്ന ചരിത്ര മുഹൂർത്തമായി ആ കൂടിച്ചേരലിനെ ആഘോഷിക്കാനാണ് ഭുവനചന്ദ്രന്റെ മനസ്സ് തിടുക്കം കൂട്ടിയത്. "ഇന്ന് സൂര്യൻ പൂർണ്ണമായും കടലിൽ മറഞ്ഞിട്ടേ നമ്മൾ ഈ കടപ്പുറത്തുനിന്നും തിരിച്ചുപോകുന്നുള്ളൂ. പെരുമാളുകാടിന്റെ എല്ലാ സങ്കടങ്ങളുടെയും അസ്തമയം കൂടിയാവട്ടെ ഇന്നത്തേത്. ചേരിതിരിവുകളും കാലുഷ്യവുമില്ലാതെ പെരുമാളുകാട്ടിലെ നിഷ്കളങ്കരായ നാട്ടുകൂട്ടം കിളികുലക്കോട്ടയിലെ വായാടികളായ മൈനകളെപ്പോലെ ഈ കടപ്പുറത്തിരുന്നു വാതോരാതെ സംസാരിച്ചുകൊണ്ട് അസ്തമയ സൂര്യനെ യാത്രയാക്കുന്ന സന്ധ്യകളാണ് ഇനി പുലരാനുള്ളതെന്ന് നമുക്ക് പ്രത്യാശിക്കാം." വിവേകന്റെ പ്രവചന സ്വഭാവമുള്ള ഓരോ വാക്കും ഒരു ലഹരിപോലെ ഭുവനചന്ദ്രന്റെ മനസ്സിനെ കീഴടക്കിക്കൊണ്ടിരുന്നു.

ഒരു മിഥുനസംക്രമ സന്ധ്യയിൽ കൈയിൽ ആളിക്കത്തുന്ന ഓലച്ചൂട്ടുമായി തന്റെ ഓലപ്പുരയ്ക്ക് ചുറ്റും ഓട്ടപ്രദക്ഷിണം ചെയ്യുന്ന ഭുവനചന്ദ്രനെന്ന പത്ത് വയസ്സുകാരനെ ഇപ്പോഴയാൾ കൗതുകത്തോടെ പിന്തിരിഞ്ഞ് നോക്കുകയാണ്.

"കലിയാ.... കലിയാ... കൂ....
ചക്കേം മാങ്ങേം കൊണ്ടത്തായോ.... കൂ.....
നെല്ലും പത്തായോം കൊണ്ടത്തായോ..... കൂ.....
ആലേം മൂരീം കൊണ്ടത്തായോ ..... കൂ...."

പെരുമാളുകാട്ടിലെ എല്ലാ വീടുകളിൽനിന്നും ആരവംപോലെ തൊണ്ടപൊട്ടുമാറുച്ചത്തിലുള്ള കുട്ടികളുടെ കലിയൻവിളി ഭുവനചന്ദ്രന്റെ കാതിൽ വന്നലയ്ക്കുകയാണ്. ആരുടേയും ജാതിയും മതവുമന്വേഷിക്കാതെ നാട്ടുമാവിൻ ചില്ലകളിലും പ്ലാവിൻ കൊമ്പുകളിലും മനംമയക്കുന്ന പൂമണം വാരിയെറിയുന്ന നാട്ടുകൂട്ടത്തിന്റെ സർവ്വസമ്മതനായ

പ്രകൃതിദേവനെയാണ് അവർ കൂവിവിളിച്ച് വരവേറ്റുകൊണ്ട് പ്രസാദിപ്പിക്കുന്നത്. കുട്ടികളുടെ ആർപ്പുവിളി കേട്ടാലും ഓലച്ചൂട്ടുവെളിച്ചം കണ്ടാലും ഓടിയെത്തുന്ന കോവിലും വിഗ്രഹവും പ്രാർത്ഥനാഗീതവുമില്ലാത്ത കലിയൻ എന്ന അരൂപിയായ രക്ഷകൻ ശീതക്കാറ്റായി നാടു ചുറ്റുന്ന ആ മിഥുനസംക്രമസന്ധ്യയിൽ ഭുവനചന്ദ്രൻ സ്വയം മറന്നുനിന്നു. കന്നിമൂലയിലെ വരിക്കപ്ലാവിൻചോട്ടിൽ നാക്കിലയിൽ കലിയന് ചക്കപ്പുഴുക്കും സമ്മാനങ്ങളും നിവേദിക്കുന്നത് മുത്തശ്ശിയുടെ നിഴലാണെന്ന് ഭുവനചന്ദ്രൻ തിരിച്ചറിഞ്ഞു. വാഴക്കൈയും ഈർക്കിലും കൊണ്ടുണ്ടാക്കിയ ഏണിയും പ്ലാവില ഈർക്കിൽ തുന്നിച്ചേർത്തുണ്ടാക്കിയ മൂരിയും കലിയനുള്ള മുത്തശ്ശിയുടെ സമ്മാനങ്ങളാണ്. തൊഴുകൈയോടെ മുത്തശ്ശി പ്രാർത്ഥിക്കുന്നത് തന്റെ പെരുമാളുകാടിന്റെ ഐശ്വര്യത്തിനുവേണ്ടിമാത്രമാണ്. അപ്പോൾ എവിടെനിന്നോ നാളെയെക്കുറിച്ചുള്ള ശുഭപ്രതീക്ഷകളുടെ കേട്ടുമറന്ന ഒരു തേക്ക്പാട്ട് തന്റെ കാതുകളിൽ ഒഴുകിയെത്തുന്നതായി ഭുവനചന്ദ്രന് തോന്നുന്നുണ്ടായിരുന്നു.

www.ingramcontent.com/pod-product-compliance
Lightning Source LLC
LaVergne TN
LVHW100810051026
849519LV00006B/2034
9789393468161